ಸಿ.ವಿ. ವಿರುಪಾಕ್ಷ

ಮೂಲತಃ ಧಾರವಾಡ ಜಿಲ್ಲೆ ಕುಂದಗೋಳ ತಾಲ್ಲೂಕಿನ ಸಂಶಿ ಗ್ರಾಮದವನು. ಪೂರ್ಣ ಹೆಸರು ಚನ್ನಮಲ್ಲನಗೌಡ್ರ ವೀರಭದ್ರಗೌಡನ ಮಗ ವಿರುಪಾಕ್ಷಗೌಡ (ಸಿ.ವಿ. ವಿರುಪಾಕ್ಷ). ಜನನ ಎಪ್ರಿಲ್ ಒಂದು 1985ರಂದು. ಶಾಲೆ ಕಾಲೇಜು ಕಲಿತಿದ್ದು ಇದೆ ಊರು. ಒಂದಷ್ಟು ವರ್ಷ ವೃತ್ತಿ ಶಿಕ್ಷಣಕ್ಕಾಗಿ ತುಮಕೂರು ಸಿದ್ದಗಂಗಾ ಮಠದಲ್ಲಿ ಎರಡು ವರ್ಷ ವ್ಯಾಸಂಗ.

ಪ್ರಸ್ತುತ ಕಂಪ್ಯೂಟರ್ ಆಪರೇಟಿಂಗ್ ಕಲಿತು ನನ್ನದೆ ಸ್ವಂತ ಕಂಪ್ಯೂಟರ್ ವೃತ್ತಿ ಮಾಡುತ್ತಾ ತಂದೆ ತಾಯಿಯೊಂದಿಗೆ ಸಂತೋಷವಾಗಿದ್ದೇನೆ.

ಪುಸ್ತಕದ ಓದು ಸುಮಾರು ವರ್ಷಗಳಿಂದ ಇರುವ ಹವ್ಯಾಸ. ಹೀಗಾಗಿ ಮನೆಯಲ್ಲಿಯೇ ಪುಟ್ಟದೊಂದು ಗ್ರಂಥಾಲಯವಿದೆ. ಇತಿಹಾಸ, ಧರ್ಮಶಾಸ್ತ್ರ, ತತ್ವಶಾಸ್ತ್ರ, ಆಧ್ಯಾತ್ಮ, ಕನ್ನಡ ಸಾಹಿತ್ಯ, ಇಂಗ್ಲಿಷ್ ಮತ್ತು ತೆಲುಗು ಸಾಹಿತ್ಯ ಎಂದರೇ... ನನಗಿಷ್ಟ. ಇದರೊಂದಿಗೆ ಪ್ರಯಾಣವನ್ನು ಇಷ್ಟಪಡುವದರಿಂದ ಬೈಕ್‌ನಲ್ಲಿ ಎಲ್ಲೆಂದರಲ್ಲಿ ತಿರುಗುವ ಖಯಾಲಿ. ಪ್ರಕೃತಿ ಸೌಂದರ್ಯ ಎಲ್ಲೆಲ್ಲಿ ಇದೆಯೋ ಅಲ್ಲಿಗೆ ಹೋಗಿ ನೋಡುವ ಆಸೆ. ಒಂದರ್ಥದಲ್ಲಿ ಸೌಂದರ್ಯದ ಆರಾಧಕ.

ಸಾ॥ ಸಂಶಿ, ತಾ॥ ಕುಂದಗೋಳ
ಜಿ॥ ಧಾರವಾಡ, ಪಿನ್: 581117
cvvirupaksha700@gmail.com

* ಐತಿಹಾಸಿಕ ಕಾದಂಬರಿ *

ಖದೀಜಾ

(ಪ್ರವಾದಿಯ ಪತ್ನಿ)

ಸಿ.ವಿ. ವಿರುಪಾಕ್ಷ

ವೀರಲೋಕ

207, 2ನೇ ಮಹಡಿ, 3ನೇ ಮೇನ್
ಚಾಮರಾಜಪೇಟೆ, ಬೆಂಗಳೂರು-560018
ಮೊಬೈಲ್: 70221 22121, 88612 12172
ಇಮೇಲ್: veeralokabooks@gmail.com
ವೆಬ್‌ಸೈಟ್: www.veeralokabooks.com

KHADEEJA
A historical novel written by **C.V. Virupaksha**

Published by:
VEERALOKA BOOKS PVT. LTD.
207, 2nd Floor, 3rd Main
Chamarajpet, Bengaluru-560018

Mobile:	+91 7022122121, 8861212172
E-mail:	veeralokabooks@gmail.com
Website:	www.veeralokabooks.com

Price:	Rs. 215/-
Pages:	178
First Impression:	August 2024
Paper used:	70 GSM NS Maplitho
Book size:	1/8th Demy
ISBN:	978-81-974169-1-0

Cover page designed by:
Madan C.P.

Inner pages designed by:
Vijaya Vikram

Printer:
Veeraloka Prints
Bengaluru

crew
Anand Rach
Anantha Kunigal
Raju Vishnu
Govind Vishnu
Vishwajith
Mamatha
Parvathi
Punith

ಅರ್ಪಣೆ

ಜ್ಞಾನಯೋಗಿ ಪರಮಪೂಜ್ಯ

ಶ್ರೀ ಶ್ರೀ ಸಿದ್ದೇಶ್ವರ ಸ್ವಾಮಿಗಳು

ಜ್ಞಾನಯೋಗಾಶ್ರಮ

ವಿಜಯಪುರ

ಮುನ್ನುಡಿ

ವೀರಲೋಕ ಸಂಸ್ಥೆಯು ಉತ್ತರ ಕರ್ನಾಟಕದ ಲೇಖಕರ ಕನಸುಗಳಿಗೆ ಜೀವ ತುಂಬುವ ಉದ್ದೇಶದಿಂದ 2023ರಲ್ಲಿ 'ಉತ್ತರ ಪರ್ವ' ಎನ್ನುವಂಥ ವಿಶೇಷ ಯೋಜನೆಯೊಂದನ್ನು ರೂಪಿಸಿಕೊಂಡಿತ್ತು. ವೀರಲೋಕದ ಈ ಯೋಜನೆಗೆ ಉತ್ತರ ಕರ್ನಾಟಕದ ವಿವಿಧ ಜಿಲ್ಲೆಗಳಿಂದ ಸುಮಾರು ನೂರಕ್ಕಿಂತ ಹೆಚ್ಚು ಬರಹಗಾರರು ತಮ್ಮ ತಮ್ಮ ಕೃತಿಗಳನ್ನು ಕಳುಹಿಸಿದ್ದರು.

ವೀರಲೋಕದ ಪ್ರತಿಷ್ಠಿತ ಉತ್ತರ ಪರ್ವಕ್ಕೆ ಬಂದಿದ್ದ ನೂರಾರು ಕೃತಿಗಳನ್ನು ಕನ್ನಡದ ಶ್ರೇಷ್ಠ ಬರಹಗಾರರಾದ 'ರಾಗಂ' ಎಂದೇ ಖ್ಯಾತರಾದ 'ರಾಜಶೇಖರ ಮಠಪತಿ' ಹಾಗೂ 'ವೀರಕಪುತ್ರ ಎಂ. ಶ್ರೀನಿವಾಸ' ಅವರ ತಂಡವು ಲೇಖಕರ ಕೃತಿಗಳ ಗುಣಮಟ್ಟ ಹಾಗೂ ಬರವಣಿಗೆಯ ಶೈಲಿಯನ್ನು ಗುರುತಿಸಿ ಅಂತಿಮ ಹಂತದಲ್ಲಿ ಪ್ರಕಟಿಸಲು ಯೋಗ್ಯವಾದಂಥ, ಕಥಾಸಂಕಲನ, ಕಾದಂಬರಿ, ನಾಟಕ, ಕವನ ಸಂಕಲನ ಸೇರಿದಂತೆ ಟಾಪ್ 10 ಬರಹಗಾರರ ಕೃತಿಗಳನ್ನು ಆಯ್ಕೆ ಮಾಡಿದೆ.

ಕರ್ನಾಟಕದ ಪ್ರಮುಖ ಪ್ರಕಾಶನ ಸಂಸ್ಥೆ ವೀರಲೋಕ ಮಹತ್ವದ "ಉತ್ತರ ಪರ್ವ" ಯೋಜನೆಗೆ ಬಂದಿದ್ದ ನೂರಾರು ಕೃತಿಗಳಲ್ಲಿ ಪ್ರಕಟಣೆಗೆ ಆಯ್ಕೆಯಾದ ಅತ್ಯುತ್ತಮ ಹತ್ತು ಕೃತಿಗಳಲ್ಲಿ ಸಿ.ವಿ. ವಿರುಪಾಕ್ಷ ಎಂತಲೇ ನನಗೆ ಪರಿಚಿತರಾದ ವಿರುಪಾಕ್ಷಗೌಡ ವೀರಭದ್ರಗೌಡ ಚನ್ನಮಲ್ಲನಗೌಡ್ರ ಅವರ ಕಾದಂಬರಿ ಕೂಡ ಒಂದು. ಇವರ ಈ ಕಾದಂಬರಿಯ ಭಿತ್ತಿ ಅದೆಷ್ಟು ವಿಶಾಲವಾಗಿದೆಯೆಂದರೆ, ಇದರ ಸಂರಚನೆ ಅದೆಂಥ ಸೂಕ್ಷ್ಮ ಒಳನೆಯ್ಗೆಗಳಿಂದ ಕೂಡಿದೆಯೆಂದರೆ ಇದನ್ನು ಕೆಲವೇ ಮಾತುಗಳಲ್ಲಿ ವಿವರಿಸುವುದಂತೂ ಸಾಧ್ಯವೇ ಇಲ್ಲ. ಮನುಷ್ಯನ ಹೊರಜಗತ್ತು ಮತ್ತು ಒಳ ಜಗತ್ತು ಪರಸ್ಪರ ಸಂವಾದಿಸುವಂತೆ ತೋರುವ, ಮನುಷ್ಯ ಸಾಮರ್ಥ್ಯವನ್ನು ಅಸ್ತಿತ್ವವಾದಿ ನೆಲೆಯಲ್ಲಿ ಪರಿಶೋಧಿಸುವ ಈ ಕಾದಂಬರಿಯಲ್ಲಿ ನಮ್ಮ ಯಾವುದೇ ನಿರ್ದಿಷ್ಟ ಪುರಾಣಕಥನವಿಲ್ಲ. ನಿಜ, ಯಾಕೆಂದರೆ...

ಈ ಕಾದಂಬರಿ ನಮ್ಮನ್ನು ಸುಮಾರು 1400 ವರ್ಷಗಳ ಹಿಂದಿನ ಪ್ರಾಚೀನ ಸೌದಿ ಅರೇಬಿಯಾದ ಮಕ್ಕಾ, ಮದೀನಾ ಮತ್ತು ಸಿರಿಯಾ ಪಟ್ಟಣಗಳ ವಾತಾವರಣಕ್ಕೆ ಕರೆದೊಯ್ಯುತ್ತದೆ. ಇಲ್ಲಿ, ನಾವು ಪ್ರವಾದಿ ಮುಹಮ್ಮದ್ ಮತ್ತು ಅವರ ಧರ್ಮಪತ್ನಿ ಖದೀಜಾರ ಅಪೂರ್ವ ಜೀವನಯಾನವನ್ನು

ಅನುಭವಿಸುತ್ತೇವೆ. ಈ ಕಥನವು ಕೇವಲ ಐತಿಹಾಸಿಕ ದಾಖಲೆಗಳ ಸಂಗ್ರಹ ಮಾತ್ರವಲ್ಲ, ಬದಲಾಗಿ ಅದು ನಂಬಿಕೆ, ಪ್ರೇಮ, ತ್ಯಾಗ ಮತ್ತು ದೃಢಸಂಕಲ್ಪಗಳ ಗಾಢವಾದ ಮಾನವೀಯ ಬಂಧನಗಳನ್ನು ಚಿತ್ರಿಸುತ್ತದೆ.

ಪ್ರವಾದಿಯವರು ಮತ್ತು ಖದೀಜಾರ ಜೀವನವನ್ನು ಅವರ ಬಾಲ್ಯದಿಂದ ಹಿಡಿದು ಅವರು ಧರ್ಮವನ್ನು ಸ್ಥಾಪಿಸುವ ತನಕದ ಪಯಣವನ್ನು ಈ ಕಾದಂಬರಿಯು ವಿವರಿಸುತ್ತದೆ. ಅವರ ನೈತಿಕ ನಡವಳಿಕೆ, ಧರ್ಮದ ಸಂಕೇತಗಳು ಮತ್ತು ಸಮಾಜದಲ್ಲಿ ಅವರ ಪಾತ್ರವು ಈ ಕಾದಂಬರಿಯ ಮೂಲಕ ಸಶಕ್ತವಾಗಿ ವ್ಯಕ್ತಪಡಿಸಲ್ಪಟ್ಟಿದೆ. ಖದೀಜಾರ ಸ್ವಾವಲಂಬಿ ವೃತ್ತಿಜೀವನ ಮತ್ತು ಅವರು ತೋರಿದ ದೃಢ ನಿಲುವುಗಳು ಅನೇಕ ಮಹಿಳೆಯರಿಗೆ ಪ್ರೇರಣೆಯ ಮೂಲವಾಗಿದೆ.

ಈ ಕಾದಂಬರಿಯು ನಮ್ಮನ್ನು ಅವರ ವೈಯಕ್ತಿಕ ಜೀವನದ ಆಂತರಿಕ ಆಯಾಮಗಳ ಮೂಲಕ ನಡೆಸುತ್ತಾ, ನಮ್ಮನ್ನು ಅವರ ಜೀವನದ ಪ್ರತಿ ಕ್ಷಣದಲ್ಲಿಯೂ ಹೆಚ್ಚು ಆಳವಾದ ಮಾನವೀಯ ಸಂವೇದನೆಯನ್ನು ಅನುಭವಿಸುವಂತೆ ಮಾಡುತ್ತದೆ. ಈ ಪಠ್ಯ ಓದುಗರನ್ನು ಕೇವಲ ಐತಿಹಾಸಿಕ ಸಂಗತಿಗಳ ಅರಿವಿನಲ್ಲಿ ಮಾತ್ರ ಬಿಡದೆ, ಅದರ ಜೊತೆಗೆ ಮಾನವೀಯ ಭಾವನೆಗಳು ಮತ್ತು ಧಾರ್ಮಿಕ ನಂಬಿಕೆಗಳ ಆಳವಾದ ಸಂವೇದನೆಯನ್ನು ಕೂಡ ಕಲಿಸುತ್ತದೆ.

'ಖದೀಜಾ' ತನ್ನ ವಿವರಗಳ ಸಮೃದ್ಧಿಯಿಂದ, ಪ್ರಾಮಾಣಿಕ ಪಾತ್ರಸೃಷ್ಟಿಯಿಂದ, ಮುಖ್ಯ ಪಾತ್ರಗಳ ಮನೋವೇದಕ ಕಥನಗಳಿಂದ ಅದ್ವಿತೀಯ ಪರಿಣಾಮವನ್ನು ಉಂಟುಮಾಡುವ ಕಾದಂಬರಿ. ಇದರಲ್ಲಿ ಶಾಂತಿಯ ಕಾಲದಲ್ಲಿ ಹೇಗೋ ಹಾಗೆ ಉತ್ಕ್ರಾಂತಿಯ ಕಾಲದಲ್ಲಿ ಕೂಡ ಒಂದು ಸಮುದಾಯವನ್ನು ಸಮಗ್ರವಾಗಿ ಕಟ್ಟಿಕೊಡುವ ಪ್ರಯತ್ನದ ಜೊತೆಗೆ ಮನುಷ್ಯನ ನೋವಿಗೂ, ಸಾಹಸಕ್ಕೂ ಧ್ವನಿ ನೀಡುವ ಹಂಬಲವಿದೆ. ಭಾಷೆಯಲ್ಲಿ, ನಿರೂಪಣೆಯಲ್ಲಿ, ವಿವರಗಳ ಸಾಂದ್ರತೆಯಲ್ಲಿ ಸ್ವಲ್ಪಮಟ್ಟಿಗೆ ನಮ್ಮ ಜೀವನಕ್ಕೆ ಹತ್ತಿರವೆನಿಸುವ ಈ ಕಾದಂಬರಿಯಲ್ಲಿ ಪ್ರಯೋಗಶೀಲತೆಯ ಸೆಳಕುಗಳಿವೆ; ನಂಬಲಸಾಧ್ಯವಾದ ಕತೆಗಳಿವೆ; ಪೌರಾಣಿಕ ವಲಯದ ಜೊತೆ ಮನುಷ್ಯನ ಐಹಿಕ ಭಾವನೆಗಳನ್ನು ಬೆಸೆಯುವ ಜಾಣ್ಮೆಯಿದೆ. ಇಂಥ ಅಪರೂಪದ ಕೃತಿಯನ್ನು ನೀಡಿರುವ ಸಿ.ವಿ. ವಿರುಪಾಕ್ಷ ಅವರು ನಿಜಕ್ಕೂ ಅಭಿನಂದನಾರ್ಹರು.

–ಜ್ಯೋತಿ ಬೀಳಗಿ
ಶಿಕ್ಷಕಿ (ತೆರದಾಳ, ಬಾಗಲಕೋಟೆ)

ಲೇಖಕರ ಮಾತು

ನೀವು ಇಸ್ಲಾಂ ಧರ್ಮದ ಕುರಿತು ಹಲವಾರು ಕಥೆ ಮತ್ತು ಕಾದಂಬರಿಗಳನ್ನು ಓದಿರಬಹುದು. ಇವುಗಳಲ್ಲಿ ಹಿಂದೂ ಅಥವಾ ಮುಸ್ಲಿಂ ಧರ್ಮದ ಲೇಖಕರು ಬರೆದಿದ್ದಾರೆ. ಅವರೆಲ್ಲ ಬರೆದಿರುವುದು ಇಸ್ಲಾಂ ಧರ್ಮದ ಕುರಿತು. ಆದರೆ ಈ 'ಖದೀಜಾ' ಕಾದಂಬರಿ ಇರುವುದು ಇಸ್ಲಾಂ ಕುರಿತಾಗಿ ಅಲ್ಲ; ಒಬ್ಬಳು ಮಾನವತಾವಾದಿ, ಹೃದಯವಂತಳ ಕುರಿತು. ಇದೊಂದು ಐತಿಹಾಸಿಕ ಕಾದಂಬರಿ. ಈ ಕಾದಂಬರಿ ಸಂಪೂರ್ಣವಾಗಿ 1400 ವರ್ಷಗಳ ಹಿಂದೆ ಅಂದರೆ, ಪ್ರವಾದಿ ಮುಹಮ್ಮದ್ ಪೈಗಂಬರ ಮತ್ತು ಅವರ ಧರ್ಮಪತ್ನಿ ಖದೀಜಾರ ಜೀವನದಲ್ಲಿ ನಡೆದ ಘಟನಾವಳಿಗಳ ಕುರಿತಾದ್ದು. ನಮ್ಮ ನೆಲದ ರಾಮಾಯಣ, ಮಹಾಭಾರತದ ಕುರಿತು ಹಲವಾರು ಕಥೆ ಕಾದಂಬರಿಗಳು ಇಲ್ಲಿಯವರೆಗೆ ಬಹಳಷ್ಟು ಬಂದಿವೆ; ಮುಂದೆಯೂ ಬರುತ್ತವೆ. ಇವು ಆಯಾ ಲೇಖಕರ ದೃಷ್ಟಿಕೋನದಲ್ಲಿ ರಚನೆಯಾದ ಕೃತಿಗಳಾಗಿವೆ. ಈ ಕಾದಂಬರಿಯೂ ಕೂಡ ಹೀಗೆಯೇ; ಒಂದು ಧರ್ಮ ಗ್ರಂಥವನ್ನು ಓದಿ ನನ್ನದೇ ಆದ ದೃಷ್ಟಿಕೋನದಲ್ಲಿ ಬರೆದ ಕೃತಿಯಿದು. ಇದನ್ನೊಂದು ಧಾರ್ಮಿಕ ಗ್ರಂಥವಾಗಿ ನೋಡದೇ, ಸಾಹಿತ್ಯಿಕ ಪುಸ್ತಕವಾಗಿ ಓದಿದರೆ ನಿಮಗೆ ಹೆಚ್ಚು ಆಪ್ತವಾಗುತ್ತದೆ.

ಈ ಕಾದಂಬರಿ ರಚನೆಗಾಗಿ ಹಲವಾರು ಪುಸ್ತಕಗಳನ್ನು ಓದಬೇಕಾಗಿ ಬಂತು. ನಾನೊಬ್ಬ ಹಿಂದೂ. ನನಗೆ ನನ್ನ ಧರ್ಮಗಳ ಪುಸ್ತಕಗಳನ್ನು ಓದಿ ಗೊತ್ತಿತ್ತೇ ಹೊರತು ಇಸ್ಲಾಮಿಕ್ ಪುಸ್ತಕಗಳ ಪರಿಚಯ ಇರಲಿಲ್ಲ. ಆದರೆ, ಈ ರೀತಿ ಒಂದು ಕಾದಂಬರಿ ಬರೆಯಲೇಬೇಕೆಂದು ತೀರ್ಮಾನಿಸಿ ಹಲವಾರು ಪುಸ್ತಕಗಳನ್ನು ಕೊಂಡು ತಂದು ಓದಿ ನೋಟ್ಸ್ ಮಾಡಿಕೊಂಡೆ. ಈ ಕಾದಂಬರಿ ಬರೆಯುವುದಕ್ಕಿಂತ ಪೂರ್ವದಲ್ಲಿ ಈ ರೀತಿ ಕಾದಂಬರಿಯನ್ನು ಯಾರಾದರು ಬರೆದಿದ್ದಾರೆಯೇ ಎಂದು ಬೇರೆ ಬೇರೆ ಭಾಷೆಗಳಲ್ಲಿ ಹುಡುಕಿ ನೋಡಿದೆ; ಸಿಗಲಿಲ್ಲ. ಇದರಿಂದ ನನಗೂ ಒಂದು ರೀತಿ ಸಂತೋಷವಾಗಿ ಬರೆಯಲು ಪ್ರಾರಂಭಿಸಿದೆ. ಬಹುಶಃ ಎರಡು ತಿಂಗಳುಗಳ ಕಾಲ ಸಮಯ ತೆಗೆದುಕೊಂಡು

ಬರೆದು ಮುಗಿಸಿದೆ. ಈ ಕಾದಂಬರಿಯಲ್ಲಿ ಎಲ್ಲಿಯೂ ನಿಮಗೆ ನಕಾರಾತ್ಮಕ ಪಾತ್ರಗಳು ಕಾಣಸಿಗುವದಿಲ್ಲ ಮತ್ತು ಯಾವುದೇ ಧರ್ಮದ ಕುರಿತಾಗಿ ಟೀಕೆಗಳು ಸಿಗುವುದಿಲ್ಲ. ಮುಖ್ಯವಾಗಿ ಇಸ್ಲಾಂ ಕುರಿತಾಗಿ ಅಷ್ಟೊಂದು ಮಾಹಿತಿ ಇಲ್ಲಿ ಇಲ್ಲ. ಆ ರೀತಿ ಬರೆದಿದ್ದರೆ... ಇದೊಂದು ಧಾರ್ಮಿಕ ಗ್ರಂಥ ಆಗುತ್ತದೆ ಎಂದು ಕೈಬಿಟ್ಟೆ. ನಾನು ಮುಖ್ಯವಾಗಿ ಏನು ಹೇಳಹೊರಟಿರುವೆನೋ ಅದನ್ನು ಮಾತ್ರ ಹೇಳಿರುವೆ ಮತ್ತು ಈ ಕಾದಂಬರಿ ಕೊನೆಗೊಂಡಿಲ್ಲ. ಕಾರಣವೇನೆಂದರೆ ಈ ಕಾದಂಬರಿಯ ಪಾತ್ರಗಳು ಇಂದಿಗೂ ಮುಸ್ಲಿಮ್ ಬಾಂಧವರ ಮನದಲ್ಲಿ, ಅವರನ್ನು ಆರಾಧಿಸುವವರ ಮನದಲ್ಲಿ ಜೀವಂತವಾಗಿಯೇ ಇದೆ.

ಇಸ್ಲಾಂ ಧರ್ಮದ ಪ್ರಥಮ ಮಹಿಳೆ ಖದೀಜಾರವರ ಕುರಿತು ಹೊರ ಪ್ರಪಂಚಕ್ಕೆ ತಿಳಿದಿದ್ದು ಕಡಿಮೆಯೇ. ಅದೇ ರೀತಿ ಪ್ರವಾದಿವರ್ಯರ ಕುರಿತು ಮತ್ತು ಅವರ ವಿಶಾಲ ವ್ಯಕ್ತಿತ್ವದ ಕುರಿತು ಬಹಳಷ್ಟು ಮುಸ್ಲಿಂ ಬಾಂಧವರಿಗೆ ಸರಿಯಾಗಿ ಗೊತ್ತಿಲ್ಲ. ಇನ್ನು ಅನ್ಯ ಧರ್ಮೀಯವರಿಗೆ ಹೇಗೆ ತಿಳಿದೀತು!? ಹೊರ ಪ್ರಪಂಚಕ್ಕೆ ಗೊತ್ತಿರುವುದು ಇಸ್ಲಾಂ ಒಂದು ಅಂತಹ, ಇಂತಹ ಧರ್ಮ ಎಂಬ ಅಭಿಪ್ರಾಯ ಮಾತ್ರ. ಇದೆಲ್ಲ ಮೀರಿ ಅದರಲ್ಲೊಂದು ಸಿಹಿ ಇದೆ. ಅದರ ಸ್ಥಾಪಕರು ವಿಶಾಲ ವ್ಯಕ್ತಿತ್ವ ಹೊಂದಿದ್ದಾರೆ. ಅವರ ಕುರಿತು ತಿಳಿದುಕೊಳ್ಳಬೇಕಾದ ಜರೂರತ್ತು ಎಲ್ಲರಿಗೂ ಇದೆ ಎಂದು ನಾನು ಮನಗಂಡು ಈ ಕಾದಂಬರಿ ಬರೆದೆ. ಹಾಂ ನಾನು ಹೇಳುವುದನ್ನು ಮರೆತೆ... ಮೊದಮೊದಲು ಈ ಕಾದಂಬರಿ ಬರೆಯುವಾಗ ನಾನು ಸಂಭಾಷಣೆಯನ್ನು ನಮ್ಮ ಉತ್ತರ ಕರ್ನಾಟಕದ ಶೈಲಿಯಲ್ಲಿಯೇ ಬರೆದಿದ್ದೆ. ನನಗೆ ಪರಿಚಯವಿರುವ ಒಬ್ಬ ಮುಸ್ಲಿಂ ಲೇಖಕರಿಗೆ ಇದನ್ನು ಕಳುಹಿಸಿದಾಗ, ಅವರು ಓದಿ ಹಲವಾರು ಸಲಹೆ ಸೂಚನೆಗಳನ್ನು ಕೊಟ್ಟರು. ಈ ಕಾದಂಬರಿಯ ಪಾತ್ರ ಮತ್ತು ಸನ್ನಿವೇಶಗಳು ನಡೆಯುವುದು ಸೌದಿ ಅರೇಬಿಯಾದಲ್ಲಾಗಿದ್ದರಿಂದ ನಮ್ಮ ಉತ್ತರ ಕರ್ನಾಟಕ ಶೈಲಿಯನ್ನು ಕೈಬಿಟ್ಟೆ. ಹೀಗಾಗಿ, ಈ ಕಾದಂಬರಿ ನೀವು ಓದುವಾಗ ಒಂದು ರೀತಿ ಅನುವಾದದ ಕಾದಂಬರಿಯಂತೆ ಕಂಡರೂ ಅಚ್ಚರಿ ಪಡಬೇಕಿಲ್ಲ. ಆದರೆ, ಇದು ಅನುವಾದ ಕೃತಿಯಲ್ಲ; ನನ್ನದೇ ಸ್ವಂತ ರಚನೆ. ನಿಮಗೆ ಇದರ ಕುರಿತು ಏನಾದರು ತಂಟೆ ತಕರಾರುಗಳಿದ್ದರೇ ನಮಗೆ ತಿಳಿಸಿ. ಮುಂದಿನ ಪ್ರಕಟಣೆಯಲ್ಲಿ ಸರಿಪಡಿಸುತ್ತೇವೆ. ಈ ಕಾದಂಬರಿಯ ರಚನೆಯ ನಂತರ ನಾನು ಕೆಲ ಮುಸ್ಲಿಂ ಸ್ನೇಹಿತರಿಂದ ತಿದ್ದುಪಡಿ ಕೂಡ ಮಾಡಿಸಿದೆ. ಹೀಗಾಗಿ ಈ ಪುಸ್ತಕದಲ್ಲಿ ಎಲ್ಲಿಯೂ ಕೂಡ ನಿಮಗೆ ತಪ್ಪುಗಳು ಕಂಡು ಬರುವುದಿಲ್ಲ. ಆಕಸ್ಮಿಕವಾಗಿ ತಪ್ಪುಗಳು ಏನಾದರು ಇದ್ದರೇ, ಅದು ನನ್ನದೇ ಮೂರ್ಖತನದಿಂದ ಉಂಟಾದದ್ದು ಎಂದು ತಿಳಿದು ಕ್ಷಮಿಸಿ. ಸರಿ ಎನ್ನುವುದು ಏನಾದರು ಇದ್ದರೇ ಅದು ಆ ದೇವರ ಅನುಗ್ರಹ.

ಈ ಕಾದಂಬರಿ ತಮ್ಮ ಕೈ ಸೇರುವುದಕ್ಕೆ ಕಾರಣರಾದ ವೀರಕಪುತ್ರ ಶ್ರೀನಿವಾಸ ಸರ್, ರಾಜಶೇಖರ ಮಠಪತಿ (ರಾಗಂ) ಸರ್, ಅನಂತ ಕುಣಿಗಲ್ ಸರ್, ಅವರ ತಂಡಕ್ಕೆ ವಿಶೇಷವಾದ ಧನ್ಯವಾದಗಳು. ಈ ಕಾದಂಬರಿಯ ಅಕ್ಷರ ತಿದ್ದುಪಡಿ ಮಾಡಿದ ಪ್ರಶಾಂತ ಸಾಗರ ಅವರಿಗೆ, ಮುನ್ನುಡಿ ಬರೆದ ಆತ್ಮೀಯ ಸ್ನೇಹಿತೆ ಜ್ಯೋತಿ ಬೀಳಗಿಯವರಿಗೆ, ಸದಾ ಜೊತೆಯಾಗಿ ಬೆನ್ನೆಲುಬಾಗಿರುವ ಸಹೋದರನಂತಹ ಸ್ನೇಹಿತ ವಿಶ್ವನಾಥ ಮಳಲಿ ಮತ್ತು ಅರುಣ ಹಂಶಿಯವರಿಗೆ ನಾನು ಧನ್ಯವಾದಗಳನ್ನು ಅರ್ಪಿಸುತ್ತೇನೆ.

ಧನ್ಯವಾದಗಳು.

–ಸಿ.ವಿ. **ವಿರುಪಾಕ್ಷ**

ಪ್ರಕಾಶಕರ ನುಡಿ

ಪ್ರತ್ಯೇಕ ಉತ್ತರ ಕರ್ನಾಟಕ ಕೂಗು ಕೇಳಿ ಬಂದಾಗಲೆಲ್ಲಾ ಅಖಂಡ ಕರ್ನಾಟಕದ ಮಾತುಗಳು ಜೋರಾಗಿ ಕೇಳುತ್ತವೆ.

ಸರಿ, ಅಖಂಡ ಕರ್ನಾಟಕ ಎಂಬುದು ನನ್ನ ಖಚಿತ ನಿಲುವು. ಉಸಿರಿರೋವರೆಗೂ ಅಖಂಡ ಕರ್ನಾಟಕದ ಪರವಾಗಿಯೇ ಇರುವೆ. ಆದರೆ, ಈ ಬಾಳ್ವಿಕೆಯಲ್ಲಿ ನ್ಯಾಯವಿದೆಯಾ? ಯಾಕೆ ಅವರು ಪ್ರತ್ಯೇಕ ಉತ್ತರ ಕರ್ನಾಟಕವನ್ನು ಕೇಳುತ್ತಿದ್ದಾರೆ? ಅವರ ನೋವಲ್ಲಿ ನಿಜವಾಗಿಯೂ ಕಾಳಜಿ ಇದೆಯಾ? ಅವರ ಕಷ್ಟಗಳೇನು? ಅದನ್ನು ಕೇಳಿಸಿಕೊಳ್ಳದಂತೆ ಈ ಭಾವುಕ ಮಾತುಗಳು ತಡೆದಿದ್ದವಾ? ಇಂತಹ ಪ್ರಶ್ನೆಗಳನ್ನು ಮುಂದಿಟ್ಟುಕೊಂಡು ಕೂತರೆ, ನಿಜಕ್ಕೂ ಅವರ ಪಾಡು ದುಸ್ತರ. ಅಖಂಡ ಕರ್ನಾಟಕದ ಕಲ್ಪನೆಯ ಜೊತೆಜೊತೆಗೆ ಅವರ ಕಷ್ಟಗಳನ್ನು ಕೇಳುವ ಜರೂರತ್ತು ಇದೆ ಎನ್ನುವುದು ವಾಸ್ತವ. ಉದ್ಯೋಗ, ರಾಜಕೀಯ, ಸಾಮಾಜಿಕ, ಆರ್ಥಿಕ, ಶೈಕ್ಷಣಿಕ, ಆರೋಗ್ಯ ಹೀಗೆ ಎಲ್ಲ ಕ್ಷೇತ್ರಗಳಲ್ಲೂ ಅವರನ್ನು ನಾವು ಮಾತನಾಡಿಸಬೇಕಿದೆ.

ವೀರಲೋಕ ಶುರುವಾದ ಹೊತ್ತಿನಲ್ಲಿ ಹಿಂದೊಮ್ಮೆ ನಾನು ಏಳೆಂಟು ಸಾಹಿತಿಗಳನ್ನು ಕರೆದುಕೊಂಡು ಪುಸ್ತಕಗಳ ಮರು ಬಿಡುಗಡೆಗಾಗಿ ದೂರದ ಬೀದರಿಗೆ ಹೋಗಿದ್ದೆ. ನನ್ನ ಈ ನಡೆಯನ್ನು ಅಲ್ಲಿನ ಸಾಂಸ್ಕೃತಿಕ ಬಳಗ ಅಚ್ಚರಿಯಿಂದಲೇ ಎದುರುಗೊಂಡಿತ್ತು. ನನ್ನ ಜೊತೆ ಬಂದಿದ್ದ ಸಾಹಿತಿಗಳನ್ನು ನೋಡಿ "ನಿಜಕ್ಕೂ ನಂಬಲು ಆಗುತ್ತಿಲ್ಲ. ನಿಮ್ಮನ್ನೆಲ್ಲ ನಾವು ನೋಡ್ತೀವಿ ಅಂದುಕೊಂಡಿರಲಿಲ್ಲ" ಎಂದು ಅಚ್ಚರಿ ವ್ಯಕ್ತ ಪಡಿಸಿದ್ದರು. ಈ ಮಾತಿನ ಹಿಂದಿನ ಅರ್ಥವನ್ನು ನಿಮಗೇ ಬಿಟ್ಟು ಬಿಡುತ್ತೇನೆ.

ಬೆಂಗಳೂರು ಮತ್ತು ಸುತ್ತಲಿನ ಜಿಲ್ಲೆಯವರು ರಾಜಧಾನಿಯಲ್ಲಿನ ಕೆಲಸಗಳಿಗಾಗಿ ಹಾಗೆ ಬಂದು ಹೀಗೆ ಹೋಗಿ ಬಿಡುತ್ತಾರೆ. ಆದರೆ, ಉತ್ತರ ಕರ್ನಾಟಕದವರು ಹಾಗೆ ಮಾಡುವುದಕ್ಕೆ ಸಾಧ್ಯವಾ? ದೂರದ ಬೆಟ್ಟ ನುಣ್ಣಗೆ

ಎನ್ನುವುದು ಅವರಿಗೆ ಗೊತ್ತಿದೆ. ಹಾಗಾಗಿಯೇ ಕನಿಷ್ಠ ಎರಡು ದಿನವಾದರೂ ಅದಕ್ಕೆ ಎತ್ತಿಡುತ್ತಾರೆ. ಕೆಲಸವಾಗದೇ ಇದ್ದರೆ ಇನ್ನಷ್ಟು ದಿನಗಳನ್ನು ಅದಕ್ಕೆ ಸೇರಿಸ್ತಾರೆ. ಪ್ರಯಾಣ ದುಬಾರಿ, ಖರ್ಚು ಇನ್ನೂ ದುಬಾರಿ.

ಉತ್ತರ ಕರ್ನಾಟಕದಿಂದ ಬೆಂಗಳೂರಿಗೆ ಬಂದ ಅನೇಕರನ್ನು ನಾನು ಕಂಡಿದ್ದೇನೆ. ಅಗ್ಗ ಎನ್ನುವ ಕಾರಣಕ್ಕಾಗಿ ತುಂಬಿದ ರೈಲಿನಲ್ಲಿ ಪ್ರಯಾಣ ಬೆಳೆಸುತ್ತಾರೆ. ತಮ್ಮೊಂದಿಗೆ ಬುತ್ತಿಗಂಟು ತರುತ್ತಾರೆ. ಬಂದ ಕೆಲಸ ನಿಗದಿತ ವೇಳೆಯಲ್ಲಿ ಆಗದೇ ಇದ್ದರೆ, ಕಡಿಮೆ ದರದಲ್ಲಿನ ಲಾಡ್ಜ್ ಹುಡುಕುತ್ತಾರೆ. ಇನ್ನೂ ಕೆಲವರು ರೈಲ್ವೆ ನಿಲ್ದಾಣದಲ್ಲಿ ಮಲಗಿ, ಅಲ್ಲಿಯೇ ಮುಖ ತೊಳೆದುಕೊಂಡು ಮತ್ತೆ ತಮ್ಮ ಕೆಲಸಕ್ಕೆ ಹೊರಟವರೂ ಇದ್ದಾರೆ.

ಇಲಾಖೆಗಳಲ್ಲಿನ ಕೆಲಸಕ್ಕಾಗಿ ಬರುವವರದ್ದು ಒಂದು ಬಗೆಯ ನೋವಾದರೆ, ಕೆಲಸ ಹುಡುಕಿಕೊಂಡು ಬರುವವರದ್ದು ಮತ್ತೊಂದು ಚಿಂತಾಜನಕ ಸ್ಥಿತಿ. ಬೆಂಗಳೂರಿನ ಬಹುತೇಕ ಕಟ್ಟಡ ಕಾರ್ಮಿಕರಲ್ಲಿ ಉತ್ತರ ಕರ್ನಾಟಕದ ಭಾಗದವರೇ ತುಂಬಿದ್ದಾರೆ. ಹಾಗಾಗಿ ಅಲ್ಲಿ ಕೆಲಸವನ್ನು ಸೃಷ್ಟಿ ಮಾಡಲು ಯಾಕೆ ಆಗುತ್ತಿಲ್ಲ? ಕಟ್ಟಡ ಮುಗಿಯೋತನಕ ಅಲ್ಲಿಯೇ ಚಿಕ್ಕದೊಂದು ಜೋಪಡಿ ಹಾಕಿಕೊಂಡು ಅದು ಮುಗಿದ ತಕ್ಷಣ ಮತ್ತೊಂದು ಜೋಪಡಿಗೆ ಹಾರುವಾಗ ಯಾಕೆ ಅಖಂಡ ಕರ್ನಾಟಕದ ಕಲ್ಪನೆ ನಮ್ಮೊಳಗೆ ಮನುಷ್ಯತ್ವದ ಮಾತುಗಳನ್ನು ಆಡಿಸುವುದಿಲ್ಲ?

ಒಂದು ವರ್ಷ ಹಿಂದೆ ಬಾಗಲಕೋಟೆಯ ಕೂಡಲಸಂಗದಮದಲ್ಲಿ ಹಮ್ಮಿಕೊಂಡಿದ್ದಂತಹ ಸಾಹಿತ್ಯದ ಕಾರ್ಯಕ್ರಮವೊಂದನ್ನು ಮುಗಿಸಿ ಹೊರಡುವಾಗ ರಾತ್ರಿ ಎಂಟು ಗಂಟೆಯಾಗಿತ್ತು. ನಮ್ಮ ವಾಹನ ಹಳ್ಳಿಗಳನ್ನು ದಾಟಿ ಮುಂದೆ ಮುಂದೆ ಸಾಗುವಾಗ ದಾರಿ ಬದಿಯಲ್ಲಿ ಮಹಿಳೆಯರು ಚೆಂಬು ಹಿಡಿದು ಸಾಲು ಸಾಲಾಗಿ ಹೋಗುತ್ತಿದ್ದ ದೃಶ್ಯ ನನ್ನಲ್ಲಿ ಇನ್ನಿಲ್ಲದ ಕಳವಳವನ್ನುಂಟು ಮಾಡಿತ್ತು.

ಬೆಂಗಳೂರಿಗೆ ದಿಂಡಿದಿಂಡಿಯಾಗಿ ತೆರೆದುಕೊಳ್ಳುವ ಅವಕಾಶಗಳು ಉತ್ತರ ಕರ್ನಾಟಕದಲ್ಲಿ ತೀರಾ ಕಡಿಮೆ. ಲಾಭವೇ ಉದ್ಯಮದ ಉದ್ದೇಶವಾಗಿರುವಾಗ ಅದು ಸಹಜ. ಆದರೆ, ಅಲ್ಲಿನ ಸಂಪನ್ಮೂಲಗಳನ್ನು ಕ್ರೋಢೀಕರಿಸಿ ಉದ್ಯೋಗ ಸೃಷ್ಟಿ ಮಾಡಬಹುದಲ್ಲ? ಅಲ್ಲಷ್ಟು ಸರಕಾರಿ ಇಲಾಖೆಗಳ ಕಚೇರಿ ತೆರೆದು, ಅವರ ಕಷ್ಟಗಳಿಗೆ ಸ್ಪಂದಿಸಬಹುದಲ್ಲ? ಉತ್ತರ ಕರ್ನಾಟಕವೆಂಬುದು ಅಸಮಾನತೆಯ ವಿಳಾಸವಾಗಿಬಿಟ್ಟಿದೆ. ಹಾಗಂತ ನಾನು ನೀವು ಏನು ಮಾಡಲು ಸಾಧ್ಯ? ಇದೆಲ್ಲವೂ ಮಾಡಬೇಕಾದ ರಾಜಕಾರಣಿಗಳು ದೂರದೃಷ್ಟಿಹೀನರಾಗಿರುವಾಗ, ಅವರಿಂದ ಆರಿಸಿ ಬರುವ ಶಾಸಕರು ಬೆಂಗಳೂರಿನ ಆಸ್ತಿದಾರರಾಗಲು ಇಚ್ಛಿಸುವಾಗ ನಾವೇನು ಮಾಡಲು ಸಾಧ್ಯ?

ಹಾಗಂತ ಸುಮ್ಮನಿರಲು ಆಗುತ್ತಿಲ್ಲ. ಆ ನೆಲಕ್ಕೆ ಕಾಲಿಟ್ಟಾಗ ಅಗಾಧ ಪ್ರೀತಿ ಕೊಡುವ, ತನ್ನ ಮನೆಯ ಸದಸ್ಯನೇನೋ ಅನ್ನುವಂತೆ ಕಕ್ಕುಲಾತಿ ತೋರಿಸುವ, ಇವ ನಮ್ಮವ ಇವ ನಮ್ಮವ ಎಂದು ಅಪ್ಪಿಕೊಳ್ಳುವಂತಹ ಅಲ್ಲಿನ ಮನಸುಗಳ ಜೊತೆ ಕೈ ಜೋಡಿಸಬೇಕಿದೆ. ನಾವು ಮಾಡುವ ಕೆಲಸದಲ್ಲಿಯೇ ಅಂತಹ ಅಖಂಡತೆಯನ್ನು ಉಳಿಸಿಕೊಳ್ಳುವಂತಹ ಕೆಲಸ ಏನಾದರೂ ಸಾಧ್ಯವಾದರೆ ಅದಕ್ಕಿಂತ ಖುಷಿ ಇನ್ನೇನಿದೆ. ಆ ಹಿನ್ನಲೆಯಲ್ಲಿ ಈ 'ಉತ್ತರಪರ್ವ' ಒಂದು ಮಹತ್ವದ ಹೆಜ್ಜೆ ಎಂದು ಭಾವಿಸಿದ್ದೇನೆ.

ಈ 'ಉತ್ತರಪರ್ವ' ಯೋಜನೆಗೆ ಉತ್ತರ ಮತ್ತು ದಕ್ಷಿಣದ ನಡುವಿನ ಸೇತುವೆಯಂತೆ ಬರೆಯುತ್ತಿರುವ ಮತ್ತು ಬದುಕುತ್ತಿರುವ ರಾಗಂ ಅವರನ್ನು ಸಂಪಾದಕರನ್ನಾಗಿಸಿದ್ದೆವು. ಈ ಯೋಜನೆ ಅಡಿಯಲ್ಲಿ ಪ್ರಕಟವಾಗುತ್ತಿರುವ ಎಲ್ಲಾ ಕೃತಿಗಳು ಅವರವೇ ಆಯ್ಕೆ. ಖಂಡಿತವಾಗಿಯೂ ಅವರು ನಿಮ್ಮನ್ನು ನಿರಾಸೆಗೊಳಿಸುವುದಿಲ್ಲ ಎಂದು ಭಾವಿಸಿದ್ದೇನೆ ಮತ್ತು ಇಂತಹ ಮಹತ್ವದ ಹೆಜ್ಜೆಯಲ್ಲಿ ಜೊತೆಯಾದ ರಾಗಂ ಅವರಿಗೆ ಮನದಾಳದ ಅಭಿನಂದನೆಗಳನ್ನು ತಿಳಿಸುತ್ತೇನೆ. ಹಾಗೆ ಈ 'ಉತ್ತರಪರ್ವ'ಕ್ಕಾಗಿ ಬಂದ ನೂರಾರು ಕೃತಿಗಳಲ್ಲಿ ಆಯ್ಕೆಯಾಗಿದ್ದು ಹತ್ತು ಕೃತಿಗಳು ಮಾತ್ರ.

ಆ ಹತ್ತು ಕೃತಿಗಳಲ್ಲಿ ಈ 'ಖದೀಜಾ' ಕೃತಿಯೂ ಒಂದು. ಅದಕ್ಕಾಗಿ ಈ ಕೃತಿಯ ಲೇಖಕರಾದ ಸಿ.ವಿ. ವಿರುಪಾಕ್ಷ ಅವರನ್ನು ಮನಸಾರೆ ಅಭಿನಂದಿಸುತ್ತೇನೆ ಮತ್ತು ಈ ಕೃತಿಯು ಜನ ಮೆಚ್ಚುಗೆಯ ಕೃತಿಯಾಗುತ್ತದೆಯೆಂದು ಆಶಿಸುತ್ತೇನೆ.

ಓದುವ ಸುಖ ನಿಮ್ಮದಾಗಲಿ.

ನಿಮ್ಮ,
ವೀರಕಪುತ್ರ ಶ್ರೀನಿವಾಸ

ఖదీజా

ಅಧ್ಯಾಯ: ಒಂದು

1

ಕ್ರಿಸ್ತ ಶಕೆ ಆರುನೂರಾ ಒಂಬತ್ತು. ಅರೇಬಿಯಾ ದೇಶದ ಪಶ್ಚಿಮ ದಿಕ್ಕಿನಲ್ಲಿರುವ ಕೆಂಪು ಸಮುದ್ರದಿಂದ ಸುಮಾರು ಐವತ್ತು ಮೈಲಿ ಪೂರ್ವದ ಕಡೆ ಇರುವ ಮರಳುಗಾಡು ಮತ್ತು ಭೂಮಿಯನ್ನು ಹೊಂದಿದ ಪ್ರಸಿದ್ಧ ನಗರ ಮಕ್ಕಾ. ಇತಿಹಾಸದಿಂದಲೂ ವ್ಯಾಪಾರ ವ್ಯವಹಾರದಲ್ಲಿ ಹೆಸರಾದ 'ಕುರೈಶಿ ಕುಟುಂಬ'ದಲ್ಲಿ ಹುಟ್ಟಿ ಬೆಳೆದುದು ನನ್ನ ಪುಣ್ಯವೆಂದೇ ಎಲ್ಲರೂ ಹೇಳುತ್ತಾರೆ. ಅಪ್ಪ, ತಾತ, ಮುತ್ತಾತ ಮುಂತಾದವರೆಲ್ಲರು ಪ್ರಸಿದ್ಧ ವ್ಯಾಪಾರಿಗಳಾಗಿದ್ದು ನಾಡಿನೆಲ್ಲೆಡೆ ಹೆಸರು ಕೀರ್ತಿ ವಾರ್ತೆಗಳನ್ನು ಸಂಪಾದಿಸಿ ನಮ್ಮ ಮನೆತನದ ಹೆಸರು ಸುತ್ತಮುತ್ತಲಿನ ದೇಶಗಳಿಗೂ ತಿಳಿಯುವಂತೆ ಬದುಕಿದವರು. ಅವರೆಲ್ಲರನ್ನು ಈಗ ನೆನಸಿಕೊಂಡರೆ ಮನಸ್ಸು ಭಾರವಾಗುತ್ತದೆ, ಹೃದಯ ತುಂಬಿ ಬರುತ್ತದೆ.

"ಫಾತಿಮಾ ಎದ್ದಿದ್ದಾಳೆ. ತೊಟ್ಟಿಲಲ್ಲೆ ಆಟವಾಡುತ್ತಿದೆ, ಹೋಗಿ ಎತ್ತಿಕೊಳ್ಳಬಾರದೆ. ಇಲ್ಲಿ ನಿಂತುಕೊಂಡು ಏನು ಮಾಡುತ್ತಿದ್ದಿಯಾ ಖದೀಜಾ" ಸೇವಕಿ ಮತ್ತು ಸಖಿಯಂತಿದ್ದ ನಫೀಸಾ ನನ್ನನ್ನೆ ನೋಡುತ್ತಾ ಹೇಳಿದಳು. ಬೆನ್ನು ಬಾಗಿದ್ದರು ಅವಳ ಶರೀರ ಗಟ್ಟಿಯಾಗಿದೆ. ಮಾತಿನಲ್ಲಿ, ನಡೆಯಲ್ಲಿ, ವಿಚಾರದಲ್ಲಿ ಗಂಭೀರವಾಗಿರುವುದು ಅವಳಿಗೆ ಬಾಲ್ಯದಿಂದಲೂ ಬಂದ ವಿದ್ಯೆ. ಅವಳಿಗೀಗ ಅರವತ್ತು ವಯಸ್ಸು. ಗೋಧಿ ಬಣ್ಣದವಳಾದ ಇವಳು ನಾನು ಹುಟ್ಟಿದಾಗಿಂದಳು ನನ್ನೊಂದಿಗೆ ನಮ್ಮ ಮನೆಯಲ್ಲಿಯೇ ಇದ್ದಾಳೆ. ನನಗಿಂತಲೂ ಆರು ವರ್ಷಕ್ಕೆ ದೊಡ್ಡವಳಷ್ಟೆ.

"ಏನು ಇನ್ನು ಇಲ್ಲೆ ನಿಂತೆಯಲ್ಲ, ಮಗು ಅಳ್ತಾ ಇದೆ. ನೀನು ಬಾಗಿಲಲ್ಲೆ ಹೀಗೆ ನಿಂತು ನಿನ್ನ ಗಂಡನ ದಾರಿ ಕಾಯಬೇಡಾ, ಅವರು ಇವತ್ತು ಬರಲಿಕ್ಕಿಲ್ಲ,

ಹೋಗ್ ಹೋಗ್ ಒಳಗೆ ಹೋಗಿ ಮಗುಗೆ ಎದೆಹಾಲು ಕುಡಿಸು". ಈ ಬಾರಿ ನನಗೆ ಒಳಗೆ ಹೋಗದೇ ಇರಲು ಕಾರಣ ಬೇಕಾಗಿರಲಿಲ್ಲ.

ಫಾತಿಮಾ ಹುಟ್ಟಿ ಇಲ್ಲಿಗೆ ಮೂರು ತಿಂಗಳಾಯಿತು. ಅವರಪ್ಪನಂತೆ ಶಾಂತವಾಗಿಯೇ ಇರುತ್ತೆ, ಅಳುವಾಗ ಒಂದಷ್ಟು ಎದೆಹಾಲು ಕೊಟ್ಟರೇ ಸಾಕು ಅವರಪ್ಪನ ಎದೆ ಮತ್ತು ಕೈಯಲ್ಲಿ ತುಟಿ ಪಿಟಿಕ್ ಎನ್ನದೆ ಆಟವಾಡುತ್ತೆ. ಅವರಿಗೋ ಇವಳನ್ನು ಕಂಡರೇ ಎಲ್ಲಿಲ್ಲದ ಪ್ರೀತಿ,

"ನನ್ನ ಹಡೆದವ್ವ, ಅಮೀನಾನು ಹೀಗೆ ಇದ್ದಳಂತೆ" ಎಂದು ಅತ್ತೆಯನ್ನು ನೆನಪಿಸಿಕೊಂಡು ಮುದ್ದಿಸುತ್ತಾರೆ. ಅವರದು ಹೆಂಗರಳು ನನಗೆ ಇರುವ ನಾಲ್ಕು ಹೆಣ್ಣು ಮಕ್ಕಳನ್ನು ಅವರಷ್ಟು ನಾನು ಪ್ರೀತಿಸುವದಿಲ್ಲವೇನೋ ಎಂದು ಒಂದಂದು ಬಾರಿ ಅನಿಸಿದ್ದುಂಟು. 'ನಾನಷ್ಟೆ ಅಲ್ಲ, ಯಾವ ತಂದೆಯು ಕೂಡ ಅವರಷ್ಟು ತಮ್ಮ ಮಕ್ಕಳನ್ನು ಇಷ್ಟೊಂದು ಪ್ರೀತಿಸಲು ಸಾಧ್ಯವೇ ಇಲ್ಲ' ಎಂದು ಸೇವಕಿ ನಫೀಸಾಳು ಆಗಾಗ ನನ್ನ ಮುಂದೆ ಹೇಳುತ್ತಿರುತ್ತಾರೆ.

ಹೌದು!? ಇಷ್ಟೊತ್ತಾದರು ಅವರೇಕೆ ಇನ್ನು ಬರಲಿಲ್ಲ.

ನಮ್ಮ ಹಿರಿಯ ಮಗಳು "ಝೈನಬಳ ಮನೆಗೆ ಹೋಗಿ ಬರುತ್ತೇನೆ" ಎಂದವರು ಇನ್ನು ಪತ್ತೆ ಇಲ್ಲವಲ್ಲ. ಅವಳಿಗೆ ಮದುವೆಯಾಗಿ ಈಗ ಐದು ತಿಂಗಳು ತುಂಬಿತು. ಅವಳ ಗಂಡ 'ಅಬುಲ್' ತುಂಬಾ ಸಭ್ಯ, ಸುಸಂಸ್ಕೃತ, ಮೇಲಾಗಿ ನಮ್ಮ ಹತ್ತಿರದ ಸಂಬಂಧಿಯು ಕೂಡ. ಅವಳ ಮೇಲೆ ಪ್ರಾಣವನ್ನೆ ಇಟ್ಟುಕೊಂಡಿದ್ದಾನೆ. ಅಂತವನು ನಮ್ಮ ಮಗಳನ್ನು ಮದುವೆಯಾಗಿದ್ದು ಅವಳ ಅದೃಷ್ಟವೆಂದೆ ಹೇಳಬೇಕು. ಅಲ್ಲಿ ಅವಳು ಯಾವ ರೀತಿ ಹೊಂದಿಕೊಂಡಿದ್ದಾಳೋ ಏನೋ ಒಂದು ತಿಳಿಯುತ್ತಿಲ್ಲ. ಅವಳ ವಯಸ್ಸು ಕೂಡ ಈಗ ಹದಿಮೂರು.ಮೈನೆರೆತು ಎರಡು ವರ್ಷವೂ ಆಗಿರಲಿಲ್ಲ.

"ಇಷ್ಟು ಬೇಗ ಮದುವೆ ಬೇಡ ನನ್ನ ಮಗಳು ಇನ್ನು ಕೆಲ ವರ್ಷ ನನ್ನ ಮನೆಯಲ್ಲಿಯೇ ಇರಲಿ" ಎಂದು ಅವರು ಎಷ್ಟು ಹೇಳಿದರು ನಾನೇ ಬಲವಂತ ಮಾಡಿ ಮದುವೆ ಮಾಡಿದೆ. ನನ್ನಕ್ಕಳು ಕೂಡ ನನಗೆ ಮಾತನಾಡಲು ಹೆಚ್ಚು ಅವಕಾಶ ಕೊಡದೆ.

"ನಿನ್ನ ಮಗಳು ನಿನ್ನ ಮನೆಯಲ್ಲಿ ಇದ್ದರು ಅಷ್ಟೇ, ನನ್ನ ಮನೆಯಲ್ಲಿ ಇದ್ದರು ಅಷ್ಟೇ, ನೀನಿಗ ಮದುವೆ ಮಾಡಿ ಕೊಡದಿದ್ದರೇ... ನನ್ನ ಮಗನಿಗೆ ಹೇಳಿ ಹೊತ್ತುಕೊಂಡು ಹೋಗಿ ನಮ್ಮ ಮನೆಯಲ್ಲಿಯೇ ಮದುವೆಮಾಡಿ ಇಟ್ಟುಕೊಳ್ಳುತ್ತೇವೆ" ಎಂದು ಹಟಮಾಡಿದಾಗ ನನಗಾದರು ದಾರಿ ಎಲ್ಲಿತ್ತು.

ಎಂದಾದರು ಒಂದು ದಿನ ಅವಳು ಆ ಮನೆ ಸೋಸೆ ಆಗುವವಳೆ ಅಲ್ಲವೇ!? ಎಂದಾಗ ಮದುವೆ ಮಾಡಿ ಕೊಟ್ಟೆವು.

ಝೈನಬ್ ಯಾವಾಗ ಆ ಮನೆಗೆ ಸೊಸೆಯಾಗಿ ಹೋದಳು ಇವರಿಗೆ ಒಂದು ರೀತಿ ಮಂಕು ಕವಿದಂತಾಯಿತು. ಪದೇ ಪದೇ "ನನ್ನ ಮಗಳು ನನ್ನ ಮಗಳು. ನನ್ನ ಹೆತ್ತವಳಂತೆ ಸದಾ ನನ್ನ ಬಳಿಯೇ ಇದ್ದಳು ಈಗ ನನ್ನನ್ನು ಅನಾಥನನ್ನಾಗಿ ಮಾಡಿ ಹೋದಳು" ಎಂದು ದಿಕ್ಕು ತಪ್ಪಿದ ಜಿಂಕೆಯಂತೆ ಅಳಲಾರಂಭಿಸಿದರು.

"ನಿಮಗೆ ಅವಳೊಬ್ಬಳೆ ಮಗಳಲ್ಲ, ರುಖಿಯಾ ಮತ್ತು ಉಮ್ಮು ಕುಲ್ಸೂಮ್ ಎಂಬ ಇನ್ನು ಇಬ್ಬರು ಹೆಣ್ಣು ಮಕ್ಕಳಿದ್ದಾರೆ, ನೆನಪಿರಲಿ" ಎಂದಿದ್ದಕ್ಕೆ.

"ನನಗೆ ಇವರು ಬೇಕು ಅವಳು ಇರಬೇಕು, ಮನೆ ತುಂಬಾ ಮಕ್ಕಳಿರಬೇಕು ಮತ್ತು ಅವರೆಲ್ಲರು ಹೆಣ್ಣು ಮಕ್ಕಳೆ ಆಗಿರಬೇಕು" ಎನ್ನುತ್ತಾ ಕಣ್ಣೀರು ಸುರಿಸಿದ್ದರು.

"ನಿಮಗೆ ಹೆಣ್ಣು ಮಕ್ಕಳೆಂದರೇ ಅಷ್ಟೊಂದು ಇಷ್ಟವೇ!?" ಎಂದಿದ್ದಕ್ಕೆ.

"ಹೌದು, ಖದೀಜಾ, ನಾನು ಹುಟ್ಟುವ ಮುನ್ನವೆ ತಂದೆಯನ್ನು ಕಳೆದುಕೊಂಡೆ, ಚಿಕ್ಕವನಿದ್ದಾಗಲೇ ನನ್ನ ಹೆತ್ತ ತಾಯಿಯನ್ನು ಕಳೆದುಕೊಂಡು ಅನಾಥನಾದ ನಾನು ಆ ತಾಯಿ ಪ್ರೀತಿಯನ್ನು ನನ್ನ ಹೆಣ್ಣು ಮಕ್ಕಳಿಂದ ಪಡೆಯಬೇಕು ಅದಕ್ಕಾಗಿಯೆ ಆ ಅಲ್ಲಾಹನು ನನಗೆ ಬೇಕು ಅಂತಲೇ ಇವರನ್ನು ಕೊಟ್ಟಿದ್ದಾನೆ. ನಿಜವಾಗಿಯೂ ನಾನು ಪುಣ್ಯವಂತ" ಎಂದು ಹೇಳುತ್ತಾ ರುಖಿಯಾ ಮತ್ತು ಕುಲ್ಸೂಮಳ ತಲೆ ಸವರಿ ಹಣೆಗೆ ಮುತ್ತಿಟ್ಟಿದ್ದರು. ಅವರಿಗಿನ್ನು ಎಷ್ಟು ವಯಸ್ಸು. ರುಖಿಯಾಗೆ ಈಗ ಆರು, ಕುಲ್ಸುಮಳಿಗೆ ಮೂರು ವರ್ಷ, ಹೀಗೆ.

ಹೌದು! ಇವರಿಬ್ಬರು ಎಲ್ಲಿಗೆ ಹೋದರು. ಕಾಣುತ್ತಲೇ ಇಲ್ಲವಲ್ಲ.

ಮನೆಯಲ್ಲಿದ್ದರೇ... ಮನೆಯ ತುಂಬಾ ಆಟವಾಡುತ್ತಾ... ಓಡಾಡುತ್ತಾ ಇರೋ ಬರೋ ಪಾತ್ರೆಗಳನ್ನು ಚಲ್ಲಾಡುತ್ತಾ... ತಿರುಗುತ್ತಾ ನನ್ನ ತಲೆ ಚಿಟ್ಟು ಹಿಡಿಯುವಂತೆ ಮಾಡುತ್ತವೆ. ಇಷ್ಟೊಂದು ಗಲಾಟೆ ಮಾಡುತ್ತಿರಲ್ಲ ಎಂದು ಗದರಿಸಿ ಹೊಡೆದರೇ... ಮೇಲಿನ ಸೂರು ಹಾರಿ ಹೋಗುವಂತೆ ಅಳುತ್ತವೆ. ಅವರಿಗೆ ಇದು ತಿಳಿದರೇ ನನ್ನನ್ನೆ ಬೈಯುತ್ತಾ...

"ಚಿಕ್ಕ ಮಕ್ಕಳನ್ನು ಹಾಗೇಲ್ಲಾ ಹೊಡಿಬಾರದು" ಎಂದು ನನಗೆ ಬುದ್ಧಿವಾದ ಹೇಳುತ್ತಾರೆ.

"ನೀವಂತು ಮಕ್ಕಳಿಗೆ ಹೊಡಿಯೊಲ್ಲ, ಬಡೆಯೊಲ್ಲ, ಬುದ್ಧಿವಾದಾನು ಹೇಳಲ್ಲ, ನಿಮ್ಮ ಸಲಗೆಯಿಂದಲೇ ಇವರು ಈ ರೀತಿ ಆಗಿರೋದು" ಎಂದು ತಿರುಗಿ ಹೇಳಿದರೇ... ಶಾಂತ ಮೂರ್ತಿಯಂತೆ ಸುಮ್ಮನಾಗಿ ಎರಡು ಮಕ್ಕಳನ್ನು ತಮ್ಮ ಎರಡು ಕೈಯಲ್ಲಿ ಎತ್ತಿಕೊಂಡು ಮುದ್ದಿಸಿ ಅಂಗಳಕ್ಕೆ ಕರೆದುಕೊಂಡು ಹೋಗಿ, ತಾವು ಕುದುರೆಯಂತೆ ನೆಲದ ಮೇಲೆ ಬಗ್ಗುತ್ತಾರೆ. ಅವರಿಬ್ಬರು ಅವರ ಬೆನ್ನ ಮೇಲೆ ಹತ್ತಿ "ಇದು ನಮ್ಮ ಹೊಸ ಕುದುರೆ.. ಹೊಸ ಕುದುರೇ...

ನಾವು ಅಮ್ಮನನ್ನ ಇಲ್ಲಿಯೇ ಬಿಟ್ಟು ಊರಿಗೆ ಹೊರಟು ಹೋಗುತ್ತೇವೆ" ಎಂದು ಕಿಲಕಿಲ ನಗುತ್ತವೆ.

ಅಪ್ಪ ಮಕ್ಕಳ ಈ ಆಟ ನೋಡೋಕೆ ಎಷ್ಟೊಂದು ಸಂತೋಷ ಕೊಡುತ್ತೆ. ಸ್ವರ್ಗ ಅದೇಲ್ಲಿಯೋ ಇದೆ ಎಂದು ಕೊಂಡೆ ಆದರೆ ಅವರು ನನ್ನ ಕಣ್ಣ ಮುಂದೆ ಇದ್ದರೇ ಆ ಸ್ವರ್ಗವೇ ಧರೆಗಿಳಿದು ಅವರ ಪಾದದಲ್ಲಿ ನೆಲೆಸಿದೆಯೇನೋ ಎಂದು ನನಗೆ ಅನೇಕ ಬಾರಿ ಅನಿಸಿದ್ದುಂಟು.

ನಾನು ಅದೇಷ್ಟು ಬಾರಿ ಸಿಟ್ಟು,ಸೆಡೆರು,ಕೋಪ,ತಾಪ ಪ್ರದರ್ಶಿಸಿದರು.. ಒಂದೇ ಒಂದು ಬಾರಿ ಅವರು ನನ್ನಂತೆ ಕೋಪಿಸಿಕೊಂಡವರಲ್ಲ. ಅವರ ತಾಳ್ಮೆ, ವ್ಯವದಾನ,ಸಂಯಮ,ಶಾಂತಗುಣ ನನಗೆ ಯಾವಾಗಲು ಕಾಡುತ್ತಿರುತ್ತದೆ. ಅದಕ್ಕೆ ಏನೋ ಅವರ ಈ ಗುಣವನ್ನು ಕಂಡೆ ಈಗ್ಗೆ ಹದಿನಾಲ್ಕು ವರ್ಷದ ಹಿಂದೆ ಮದುವೆಯಾದೆನೆಂದು.

2

"ಮಗುಗೆ ಹಾಲು ಕುಡಿಸಿದ್ದು ಸಾಕು, ಒಲೆಯ ಮೇಲೆ ನೀರು ಕಾದಿವೆ ಬೇಗ ಬೇಗ ಸ್ನಾನ ಮಾಡಿ ಊಟಾ ಮಾಡು" ನಫೀಸಾ ಬಂದು ಕರೆದಳು.

"ಮೊದಲೇ ಹೊರಗೆ ರಣ ರಣ ಎನ್ನುವ ಬಿಸಿಲು, ಇದರಲ್ಲಿ ಆ ಬಿಸಿನೀರು ಸ್ನಾನ ಮಾಡುವದಾದು ಹೇಗೆ!?" ನಾನು ಮುಖ ಸಿಂಡರಿಸಿದೆ.

"ಬಾಣಂತಿಯ ಮೈ ಬಿಸಿಯಾಗಿದ್ದರೇನೆ ಚನ್ನ, ಅಷ್ಟಕ್ಕು ನೀರು ಉಗುರು ಬೆಚ್ಚಗಾಗುವಷ್ಟು ಮಾತ್ರ ಬೀಸಿ ಮಾಡಿದ್ದಿನಿ, ಫಾತಿಮಾಳ ಮೈಗು ಒಂದಷ್ಟು ಹಾಕಿ ಆಮೇಲೆ ನೀನೊಂದಿಷ್ಟು ಮಾಡಿ ಬಿಡು" ಅನುಭವಸ್ಥೆ ನಫೀಸಾಳ ಮಾತು ಸರಿ ಎನಿಸಿ ಮೇಲೆದ್ದು ಅವಳು ಹೇಳಿದಂತೆ ಮಾಡುವದೊಳಿತು.

ಈ ಉರಿ ಬಿಸಿಲಿನಲ್ಲಿ ಒಂದಷ್ಟು ನೀರು ಮೈಮೇಲೆ ಬಿದ್ದರೇ ಹಾಯನಿಸುತ್ತದೆ. ಮಗಳಿಗು ಒಂದಷ್ಟು ತಲೆಗೆ ತೈಲವನ್ನು ಸವರಿ, ನೆತ್ತಿ ತಟ್ಟಿ ನೀರು ಹಾಕಿ ಸ್ನಾನ ಮಾಡಿಸಿದರೆ ನಾಲ್ಕೈದು ಘಳಿಗೆ ಕೊಸರಾಡದೆ ನಿದ್ದೆ ಮಾಡುತ್ತದೆ.

ಹೊಟ್ಟೆಗೆ ಒಂದಷ್ಟು ಗೋಧಿಯಿಂದ ಮಾಡಿದ ಬಿಸಿಬಿಸಿ ಆಹಾರ ತಿಂದರೇ ಹೊಟ್ಟೆ ಏನೋ ಆಯಾಸವಾದಂತೆ ಆಗುತ್ತದೆ ಆದರು ಅರೆ ಘಳಿಗೆಯಲ್ಲಿ ಸಮಾಧಾನ ಎಂದೆನಿಸುತ್ತದೆ.

ಈ ರಣ ರಣ ಎನ್ನುವ ಬಿಸಿಲಿನ ಜಳದಿಂದ ತಪ್ಪಿಸಿಕೊಳ್ಳುವದಕ್ಕಾಗಿ ಒಂದೆರಡು ಬಿದಿರಿನ ಬೀಸಣಿಕೆಯನ್ನು ಮೊದಲ ತಂದಿಟ್ಟುಕೊಂಡದ್ದು ಒಳಿತಾಯಿತು. ಸಾಯಂಕಾಲದವರೆಗೂ ಇತ್ತ ಗಾಳಿಯ ಸುಳಿವೆ

ಇರುವದಿಲ್ಲ. ಕಾಗೆಗಳಂತು ಅಲ್ಲಿ ಇಲ್ಲಿ ಕುಳಿತು ಕಾ ಕಾ ಎಂದು ನೀರಿಲ್ಲದೇ ಅರಚಿಕೊಳ್ಳುವದನ್ನು ನೋಡಿದರೇ ಕರಳು ಚುರು ಚುರು ಎನ್ನುತ್ತದೆ.

"ನಫೀಸಾ ಹೊರಗೀರುವ ಬಾಣಲಿಗೆ ಒಂದೆರಡು ಬಿಂದಿಗೆ ನೀರಾದರು ಹಾಕು ಕಾಗೆಗಳು ನೀರು ಕುಡಿಯಲಿ" ಒಳಗಿರುವ ಅವಳಿಗೆ ನಾನು ಹೇಳುವದು ಕೇಳಿಸಿತೋ ಇಲ್ಲವೋ ಮೊದಲೆ ವಯಸ್ಸಾಯಿತು ಕಿವಿಗಳು ಸರಿಯಾಗಿ ಕೇಳುವದಿಲ್ಲ. ಇವಳಿಗೆ ಹೇಳುವದಕ್ಕಿಂತ ನಾನೇ ಒಂದೆರಡು ಬಿಂದಿಗೆ ನೀರು ಹಾಕುವದೊಳಿತು.

"ಅಯ್ಯೋ ಖದೀಜಾ ನೀನೇಕೆ ಬಿಂದಿಗೆ ತೆಗೆದುಕೊಂಡು ನಡೆದಾಡುತ್ತಿದ್ದಿಯಾ ಹೇಳಿದರೇ... ನಾನೇ ಹಾಕುತ್ತಿರಲಿಲ್ಲವೇ?" ಈಗ ಪ್ರಜ್ಞೆ ಬಂದವಳಂತೆ ಒಂದೆರೆಡು ಬಿಂದಿಗೆ ನೀರು ಹಾಕಿದ ಮೇಲೆ ಹೇಳಿದಳು. ಬಹುಶಃ ನಾನಾಗ ಹೇಳಿದ್ದು ಕೇಳಿಲ್ಲವೆಂದು ಕಾಣಿಸುತ್ತದೆ.

"ಇರಲಿ ಬಿಡು... ನನಗೇನು ಆಯಾಸವಾಗಿಲ್ಲ".

"ಬಾಣಂತಿ ಹೆಂಗಸು ಹೀಗೆಲ್ಲಾ ಬಾರ ಹೊರಬಾರದು, ಬೆನ್ನು,ಹೊಟ್ಟೆ ಏನಾದರು ಒಳುಕಿದರೆ ಕಷ್ಟ ಆಗುತ್ತೆ" ಕರುಣೆ ತುಂಬಿದ ಕಣ್ಣುಗಳಿಂದ ಹೇಳಿದಳು. ಉಟ್ಟ ಮಾಸಿದ ಬಟ್ಟೆ ಒಲೆಯ ಮಸಿಯಿಂದ ಇನ್ನಷ್ಟು ಹೊಲಸಾಗಿದ್ದನ್ನು ಕಂಡು. ಬಿಸಿಲಿನ ದಗೆ, ಸೆಕೆ ಹೆಚ್ಚುತ್ತಲೇ ಇತ್ತು,

"ಮೊನ್ನೆ ತಾನೆ ನಿನಗೆ ಎರಡು ಜೋತೆ ಹೊಸ ಬಟ್ಟೆ ಕೊಟ್ಟಿದ್ದರು ಅವೆ ಹಳೆ ಬಟ್ಟೆಯನ್ನು ಹಾಕಿಕೊಂಡಿದ್ದಿಯಲ್ಲ?" ನಾನು ಮಾತನ್ನು ಹೊರಳಿಸಿದೆ ಅವಳ ಗಮನಕ್ಕೆ ಬರದಂತೆ.

"ಇರಲಿ ಬಿಡು, ಇದಕ್ಕೆನಾಗಿದೆ, ಇದು ಇನ್ನು ಗಟ್ಟಿಯಾಗಿಯೇ ಇದೆಯಲ್ಲ" ಎಂದು ಮುಖವನ್ನು ಕೆಳಗೆ ಮಾಡಿ ತನ್ನ ಎರಡು ಕೈಗಳಿಂದ ಹಾಕಿಕೊಂಡಿದ್ದ ಬಟ್ಟೆಯನ್ನು ಹಿಡಿದು ಹೇಳಿ ಒಳ ಹೋದಳು.

ನಾನು ಅಲ್ಲಿಯೇ ದೊಡ್ಡ ಹಜಾರದ ಮುಂದೆ ಒಂದು ಕಂಬಕ್ಕೆ ಆತುಕೊಂಡು ಕುಳಿತಿಕೊಂಡೆ. ಮತ್ತೆ ತಿರುಗಿ ಕೈಯಲ್ಲಿ ಬೀಸಣಿಕೆ ಹಿಡಿದುಕೊಂಡು ಬಂದವಳೆ ನನ್ನ ಪಕ್ಕ ಕುಳಿತು ಮೆಲ್ಲನೆ ಗಾಳಿ ಬಿಸಲಾರಂಭಿಸಿದಳು. ಒಂದಷ್ಟು ಹಿತವೆನಿಸಿದ ನಂತರ ಅವಳ ಕೈಯಿಂದ ಅದನ್ನು ತೆಗೆದುಕೊಂಡು ಮತ್ತೆ ನಾನೇ ಬೀಸಿಕೊಳ್ಳಲಾರಂಭಿಸಿದೆ. ಅವಳ ಕೈ ನೋವಾಗಬಾರದೆಂಬ ಕರುಣೆ ಅವಳಿಗು ತಿಳಿದಿದ್ದರಿಂದ ಅವಳು ಏನು ಮಾತನಾಡದೆ ಕುಳಿತು ಮತ್ತೆ ಬೀಸಣಿಕೆ ತೆಗೆದುಕೊಂಡು ಬೀಸಲಾರಂಭಿಸಿದಳು. ಬೆಸಿಗೆಯ ಬಿಸಿಲು ಎಷ್ಟಿತ್ತೆಂದರೇ.. ಭೂಮಿ ಕಾದು ಕುಲುಮೆಯಾಗಿದೆಯೆನೋ ಅನ್ನುವಷ್ಟು.

"ಅಗೋ ನೋಡಿ ಮುಖ್ಯ ಬಾಗಲಿನ ಕಡೆಯಿಂದ ಯಾರೋ ಇತ್ತ ಕಡೆ ಬರುತ್ತಿದ್ದಾರೆ" ಎಂದು ನಫೀಸಾ ಅತ್ತಕಡೆ ಮುಖ ಮಾಡಿ ತೊರಿಸಿದಳು.

ನಾನು ಬಲಗೈಯನ್ನು ಹಣೆಯ ಬಳಿ ತಂದು ನೆದರಿಟ್ಟು ನೋಡುವಂತೆ ನೋಡಿದೆ. ಸುಮಾರು ಐದನೂರು ಹೆಜ್ಜೆ ದೂರದಲ್ಲಿ ಬರುತ್ತಿದ್ದರು. ನಮ್ಮದು ವಿಶಾಲವಾದ ಮನೆ. ಮಕ್ಕಾದ ಸಿರಿವಂತರು ವಾಸಿಸುವ ಪ್ರದೇಶದಲ್ಲಿ ಮನೆ ಇದೆ. ವಿಶಾಲವಾದ ಎತ್ತರದ ಮಹಡಿಯ ಮನೆಯನ್ನು ಸುತ್ತುವರಿದಿರುವ ಬಲವಾದ ರಕ್ಷಣಾ ಕೋಟೆ. ಮನೆ ತುಂಬ ಧನ-ಕನಕ-ಸಿರಿ ಸಂಪತ್ತು. ಮನೆ ಆಳುಗಳು, ಗುಲಾಮರು, ದಾಸಿಯರು, ಇವರಿಗೆಲ್ಲ ಪ್ರತ್ಯೇಕ ಗುಡಿಸಲುಗಳು. ವಿಶಾಲವಾದ ಅಂಗಳ. ಅಕ್ಕ ಪಕ್ಕದಲ್ಲಿ ಧನ, ದವಸ, ಧಾನ್ಯಗಳು ತುಂಬಿ ತುಳುಕುವ ಗೋದಾಮುಗಳು. ಒಂದು ಪಕ್ಕದಲ್ಲಿ ಒಂಟೆ ಕುದುರೆಗಳ ಲಾಯಗಳು. ಇನ್ನೊಂದು ಪಕ್ಕದಲ್ಲಿ ಹಾಲು ಕರೆಯುವ ಕುರಿ ಆಡುಗಳಿಗಾಗಿ ಪ್ರತ್ಯೇಕ ವಸತಿಗಳು.

ಇವುಗಳನ್ನು ನೋಡಿಕೊಳ್ಳಲು ನೂರಾರು ಆಳುಗಳು ಇದ್ದಾರೆ. ಇವರೆಲ್ಲಿ ನಮ್ಮ ವ್ಯಾಪಾರ ವಹಿವಾಟಿಗಾಗಿ ಇರುವವರು. ದೂರದ ಸಿರಿಯಾ, ಏಮೆನ್ ದೇಶಕ್ಕೆ ವ್ಯಾಪಾರಕ್ಕೆ ಹೋಗುವಾಗ ಇವುಗಳೆಲ್ಲ ಬೇಕೆ ಬೇಕು. ನಮ್ಮದು ಆಗರ್ಭ ಶ್ರೀಮಂತ ಕುಟುಂಬ ಈ ಮಕ್ಕಾ ನಗರದಲ್ಲಿಯೇ ನಮ್ಮಷ್ಟು ಶ್ರೀಮಂತರು ಯಾರು ಇಲ್ಲಾ. ಇದೇನು ಅಹಂಕಾರದ ಮಾತಲ್ಲ, ತಲೆತಲಾಂತರದಿಂದ ಬಂದ ಆಸ್ತಿ,ಅಂತಸ್ತು.

3

ನಿಧಾನವಾಗಿ ನಡೆಯುತ್ತಾ ಆ ವ್ಯಕ್ತಿ ಈಗ ನಮ್ಮ ಹತ್ತಿರ ಬರಲಾರಂಭಿಸಿದ ಶುಭ್ರ ಬಿಳಿ ಬಣ್ಣದ ಗೌನನ್ನು ಮೈತುಂಬ ತೊಟ್ಟು ತಲೆಯ ಮೇಲೆ ಬಿಳಿ ಟೋಪಿ ಹಾಕಿಕೊಂಡಿದ್ದಾನೆ. ಕೈಯಲ್ಲಿ ಜಪ ಮಾಲೆ ಎಣಿಸುತ್ತಾ, ಕಾಲಲ್ಲಿ ಸಾದಾ ಚರ್ಮದ ಪಾದರಕ್ಷೆ ಹಾಕಿಕೊಂಡು ಬರುತ್ತಿದ್ದಾನೆ. ಬಿಳಿ ಬಣ್ಣದ ಗಂಭೀರ ಮುಖಭಾವ, ಚೂಪಾದ ಮೂಗು, ತೀಕ್ಷ್ಣ ಕಣ್ಣುಗಳು, ದೃಢ ಹೆಜ್ಜೆ ಇಟ್ಟುಕೊಂಡು ಬಂದೆ ಬಿಟ್ಟ. ಆತ ನನ್ನಣ್ಣ

ನನ್ನ ಚಿಕ್ಕಪ್ಪ ನೌಪಲ್ಲನ ಮಗ ವರಕ್ಕಾ.

ಸ್ವಂತ ಅಣ್ಣ ಅಲ್ಲದಿದ್ದರು ಅಣ್ಣನಿಗಿಂತಲೂ ಹೆಚ್ಚಾಗಿ ನನ್ನನ್ನು ಇದುವರೆಗು ನೋಡಿಕೊಂಡಿದ್ದಾನೆ. ನನ್ನ ಕಷ್ಟ ಸುಖದಲ್ಲಿ ಸಹಾಯ ಮಾಡಿದ್ದಾನೆ. ಆಗಾಗ ನಮ್ಮ ಮನೆಗೆ ಬರುವ ವಾಡಿಕೆ ಮೊದಲಿನಿಂದಲೂ ಇದೆ. ಈಗ ಅವನು ಕ್ರಿಶ್ಚಿಯನ್ ಧರ್ಮದ ಸಂನ್ಯಾಸಿ ಆಗಿ ಹಿಬ್ರೂ ಭಾಷೆಯಲ್ಲಿರುವ ಬೈಬಲ್‌ನನ್ನು ನಮ್ಮ ಮಾತೃ ಭಾಷೆ ಅರೇಬಿಕ್ ಭಾಷೆಗೆ ಭಾಷಾಂತರ ಮಾಡಿದ ಹಿರಿಮೆಯಿಂದಾಗಿ ನಾಡಿನ ತುಂಬಾ ಹೆಸರು ವಾಸಿಯಾಗಿದ್ದಾನೆ. ಮೇಲಾಗಿ

ಹಲವಾರು ಮೌಲ್ಯಿಕ ಗ್ರಂಥಗಳನ್ನು ಓದಿಕೊಂಡಿದ್ದಾನೆ. ನನ್ನನ್ನು ತನ್ನ ಸ್ವಂತ ತಂಗಿಯಂದು ತಿಳಿದು ಆಗಾಗ ಬಂದು ಯೋಗಕ್ಷೇಮ ವಿಚಾರಿಸಿಕೊಂಡು ಹೋಗುತ್ತಿರುವದರೊಂದಿಗೆ ತಾನು ಓದಿದ ಗ್ರಂಥಗಳ ಕುರಿತು ನನ್ನೊಂದಿಗೆ ಮತ್ತು ನನ್ನ ಗಂಡನೊಂದಿಗೆ ಚಿಂತನ-ಮಂತನ ನಡೆಸುವದೆಂದರೇ ಇವನಿಗೆ ಎಲ್ಲಿಲ್ಲದ ಹಿಗ್ಗು.

"ಬಾರಣ್ಣ, ಬಾ ಬಹಳ ದಿನಗಳ ನಂತರ ಬಂದಂಗಾತು" ಅವನ ಮುಖವನ್ನೆ ನೋಡುತ್ತಾ ಕೇಳಿದೆ.

"ಬರವಣಿಗೆಯ ಕೆಲಸವಿತ್ತು ಹೀಗಾಗಿ ಬರಲಾಗಲಿಲ್ಲ, ನಿನ್ನ ಮಗಳು ಫಾತಿಮಾಳನ್ನು ನೋಡಿ ಕೊಂಡು ಹೋದರಾತು ಎಂದು ಬಂದೆ" ಎಂದು ಹೇಳುತ್ತಾ ಹಜಾರದ ಮೇಲೆ ಹತ್ತಿ ಬಂದು ಕಟ್ಟಿಗೆಯಿಂದ ಮಾಡಿದ ಮಂಚದ ಮೇಲೆ ಕುಳಿತ. ಅಷ್ಟರಲ್ಲಿ ಆಗಲೇ ನಫೀಸಾ ಒಳಗೆ ಹೋಗಿ ಮಣ್ಣಿನ ಗಡಿಗೆಯಲ್ಲಿ ಇಟ್ಟಿದ್ದ ತಣ್ಣನೇಯ ಮಜ್ಜಿಗೆಯನ್ನು ಒಂದು ಹೂಜಿಯಲ್ಲಿ ಹಾಕಿಕೊಂಡು ತಂದಳು.

ಬಿಸಿಲಿನಜಳಕ್ಕೆ ಅವರ ಬಟ್ಟೆ ಮೈಯಿಗೆ ಅಂಟಿಕೊಂಡಿತ್ತು. ಮಜ್ಜಿಗೆ ನೋಡಿದವರೇ ಗಟ ಗಟ ಎಂದು ಅಷ್ಟನ್ನು ನಿಧಾನವಾಗಿ ಕುಡಿದು ನಿಟ್ಟುಸಿರು ಬಿಟ್ಟರು. ಒಂದೆರಡು ಘಳಿಗೆ ವಿಶ್ರಮಿಸಲಿ ಎಂದು ನಾನು ಏನು ಮಾತನಾಡದೆ ಕುಳಿತೆ. ತೊಟ್ಟಿಲಲ್ಲಿ ಮಲಗಿದ್ದ ಫಾತಿಮಾಳನ್ನು ಎತ್ತಿಕೊಂಡು ಬರುವ ಆಲೋಚನೆ ಬಂತು, ಅಷ್ಟಕ್ಕು ನನ್ನಣ್ಣ ಹೀಗೆ ಬಂದು ಹಾಗೇ ಹೋಗುವವರಲ್ಲ ಸಾಯಂಕಾಲದ ತನಕ ಇಲ್ಲಿ ಇರುತ್ತಾರೆಂದು ತಿಳಿದು ಸುಮ್ಮನೆ ಕುಳಿತೆಯಿದ್ದೆ.

"ಎಲ್ಲಿ ನಿನ್ನ ಗಂಡ ಕಾಣಿಸುತ್ತಲೇ ಇಲ್ಲವಲ್ಲ" ಮನೆಯ ಸುತ್ತಲು ಒಂದು ಬಾರಿ ಕಣ್ಣಾಡಿಸಿ ನೋಡಿ ಕೇಳಿದರು.

"ಹಿರಿಯ ಮಗಳು ಝೈನಬಳ ಮನೆಗೆ ಹೋಗಿದ್ದಾರೆ" ಇದ್ದ ಸಂಗತಿಯನ್ನು ಹೇಳಿದೆ.

"ಈಗ ನಾನು ಬರುವ ದಾರಿಯಲ್ಲಿ ಅವಳ ಮನೆ ನೋಡಿಕೊಂಡೆ ಬಂದೆ, ಅಲ್ಲೆಲ್ಲೂ ಕಾಣಲಿಲ್ಲ" ನೇರವಾಗಿ ಹೇಳಿದೊಡನೆ ನನಗೆ ಅಚ್ಚರಿಯಾಯಿತು. 'ಅರೇ ಮಗಳನ್ನು ನೋಡಿಕೊಂಡು ಬೇಗ ಬರುತ್ತೇನೆ ಎಂದು ಬೆಳಿಗ್ಗೆ ಹೋದವರು ಇಲ್ಲಿಗೂ ಬಂದಿಲ್ಲ, ಕನಿಷ್ಟಪಕ್ಷ ಊಟಕ್ಕೂ ಬಂದಿಲ್ಲ. ಅದೇಲ್ಲಿಗೆ ಹೋದರು. ನನಗೆ ಹೇಳದೆ ಕೇಳದೆ ಅವರೆಲ್ಲಿಗೂ ಹೋಗುವವರಲ್ಲ. ಈಗ ಹೋಗಿದ್ದಾರೆಂದರೇ ಯಾವುದೋ ಬಲವಾದ ಕಾರಣವೆ ಇರಬೇಕು' ಎಂದು ಮನದಲ್ಲಿ ಚಿಂತಿಸಿ.

"ಬಹುಶಃ ಅವರ ಗೆಳೆಯ ಹಂಝಾರ ಮನೆಗೆನಾದರು ಹೋಗಿರಬಹುದು" ಊಹೆ ಮಾಡಿಕೊಂಡು ಹೇಳಿದೆ.

"ಹೋಗಿದ್ದರು ಹೋಗಿರಬಹುದು..." ಎಂದು ಅಣ್ಣನು ಸುಮ್ಮನಾದ. ಹಾಗೇ ಮಾತನಾಡುತ್ತಾ ಕುಳಿತೆ. ಊಟ ಮಾಡು ಎಂದರು ಮಾಡಲಿಲ್ಲ. ಒಂದಷ್ಟು ದ್ರಾಕ್ಷಿ, ದಾಳಿಂಬೆ ಹಣ್ಣುಗಳು ಮತ್ತು ಹಾಲು ಕುಡಿದು ನಮ್ಮ ಮನೆಯಲ್ಲಿ ಇದ್ದ ಸಣ್ಣ ಗ್ರಂಥಾಲಯದಲ್ಲಿ ಪುಸ್ತಕವನ್ನು ನೋಡಲಾರಂಭಿಸಿದರು. ಹೊರಗಡೆ ಆಟವಾಡಲು ಹೋಗಿದ್ದ ರುಖಿಯಾ ಮತ್ತು ಉಮ್ಮು ಕುಲ್ಸುಮಳು ಬಂದರು, ಅವರು ಕೈಕಾಲು ಮುಖ ತೊಳೆದುಕೊಂಡು ಹೊಟ್ಟೆ ತುಂಬಾ ಊಟ ಮಾಡಿ ಮಲಗಿದರು.

4

ಸಮಯ ಸರಿಯುತ್ತಿದ್ದಂತೆಯೇ ಸೂರ್ಯ ಪಡುವಣ ದಿಕ್ಕಿಗೆ ಮಲಗಲಾರಂಭಿಸಿದ ಅವನ ಕಿರಣಗಳು ಹೊಂಬಣ್ಣಕ್ಕೆ ತಿರುಗಿ ಹೊಳೆಯಲಾರಂಭಿಸಿತು. ಆಕಾಶ ಕಡು ನೀಲಿ ಬಣ್ಣದಲ್ಲಿದ್ದರು ಅಲ್ಲಲ್ಲಿ ಬಿಳಿ ಮೋಡಗಳು ಚದುರಿದಂತೆ ಕಾಣುತ್ತಿವೆ. ಬಿಸಿಲಿನ ಜಳಕ್ಕೆ ಎಲ್ಲೆಲ್ಲಿಯೋ ಅಡಗಿಕೊಂಡು ಕುಳಿತಿದ್ದ ಹಕ್ಕಿಗಳು ಚಿಲಿಪಿಲಿಗುಟ್ಟುತ್ತಾ ಹಾರಾಡಲಾರಂಭಿಸಿದವು. ಕುದುರೆಗಳು, ಒಂಟೆಗಳು, ಕುರಿ-ಆಡಿನ ಮರಿಗಳು ಈಗ ಚಿನ್ನಾಟಿಗೆ ಆಡುತ್ತಾ, ಕೂಗುತ್ತಾ ಅತ್ತ ಇತ್ತ ಮನಬಂದಂತೆ ಓಡಾಡುತ್ತಿವೆ, ಮೈ ಮರೆತೆ ಕುಣಿದಾಡುತ್ತಿವೆ, ಸಾಯಂಕಾಲದ ಒಂದಷ್ಟು ತಂಪು ಇವುಗಳಿಗೆ ಹಿತ ಎನಿಸಿರಬೇಕು.

ಅಷ್ಟರಲ್ಲಿ ಫಾತಿಮಾಳು ಎದ್ದಿದ್ದರಿಂದ ಅಣ್ಣ ತಮ್ಮ ಎರಡು ಕೈಯಲ್ಲಿ ಹಿಡಿದು ಆಡಿಸುತ್ತಾ...

"ಈ ಮಗು ಮುಂದೆ ನಮ್ಮ ವಂಶವನ್ನೆ ಬೆಳಗುತ್ತದೆ" ಎಂದು ಭವಿಷ್ಯ ನುಡಿದರು.

ನನ್ನಣ್ಣನಿಗೆ ಕಾಲಜ್ಞಾನವು ತಿಳಿದಿದೆ ಎಂದು ನನಗೆ ಮೊದಲೆ ಗೊತ್ತಿತ್ತು. ಅವನ ಈ ಮಾತು ಕೇಳಿ ಹೃದಯ ತುಂಬಿ ಬಂತು. ನಾನು ಹೆಣ್ಣು ಮಕ್ಕಳನ್ನು ಹೆತ್ತದ್ದಕ್ಕು ಸಾರ್ಥಕವಾಯಿತೆಂದು ತಿಳಿದು ಕಣ್ಣುಗಳು ಹನಿಗೂಡಿದವು.

ಸೂರ್ಯ ಮರೆಯಾಗಲಾರಂಭಿಸಿದೊಡನೆ

"ತಂಗಿ ನಾನಿನ್ನು ಬರುತ್ತೇನೆ" ಎಂದು ಹೊರಡಲು ತಯಾರಾದ.

"ಇನ್ನೊಂದಿಷ್ಟು ಸಮಯ ತಡದಿದ್ದರೇ, ಅವರು ಬರುತ್ತಿದ್ದರು" ಎಂದು ನಾನು ನುಡಿದೊಡನೆ.

"ಅಗೋ ಅಲ್ಲಿ ನೋಡು ಮುಹಮ್ಮದರು ಬಂದೆ ಬಿಟ್ಟರು" ಎಂದು ಮುಖ್ಯ ದ್ವಾರದ ಕಡೆ ಕೈ ಮಾಡಿ ತೋರಿಸಿದರು.

ಅತ್ತ ಆ ಸೂರ್ಯ ಮುಳಿಗಿದರೇ ಇತ್ತ ಮೂಡನ ದಿಕ್ಕಿನೆಡೆ ಚಂದ್ರ ಮೇಲೆ ಬರಲು ಅಣಿಯಾದ. ಇವರು ಮೆಲ್ಲನೆ ಹೆಜ್ಜೆ ಹಾಕುತ್ತಾ ಬರಲಾರಂಭಿಸಿದರು. ಸುಮಾರು ಮೂವತ್ತೊಂಬತ್ತು ವರ್ಷ ವಯಸ್ಸಾಗಿದ್ದರು ಈಗಲು ಕೂಡ ಹರೆಯದ ಯುವಕರ ಕಳೆ ಇದೆ. ಉದ್ದನೆಯ ಬಿಳಿ ಪೈಜಾಮನಲ್ಲಿ ವಿಶಾಲವಾದ ಮೈಕಟ್ಟು ಎದ್ದು ಕಾಣುತ್ತಿದೆ. ದುಂಡಗಿನ ಶಾಂತ ಮುಖ, ತಲೆಗೆ ಬಿಳಿ ಕೆಂಪು ಮಿಶ್ರಿತ ವಸ್ತ್ರವನ್ನು ಸುತ್ತಿದ್ದಾರೆ, ಹೊಳೆಯುವ ಕಣ್ಣುಗಳು, ಚೂಪಾದ ಮೂಗು,ಹುರಿ ಮೀಸೆ, ಎದೆಯವರೆಗು ಇಳಿಬಿದ್ದ ಕಪ್ಪು ಗಡ್ಡ. ಮೈತುಂಬಾ ಬಿಳಿ ಬಟ್ಟೆ, ಕಾಲಲ್ಲಿ ಚರ್ಮದ ಪಾದರಕ್ಷೆಗಳು ಹಾಕಿಕೊಂಡದ್ದರಿಂದ ಜರಕ್ ಜರಕ್ ಎಂದು ಸಪ್ಪಳ ಮಾಡುತ್ತಿದ್ದವು.

"ಬಂದು ಬಹಳ ಹೊತ್ತಾಯಿತೆ!?" ನಮ್ಮ ಬಳಿ ಬಂದು ಅಣ್ಣನ ಮುಖ ನೋಡುತ್ತಾ ಕೇಳಿದರು. ತಮ್ಮ ಪಾದರಕ್ಷೆಗಳನ್ನು ಕೆಳಗಡೆ ಬಿಟ್ಟು ಹಜಾರದ ಮೇಲೆ ಬಂದರು. ಆಕಾಶದಲ್ಲಿ ಚಂದ್ರ ಮೇಲೆ ಬರಲಾರಂಭಿಸಿದ.

"ಹುಂ, ಸೂರ್ಯ ನೆತ್ತಿಯ ಮೇಲೆ ಇದ್ದಾಗಲೇ ಬಂದಿದ್ದೆ".

"ಇಲ್ಲಿಯವರೆಗೂ ನೀವು ಎಲ್ಲಿಗೆ ಹೋಗಿದ್ದಿರಿ!?" ನಾನು ಧ್ವನಿಯನ್ನು ಎತ್ತರಿಸಿ ಕೇಳಿದೆ. ಅವರು ನನ್ನೆಡೆಗೆ ತಿರುಗಿದರು.

"..."

"ಮಗಳ ಮನೆಯಿಂದ ಬಂದಿರಲ್ಲವೇ!?" ನಾನೇ ಮುಂದುವರೆದು ಕೇಳಿದೆ. ಅವರು ಏನಾದರು ಸುಳ್ಳು ಹೇಳಬಹುದೆ ಎಂದು. ನನಗೆ ಗೊತ್ತು ಅವರು ಸುಳ್ಳಾಡಿದ ದಿನವೇ ಪ್ರಳಯವಾಗುತ್ತದೆ ಎಂದು ಆದರೂ ಅಧಿಕಾರ ಚಲಾಯಿಸುವವಳಂತೆ ಕೇಳಿದೆ.

ಅವರು ನನ್ನನ್ನು ಅಪಾದಮಸ್ತಕವಾಗಿ ಒಮ್ಮೆ ನೋಡಿದರು. ಬಾಣಂತಿ ಆದ್ದರಿಂದ ಮೈಮೇಲೆಲ್ಲಿದ್ದ ಎಲ್ಲ ಒಡವೆಗಳನ್ನು ತೆಗೆದಿಟ್ಟು ಬೂದು ಬಣ್ಣದ ಒಂದು ಗೌನನ್ನು ಹಾಕಿಕೊಂಡಿದ್ದೆ. ತಲೆಯ ಕೂದಲುಗಳು ಕೆದರಿದ್ದವು. ಸದಾ ಮನೆಯಲ್ಲಿಯೇ ಇದ್ದು, ಅಷ್ಟಾಗಿ ಚಟುವಟಿಕೆ ಇಲ್ಲದ್ದರಿಂದ ಮೈ ಬಾರ ಅಧಿಕವಾಗಿದೆ, ಮೈ ಬಣ್ಣವೂ ಬಿಳಿ ಬಣ್ಣಕ್ಕೆ ತಿರುಗಿದೆ. ಮೊದಲೆ ಬಿಳಿ ಇದ್ದ ನಾನು ಈಗ ಮತ್ತಷ್ಟು ಬೆಳ್ಳಗೆ ಕಾಣಿಸುತ್ತಿದ್ದೆನೆ.

"ಬೆಳಿಗ್ಗೆ ಝೈನಬಳ ಮನೆಗೆ ಹೋಗಿದ್ದೆ."

"ಆಮೇಲೆ!?"

"ಇಲ್ಲೆ ಹತ್ತಿರದಲ್ಲಿರುವ ನೂರ್ ಬೆಟ್ಟದೆಡೆಗೆ ಹೋಗಿದ್ದೆ" ಸತ್ಯವನ್ನೆ ಹೇಳಿದರು.

"ಅಲ್ಲಿರೊಳಗಿರುವ ಹಿರಾ ಗುಹೆಯಲ್ಲಿ ಕುಳಿತೆದ್ದು ಬಂದಿರಲ್ಲವೇ!?" ನೇರವಾಗಿ ಬೇಟೆಗಾರ ಬಿಟ್ಟ ಬಾಣದಂತೆ ಮತ್ತಷ್ಟು ಜೋರು ಧ್ವನಿ ಮಾಡಿ ಹೇಳಿದೆ. ನನ್ನ ಧ್ವನಿಯಲ್ಲಿ ಕೋಪವಿತ್ತು,ಅಸಹನೆಯಿತ್ತು, ತಿರಸ್ಕಾರವಿತ್ತು.

ಅವರು ಮೌನವಾದರು.

"ನೀನೇನಮ್ಮ ಮನೆಗೆ ಬಂದ ಗಂಡನ್ನು ನ್ಯಾಯ ಪೀಠದಲ್ಲಿ ಮುಖ್ಯ ಮೇಲಾಧಿಕಾರಿಗಳು ಕೈದಿಗಳನ್ನು ವಿಚಾರಿಸುವಂತೆ ವಿಚಾರಿಸಿಕೊಳ್ಳುತ್ತಿರುವೆಯಲ್ಲ, ಪಾಪ ಅಷ್ಟು ದೂರದಿಂದ ನಡೆದು ಬಂದಿದ್ದಾನೆ, ಕುಡಿಯಲು ಒಂದಷ್ಟು ನೀರೋ ಹಾಲೋ ಕೊಡಬಾರದೆ?" ಅಣ್ಣ ನನ್ನೆಡೆಗೆ ತಿರುಗಿ ಬುದ್ಧಿವಾದ ಹೇಳಲು ಬಂದ. ಇಗರ್ಜಿಯ ಪಾದರನಂತೆ.

"ನೀನು ಅವರ ಪರವಾಗಿಯೇ ಮಾತನಾಡು, ಅಲ್ಲಾ... ಈ ವಯಸ್ಸಿನಲ್ಲಿ ಅಲ್ಲಿಗೆ ಹೋಗುವ ಅವಶ್ಯಕತೆ ಏನಿದೆಯಂತಾ!?" ನಾನು ಬಲಗೈಯನ್ನು ಎಡಗೈ ಹಸ್ತದ ಮೇಲೆ ಕುಟ್ಟಿ ವ್ಯಂಗ್ಯವಾಗಿ ಮಾಡುತ್ತಾ ಹೇಳಿದೆ. ಕೋಪ ಇನ್ನಷ್ಟು ಹೆಚ್ಚಾಗಿದ್ದು ಅವರ ಗಮನಕ್ಕು ಬಂದಿತ್ತು.

"ಮನುಷ್ಯ ಆಗಾಗ ಏಕಾಂಗಿಯಾಗಿ ಈ ರೀತಿ ಜನರ ಜಂಜಡದಿಂದ ಬಿಡಿಸಿಕೊಂಡು ಏಕಾಂತವನ್ನು ಅನುಭವಿಸಬೇಕು, ಆಗಲೇ ನಮ್ಮೊಳಗೊಂದು ಸ್ಪಷ್ಟ ಒಳನೋಟ ಉಂಟಾಗಿ ನಮ್ಮ ಆಲೋಚನೆಯಲ್ಲಿ ಗಂಭೀರತೆ ಬಂದು ಸತ್ಯಯಾವುದು? ಅಸತ್ಯ ಯಾವುದು? ಎಂಬ ಕಲ್ಪನೆ ಮೂಡುತ್ತದೆ. ಇದೊಂದು ರೀತಿ ಸತ್ಯಾನ್ವೇಷಣೆಗೆ ರಹದಾರಿ ಇದ್ದಂಗೆ" ಎಂದು ಅಣ್ಣ ತನ್ನ ಅನುಭವದ ತತ್ವಜ್ಞಾನವನ್ನು ಉಪದೇಶಿಸಿದ.

"ನೀನು ಸುಮ್ಮನಿರಣ್ಣ, ಈ ವಯಸ್ಸಿನಲ್ಲಿ ಅಲ್ಲಿಗೆಲ್ಲಾ ಹೋದರೇ ನೋಡಿದವರು ಏನೆಂದುಕೊಂಡಾರು, ಮೇಲಾಗಿ ನಮ್ಮ ಮನೆಯಲ್ಲಿಯೇ ಸಾವಿರಾರು ಕೆಲಸಗಳಿವೆ ಇವುಗಳನ್ನು ಪೂರ್ತಿ ಮಾಡಲು ಸಮಯ ಸಾಕಾಗುವದಿಲ್ಲ. ಇನ್ನೂ ಅಲ್ಲಿಗೆ ಹೋದರೇ ಸುಮ್ಮನೆ ಸಮಯ ವ್ಯರ್ಥವಲ್ಲವೇ!?" ವ್ಯಾವಹಾರಿಕ ಜ್ಞಾನದಲ್ಲಿ ಹೇಳಿದೆ.

"..." ಅಣ್ಣ ತನ್ನ ಬೊಕ್ಕ ತಲೆ ಕೈಯಾಡಿಸಿಕೊಂಡ, ಇವಳಿಗೆ ಹೇಳಿ ಏನೂ ಪ್ರಯೋಜನವಿಲ್ಲವೆನ್ನುವಂತೆ.

"ಎಷ್ಟೆಯಾಗಲಿ ನಮ್ಮದು ವ್ಯಾಪಾರ ವೃತ್ತಿ, ಆ ನಿಟ್ಟಿನಲ್ಲಿಯೇ ಯೋಚಿಸಬೇಕಲ್ಲವೇ!?" ಮುಂದುವರೆದು ಹೇಳಿದೆ. ನನ್ನ ಮಾತಿನಲ್ಲಿ ಮಕ್ಕಳ ಭವಿಷ್ಯದ ಕಲ್ಪನೆಯಿತ್ತು.

ಮಲಗಿಕೊಂಡಿದ್ದ ಮಗಳು ಕುತ್ಸುಮ್ ಎದ್ದಳು. ತನ್ನಪ್ಪನನ್ನು ನೋಡಿ

"ಅಬ್ಬು..." ಎಂದು ಕೂಗಿದೊಡೆನೆ. ಇದೇ ಒಳ್ಳೆ ಅವಕಾಶವೆಂದು ತಿಳಿದು ದಿನಾ ಮಲಗಿಕೊಳ್ಳುವ ಕೊಠಡಿಯಲ್ಲಿ ಮಲಗಿಕೊಂಡಿದ್ದ ಮಗಳೆಡೆಗೆ

ಹೋದರು. ಅವಳನ್ನು ಎತ್ತಿಕೊಂಡು ಮುದ್ದಿಸುತ್ತಾ... ಮತ್ತೆ ಹಜಾರಿನ ಕಡೆ ಬಂದರು.

ಈಗ ನಾನು ಗದರಿಸಿ ಮಾತನಾಡಿದರೇ ಇವಳು ತನ್ನ ತಂದೆಯ ಪರ ವಹಿಸಿಕೊಂಡು ನನ್ನನ್ನೆ ಮರಳಿ ಗದರಿಸುತ್ತವೆ. ಎಷ್ಟೆಯಾಗಲಿ ತಂದೆಗೆ ತಕ್ಕ ಮಕ್ಕಳಲ್ಲವೇ...! ಎಲ್ಲ ಮಕ್ಕಳು ಇವರ ಪರವಾಗಿಯೇ ಇವೆ ಎಂಬ ಸಂಗತಿ ನನಗೆ ತಿಳಿದೆ ಇದ್ದುದರಿಂದ ಮುಂದೆ ಏನು ಮಾತನಾಡದೆ ಸುಮ್ಮನಾದೆ.

ಒಳಗೆ ಹೋಗಿ ಹಾಲನ್ನು ಬಿಸಿ ಮಾಡಿ ತಂದು ಕೊಟ್ಟೊಡನೆ ಕತ್ತೆತ್ತಿಯೂ ನನ್ನನ್ನು ನೋಡದೆ ಮಗಳನ್ನು ತೊಡೆಯ ಮೇಲೆ ಕೂರಿಸಿಕೊಂಡು ಹಾಲು ಕುಡಿಸಿ ತಾವು ಕುಡಿದರು. ಸ್ವಲ್ಪ ಸಮಯದ ನಂತರ ಅಣ್ಣ ಇವರೊಂದಿಗೆ ಒಂದಷ್ಟು ಮಾತನಾಡಿ ಹೊರಟು ಹೋದ.

ಚಂದ್ರ ನೆತ್ತಿಯ ಮೇಲೆ ಬರಲು ಹವಣಿಸುತ್ತಿದ್ದ. ತಂಪಾದ ಗಾಳಿ ಆಗೊಮ್ಮೆ ಈಗೊಮ್ಮೆ ಬೀಸುತ್ತಿದ್ದುದರಿಂದ ಮನಸ್ಸಿಗೆ ತಂಪೆನಿಸುತ್ತಿತ್ತು, ಆಕಾಶದಲ್ಲಿ ಅಲ್ಲಲ್ಲಿ ಕಾಣುತ್ತಿರುವ ನಕ್ಷತ್ರಗಳನ್ನು ನೋಡುವದು ಎಷ್ಟು ಚಂದ. ಒಂಟೆಗಳು ತಮ್ಮ ಕತ್ತುಗಳನ್ನು ಮೇಲೆತ್ತಿ ಒಂದೊಂದು ಬಾರಿ ವಿಚಿತ್ರವಾಗಿ ಕೂಗುತ್ತವೆ. ಅದು ವಿಚಿತ್ರ ಎನಿಸಿದರು ಏನೋ ಒಂದು ಹೊಸ ನಮೂನೆಯಂತೆ ಕೇಳಿಸುತ್ತದೆ. ಕುದುರೆಗಳು ಅಷ್ಟೆ... ಎಲ್ಲವನ್ನು ಅವರು ಒಂದು ಬಾರಿ ನೋಡಿಕೊಂಡು ಬಂದರು.

ಅಧ್ಯಾಯ: ಎರಡು

1

ಈ ಬೇಸಿಗೆಯ ಬಿಸಿಲಿನ ಧಗೆ ಅದು ಯಾವಾಗ ಕಡಿಮೆಯಾಗುತ್ತೋ ಆ ಅಲ್ಲಾಹನಿಗೆ ಗೊತ್ತು. ಹಗಲಿಡಿ ಬೀಸಣಿಕೆ ಬೀಸಿ ಬೀಸಿ ಕೈಗಳಿಗು ನೋವು ಬರುತ್ತಿದೆ. ಗಾಳಿಯ ಸುಳಿವು ಕೂಡ ಕಡಿಮೆ. ಮನೆಯ ತುಂಬಾ ದೊಡ್ಡ ದೊಡ್ಡ ಕಿಡಿಕಿಗಳಿದ್ದರು ಅವುಗಳಿಂದ ಬರುವ ಗಾಳಿ ಅಷ್ಟಕಷ್ಟೆ. ಹೊರಗಡೆ ಗಾಳಿ ಬೀಸಿದರೇ ತಾನೇ ಒಳಗಡೆ ಬರಲು ಸಾಧ್ಯ..!

ಬೆಳಗಿನಿಂದ ಫಾತಿಮಾ ಒಂದೆ ಸಮನೆ ಅತ್ತು ಅತ್ತು ಚೀರಾಡುತ್ತಿದ್ದಾಳೆ. ಈ ಹಿಂದೆ ಯಾವತ್ತು ಹೀಗೇ ಮಾಡಿದವಳಲ್ಲ ಇಂದೇಕೆ ಅವಳು ಇಷ್ಟು ಗಲಾಟೆ ಮಾಡುತ್ತಿದ್ದಾಳೆಂದು ತಿಳಿಯುತ್ತಿಲ್ಲ.ಮನೆಯಲ್ಲಿ ಏನನ್ನಾದರು ನೋಡಿ ಹೆದರಿಕೊಂಡಳಾ? ತೊಟ್ಟಿಲಲ್ಲಿ ಆಡುವಾಗ ಯಾವುದಾದರು ಹುಳ ಹುಪ್ಪಡಿ ಕಡಿಯಿತೆ? ಅಥವಾ ನಾನು ತಿನ್ನುವ ಆಹಾರದಲ್ಲಿ ವ್ಯತ್ಯಾಸವಾಗಿ ಹೀಗಾಯಿತೆ? ಒಂದು ತಿಳಿಯುತ್ತಿಲ್ಲ. ಬಾಯಿಗೆ ಮೊಲೆಯಿಟ್ಟರೂ ಕುಡಿಯದೆ ಸತಾಯಿಸುತ್ತಿದೆ. ಅವರು ಒಂದಷ್ಟು ಎತ್ತಿಕೊಂಡು ಸಮಾಧಾನ ಮಾಡಿದರು ಪ್ರಯೋಜನ ಆಗದೆ ಕೈಗಳನ್ನು ಹಣೆ ಮೇಲೆ ಇಟ್ಟುಕೊಂಡು ಆಕಾಶವೆ ಕಳಚಿ ಮೈಮೇಲೆ ಬಿದ್ದವರಂತೆ ಕುಳಿತಿದ್ದಾರೆ.ಅವರು ಯಾವಾಗಲೂ ಹಾಗೇ ತಮಗೆ ಏನಾದರು ಚಿಂತೆಯಿಲ್ಲ ಮಕ್ಕಳಿಗೆ ಕಿಂಚಿತ್ತು ನೋವಾದರು ಮಾನಸಿಕವಾಗಿ ಕುಗ್ಗಿ ಹೋಗುತ್ತಾರೆ ಆಗ ನನಗಂತು ಏನು ಮಾಡಬೇಕೋ ತಿಳಿಯುವುದಿಲ್ಲ.

ವೈದ್ಯ ಪಂಡಿತರನ್ನು ಕರೆ ತರಲು ಮನೆ ಆಳು ಮೈಸರ್ ಹೋದವನು ಇನ್ನು ಬಂದಿಲ್ಲ. ಅವರು ಮನೆಯಲ್ಲಿ ಇದ್ದಾರೋ ಇಲ್ಲವೋ ಎಂಬುವುದೇ ಚಿಂತೆ ನನಗೆ.

"ಮಗುನ ನನ್ನ ಕೈಗೆ ಕೊಡು" ಎಂದು ನಫೀಸಾಳು ನನ್ನ ಕೈಯಿಂದ ತೆಗೆದುಕೊಂಡು ತಲೆ ಬೆನ್ನು ಸವರಿ ಮುಖದ ಮುಂದೆ ಚಿಟಿಕೆ ಹೊಡೆದು "ಯಾಕೆ ಅಳುತಿದ್ದಿಯಾ? ಏನು ಬೇಕು ನಿನಗೆ?" ಎಂದು ಸಮಾಧಾನ ಮಾಡಲಾರಂಭಿಸಿದಳು. ಅಳುವ ಧ್ವನಿ ಸ್ವಲ್ಪ ಕಡಿಮೆಯಾಯಿತಾದರು ಒಂದೇ ಸಮನೆ ಸಂಗೀತದ ನಾದದಂತೆ ನಿಧಾನವಾಗಿ ಅಳುತ್ತಲೇ ಇದ್ದಾಳೆ.

ವೈದ್ಯ ಪಂಡಿತರು ಬಂದರು, ನಡು ವಯಸ್ಸಿನ ಅವರ ತಲೆಯ ಮುಕ್ಕಾಲು ಭಾಗ ಬೋಳಾಗಿದೆ. ಗಂಭೀರ ಮುಖಭಾವದವರಾದ ಅವರು ಬಿಳಿ ಬಟ್ಟೆ ಧರಿಸಿ ಕೈಯಲ್ಲಿ ಚರ್ಮದ ಚೀಲವನ್ನು ಇಟ್ಟುಕೊಂಡೆ ಬಂದಿದ್ದಾರೆ. ಫಾತಿಮಾಳ ನಾಡಿ ಪರೀಕ್ಷಿಸಿ ಗಿಡಮೂಲಿಕೆಗಳ ಔಷಧಿಕೊಟ್ಟರು.

"ಏನಾಗಿದೆ ಮಗೂಗೆ!?" ಅವರು ವೈದ್ಯರನ್ನು ಕೇಳಿದರು.

ನಾನು ಒಂದು ಕೋಣೆಯ ಮರೆಯಲ್ಲಿ ನಿಂತೆ. ಇದು ನಮ್ಮ ಸಂಪ್ರದಾಯ ಹೊರಗಿನಿಂದ ಗಂಡಸರು ಬಂದರೇ ಮನೆಯ ಹಿರಿಯರೆ ಮಾತನಾಡಿಸಬೇಕು ಮಹಿಳೆಯರು ಮಧ್ಯೆ ಇದ್ದು ಬಾಯಿ ಹಾಕುವದು ಸಭ್ಯತೆಯ ಲಕ್ಷಣವಲ್ಲ ಎಂದು ನಾನು ಚಿಕ್ಕವಳಿದ್ದಾಗ ಅಪ್ಪ ಹೇಳುತ್ತಿದ್ದ.

"ಆರೋಗ್ಯದಲ್ಲಿ ಒಂದಷ್ಟು ಹೆಚ್ಚು ಕಡಿಮೆ ಆಗಿದೆಯಷ್ಟೆ, ನಿಮ್ಮ ಪತ್ನಿಗೆ ಶುದ್ಧ ಮೇಕೆ ಹಾಲು, ಹಣ್ಣು ಹಂಪಲಗಳನ್ನು ಹೆಚ್ಚಾಗಿ ತಿನ್ನಲು ಹೇಳಿ. ಖರ್ಜೂರವನ್ನು ಏತೆಚ್ಚವಾಗಿ ತಿನ್ನಲಿ, ಹ್ಞಾಂ ಮತ್ತೆ ಈಗ ಬಿಸಿಲಿದೆ ಎಂದು ತಣ್ಣೀರನ್ನೆ ಕುಡಿಯಲು ಹೋಗಬಾರದು. ಅದನ್ನು ಸ್ವಲ್ಪ ಕಾಸಿ ಆರಿಸಿ ಕುಡಿಯುವದರಿಂದ ಅವರ ಆರೋಗ್ಯವು ಚನ್ನಾಗಿರುತ್ತದೆ. ಎದೆಹಾಲು ಕುಡಿಯುವ ಮಗುವಿನ ಆರೋಗ್ಯವು ಕೂಡ ಚನ್ನಾಗಿರುತ್ತೆ" ವೈದ್ಯರ ಮಾತು ನನಗೂ ಕೇಳಿಸುವಂತಿತ್ತು.

ಔಷಧಿಯನ್ನು ಕೊಟ್ಟ ಕೆಲ ವೇಳೆಯ ನಂತರ ಮಗುವಿನ ಅಳು ಕಮ್ಮಿಯಾಯಿತು ತೊಟ್ಟಿಲಲ್ಲಿ ಹಾಕಿ ಬೀಸಣಿಕೆಯಿಂದ ಗಾಳಿ ಬೀಸಲಾರಂಭಿಸಿದೆ ಮಗು ನಿದ್ರೆಗೆ ಜಾರಿತು. ಅವರಿಗೆ ಒಂದಷ್ಟು ಸಮಾಧಾನವಾಗಿದ್ದರಿಂದ ಊಟ ಮಾಡಿ ಉಮ್ಮು ಕುಲ್ಸುಮಳನ್ನು ಹೆಗಲ ಮೇಲೆ ಮತ್ತು ರುಖಿಯಾಳನ್ನು ಕೈಯಲ್ಲಿ ಹಿಡಿದುಕೊಂಡು ಹತ್ತಿರದಲ್ಲಿಯೇ ಇರುವ ನಮ್ಮ ಕೈ ತೋಟದೆಡೆ ಹೋಗಿ ಬರುತ್ತೇವೆ ಎಂದು ಹೇಳಿ ಹೋದರು.

2

ನಮ್ಮ ಮದುವೆಯಾಗಿ ಹದಿನಾಲ್ಕು ವರ್ಷಗಳು ಕಳೆದರು, ಒಂದೇ ಒಂದು ದಿನವು ಈ ಸಂಸಾರದಲ್ಲಿ ಬಿರುಕು ಮೂಡಿಲ್ಲ. ನಮಗೆ ಗಂಡು ಮಕ್ಕಳು

ಆಗಲಿಲ್ಲವಲ್ಲ ಎಂಬ ಕೊರಗು ಅವರಿಗೆ ಇಲ್ಲದೇ ಇರಬಹುದು; ಆದರೆ, ನನಗೆ ಮಾತ್ರ ಇದ್ದೇ ಇದೆ.

ಹೌದು, ಅವರಂತೆ ದಷ್ಟಪುಷ್ಟವಾಗಿರುವ ಅವರ ಗುಣವನ್ನೆ ಹೊತ್ತ ಒಂದು ಮಗು ಇದ್ದಿದ್ದರೇ ಮುಂದೊಂದು ದಿನ ನಮ್ಮ ವ್ಯಾಪಾರ ವಹಿವಾಟು ನೋಡಿಕೊಳ್ಳಲು ಸಹಾಯವಾಗುತ್ತಿತ್ತ. ಈಗ ಇರುವ ಹೆಣ್ಣು ಮಕ್ಕಳು ಕೊಟ್ಟ ಮನೆಗೆ ಹೋಗಿ ಬಿಡುತ್ತಾರೆ. ಕೊನೆಗಾಲದಲ್ಲಿ ನಮ್ಮನ್ನು ನೋಡಿಕೊಳ್ಳಲು ಒಂದೆರಡು ಗಂಡು ಮಕ್ಕಳು ಇದ್ದರೇ ಚನ್ನ ಅಲ್ಲವೇ ಎಂದು ನಾನು ಹಲವಾರು ಬಾರಿ ಯೋಚಿಸಿದ್ದುಂಟು.

ಮದುವೆಯಾಗಿ ಒಂದೇ ವರ್ಷಕ್ಕೆ ಝೈನಬಳು ಹುಟ್ಟಿದ್ದಳು. ಅವಳು ಹುಟ್ಟಿದ ಎರಡು ವರ್ಷಗಳ ನಂತರ 'ಕಾಸಿಮ್' ಹುಟ್ಟಿದ. ಆಗ ನನಗೆಷ್ಟು ಹಿಗ್ಗು. ತದ್ರೂಪಿ ಅವರಂತೆಯೇ ಇದ್ದ ಅವರ ಮುಖವನ್ನೆ ಹೋಲುತ್ತಿದ್ದ. ನಮ್ಮ ವಂಶ ಬೆಳಗುವ ಮಗ ಹುಟ್ಟಿದನೆಂದು ಮನೆ ಮಂದಿಯಲ್ಲಾ ಸಂಭ್ರಮ ಪಟ್ಟು ಊಟ ಹಾಕಿಸಿದೆವು. ಅವರಿಗೆ ಗಂಡುಮಕ್ಕಳಿಗಿಂತ ಹೆಣ್ಣು ಮಕ್ಕಳ ಮೇಲೆ ಮಮಕಾರ ಹೆಚ್ಚು, ಆದರೂ ಕಾಸಿಮನ ಮೇಲೆ ಪ್ರೀತಿ ಇತ್ತು. ಅವನನ್ನು ಎತ್ತಿ ಆಡಿಸಿ ಮುದ್ದಿಸುವಾಗ ನನ್ನ ಜೀವನ ಸಾರ್ಥಕವಾಯಿತು ಎಂದೆನಿಸುತ್ತಿತ್ತು.

ಅವರ ಚಿಕ್ಕಪ್ಪ ಅಂದರೇ ಕಾಸಿಮನ ಅಜ್ಜ ಅಬುತಾಲಿಬರಂತು ಇಡೀ ಮಕ್ಕಾ ನಗರವೆ ಸಂಭ್ರಮಿಸುವಂತೆ ಕುಣಿದಾಡಿದ್ದರು. ಎಷ್ಟೆ ಆಗಲಿ ಮೊಮ್ಮಗನಲ್ಲವೇ!? ಕರಳು ಸಂಬಂಧ ಎಲ್ಲಿ ಹೋಗುತ್ತೆ. ಅವನು ಒಂದು ವರ್ಷದವನಾದಾಗಲಂತು ಅಜ್ಜನ ಹೆಗಲು ಬಿಟ್ಟು ಇಳಿಯುತ್ತಲೆ ಇರಲಿಲ್ಲ! 'ದಾದಾ ದಾದಾ' ಎಂದು ಮೂರು ಹೊತ್ತು ಅವರ ಬಳಿಯೇ ಇರುತ್ತಿದ. ಏನೋ ಹೊಟ್ಟೆ ಹಸಿದಾಗ ನನ್ನ ನೆನಪಾಗುತ್ತಿತ್ತು.

ಝೈನಬಳು ತನ್ನ ತಮ್ಮನನ್ನು ಮುದ್ದಿಸಿ ಖುಷಿ ಪಡುತ್ತಿದ್ದಳು. ಇಬ್ಬರು ಪರಸ್ಪರ ಆಟವಾಡುತ್ತಾ ಮನೆಯನ್ನು ಸ್ವರ್ಗಮಯವಾಗಿ ಮಾಡಿದ್ದರು. ಅವರ ತುಂಟಾಗಳನ್ನು ನೋಡುತ್ತಾ ನನ್ನ ಹಳೆಯ ಕಹಿನೆನಪುಗಳು ಒಂದೊಂದೆ ಮರೆಯಾಗಿದ್ದವು.

ನನ್ನೆಲ್ಲ ಮನಸ್ಸಿನ ದುಗುಡ ಕಳೆಯುವದಕ್ಕಾಗಿ ಕಾಸಿಮನು ಹುಟ್ಟಿದ್ದಾನೆ ಎಂಬ ನನ್ನ ಆಸೆ ಬಹಳಷ್ಟು ದಿನ ಉಳಿಯಲೇ ಇಲ್ಲ. ಎರಡು ವರ್ಷಗಳು ಕಳೆದ ಮೇಲೆ ಪುಟ್ಟ ಪುಟ್ಟ ಹೆಜ್ಜೆಗಳನ್ನು ಇಡುತ್ತ ಮನೆ ತುಂಬಾ ಓಡಾಡುತ್ತಿರುವ ಮಗು ಒಂದು ದಿನ ಇದ್ದಕ್ಕಿದ್ದಂತೆಯೇ ಹಾಸಿಗೆ ಹಿಡಿದು ಮಲಗಿಬಿಟ್ಟಿತು! ನನಗಂತು ಭೂಮಿಯೇ ಬಾಯಿ ಬಿರಿದಂತಾಯಿತು. ದೈಹಿಕವಾಗಿ ದಷ್ಟಪುಷ್ಟವಾಗಿದ್ದ ಮಗನಿಗೆ ಒಂದಿಲ್ಲೊಮ್ಮೆಲ್ಲೆ ಹೀಗಾದರೇ ಯಾವ ತಾಯಿಗೆ ತಾನೆ ಭರಿಸಲಾದೀತು.

ಊರಲ್ಲಿರುವ ಇರೋ ಬರೋ ತಜ್ಞ ವೈದ್ಯರನ್ನು ಕರಿಸಿ ತೋರಿಸಿದೆವು. ಅವನಿಗೆ ಬಂದ ಜ್ವರ ದಿನದಿಂದ ದಿನಕ್ಕೆ ಹೆಚ್ಚುತ್ತಲೇ ಹೋಯಿತು, ಕಣ್ಣುಗಳು ನೀಲಿ ಬಣ್ಣಕ್ಕೆ ತಿರುಗಿ ಮೈ ಕೈಗಳು ಕುಗ್ಗಿ ಹೋಗಿ ಒಂದು ದಿನ ದೇಹವು ಕೂಡ ತಣ್ಣಗಾಯಿತು! ಅವರ ಬೃಹತ್ ಹೆಮ್ಮರವೊಂದು ಕಳಚಿ ತಲೆ ಮೇಲೆ ಬಿದ್ದವರಂತೆ ಕುಳಿತುಬಿಟ್ಟರು. ನಮ್ಮ ಮನೆಯ ವಂಶವನ್ನು ಬೆಳಗಬೇಕಾದ ಮಗು ಶಶಿಯಾಗಿರುವಾಗಲೇ ಕಮರಿ ಹೋಯಿತು. ಆವಾಗಲು ಇಂತದೆ ಬೇಸಿಗೆ ಕಾಲವಿತ್ತು. ಸೂರ್ಯನಂತು ಆ ದಿನ ಬೆಂಕಿ ಕೆಂಡವನ್ನೆ ಉಗುಳುತ್ತಿದ್ದ. ಅವನನ್ನು ನೆನಸಿಕೊಂಡರೇ ಈಗಲೂ ಕಂಗಳು ತುಂಬಿ ಬರುತ್ತದೆ. ಹೃದಯ ಭಾರವಾಗಿ ಹೊಟ್ಟೆ ಕಲಸಿದಂತಾಗುತ್ತದೆ.

"ಅಮ್ಮಾ, ನನಗೆ ಹೊಟ್ಟೆ ಹಸಿವು" ಹೊರಗಡೆಯಿಂದ ಝೈದ ಬಂದ. ಇವನು ನಮ್ಮ ಮಗ. ಸ್ವಂತ ಮಗನಲ್ಲದಿದ್ದರೂ ಮಗನಿಗಿಂತಲೂ ಹೆಚ್ಚು. ಸುಮಾರು ಹದಿನೆಂಟು ವರ್ಷ. ದಷ್ಟಪುಷ್ಟವಾದ ಶರೀರ ಸುಮಾರು ಐದು ಅಡಿ ಎತ್ತರ ಬೆಳಿದಿದ್ದಾನೆ. ಮಾತು ಸೌಮ್ಯ, ಕೆಲಸ ಹೆಚ್ಚು, ಸ್ವಲ್ಪ ಕಪ್ಪು ಬಣ್ಣ, ಗಡಸು ಮುಖ, ಕೆದರಿದ ಕೂದಲುಗಳು, ಹೊಲಸಾದ ಬಟ್ಟೆ, ಒರಟು ಧ್ವನಿ, ಕೆಲಸಕಾರ್ಯಗಳಲ್ಲಿ ಸದಾ ಚುರುಕು, ಅವರ ಜೊತೆ ಯಾವಾಗಲು ಮುಂದು.

"ಎಲ್ಲಿಗೆ ಹೋಗಿದ್ದೆ? ಒಂದೆರಡು ದಿನ ಕಾಣಿಸಲೇ ಇಲ್ಲವಲ್ಲ, ಕೈ ಕಾಲು ಮುಖ ತೊಳೆದುಕೊಂಡು ಬಾ ನಫೀಸಾಳು ಆಹಾರ ತಯಾರುಮಾಡಿದ್ದಾಳೆ. ನೀಡಿಸಿಕೊಂಡು ಊಟಾ ಮಾಡು" ಅವನನ್ನು ನೋಡುತ್ತಾ ಹೇಳಿದೆ.

"ಕಬಾದಲ್ಲಿ ಜಾತ್ರೆ ಇತ್ತಲ್ಲಾ ಅಲ್ಲಿಯೇ ಇದ್ದೆ ರಾತ್ರಿ ಗೆಳೆಯರು ಬಿಡಲಿಲ್ಲ ಅವರ ಮನೆಯಲ್ಲಿ ಇದ್ದು ಈಗ ಬಂದೆ" ಇದ್ದದ್ದನ್ನು ಇದ್ದಹಾಗೆ ಸತ್ಯವನ್ನೆ ನುಡಿದ. ಎಲ್ಲಾ ಅವರಪ್ಪನ ಪ್ರಭಾವ.

ಕೈಕಾಲು ಮುಖ ತೊಳೆದು ಹಜಾರದ ಮೇಲೆ ಬಂದು.

"ಆಯ್ತು, ಆಯ್ತು, ಊಟ ಮಾಡು". ಎಂದಾಗ ಒಳಗೆ ಹೋದ. ನಫೀಸಾಳು ಮೇಕೆ ಮಾಂಸದ ಅಡುಗೆ ಮಾಡಿದ್ದು ನನ್ನ ಮೂಗಿಗು ಬಡಿಯುತ್ತಿತ್ತು.

ಕಾಸೀಮ್ ಸತ್ತನಂತರ ನನಗಂತು ಹುಚ್ಚು ಹಿಡಿದಂತಾಗಿತ್ತು ನನ್ನ ಸ್ಥಿತಿಯನ್ನು ಕಂಡ ಅವರು ಒಂದು ದಿನ ಉಕಾಸ್ ಸಂತೆಯಲ್ಲಿ ಈ ಝೈದನನ್ನು ಕರೆದುಕೊಂಡು ಬಂದು.

"ಇವನು ಇನ್ನು ಮುಂದೆ ನಮ್ಮಿಬ್ಬರ ಮಗ, ಸತ್ತು ಹೋದ ಮಗನ ಬಗ್ಗೆ ಚಿಂತಿಸಿ ಕೊರಗುವದರಲ್ಲಿ, ಯಾವ ಲಾಭವು ಇಲ್ಲ. ಇನ್ನುಮುಂದೆ ಇವನನ್ನೆ ನಿನ್ನ ಹೆತ್ತ ಮಗ ಎಂದು ತಿಳಿ" ಎಂದು ಹೇಳಿ ಗುಲಾಮನಾಗಿ ಸಿಕ್ಕ ಇವನನ್ನು ಸುಮಾರು ನಾನ್ನೂರು 'ದಿರ?ಹಮ'ಗಳನ್ನು ಕೊಟ್ಟು ತಂದಿದ್ದರು. ನಾನು ಅವರು ಹೇಳಿದಂತೆ ನಡೆದುಕೊಂಡೆ. ಇವನಂತು ನಮಗೆ ಬಹಳಷ್ಟು

ಹಚ್ಚಿಕೊಂಡ ನನ್ನನ್ನು 'ಅಮ್ಮಾ ಅಮ್ಮಾ' ಎಂದೆ ಕರೆಯುತ್ತಿದ್ದ. ಅವರನ್ನು ಅಷ್ಟೇ 'ಅಪ್ಪ' ಎಂದೆ ಸಂಭೋಧಿಸುತ್ತಿದ್ದ.

3

ದಿನಗಳೆದಂತೆ ನಮ್ಮ ಹಿರಿಯ ಮಗಳು ಇವನನ್ನು ಎಷ್ಟು ಹಚ್ಚಿಕೊಂಡಿದ್ದಳೆಂದರೇ... 'ಅಣ್ಣಾ ಅಣ್ಣಾ' ಎನ್ನುತ್ತಾ ಇಬ್ಬರು ಕೂಡಿ ಆಡುತ್ತಾ ಕಾಸಿಮನ ನೆನಪನ್ನೆ ಅಳಿಸಿಕೊಂಡು ಬಿಟ್ಟರು. ಇವರಿಬ್ಬರನ್ನು ನೋಡುತ್ತಾ ನಮಗು ಕೂಡ ಸತ್ತ ಮಗನ ನೆನಪು ಮರೆಯಾಗಲಾರಂಭಿಸಿತು.

ಆದರೆ, ಒಂದು ದಿನ ಇದ್ದಕ್ಕಿದ್ದಂತೆಯೇ "ಈ ಝೈದ ನಮ್ಮ ಮಗ, ನಮಗೆ ಕೊಡಿ" ಎಂದು ಇವನ ಸ್ವಂತ ಚಿಕ್ಕಪ್ಪನೊಬ್ಬ ಬಂದು ಕೇಳಿದ.

ಇವನನ್ನು ಕೇಳಿದರೇ 'ಬಂದವನು ನನ್ನ ಚಿಕ್ಕಪ್ಪ' ಎಂದು ಒಪ್ಪಿಕೊಂಡಿದ್ದರಂತೆ ಅವರು ಮರು ಮಾತನಾಡದೆ.

"ನಿಮ್ಮ ಮಗನನ್ನು ನೀವು ಕರೆದುಕೊಂಡು ಹೋಗಿ ನಮ್ಮದೇನು ತಕರಾರಿಲ್ಲ" ಎಂದು ನ್ಯಾಯಸಮ್ಮತವಾಗಿಯೇ ಹೇಳಿದರು.

ಆದರೆ 'ಝೈದ್' ಮಾತ್ರ ಅವನ ಚಿಕ್ಕಪ್ಪನೊಂದಿಗೆ ಹೋಗಲು ನಿರಾಕರಸಿ,

"ನಾನು ನನ್ನ ಅಪ್ಪಾ ಅಮ್ಮನನ್ನು ಬಿಟ್ಟು ಬರುವುದಿಲ್ಲಾ" ಎಂದು ಖಡಾಖಂಡಿತವಾಗಿ ಅವರನ್ನು ಬಿಗಿದಪ್ಪಿಕೊಂಡು ನೇರವಾಗಿ ಹೇಳಿದ.

"ಇವರು ನಿನ್ನ ನಿಜವಾದ ತಂದೆ ತಾಯಿಗಳಲ್ಲ, ನಿನ್ನ ಹೆತ್ತವರು ನಮ್ಮೂರಲ್ಲಿ ಇದ್ದಾರೆ ಬಾ" ಎಂದು ಇವನ ಚಿಕ್ಕಪ್ಪ ಎಷ್ಟೇ ಒತ್ತಾಯ ಮಾಡಿದರೂ.

ಇವನು ಮಾತ್ರ ನಮ್ಮ ಯಜಮಾನರನ್ನು ಬಿಟ್ಟು ಕದಲಲಿಲ್ಲ. ಅಷ್ಟೊಂದು ಹಚ್ಚಿಕೊಂಡು ಬಿಟ್ಟಿದ್ದ. ಅವರು ಇವನನ್ನು ಸ್ವಂತ ಮಗನಿಗಿಂತಲೂ ಹೆಚ್ಚಾಗಿ ಪ್ರೀತಿಸುತ್ತಿದ್ದರು ಎಂಬುವುದು ನನಗಾಗ ಗೊತ್ತಾಗಿತ್ತು. ಬಂದ ದಾರಿಗೆ ಸುಂಕವಿಲ್ಲವೆಂದು ತಿಳಿದು ಇವನ ಚಿಕ್ಕಪ್ಪ ಬರಿಗೈಯಿಂದ ಹೊರಟು ಹೋದ.

"ಅಮ್ಮಾ, ಅಪ್ಪಾ ಎಲ್ಲಿಗೆ ಹೋಗಿದ್ದಾನೆ" ಊಟ ಮಾಡಿದ ನಂತರ ಝೈದ ಕೇಳಿದ.

"ನಿನ್ನ ತಂಗಿಯರನ್ನು ಕರೆದುಕೊಂಡು ಆವಾಗಲೇ ತೋಟದ ಕಡೆ ಹೋದರು" ಅತ್ತ ಕಡೆ ನನ್ನ ಬಲಗೈ ತೋರಿಸಿ ಹೇಳಿದೆ.

"ನಾನು ಅತ್ತ ಹೋಗಿ ಬರ್ತಿನಿ" ಎಂದು ಹೇಳುತ್ತಾ ನನ್ನ ಹತ್ತಿರ ಬಂದು ತೊಟ್ಟಿಲಲ್ಲಿ ಮಲಗಿದ್ದ ಫಾತಿಮಾಳನ್ನು ಮೆಲ್ಲನೆ ತನ್ನ ಎರಡು ಕೈಗಳಿಂದ ಮುಟ್ಟಿ 'ನನ್ನ ಬಂಗಾರ ನಿದ್ರಿಸುತ್ತಿದೆ' ಎಂದು ಹೇಳುತ್ತಾ ತನ್ನ ತಲೆಗೆ ಚಿಟಿಕೆ ಹೊಡೆದುಕೊಂಡು ಹೋದ.

ಇವನಚಿಕ್ಕಪ್ಪ ಹೋದ ಮೇಲೆ ಸದಾ ಅವರೊಂದಿಗೆ ಕೆಲಸ ಕಾರ್ಯದಲ್ಲಿ ಕೈಗೂಡುತ್ತಿದ್ದ. ಬಂದ ಜನರ ಮುಂದೆ ಇವನು 'ನನ್ನ ಮಗ ಇವನು ನನ್ನ ಮಗ' ಎಂದು ಎದೆ ಉಬ್ಬಿಸಿ ಹೇಳುತ್ತಿದ್ದರು. ಆದರೆ, ಜನರು ಮಾತ್ರ ಮರೆಯಲ್ಲಿ 'ಇವನು ಸಂತೆಯಲ್ಲಿ ಸಿಕ್ಕ ಗುಲಾಮ, ಸಿಕ್ಕ ಗುಲಾಮ' ಎಂದೇ ಹೇಳುತ್ತಿದ್ದರು. ಅವರಿಲ್ಲದ ಪಕ್ಷದಲ್ಲಿ ಇವನನ್ನು 'ಹೇ ಗುಲಾಮ ಇಲ್ಲಿ ಬಾ' ಎಂದೆ ಸಂಬೋಧಿಸಿ ಕರೆಯುತ್ತಿದ್ದರು. ಇವನ ಮನಸ್ಸಿಗು ಇದು ನೋವಾಗುತ್ತಿತ್ತಾದರೂ ಒಂದು ದಿನವು ಅವರ ಮುಂದೆ ಬಾಯಿ ಬಿಟ್ಟು ಇವನು ಹೇಳಲೇ ಇಲ್ಲ.

ಒಂದು ದಿನ ಹೀಗೆ ನಮ್ಮ ಮನೆ ಆಳು ಮೈಸರ್ ಇವನನ್ನು ನೋಡಿ 'ಏ ಗುಲಾಮ ಇಲ್ಲಿ ಬಾ ನಿನ್ನ ಬಳಿ ಸ್ವಲ್ಪ ಕೆಲಸವಿದೆ' ಎಂದಾಗ ಆಕಸ್ಮಿಕವಾಗಿ ಹೊರಗೆ ಹೋಗಿದ್ದ ಅವರು ಬಂದು ಬಿಟ್ಟರು. ಈ ಮಾತು ಅವರ ಕಿವಿಗೆ ಬಿದ್ದೊಡನೆ, ಮನಸ್ಸಿಗೆ ಕಸಿವಿಸಿಯಾಗಿ. ಝೈದನನ್ನು ಕರೆದು ನಮ್ಮ ಮನೆಯ ಮುಂದೆ ಸೇರಿದ್ದ ಜನರಿಗೆಲ್ಲರಿಗೂ ಕೇಳಿಸುವಂತೆ ಜೋರು ಧ್ವನಿ ಮಾಡಿ.

"ನೋಡಿ, ಇವನು ಗುಲಾಮನಲ್ಲ, ನನ್ನ ಸ್ವಂತ ಮಗ, ಇನ್ನು ಮುಂದೆ ಯಾರು ಕೂಡ ಇವನನ್ನು ಗುಲಾಮ ಎಂದು ಕರೆಯುವ ಹಾಗಿಲ್ಲ, ಮುಹಮ್ಮದರ ಮಗ ಎಂದೆ ತಿಳಿದು ನಡೆದುಕೊಳ್ಳಬೇಕು" ಎಂದು ಹೇಳಿ ಮುಂದೊಂದು ದಿನ ಕಅಬಾದಲ್ಲಿ ಇದೆ ಮಾತನ್ನೆ ಹೇಳಿದರೆಂದು ಒಂದು ದಿನ ನನಗೆ ಝೈದನೆ ಹೇಳಿದೆ. ಈ ಮಾತನ್ನು ಕೇಳಿದಾಗ ನನಗೆ ಮಾತೆ ಹೊರಡಲಿಲ್ಲ. ಅವನು ಕೂಡ ಮೂಕ ವಿಸ್ಮಿತನಾಗಿದ್ದ.

ಸ್ವಂತ ಮಕ್ಕಳನ್ನು ಸರಿಯಾಗಿ ನೋಡಿಕೊಳ್ಳದ ಈ ಕಾಲದಲ್ಲಿ ಒಬ್ಬ ಗುಲಾಮನನ್ನು ಇವರು ತಮ್ಮ ಸ್ವಂತ ಮಗನಂತೆ ನೋಡಿಕೊಳ್ಳುತ್ತಿದ್ದಾರಲ್ಲ... ನಿಜವಾಗಿಯೂ ಇವರು ಹೃದಯವಂತರು. ಇಂತವರು ಈ ಭೂಮಿಯ ಮೇಲೆ ಸಿಕ್ಕುವದು ಅಪರೂಪ. ಇಂತವರನ್ನು ನಾನು ಕೈ ಹಿಡಿದದ್ದು ನನ್ನ ಈ ಜನ್ಮದ ಪುಣ್ಯವೆಂದೆ ಭಾವಿಸಿಕೊಂಡೆ. ನಿಜವಾಗಿಯೂ ಅವರ ಮನಸ್ಸು ಸಾಗರಕ್ಕಿಂತಲೂ ವಿಶಾಲವಾದದ್ದು ಎಂದು ನನಗೆ ಬಹಳಷ್ಟು ಬಾರಿ ಅನಿಸಿದೆ. ನಮಗೆ ಮತ್ತೆ ಮಕ್ಕಳಾದರು ಈ ಝೈದನ ಮೇಲೆ ಅವರಿಗೆ ಕಿಂಚಿತ್ತು ಪ್ರೇಮ ಕಡಿಮೆ ಆಗಿಲ್ಲ. ಬಹುಶಃ ಮುಂದೆಯೂ ಆಗುವುದಿಲ್ಲ ಎಂದುಕೊಳ್ಳುತ್ತೇನೆ.

4

"ಇಲ್ಲಿ ಕುಳಿತು ಮಗೂಗೆ ಗಾಳಿ ಬೀಸಿದ್ದು ಸಾಕು, ನೀನು ಎದ್ದು ಸ್ನಾನ ಮಾಡಿ ಊಟಾ ಮಾಡು ಹೋಗು, ನಾನು ಗಾಳಿ ಬೀಸುತ್ತೇನೆ" ನಫೀಸಾಳು

ಈಗ ನನ್ನ ಬಳಿ ಬಂದು ಹೇಳಿದಳು. ಅವಳ ಮಾತು ಸರಿ ಎನಿಸಿದ್ದರಿಂದ ಮೇಲೆದ್ದೆ.

ಅರೆಗಳಿಗೆ ತಂಗಾಳಿ ಬಿಸಿ ನಿಂತಿತು. ಮೈಮನಸ್ಸಿಗೆ ಹಾಯನಿಸಿತು. ಸ್ನಾನ ಮಾಡಿ ಊಟವಾದ ಬಳಿಕ ಮತ್ತೊಮ್ಮೆ ಹೂಗಿಡಗಳಿಗೆ ನೀರುಣಿಸಿ, ಹಕ್ಕಿಗಳಿಗಾಗಿಯೇ ಇಟ್ಟಿದ್ದ ಸಣ್ಣ ಸಣ್ಣ ಹೂಜಿಗಳಿಗೆ ನೀರು ಹಾಕಿ ತೂಗುವ ಮಂಚದ ಮೇಲೆ ಅರೆಗಳಿಗೆ ಕುಳಿತೆ. ನಮ್ಮ ಮನೆ ಸ್ವಲ್ಪ ದೊಡ್ಡದೆ. ಒಳಗಡೆ ಹತ್ತಾರು ಕೊಠಡಿಗಳು, ದವಸ ಧಾನ್ಯಗಳನ್ನು ಇಡಲು ನಾಲ್ಕಾರು ಗೋದಾಮುಗಳು, ವಿಶಾಲವಾದ ನೂರಾರು ಜನರು ಕುಳಿತುಕೊಳ್ಳಬಹುದಾದ ಹಜಾರ ಮನೆಯನ್ನು ಶುಚಿಯಾಗಿಡಲು ಹತ್ತಾರು ಆಳು ಕಾಳು ತಮ್ಮ ತಮ್ಮ ನಿಗದಿತ ಸಮಯಕ್ಕೆ ಬಂದು ಕೆಲಸ ಮಾಡಿ ಹೋಗುತ್ತಾರೆ.

ಇವರಲ್ಲದೇ ಮುಖ್ಯ ಪೇಟೆಯ ಬೀದಿಯಲ್ಲಿ ನಮ್ಮದೇ ಸ್ವಂತ ಕೆಲ ವ್ಯಾಪಾರದ ಮಳಿಗೆಗಳಿವೆ. ಅವುಗಳನ್ನು ಬೇರೆ ಬೇರೆ ಕೆಲಸಗಾರರು ನೋಡಿಕೊಳ್ಳುತ್ತಾರೆ. ಅವರ ಮೇಲುಸ್ತುವಾರಿಯನ್ನು ನೋಡಿಕೊಳ್ಳಲು ಇವರು ಪ್ರತಿನಿತ್ಯ ಅಲ್ಲಿಗೆ ಹೋಗಿ ಬರುತ್ತಾರೆ.

ಜೀವನಕ್ಕೆ ಆರ್ಥಿಕವಾಗಿ ಯಾವುದೇ ಸಮಸ್ಯೆ ಇಲ್ಲ. ವರ್ಷದಲ್ಲಿ ಒಂದೊಂದು ಬಾರಿ ಈ ಮಕ್ಕಾದ ಕೆಲ ವರ್ತಕರು ಸೇರಿ ಸಾವಿರಾರು ಮೈಲಿ ದೂರದಲ್ಲಿರುವ ಬಸ್ರಾ ನಗರಕ್ಕೆ ಹೋಗಿ ವ್ಯಾಪಾರ ಮಾಡಿಕೊಂಡು ಬರುವ ವಾಡಿಕೆಯೂ ಇದೆ. ಅಲ್ಲಿ ನಮ್ಮ ಸರಕು ಸಾಗಣಿಕೆಗೆ ಹೆಚ್ಚಿನ ಬೇಡಿಕೆ ಇದೆ. ಅಲ್ಲಿ ಮಾರಾಟ ಮಾಡಿ ಬರುವಾಗ ಅಲ್ಲಿ ಸಿಕ್ಕುವ ಸರಕುಗಳನ್ನು ಇಲ್ಲಿ ತಂದು ಕಳಬಾದ ಹಬ್ಬದ ಸಂದರ್ಭದಲ್ಲಿ ಮಾರಿದರೆ ಒಳ್ಳೆಯ ಲಾಭ ಬರುತ್ತದೆ.

ನೆತ್ತಿ ಸುಡುವಂತ ಬಿಸುಲು ಸ್ವಲ್ಪ ಕಡಿಮೆಯಾಯಿತು. ಸೂರ್ಯ ಪಡುವಣ ದಿಕ್ಕಿಗೆ ಬಾಗಿದ. ಗಾಳಿ ನಿಧಾನವಾಗಿ ಬೀಸಲಾರಂಭಿಸಿತು.

ಮಲಗಿದ್ದ ಫಾತಿಮಾ ಎದ್ದು ಅಳಲಾರಂಭಿದಳು. ಒಂದಷ್ಟು ತಲೆ ಸವರಿ ಒದ್ದೆಯಾಗಿದ್ದ ಬಟ್ಟೆಗಳನ್ನು ಬದಲಾಯಿಸಿ ಮೊಲೆಹಾಲು ಕುಡಿದ ಮೇಲೆ ಸುಮ್ಮನಾದಳು. ತನ್ನ ಅಕ್ಕಂದಿರೊಡನೆ ಹಾಸಿಗೆಯಲ್ಲಿ ಮಲಗಿಕೊಂಡೆ ಆಟವಾಡಲಾರಂಭಿಸಿದಳು. ಅವರು ಬಂದು ಮಕ್ಕಳನ್ನು ಬಿಟ್ಟು ಪೇಟೆ ಕಡೆಗೆ ಹೋಗಿ ಬರುತ್ತೇನೆ ಎಂದವರು ಇನ್ನು ಬಂದಿಲ್ಲ. ಬಹುಶಃ ಪೇಟೆಯಿಂದ ಮತ್ತೆ ನೂರ್ ಬೆಟ್ಟದೆಡೆಗೆ ಹೋಗಿ ಕಾಬಾ ಗುಹೆಯಲ್ಲಿ ಅವಿತುಕೊಂಡರೋ ಏನೋ. ಮನೆ ಆಳು ಮೈಸರ್ ಬಂದರೇ ಹೇಳಿ ಕಳುಹಿಸಬೇಕು.

ಝೈದನು ಅವನ ತಂಗಿಯರೊಂದಿಗೆ ಆಟವಾಡಲಾರಂಭಿಸಿದ. ಅವನು ದೊಡ್ಡವನಾಗಿದ್ದರು ತಂಗಿಯರಿಗೆ ಈಗಲೂ ಪ್ರೀತಿಯ ಅಣ್ಣನೆ ಆಗಿದ್ದಾನೆ.

ಕಾಸಿಮ್ ಸತ್ತನಂತರ ಮತ್ತೆ ನಾನು ಗರ್ಭಿಣಿಯಾದೆ ಆಗ ಕಅಬಾದಲ್ಲಿರುವ ಇರೋ ಬರೋ ದೇವರನ್ನು ಪ್ರಾರ್ಥಿಸಿದೆ. ನನ್ನ ಕೂಗು ಆ ಅಲ್ಲಾಹನಿಗೆ ಕೇಳಿಸಿತೆಂದು ಕಾಣಿಸುತ್ತದೆ. ನಾನಂದುಕೊಂಡಂತೆಯೇ ಕಾಸಿಮ್ ಸತ್ತು ಮೂರು ವರ್ಷಗಳ ನಂತರ ಮತ್ತೆ ಗಂಡು ಮಗುವೆ ಹುಟ್ಟಿತು. ಮನೆಯಲ್ಲಿ ಮತ್ತೆ ಸಂಭ್ರಮ ಮನೆಮಾಡಿತು. ಬತ್ತಿ ಹೋಗಿದ್ದ ವಂಶದ ಕುಡಿ ಮತ್ತೆ ಹುಟ್ಟಿತೆಂದು ಎಲ್ಲರು ಸಂತೋಷ ಪಟ್ಟೆವು. ಹುಟ್ಟಿದ ಮಗನಿಗೆ ಏನೆಂದು ಹೆಸರಿಡುವುದು ಎಂದು ಆಲೋಚಿಸಿದಾಗ ಅವರು

"ನಾನಂತು ನನ್ನಪ್ಪನನ್ನು ಕಣ್ಣಾರೆ ನೋಡಲಿಲ್ಲ, ಈಗ ಇವನು ಹುಟ್ಟಿದ್ದಾನೆ. ಇವನಿಗೆ ನನ್ನ ತಂದೆಯ ಹೆಸರೆ ಇಡೋಣ' ಎಂದು 'ಅಬ್ದುಲ್' ಎಂದೆ ಹೆಸರಿಟ್ಟರು.

ಅವರಿಗಂತು ತಮ್ಮ ಬಾಲ್ಯದ ದಿನಗಳು ಮತ್ತೆ ನೋಡುವಂತಾಯಿತು ಎಂದು ಇವನನ್ನು ಎತ್ತಿಕೊಂಡು 'ನನ್ನಪ್ಪ ನನ್ನಪ್ಪ' ಎಂದೆ ಮುದ್ದಿಸುತ್ತಿದ್ದರು. ನನಗೂ ಸತ್ತುಹೋಗಿದ್ದ ನನ್ನಪ್ಪ 'ಖುವೈಲಿದ್ ಬಿನ್ ಅಸದ್' ನೆನಪಿಗೆ ಬರುತ್ತಿದ್ದ. ಇವನು ಹೆಚ್ಚು ಕಡಿಮೆ ಅವರನ್ನೆ ಹೋಲುತಿದ್ದ. ಮತ್ತೆ ನಮ್ಮ ಮನೆ ಭೂಸ್ವರ್ಗವಾಯಿತು.

ಆ ವರ್ಷ ಮಳೆಗಾಲದಲ್ಲಿ ತುಂತುರು ಮಳೆ ಆಗುತ್ತಿತ್ತು. ಪಶ್ಚಿಮ ದಿಕ್ಕಿನಲ್ಲಿರುವ ಕೆಂಪು ಸಮುದ್ರದಲ್ಲಿ ಚಂಡಮಾರುತಗಳು ಪೂರ್ವ ದಿಕ್ಕಿನೆಡೆಗೆ ಬಿಸುತ್ತಿದ್ದುದರಿಂದ ಮೋಡಗಳು ದಂಡಿಯಾಗಿ ಇತ್ತ ಕಡೆ ಬಂದು ದಿನವಿಡೀ ಅಲ್ಲದಿದ್ದರು ಆಗಾಗ ತುಂತುರು ಮಳೆ ಸುರಿಯುತ್ತಿತ್ತು. ಸುತ್ತಮುತ್ತ ಭೂಮಿ ತಂಪಾಗಿ ಎಲ್ಲೆಲ್ಲು ಹಸಿರು ಹೆಚ್ಚಾಗಿ ಮಕ್ಕಾ ಆಗ ಸ್ವರ್ಗದಂತೆ ಕಾಣುತ್ತಿತ್ತು. ಊರ ಜನರೆಲ್ಲರ ಹರ್ಷ ಮುಗಿಲು ಮುಟ್ಟುವಂತಿತ್ತು. ನಮ್ಮ ಮನೆಯ ಆತು ಮಗನಿಂದ ಎಲ್ಲರ ಮುಖದಲ್ಲು ನಗುವೆ ತುಂಬಿತ್ತು. ಬದುಕು ಸಾರ್ಥಕತೆ ಅನುಭವಿಸುತ್ತಿತ್ತು.

5

"ಅಮ್ಮಾ, ಅಮ್ಮಾ, ಫಾತಿಮಾಳನ್ನು ನೋಡಮ್ಮಾ ಎಷ್ಟು ಚನ್ನಾಗಿ ಆಟವಾಡುತ್ತಿದ್ದಾಳೆ" ಎರಡನೆಯ ಮಗಳು ರುಖಿಯಾ ಆಡಿಸುತ್ತಲೇ ಕೂಗಿದಳು. ಹತ್ತಿರದಲ್ಲಿಯೇ ಆಟವಾಡುತ್ತಿದ್ದ ಅವರನ್ನು ನೋಡುತ್ತಿದೆ. ವೈದ್ಯರು ಕೊಟ್ಟು ಹೋಗಿದ್ದ ಗಿಡಮೂಲಿಕೆ ಪರಿಣಾಮ ಬೀರಿತ್ತು. ಮಗು ಮತ್ತೆ ಮೊದಲಿನಂತಾಗಿತ್ತು.

ಸೂರ್ಯ ಮೆಲ್ಲನೆ ಮುಳುಗಲಾರಂಭಿಸಿದ ಹೊರಗಡೆ ಹೋಗಿದ್ದ ಅವರು ಬಂದರು. ಅವರು ಊರಲ್ಲಿದ್ದರೆ ವ್ಯವಹಾರದ ಸಂಬಂಧವಾಗಿ ಎಷ್ಟೆ ಅಲೆದಾಡಲು ಹೋದರೂ ಕತ್ತಲಾಗುತ್ತಿದ್ದಂತೆಯೇ ಮನೆಗೆ ಬರುವ ರೂಢಿ ಮೊದಲಿನಿಂದಲು ಇದೆ.

"ಏನು ಇವತ್ತು ಆ ಹಿರಾ ಗುಹೆಗೆ ಹೋಗಿದ್ದಿರಾ!?" ಮನೆಗೆ ಬಂದ ಅವರನ್ನು ನೇರವಾಗಿಯೇ ಕೇಳಿದೆ. ಅವರು ತಮ್ಮ ತಲೆಯನ್ನು ಕೆಳಗೆ ಮಾಡಿದರು.ಮುಖದಲ್ಲಿ ಪ್ರಶಾಂತತೆ ಎದ್ದು ಕಾಣುತ್ತಿತ್ತು.ಅದು ಉಟ್ಟ ಬಿಳಿ ಬಟ್ಟೆಯಲ್ಲಿಯೂ ಕೂಡ ಹೊರಸೂಸುತ್ತಿತ್ತು.

ನನ್ನ ಊಹೆ ನಿಜವೆಂದು ತಿಳಿದು,

"ಇನ್ನೊಂದು ಬಾರಿ ನೀವು ಅಲ್ಲಿಗೆ ಹೋದರೇ ನಿಮ್ಮೊಂದಿಗೆ ನಾನೂ ಬರುತ್ತೇನೆ" ಸ್ವಲ್ಪ ಖಾರವಾಗಿಯೇ ನುಡಿದೆ.

"ಮಹಿಳೆಯರು ಅಲ್ಲಿಗೆ ಬರಬಾರದು, ಮೇಲಾಗಿ ಬಾಣಂತಿಯರಂತು ಅಷ್ಟು ದೂರ ನಡೆಯುವದು ಸರಿಯಲ್ಲ. ನೀನೇನು ಬೇಸರ ಪಟ್ಟುಕೊಳ್ಳಬೇಡ ಇವತ್ತು ನನ್ನೊಂದಿಗೆ ನಿಮ್ಮಣ್ಣ ವರಕ್ಕಾನು ಬಂದಿದ್ದ" ಸಂತೋಷದಿಂದ ಮುಖ ಅಗಲಿಸಿ ಹೇಳಿದರು. ಆತ್ಮವಿಶ್ವಾಸದಿಂದ ನುಡಿದರು ವಿಜಯಿಯಾದ ರಾಜನಂತೆ.

"ಅವನಂತು ಸಂನ್ಯಾಸಿ, ಎಲ್ಲಿಗೆ ಹೋದರೂ ನಡೆಯುತ್ತೆ... ನೀವು ಅವನಂತೆ ಬೈರಾಗಿ ಆಗಬೇಕು ಎಂದುಕೊಂಡಿರುವಿರೆನೋ..." ನಿಟ್ಟುಸಿರು ಬಿಟ್ಟು ಕೇಳಿದೆ. ಅವರು ನನ್ನ ಮಾತಿಗೆ ಅಷ್ಟೊಂದು ಮಹತ್ವ ಕೊಡದೆ, 'ಇವಳದು ದಿನಾ ಇದ್ದದ್ದೆ' ಎಂದು ತಿಳಿದುಕೊಂಡು ಕೈ ಕಾಲು ಮುಖ ತೊಳೆದುಕೊಂಡು ಮೇಲೆ ಬಂದು, ಮಗಳ ಬಳಿ ಹೋಗಿ ಎತ್ತಿ ಆಡಿಸಿ ತೂಗುವ ಮಂಚದಲ್ಲಿ ಕುಳಿತಿದ್ದ ನನ್ನ ಬಳಿ ಫಾತಿಮಾಳನ್ನು ತಮ್ಮ ಎರಡು ಕೈಯಲ್ಲಿ ಹಿಡಿದುಕೊಂಡು ಬಂದು.

"ಇಂತ ಬಂಗಾರದಂತಹ ಮಗಳನ್ನು ಬಿಟ್ಟು ನಾನೇಕೆ ನಿಮ್ಮಣ್ಣನಂತೆ ಸಂನ್ಯಾಸಿ ಆಗಲಿ!?" ಎಂದು ಮಗಳನ್ನು ಮುದ್ದಿಸಿದರು.

"ಈ ಮಾತಿಗೇನು ಕಮ್ಮಿಯಿಲ್ಲ" ಎಂದು ಸಿಡುಕು ಮಾಡಿಕೊಂಡು ಮೇಲೆದ್ದೆ.

ಅವರು ನನ್ನನ್ನು ಸಮಾಧಾನ ಮಾಡುವವರಂತೆ.

"ನೀವು ಬೇಸರ ಮಾಡಿಕೊಳ್ಳಬೇಡಿ, ನನ್ನ ಕಣ್ಣಿಂದ ನೋಡುವುದಕ್ಕಾಗುವದಿಲ್ಲ. ನೀವು ನಗುನಗುತ್ತಾ ಇದ್ದರೇನೆ ಈ ಮನೆಗೆ ಚನ್ನ" ವಯಸ್ಸಿನಲ್ಲಿ ಹಿರಿಯಳಾಗಿದ್ದ ನನಗೆ ಅವರು ಗೌರವ ಕೊಟ್ಟೆ ಮಾತನಾಡಿಸುತ್ತಿದ್ದರು. ನಾನೂ ಅಷ್ಟೇ ಗೌರವದಿಂದಲೇ ಕಾಣುತ್ತಿದ್ದೆ. ಒಳಗೆ ಹೋಗಿ ಆಡಿನ ಹಾಲನ್ನು ಬಿಸಿ ಮಾಡಿಕೊಂಡು ಬಂದೆ.

ಅವರು ಮಗಳನ್ನು ನನ್ನ ಕೈಗೆ ಕೊಟ್ಟು ನಿಧಾನವಾಗಿ ಕುಡಿದರು.

ಅವರ ನಡೆ ನುಡಿ ದಿನದಿಂದ ದಿನಕ್ಕೆ ಮೌನವಾಗುತ್ತಿದ್ದುದು ನನ್ನ ಗಮನಕ್ಕೆ ಬರುತ್ತಿತ್ತು. ಮೊದಲೆಲ್ಲಾ ಎಷ್ಟೊಂದು ಚುರುಕಾಗಿ ವ್ಯವಹಾರವನ್ನು ನೋಡಿಕೊಳ್ಳುತ್ತಿದ್ದರು. ಮಾತಿನಲ್ಲಿ ಮೊದಲು ವೇಗವಿರುತ್ತಿತ್ತು. ಆದರೆ ಈಗ ತುಂಬಾ ನಿಧಾನವಾಗಿ ಮಾತನಾಡುತ್ತಿದ್ದಾರೆ. ಏನಾದರು ವ್ಯವಹಾರದಲ್ಲಿ ಅಲ್ಪಸ್ವಲ್ಪ ನಷ್ಟವಾದರೆ ಒಂದಷ್ಟು ಬೇಸರ ಮಾಡಿಕೋಳ್ಳುತ್ತಿದ್ದರಾದರೂ... ಈಗ, ಎಲ್ಲಾ ಅಲ್ಲಾಹನ ಅನುಗ್ರಹ ಎಂದು ಮೌನವಾಗುತ್ತಾರೆ. ಊಟವನ್ನು ಕೂಡ ತುಂಬ ನಿಧಾನವಾಗಿಯೇ ಮಾಡುತ್ತಾರೆ. ಈಗ ವ್ಯವಹಾರಕ್ಕಿಂತ ಆ ಗುಹೆಯ ಸಹವಾಸವೇ ಹೆಚ್ಚಾಗಿರುವುದರಿಂದ ಅವರ ಬುದ್ಧಿಗೆ ಮಂಕು ಕವಿದಂತೆ ಕಾಣುತ್ತಿದೆ. ಯಾವುದಕ್ಕೂ ಫಾತಿಮಾಳು ಸ್ವಲ್ಪ ನಡೆದಾಡುವಂತಾದಮೇಲೆ ಅಣ್ಣನ ಬಳಿ ಹೋಗಿ ಯಾವುದಾದರೊಂದು ಸೈತಾನ ಅಥವಾ ಏನಾದರು ಬಡಿದುಕೊಂಡಿದೆಯೋ ವಿಚಾರಿಸಿಕೊಂಡು ಬರಬೇಕು.

6

ಕತ್ತಲಾಯಿತು. ಮನೆಯಲ್ಲೆಲ್ಲಾ ತೈಲದ ದೀಪವನ್ನು ಬೆಳಗಿಸಿ ಊಟ ಮಾಡಿ ಮಲಗಿದೆವು. ಮಧ್ಯ ರಾತ್ರಿ ಆದರೂ ಏಕೋ ನಿದ್ರೆ ಬರುತ್ತಿಲ್ಲ. ಅವರು ಎರಡು ಮಕ್ಕಳನ್ನು ಅಕ್ಕ ಪಕ್ಕ ಮಲಗಿಸಿಕೊಂಡು ಹಜಾರದ ಮಂಚದ ಮೇಲೆ ಮಲಗಿದ್ದರೆ ನಾನು ಫಾತಿಮಾಳೊಂದಿಗೆ ಕೋಣೆಯಲ್ಲಿ ಮಲಗಿದೆ. ಅರ್ದ ರಾತ್ರಿಯಾದರು ನಿದ್ರೆ ಬರಲಿಲ್ಲ ಎಷ್ಟೆ ಮಗ್ಗಲು ಬದಲಾಯಿಸಿದರು ನಿದ್ರೆ ಸುಳಿಯಲಿಲ್ಲ. ಕಾಸಿಮನ ನಂತರ ಹುಟ್ಟಿದ ಅಬ್ದುಲನ ನೆನಪು ಮತ್ತೆ ಮತ್ತೆ ಬರುತ್ತಿದೆ. ಎಷ್ಟೊಂದು ಮುದ್ದಾಗಿದ್ದ. ಅವನ ತುಂಟಾಟ ನೋಡುವುದಕ್ಕೆ ಎಷ್ಟೊಂದು ಚನ್ನವಿತ್ತು. ಹುಟ್ಟಿ ಒಂದು ವರ್ಷಕ್ಕೆ ಪುಟ್ಟ ಪುಟ್ಟ ಹೆಜ್ಜೆಗಳನ್ನು ಇಡುತ್ತಾ ಮನೆಯ ತುಂಬಾ ಓಡಾಡುತ್ತಿದ್ದ. ತೊದಲು ನುಡಿಯಿಂದ ಅಮ್ಮಾ ಎಂದು ಕರೆಯುವಾಗಲಂತು ನನ್ನ ತಾಯ್ತನ ಉಕ್ಕಿ ಬರುತ್ತಿತ್ತು. ಅವನ ನಡೆನುಡಿ,ಮುಖ,ದೇಹ ಇಂದಿಗೂ ನನ್ನ ಕಣ್ಣಮುಂದೆ ಕಟ್ಟಿದಂತಿದೆ. ಅವರಪ್ಪನ ಹೆಗಲ ಮೇಲೆ ಹತ್ತಿ ಆಟವಾಡುವುದನ್ನು ನಾನು ಎವೆಯಿಕ್ಕದೆ ನೋಡುತ್ತಿದೆ.

ಅವನಿಗೆ ಎರಡು ವರ್ಷ ತುಂಬಿದಾಗ ಊರ ತುಂಬಾ ಬರಗಾಲ ಬಿತ್ತು. ಕುದುರೆ, ಒಂಟೆ, ಮೇಕೆ, ಕುರಿ ಇನ್ನಿತರ ಸಾಕು ಪ್ರಾಣಿಗಳಿಗೆ ಆಹಾರ ಸಿಗದೇ ಹೋಯಿತು. ಮಳೆಯಂತು ನಮ್ಮ ನಗರವನ್ನು ಆ ವರ್ಷ ಮರತೆ ಬಿಟ್ಟಿತೆನೋ... ಎಲ್ಲೆಲ್ಲು ಹಾಹಾಕಾರ ತಲೆದೂರಿ ಊರ ಜನರು ಬೇಸತ್ತು ಒಬ್ಬೊಬ್ಬರೇ ಊರು ಬಿಟ್ಟು ಹೋಗಲಾರಂಭಿಸಿದರು.ಅದೇ ಸಮಯಕ್ಕೆ ಸಾಂಕ್ರಾಮಿಕ ರೋಗವೊಂದು ಬಂದು ನಗರದ ಬಹುಪಾಲು ಜನರು ಸತ್ತರು.

ಆ ರೋಗ ಅಬ್ದುಲನಿಗು ಬಂತು... ಸುಮಾರು ಹದಿನೈದು ದಿನ ನರಳಿ ನರಳಿ ಸತ್ತಿತು. ಯಾವುದೇ ಗಿಡಮೂಲಿಕೆಯೂ ಅವನಿಗೆ ನಾಟಲಿಲ್ಲ. ನನಗಂತು ದಿಕ್ಕೆ ತೋಚದಂತಾಗಿ ಒಂದು ವಾರ ಹಾಸಿಗೆ ಹಿಡಿದು ಮಲಗಿಬಿಟ್ಟೆ. ಊಟವನ್ನು ಮಾಡಲು ಕೂಡ ಮನಸ್ಸಾಗದೇ ಒಣಗಿದ ಮರದಂತಾಗಿದ್ದೆ.

"ನೀನು ಹೀಗೆ ಹಾಸಿಗೆ ಹಿಡಿದರೇ ಝೈದ್ ಮತ್ತು ಝೈನಬಳ ಗತಿ ಏನಾಗಬೇಕು. ಈ ಮಗ, ಮಗಳ ಮುಖವನ್ನು ನೋಡು" ಎಂದು ಅವರು ತಮ್ಮ ಎದೆಯ ದುಃಖವನ್ನು ನುಂಗಿ ನನಗೆ ಸಮಾಧಾನ ಹೇಳಿದರು.

ಹಿರಿಯ ಮಗಳ ಮುಖ ನೋಡಿ ಒಂದಷ್ಟು ಚೇತರಿಸಿಕೊಂಡೆ. ಅದೃಷ್ಟವಶಾತ್ ಆ ಸಾಂಕ್ರಾಮಿಕ ರೋಗ ನಮ್ಮ ಇನ್ನುಳಿದ ಮಕ್ಕಳನ್ನಾದರು ಬಿಟ್ಟಿತಲ್ಲ ಎಂದು ನಿಟ್ಟುಸಿರು ಬಿಟ್ಟಿದ್ದೆ.

ಇಂದು ಅವಳು ಮತ್ತು ಇವರು ಕೂಡ ಸುಖವಾಗಿರುವದನ್ನು ಕಂಡರೆ ಆನಂದವಾಗುತ್ತದೆ. ಆದರೂ ಆ ಇಬ್ಬರು ಮಕ್ಕಳ ನೆನಪು ಬಂದರೇ ಈಗಲೂ ಕಣ್ಣಂಚಿನಲ್ಲಿ ಹನಿಗಳು ತುಂಬಿ ಬರುತ್ತದೆ.

ಆಮೇಲೆ ಎರಡು ವರ್ಷಗಳ ನಂತರ ರುಖಿಯಾ ಹುಟ್ಟಿದಳು. ಮೂರು ವರ್ಷಗಳ ನಂತರ ಉಮ್ಮು ಕುಲ್ಸೂಮ್ ಹುಟ್ಟಿದಳು ಈಗ ಫಾತಿಮಾ ಹುಟ್ಟಿದ್ದಾಳೆ. ಅಲ್ಲಾಹನ ದಯದಿಂದ ಇವರು ಆರೋಗ್ಯವಾಗಿ ಗಟ್ಟಿಮುಟ್ಟಾಗಿದ್ದಾರೆ. ಆದರೂ ಆ ಇಬ್ಬರು ಬದುಕಬೇಕಾಗಿತ್ತು ಎಂಬ ನೋವು ಒಂದೆಡೆ ಇದ್ದೇ ಇದೆ. ಇನ್ನು ಮುಂದಾದರು ನನಗೆ ಮಕ್ಕಳಾಗುತ್ತವೆಯಾ ಎಂದು ನಿಖರವಾಗಿ ಹೇಳುವುದು ಕಷ್ಟ ಏಕೆಂದರೆ ನನಗೀಗಾಗಲೇ ಐವತ್ತನಾಲ್ಕು ವರ್ಷ.ಮುಟ್ಟು ಕೂಡ ನಿಲ್ಲುತಿದೆ.

ದೈಹಿಕವಾಗಿ ಅಷ್ಟೊಂದು ಸದೃಢವಾಗಿಲ್ಲ. ಈಗಲೇ ತಲೆ ಕೂದಲುಗಳು ಅಲ್ಪಸ್ವಲ್ಪ ಬೆಳ್ಳಗಾಗಿವೆ. ಇನ್ನೂ ಮುಂದೆ ಮಕ್ಕಳಾಗಲಿಕ್ಕಿಲ್ಲ. ಇವರಿಗಿಂತ ನಾನು ವಯಸ್ಸಿನಲ್ಲಿ ದೊಡ್ಡವಳಿದ್ದರು ಕೂಡ ನನ್ನ ಮೇಲೆ ತಿರಸ್ಕಾರವನ್ನು ತೋರಿಸಿ ಮಗ್ಗಲು ಬದಲಾಯಿಸಿದವರಲ್ಲ. ಈಗಲೂ ನನ್ನ ಮೇಲೆ ಮೊದಲಿನ ಪ್ರೇಮವೆ ಇಟ್ಟುಕೊಂಡಿದ್ದಾರೆ. ಇವರು ನಿಜವಾಗಿಯೂ ಹೃದಯವಂತರು ಎಂದು ನೆನೆದು ಮನಸ್ಸು ತುಂಬಿ ಬರುತ್ತಿದೆ.

ಒಂದು ಬಾರಿ ಮಾತು ಬಂದಾಗ

"ನಮಗೆ ನಾಲ್ಕು ಮಕ್ಕಳು ಹೆಣ್ಣೆ ಆದವು ಒಂದು ಗಂಡು ಮಗು ಇದ್ದರೇ ಚನ್ನವಿತ್ತು ಅಲ್ಲವೇ!?" ಎಂದಾಗ.

"ಮಕ್ಕಳಲ್ಲಿ ಹೀಗೆಲ್ಲಾ ಬೇದಭಾವ ಮಾಡಬಾರದು. ಎಲ್ಲರೂ ಅಲ್ಲಾಹನ ಮಕ್ಕಳು. ದೇಹದೃಷ್ಟಿಯಿಂದ ನೋಡಿದರೆ... ಗಂಡು ಹೆಣ್ಣು ಎಂಬ ವ್ಯತ್ಯಾಸ ಕಾಣಿಸುತ್ತದೆ, ಅದೇ ಆತ್ಮದೃಷ್ಟಿಯಿಂದ ನೋಡಿದರೇ ಈ ವ್ಯತ್ಯಾಸ ಕಾಣಿಸುವುದಿಲ್ಲ" ಅವರ ಮಾತಿಗೆ ನಾನು ಮೂಕಳಾಗಿದ್ದೆ.

ಎಷ್ಟೋ ಹೊತ್ತಿನ ನಂತರ ನಿದ್ದೆ ಬಂತು.

ಅಧ್ಯಾಯ: ಮೂರು

1

ದಿನಗಳು ಉರುಳಿದವು. ಬೇಸಿಗೆ ತಿಂಗಳು ಕಳೆದು ಮಳೆಗಾಲ ಪ್ರಾರಂಭವಾದರು ಮಳೆಯಾಗುವ ಮೂನ್ಸುಚನೆ ಕಾಣುತ್ತಿಲ್ಲ. ಪಶು ಪಕ್ಷಿಗಳು ಇನ್ನೂ ಬಾಯಿ ತೆಗೆದುಕೊಂಡೆ ಕುಳಿತಿವೆ. ಈ ವರ್ಷದ ಬೇಸಿಗೆಯಂತು ಎಲ್ಲರನ್ನು ಹಿರಿದು ಹಿಪ್ಪೆ ಮಾಡಿತು. ಎಲ್ಲೆಲ್ಲೂ ಹಾಹಾಕಾರ ಮುಗಿಲು ಮುಟ್ಟಿದೆ. ನೀರಿನ ಅಭಾವ ಉಂಟಾಗಿ 'ಝುಮ್ ಝುಮ್ ಕೊಳ'ದ ನೀರಿನ ಮಟ್ಟವು ಕೆಳ ಸೇರಿದೆ ಎಂದು ಮಾತನಾಡಿಕೊಳ್ಳುತ್ತಿದ್ದಾರೆ.

ಈ ವರ್ಷ ಏಕೋ ಅಲ್ಲಾಹನು ನಮ್ಮ ಮೇಲೆ ಮುನಿಸಿಕೊಂಡಂತೆ ಬಾಸವಾಗುತ್ತಿದೆ. ಸೆಕೆಯಿಂದ ಕೆಲ ಪ್ರಾಣಿ ಪಕ್ಷಿಗಳು ಸತ್ತವು. ಸುತ್ತಮುತ್ತ ಹೊಲಗಳಲ್ಲಿ ಬಿತ್ತಿದ್ದ ಕಾಳು ಕಡಿ ದವಸ ಧಾನ್ಯಗಳು ಕೂಡ ಅಷ್ಟಾಗಿ ಸಂತೆಗೆ ಬರುತ್ತಿಲ್ಲವಂತೆ. ಬಡವರ ಕಷ್ಟವಂತು ಹೇಳುವುದೆ ಬೇಡ. ಅವರಿಗಾಗಿ ನಮ್ಮ ಮನೆಯ ದಾಸ್ತಾನುಗಳನ್ನು ಇವರು ಕೊಟ್ಟಿದ್ದಾರೆ. ಕೆಲವರಿಗೆ ಇಲ್ಲಿಯೇ ಊಟದ ವ್ಯವಸ್ಥೆ ಮಾಡಿದ್ದಾರೆ. ಆದರೂ ಇನ್ನು ಹಾಹಾಕಾರ ಇದ್ದೆ ಇದೆ. ಇಂತಹ ಸಮಯವನ್ನು ನೋಡಿಕೊಂಡು ದರೋಡೆಕೋರರು ನಮ್ಮ ನಗರದ ಮೇಲೆ ಮುತ್ತಿಗೆ ಹಾಕಿದರೂ ಹಾಕಬಹುದು.

ಏಕೋ ಮನಸ್ಸಿಗೆ ನೋವಾಗುತ್ತಿದೆ.

ಅವರು ಕೂಡ ಎಲ್ಲವನ್ನು ನೋಡಿ, ಮರುಗಿ, ಕಣ್ಣು ಮುಚ್ಚಿಕೊಂಡು ದೂರದ ಹಿರಾ ಗುಹೆಯಲ್ಲಿ ಕುಳಿತುಬಿಡುತ್ತಾರೆ. ಇತ್ತೀಚೆಗೆ ಮನೆಯಲ್ಲಿ ಇರುವದಕ್ಕಿಂತ ಅಲ್ಲಿರುವದೇ ಹೆಚ್ಚಾಗುತ್ತಿದೆ. ಫಾತಿಮಾ ಒಂದಷ್ಟು ಅಂಬೆಗಾಲು ಇಟ್ಟುಕೊಂಡು ನಡೆದಾಡುವುದನ್ನು ಕಲಿತು ಗೋಡೆಗಳನ್ನು ತಾನೇ ಸ್ವಂತ ಬಲದಿಂದ ಹಿಡಿದು ಎದ್ದು ನಿಂತು ನಡೆಯುವುದನ್ನು ಕಲಿತಿದ್ದಾಳೆ. ಇನ್ನು ಕೆಲ ದಿನಗಳು ಕಳೆದರೆ ಸ್ವತಂತ್ರವಾಗಿ ನಡೆಯಬಲ್ಲಳು.

'ಝೈನಬ'ಳನ್ನು ನೋಡಿಕೊಂಡು ಬರಬೇಕು ಎಂದು ನನ್ನ ಮನಸ್ಸು ಆಗಾಗ ಹೇಳುತ್ತಲೇ ಇರುತ್ತದೆ. ಇಲ್ಲೆ ಪಕ್ಕದ ಬೀದಿಯಲ್ಲಿಯೇ ಇದ್ದರು ಇನ್ನುವರೆಗು ಹೋಗಲಾಗಿಲ್ಲ. ಅವಳಿಗೂ ಈಗ ಮೂರು ತಿಂಗಳಂತೆ. ಇನ್ನು ಮೂರು ತಿಂಗಳು ಬಿಟ್ಟು ಇಲ್ಲಿಗೆ ಕರೆದುಕೊಂಡು ಬಂದು ಬಾಣಂತನವನ್ನು ಮಾಡಬೇಕು. ಅಲ್ಲಿ ಸುಖವಾಗಿಯೇ ಇದ್ದಾಳೆ ಎಂದು ಇವರು ಆಗಾಗ ಅಲ್ಲಿಗೆ ಹೋಗಿ ಬಂದು ಹೇಳುತ್ತಲೇ ಇರುತ್ತಾರೆ. ಆದರೂ ನನಗೆ ತೃಪ್ತಿ ಇಲ್ಲ ಯಾವುದಕ್ಕೂ ಒಂದುದಿನ ಭರ್ಜರಿಯಾಗಿ ಅಡುಗೆ ಮಾಡಿಕೊಂಡು ಹೋಗಿ ನೋಡಿಕೊಂಡು ಬರಬೇಕು.

ಹೊತ್ತು ನೆತ್ತಿಯ ಮೇಲೆ ಬಂತು. ಸೂರ್ಯನ ಬಿಸಿಲು ಹೊರಗಡೆ ಹಾಸಿ ಮಲಗಿತ್ತು. ಮಕ್ಕಳು ಊಟ ಮಾಡಿ ಮಲಗಿದರು ಈ ಬಿಸಿಲಿನ ಝಳಕ್ಕೆ ಎಲ್ಲಿ ಏಳುತ್ತವೆಯೋ ಎಂಬ ಚಿಂತೆ. ನಫೀಸಾ ಬೀಸಣಿಕೆಯಿಂದ ಅವರಿಗೆ ಗಾಳಿ ಬಿಸುತ್ತಾ

"ಅಲ್ಲಿ ನೋಡು ಮುಹಮ್ಮದರು ಯಾರೋ ಒಬ್ಬ ಬಾಲಕನ್ನು ಕರೆದುಕೊಂಡು ಬರುತ್ತಿದ್ದಾರೆ" ನಫೀಸಾಳು ಅತ್ತಕಡೆ ಕೈ ಮಾಡಿ ತೋರಿಸಿದಳು.

ಅವರ ಬಲಗೈಯನ್ನು ಹಿಡಿದುಕೊಂಡಿದ್ದ ಬಾಲಕ ಸುಮಾರು ಏಳೆಂಟು ವರ್ಷದವನಿದ್ದಾನೆ. ಬಿಳಿ ಜುಬ್ಬಾ ಹಾಕಿಕೊಂಡಿದ್ದಾನೆ. ತಲೆಯ ಕೂದಲುಗಳು ಕೆದರಿವೆ. ಶುಭ್ರ ಬಿಳಿ ಮುಖದಲ್ಲಿ ದೈವ ಕಳೆ ಇದ್ದರು. ಕಣ್ಣುಗಳು ಮಂಕಾಗಿವೆ. ಅವರ ಅರ್ಧದಷ್ಟು ಎತ್ತರವಿದ್ದಾನೆ. ನಡಿಗೆಯಲ್ಲಿ ಉತ್ಸಾಹ ಇದ್ದಂತೆ ಕಾಣುತ್ತಿಲ್ಲ, ಊಟವಿಲ್ಲದೇ ಸೊರಗಿದಂತೆ ಕಾಣುತ್ತಿದ್ದಾನೆ.

"ಈ ಹುಡುಗನಾರು!?" ಕುತೂಹಲದಿಂದ ಕೇಳಿದೆ.

"ನನ್ನ ಗೆಳೆಯ ಮುತಲಿಬ್ ಇಲ್ಲವೇ... ಅವನ ಮಗ, 'ಅಲಿ' ಎಂದು ಇವನ ಹೆಸರು". ಮಗು ನನ್ನನ್ನೆ ನೋಡುತ್ತಿತ್ತು. ಹಸಿವು ಅವನ ಮುಖದಲ್ಲಿ ಎದ್ದು ಕಾಣುತ್ತಿದ್ದರಿಂದ ಮುಂದೆ ಏನು ಮಾತನಾಡದೆ

"ನಫೀಸಾ ಇವನನ್ನು ಒಳಗೆ ಕರೆದುಕೊಂಡು ಹೋಗಿ ಊಟ ಮಾಡಿಸು" ಎಂದೆ.

ನನಗೆ ಮುತಲಿಬ್ ಕುರಿತು ಇವರು ಹೇಳಿದ್ದರಾದರು ನಾನು ಒಂದು ದಿನವು ಅವರನ್ನು ನೋಡಿರಲಿಲ್ಲ ಈ ಮಗುವನ್ನು ಕೂಡ.

ಅವನು ನಫೀಸಾಳ ಕೈ ಹಿಡಿದು ಒಳಗೆ ಹೋದ ಮೇಲೆ...

"ಈ ಹುಡುಗನನ್ನೆಕೆ ಕರೆದುಕೊಂಡು ಬಂದಿರಿ!?" ಸಹಜವಾಗಿ ಕೇಳಿದೆ.

ಅವರು ಈಗ ಹಜಾರದ ಮೇಲೆ ಬಂದು ಮಂಚದ ಮೇಲೆ ಕುಳಿತು ಬೀಸಣಿಕೆಯಿಂದ ಬೀಸಿಕೊಳ್ಳಲಾರಂಭಿಸಿದರು. ಉಟ್ಟ ಬಿಳಿ ಜುಬ್ಬಾ ಬಿಸಿಲಿನಿಂದ ಒದ್ದೆಯಾಗಿ ಬೆವರಿನ ವಾಸನೆ ಬರುತ್ತಿತ್ತು. ಅವರ ಕೈಯಿಂದ ಆ ಬೀಸಣಿಕೆ

ತೆಗೆದುಕೊಂಡು ನಾನೇ ನಿಧಾನವಾಗಿ ಅವರಿಗೆ ತಂಪು ಗಾಳಿಬರುವಂತೆ ಬೀಸಲಾರಂಭಿಸಿದೆ.

ಅವರು ಅರೆ ಘಳಿಗೆ ವಿಶ್ರಾಂತಿ ಪಡೆದು.

ತಮ್ಮ ನೀಳವಾದ ಕಪ್ಪು ಗಡ್ಡವನ್ನು ನಯವಾಗಿ ಸವರಿಕೊಂಡು.

"ಈ ವರ್ಷ ಬಹಳಷ್ಟು ಬರಗಾಲ ಬಿದ್ದಿದ್ದರಿಂದ ನನ್ನ ಗೆಳೆಯ ಮುತಲಿಬ್ ದಂಪತಿಗಳಿಗೆ ವಿಪರೀತ ಬಡತನ ಬಂದಿದೆ. ತುತ್ತು ಆಹಾರಕ್ಕು ಪರದಾಡುವ ಪರಿಸ್ಥಿತಿ ಬಂದಿದ್ದರಿಂದ ಈ ಮಗುವನ್ನು ಕರೆದುಕೊಂಡು ಬಂದೆ" ಬಡವರು, ದೀನ ದಲಿತರನ್ನು ಕಂಡರೇ ಇವರ ಮನಸ್ಸು ರೋದಿಸುತ್ತಿತ್ತು. ಹಿಂದೆ ಅದೆಷ್ಟೋ ಬಾರಿ ಈ ರೀತಿ ಬಡವರಿಗೆ ತಮ್ಮ ಕೈಲಾದ ಸಹಾಯ ಮಾಡಿದ್ದನ್ನು ನಾನು ನೆನಪಿಸಿಕೊಂಡೆ.

"ಅಷ್ಟೊಂದು ತೊಂದರೆ ಆಗಿದ್ದರೇ ಅವರನ್ನು ಇಲ್ಲಿಗೆ ಕರೆದುಕೊಂಡು ಬರಬಹುದಿತ್ತಲ್ಲ?" ಅವರ ಮುಖವನ್ನೆ ನೋಡುತ್ತಾ ಕೇಳಿದೆ. ಮುಖ ಬಾಡಿದಂತಿತ್ತು.

"ಬನ್ನಿ ಎಂದು ಎಷ್ಟೇ ಹೇಳಿದರು ಸ್ವಾಭಿಮಾನಿಗಳಾದ ಅವರು ಬರಲು ನಿರಾಕರಿಸಿದರು. ನಾನೇ ಬಲವಂತ ಮಾಡಿ ಈ ಮಗುವನ್ನು ಕರೆದುಕೊಂಡು ಬಂದೆ."

"ಒಳ್ಳೆಯ ಕೆಲಸ ಮಾಡಿದಿರಿ. ಈಗ ನೀವು ಊಟ ಮಾಡಿ ನಂತರ ಕುದುರೆಯ ಮೇಲೆ ಮನೆಯಲ್ಲಿರುವ ಕೆಲ ದವಸ ಧಾನ್ಯಗಳನ್ನು ಹೇರಿಕೊಂಡು ಹೋಗಿ ಅವರಿಗೆ ಕೊಟ್ಟು ಬನ್ನಿ, ಸಾಧ್ಯವಾದರೇ ಕೆಲ 'ದಿರ್ಹಾಮ್'ಗಳನ್ನು ಕೊಟ್ಟು ಬನ್ನಿ" ನನ್ನ ಮಾತಿಗೆ ಸಮ್ಮತಿಸುವಂತೆ ತಲೆಯನ್ನು ಮೇಲೆ ಕೆಳಗೆ ಮಾಡಿ ಮನೆಯ ಆಳು 'ಮೈಸರ'ನ್ನು ಕರೆದು ಮನೆಯ ಕೊಠಡಿಯಲ್ಲಿರುವ ಕೆಲ ದವಸ ಧಾನ್ಯಗಳನ್ನು ಕುದುರೆ ಗಾಡಿಗೆ ಹೇರಿಕೊಂಡು ಹೋದರು.

2

ಆ ಅಲ್ಲಾಹನು ನಮಗೇನು ಕಡಿಮೆ ಮಾಡಿಲ್ಲ. ಇದ್ದುದರಲ್ಲಿ ಒಂದಷ್ಟು ಹಂಚಿಕೊಂಡು ತಿಂದರೇ ಇವರಿಗೂ ಒಂದಷ್ಟು ನೆಮ್ಮದಿ ಎನಿಸುತ್ತದೆ. ಹಸಿವು ಎಂದು ಮನೆ ಬಾಗಿಲಿಗೆ ಬಂದವರನ್ನು ಇವರು ಅದೆಷ್ಟೋ ಬಾರಿ ಒಳಗೆ ಕರೆದು ಊಟ ಮಾಡಿ ಕಳುಹಿಸಿದ್ದು ನಾನು ಮರೆಯಲು ಸಾಧ್ಯವೇ ಇಲ್ಲ. ಹೀಗಾಗಿ ಊರಿನ ಜನರಿಗೆ ಇವರನ್ನು ಕಂಡರೇ ತುಂಬಾ ಗೌರವ ಕೊಡುತ್ತಾರೆ. 'ಇದಕ್ಕೆಲ್ಲಾ ನೀನೆ ಕಾರಣ' ಎಂದು ನನ್ನನ್ನು ಹೋಗಳುವುದು ಉಂಟು ಆದರೂ 'ನಿಮ್ಮಷ್ಟು ವಿಶಾಲ ಮನಸ್ಸು ನನ್ನದಲ್ಲ' ಎಂದು ಮಾತು ಬದಲಾಯಿಸುತ್ತೇನೆ.

ಇವರ ಈ ಗುಣವೇ ನನಗೇ ಇಷ್ಟವಾಯಿತು. ಇದೊಂದೇ ಅಲ್ಲ ಹಲವಾರು ಗುಣಗಳು ಇಷ್ಟವಾಗಿ ನಾನಿವರನ್ನು ಅಂದು ಮದುವೆಯಾದೆ. ಆ ದಿನಗಳನ್ನು ನೆನಪು ಮಾಡಿಕೊಂಡರೆ ಮನಸ್ಸು ತುಂಬಿ ಬರುತ್ತದೆ. ಹೃದಯ ಕುಣಿದಂತಾಗುತ್ತದೆ. ಬರಡಾದ ನನ್ನ ಜೀವನಕ್ಕೆ ತಂಪು ನೀರಿನ ಝರಿಯಂತೆ ಬಂದು ಬದುಕನ್ನು ಹಸನು ಮಾಡಿದರು. ದಾರಿ ಕಾಣದೇ ದಿಕ್ಕಾಪಾಲಾಗಿ ಹೋಗುತ್ತಿದ್ದ ನನ್ನ ಜೀವನ ಚಕ್ರಕ್ಕೆ ಮಾರ್ಗ ತೋರಿಸಿ ಕೈ ಹಿಡಿದು ನಡೆಸಿದರು.

ಈಗ್ಗೆ ಐವತ್ತನಾಲ್ಕು ಐವತ್ತೈದು ವರ್ಷಗಳ ಹಿಂದೆ ನಾನು ಜನಿಸಿದಾಗ ಅಪ್ಪ 'ಖುವೈಲಿದ್ ಬಿನ್ ಅಸದ್' ಮತ್ತು ತಾಯಿ 'ಫಾತಿಮಾ ಬಿಂತಿ ಝಾಯಿದ'ಳು ನನ್ನನ್ನು ಎಷ್ಟೊಂದು ಪ್ರೀತಿಯಿಂದ ಬೆಳೆಸಿದರು. ನನ್ನಕ್ಕ 'ಉಮ್ ಹಬೀಬ್' ನನಗಿಂತ ಮೂರು ವರ್ಷ ದೊಡ್ಡವಳು ಈಗ ಮೊದವೆಯಾಗಿ ಪಕ್ಕದ ಬೀದಿಯಲ್ಲಿಯೇ ಗಂಡ ಮಕ್ಕಳೊಂದಿಗೆ ಚನ್ನಾಗಿದ್ದಾಳೆ.

ಎಲ್ಲರಂತೆ ನನ್ನ ಬಾಲ್ಯವೂ ಸುಖವಾಗಿ ಕಳೆಯಿತು. ನಮ್ಮದು ಮೊದಲೇ ಶ್ರೀಮಂತ ಕುಟುಂಬ ಅಪ್ಪ ಆ ಕಾಲದಲ್ಲಿಯೇ ಪ್ರಸಿದ್ದ ವ್ಯಾಪಾರಿಗಳಾಗಿ ಹೆಸರು ಪಡೆದಿದ್ದರು. ಸುಖ ಸಮೃದ್ಧಿ ಹೇರಳವಾಗಿದ್ದರಿಂದ ತಿಂದುಂಡು ಗಟ್ಟಿಯಾಗಿಯೇ ಬೆಳೆದೆ. ಹನ್ನೆರಡು ವರ್ಷಕ್ಕೆ ಮೈ ನೆರೆತಿದ್ದರಿಂದ ಮುಂದೆ ಒಂದೇ ವರ್ಷಕ್ಕೆ ಮದುವೆ ಮಾಡಲು ಮುಂದಾದರೂ...

"ನನಗೆ ಇಷ್ಟು ಬೇಗ ಮದುವೆ ಬೇಡ" ಎಂದು ಹಟ ಮಾಡಿದೆ.

"ನೀನು ಸುಮ್ಮನಿರು ನಿಮ್ಮಪ್ಪನನ್ನು ಮದುವೆಯಾಗುವಾಗ ನಾನಿನ್ನು ತೊಟ್ಟಿಲಲ್ಲೆ ಇದ್ದೆ ಆಗಲೇ ನನ್ನಪ್ಪ ಮದುವೆಮಾಡಿದ್ದರು. ನೀನು ದೊಡ್ಡವಳಾಗಿ ಆಗಲೇ ವರ್ಷ ಕಳೆಯಲು ಬಂತು ಇನ್ನು ಮದುವೆ ಮಾಡಿಲ್ಲವೇ.. ಎಂದು ನಮ್ಮ ಸಂಬಂಧಿಕರೆಲ್ಲರೂ ಕೇಳುತ್ತಿದ್ದಾರೆ. ಕೆಲವರಂತು 'ನಿಮ್ಮ ಮಗಳನ್ನು ನಮ್ಮ ಮಗನಿಗೆ ಕೊಡಿ', ನಮಗೆ 'ಕೊಡಿ' ಎಂದು ತುದಿಗಾಲ ಮೇಲೆ ನಿಂತಿದ್ದಾರೆ. ಅವರಿಗೆ ಎಷ್ಟು ಅಂತಾ ನಾವು ಉತ್ತರ ಕೊಡುವುದು" ಎಂದು ಅಮ್ಮ ನನ್ನ ಬಾಯಿ ಕಟ್ಟಿ ಹಾಕಿ ಮದುವೆ ಹುಡುಗನನ್ನು ತೋರಿಸಿಯೇ ಬಿಟ್ಟರು.

ಹುಡುಗನ ಹೆಸರು 'ಅಬೂಹಾಲ' ಎಂದು ಸುಮಾರು ಹದಿನೇಳು ಹದಿನೆಂಟರ ಪ್ರಾಯ, ಹುರಿ ಮೀಸೆ, ತಿದ್ದಿ ತಿಡಿದ ಮುಖ, ಕುರುಚಲು ಗಡ್ಡದಿಂದ ಸುಂದರವಾಗಿದ್ದ. ಮನೆಯವರಿಗೆ ಇಷ್ಟವೂ ಆದ. ಹ್ಞಾಂ ಇವನಿಗಿಂತಲೂ ಮುಂಚೆ ನಮ್ಮ ಸಂಭಂದಿಕರಲ್ಲಿ ಒಬ್ಬನಾದ 'ವರಕಬಿನ್ ನೌಫಲ್' ಎಂಬ ಹುಡುಗ ನನ್ನನ್ನು ಆಗಲೇ ಮೆಚ್ಚಿ ಮದುವೆಯ ಪ್ರಸ್ತಾಪವನ್ನು ಅಪ್ಪನ ಮುಂದೆ ಇಟ್ಟಿದ್ದನಂತೆ. ಆದರೆ, ಅಪ್ಪ ಇವನನ್ನು ತಿರಸ್ಕರಿಸಿ 'ಅಬೂಹಾಲ'ಗೆ ಕೊಟ್ಟು ಮದುವೆ ಮಾಡಿದರು.

ನಿಜ ಹೇಳಬೇಕೆಂದರೆ, ಆ ವಯಸ್ಸಿನಲ್ಲಿ ನಾನು ನೋಡಲು ಸುಂದರಳಾಗಿದ್ದೆ. ಹುಣ್ಣಿಮೆ ಚಂದ್ರನಂತಹ ಮುಖ, ತೀಡಿದ ಹುಬ್ಬು, ಬಾದಾಮಿಯಾಕಾರ ಕಣ್ಣುಗಳು.ನೀಳ ಮೂಗು, ಕುಳಿ ಬಿಳುವ ಗಲ್ಲಗಳು, ಸಣ್ಣ ಹಣೆ, ತಲೆಯ ತುಂಬಾ ಇಳಿಬಿದ್ದ ಕಪ್ಪು ಕೂದಲುಗಳು, ಮೋಹಕವಾದ ಮೈಮಾಟದಿಂದ ಆಕರ್ಷಕವಾಗಿ ಕಾಣುತ್ತಿದೆ. ಹೀಗಾಗಿ ಅಂದು ನನ್ನನ್ನು ಮದುವೆಯಾಗಲು ಬಹಳಷ್ಟು ಪ್ರಸ್ತಾಪ ಬಂದಿದ್ದು ಅಚ್ಚರಿಯೇನು ಅನಿಸಲಿಲ್ಲ.

ಈಗ ಹೇಗಿದ್ದಿನಿ!?

ವಯಸ್ಸು ಐವತ್ತರ ಗಡಿ ದಾಟಿದೆ.

ಕನ್ನಡಿಯ ಮುಂದೆ ನಿಂತರೇ ಕಳೆದುಹೋದ ಆ ಸೌಂದರ್ಯದ ಮೈಮಾಟ ನೆನಪಿಗೆ ಬರುತ್ತಿದೆ. ಮುಖದ ಮೇಲೆ ಒಂದೆರಡು ಸುಕ್ಕುಗಳು ಕಾಣುತ್ತಿವೆ. ತಲೆಗೂದಲುಗಳು ಅಲ್ಲಿಷ್ಟು ಇಲ್ಲಿಷ್ಟು ಬಿಳಿಯಾಗಿವೆ. ದೇಹದಲ್ಲಿ ಶಕ್ತಿಯಿದ್ದರು ಮೊದಲಿನಷ್ಟು ಉತ್ಸಾಹವಿಲ್ಲ. ಆಗ ಹುಡುಗುಬುದ್ಧಿ ಈಗ ಪ್ರೌಢತೆ ಬಂದು ಬುದ್ಧಿಯೇನೋ ಮಾಗಿ ವ್ಯವಹಾರ ಜ್ಞಾನ ಹೆಚ್ಚಿದೆ. ಯಾವುದು ಸರಿ ಯಾವುದು ತಪ್ಪು ಎಂಬ ಕಲ್ಪನೆ ಇದೆ. ಆದರೆ, ಆಗ!?

ಮದುವೆಯಾಗಿ ಒಂದು ವರ್ಷಕ್ಕೆ 'ಹಿಂದ್' ಹುಟ್ಟಿದ. ನಂತರ 'ಹಾರಿಸ್' ಎಂಬ ಇಬ್ಬರು ಗಂಡು ಮಕ್ಕಳಾದ ಮೇಲೆ ಅವರು ಸತ್ತರು. ವಿಧವೆಯಾದೆ. ಆಗ ನನಗೆ ಕೇವಲ ಹದಿನೆಂಟು ವರ್ಷ.

ಪ್ರಪಂಚ ತಿಳಿಯುವ ಮುನ್ನವೆ ವಿದವೆಯಾದ ನನ್ನನ್ನು ನೋಡಿ ಅಪ್ಪ ಅಮ್ಮ ಕಣ್ಣಿರು ಹಾಕುತ್ತಿರುವಾಗಲೇ ಹುಟ್ಟಿದ ಮಕ್ಕಳು ಕೂಡ ಸತ್ತವು. ನಾನು ಆಗ ಅತ್ತು ಅತ್ತು ಕಣ್ಣಿರು ಸುರಿಸಿದೆ. ನನ್ನ ಕಣ್ಣಿರಿನ ಸೆಳವು ಝುಮ್ ಝುಮ್ ಬಾವಿಯ ಹರಿವನ್ನು ಹೆಚ್ಚಿಸುತ್ತಿತ್ತೇನೋ!?

ಜೀವನವೆಂದರೇ ಇಷ್ಟೇನಾ? ಇದಕ್ಕಾಗಿಯೇ ನಾನು ಇಷ್ಟು ಬೇಗ ಮದುವೆಯಾಗಿದ್ದು? ಎಂದು ನನ್ನೊಳಗೆ ನಾನು ಕೇಳಿಕೊಂಡೆ ಉತ್ತರವೇನು ಸಿಗಲಿಲ್ಲ. ಆದರೆ, "ಇನ್ನೊಂದು ಮದುವೆ ಮಾಡಿಕೋ ಆಗ ಎಲ್ಲ ಸರಿ ಹೋಗುತ್ತದೆ" ಎಂಬ ಉತ್ತರ ಅಮ್ಮನ ಕಡೆಯಿಂದ ಬಂತು.

"ಈಗ ಮದುವೆ ಮಾಡಿಕೊಂಡು ಅನುಭವಿಸಿದ್ದು ಸಾಲದೆ. ಇದು ಸಾಲದ್ದಕ್ಕೆ ಇನ್ನೊಂದು ಮದುವೆ ಮಾಡಿಕೊಂಡು ಮಾಡುವುದಾದರು ಏನು? ಯಾವ ಪುರುಷಾರ್ಥಕ್ಕೆ ನಾನು ಮದುವೆ ಮಾಡಿಕೊಳ್ಳಲಿ? ನನಗೆ ಮದುವೆಯೂ ಬೇಡ, ಸಂಸಾರವು ಬೇಡ, ಹಾಗೇ ಇದ್ದು ಬಿಡುತ್ತೇನೆ" ಎಂದು ಪಟ್ಟು ಹಿಡಿದು ಕುಳಿತೆ.

ಐವತ್ತು ವರ್ಷದ ಅಮ್ಮ ತುಂಬಾ ತಿಳುವಳಿಕೆ ಉಳ್ಳವಳಾಗಿದ್ದು, ಬದುಕಿನ ನಾನಾ ಮಜಲುಗಳನ್ನು ಅನುಭವಿಸಿದ ಅನುಭವಸ್ಥೆ ಆಗಿದ್ದಳು.

ಒಂದು ದಿನ,

"ನೋಡು ಮಗಳೆ, ಹೇಳಿ ಕೇಳಿ ಇದು ಮರಭೂಮಿಯಿಂದ ಕೂಡಿದ ನಾಡು. ಇಲ್ಲಿ ಬೆಳೆ ಬರಬೇಕು ಎಂದರೆ ಆಗಾಗ ಮಳೆ ಆಗುತ್ತಲೇ ಇರಬೇಕು. ಕೇವಲ ಒಂದೇ ಬಾರಿ ಮಳೆ ಬಂದರೇ ಬೆಳೆ ಬರಲು ಸಾಧ್ಯವೆ? ಭೂಮಿ ತಂಪಾಗಿದ್ದರೇ ತಾನೆ ನಾವು ದವಸ ಧಾನ್ಯಗಳನ್ನು ಬೆಳೆದು ತಿಂದು ಸುಖವಾಗಿರಲು ಸಾಧ್ಯ. ಅದಕ್ಕಾಗಿಯೇ ನೀನು ಇನ್ನೊಂದು ಮದುವೆ ಮಾಡಿಕೋ ಗಂಡ ಜೊತೆಯಲ್ಲಿದ್ದರೇ ನೀನು ಸುಖವಾಗಿರುತ್ತಿಯಾ... ನಿನ್ನ ಜೀವನಕ್ಕು ಒಂದು ಅರ್ಥ ಬರುತ್ತದೆ" ಎಂದಾಗ ನಾನು ಮೌನಿಯಾದೆ.

"ಅವಸರ ಮಾಡಬೇಡ ನಿಧಾನವಾಗಿ ಒಂದು ವಾರ, ಹದಿನೈದು ದಿನ ಚನ್ನಾಗಿ ಯೋಚನೆ ಮಾಡಿ ಹೇಳು" ಎಂದು ಅಮ್ಮ ಮತ್ತಷ್ಟು ಆಲೋಚಿಸುವಂತೆ ಹೇಳಿದಾಗ ಅವಳ ಮಾತು ಸರಿ ಎನಿಸಿತು.

3

ಆ ವಯಸ್ಸಿನಲ್ಲಿ ನಾನು ಅಷ್ಟೊ ಇಷ್ಟೋ ಓದಿಕೊಂಡಿದ್ದೆ. ಇತಿಹಾಸ ನನ್ನ ನೆಚ್ಚಿನ ವಿಷಯವಾಗಿತ್ತು. ದೇಶ ವಿದೇಶಗಳ ಇತಿಹಾಸವನ್ನು ಓದಿದ್ದೆ. ಕೇಳಿದ್ದೆ. ಸಿಂಧು ನಾಡು ಎಂಬ ದೇಶದಲ್ಲಿ ಒಬ್ಬ ಮಹಿಳೆ ಒಂದೇ ಮದುವೆಯಾಗುತ್ತಾಳಂತೆ. ಅವಳ ಗಂಡ ಆಕಸ್ಮಿಕವಾಗಿ ಯುದ್ಧದಲ್ಲೋ, ಸಾಂಕ್ರಾಮಿಕ ರೋಗಕ್ಕೆ ತುತ್ತಾಗಿಯೋ, ಮತ್ತಿನ್ನೇನೋ ಕಾರಣಕ್ಕೆ ಸತ್ತು ಹೋದರೇ... ಅವನ ಹೆಂಡತಿ ಇನ್ನೂ ಚಿಕ್ಕವಳಾಗಿದ್ದರು ಕೂಡ ಇನ್ನೊಂದು ಮದುವೆಯಾಗದೇ 'ಜೋಹರ್ ಪದ್ದತಿ'ಯಂತೆ ಬೆಂಕಿಗೆ ಬಿದ್ದು ಸಾಯುತ್ತಾರಂತೆ.

ಅದನ್ನು ನೆನಸಿಕೊಂಡರೇ ಮೈ ಜುಮ್ಮೆಂದು ಹೋಯ್ತು. ಅಡುಗೆ ಮಾಡುವಾಗ ಒಂದಷ್ಟು ಬೆಂಕಿ ಆಕಸ್ಮಿಕವಾಗಿ ಕೈಯಿಗೋ ಕಾಲಿಗೋ ತಾಗಿದರೇ ಮೈಯೆಲ್ಲಾ ಉರಿಯುತ್ತದೆ. ಅಂತದರಲ್ಲಿ ಉರಿಯುವ ಬೆಂಕಿಗೆ ಬಿದ್ದು ಸಾಯುವುದು ಸಾಮಾನ್ಯ ಮಾತಲ್ಲ. ಅದಕ್ಕಿಂತ ಇನ್ನೊಂದು ಮದುವೆಯಾಗುವದು ಲೇಸು ಎನಿಸಿತು.

ಆಗ ನನ್ನದಿನ್ನು ಚಿಕ್ಕ ವಯಸ್ಸು. ಹುಚ್ಚುಕೋಡಿ ಮನಸ್ಸು ಇದಕ್ಕೆ ಕಡಿವಾಣ ಹಾಕಲು ಮದುವೆಯೇ ಸೂಕ್ತ ಎಂದೆನಿಸುತ್ತಿತ್ತು... ಮೇಲಾಗಿ ಕಾಡುವ ಒಂಟಿತನ, ಈ ಒಂಟಿತನ ಅದೆಷ್ಟು ಭಯಂಕರ..! ಹಗಲಿರುಳು ಯಾವುದಾದರು ಒಂದು ಕೆಲಸದಲ್ಲಿ ನಿರತರಾದರೇ ಹೆಚ್ಚು ಕಾಡುವದಿಲ್ಲ. ಆದರೆ, ರಾತ್ರಿಯಾಗುತ್ತಿದ್ದಂತೆಯೇ ಅದೆಲ್ಲಿಂದಲೋ ಬಂದು ಸೈತಾನ್

ಮೆತ್ತಿಕೊಂಡಂತೆ ಅಂಟಿಕೊಂಡು ಬಿಡುತ್ತೆ! ಅದರಲ್ಲೂ ಹುಣ್ಣಿಮೆಯ ದಿನದಂದು ಇನಿಯನ ನೆನಪು ಅದೆಷ್ಟು ಕಾಡುತ್ತಿತ್ತು, ಆಗಂತು ಮನಸ್ಸು ಸೂತ್ರ ಹರಿದ ಗಾಳಿಯ ಪಟದಂತೆ ಎತ್ತೆತ್ತಲೋ ಚಲಿಸುತ್ತಿತ್ತು. ಆ ವೇದನೆಯನ್ನು ತಾಳಲಾರದೆ ನಾನು ಅಂದೇ ಅವರೊಂದಿಗೆ ಸತ್ತು ಹೋಗಿದ್ದರೇ ಎಷ್ಟು ಚನ್ನವಿತ್ತು. ಈ ಒಂಟಿತನದಿಂದ ಬಿಡುಗಡೆಯಾದರು ಸಿಗುತ್ತಿತ್ತಲ್ಲ ಎಂದು ಹಲವು ಬಾರಿ ಅನಿಸಿದ್ದುಂಟು. ಹೀಗಾಗಿ ಮದುವೆಗೆ ಒಪ್ಪಿಕೊಂಡೆ. ಮೇಲಾಗಿ ಅಮ್ಮ ನನ್ನ ಸ್ಥಿತಿಯನ್ನು ಕಂಡು ಹಾಸಿಗೆಯನ್ನೆ ಹಿಡಿದುಬಿಟ್ಟಿದ್ದಳು. ಅವಳ ಸಂತೋಷಕ್ಕಾದರು ಮದುವೆಯಾಗಬೇಕು ಎಂದೆನಿಸಿತು. ಆದರೆ, ನೋಡುನೋಡುತ್ತ ಅವಳು ಸತ್ತೆ ಹೋದಳು.

ಆಗ ನನಗೆ ಇಪ್ಪತ್ತು ವರ್ಷ. ಆಕಾಶವೇ ಕಳಚಿ ಮೈಮೇಲೆ ಬಿದ್ದಂತಾಯಿತು. ನನ್ನ ಕೈಯಾರ ನಾನು ಅಮ್ಮನನ್ನು ಮಾನಸಿಕವಾಗಿ ಕೊಂದೆನೆನೋ ಎಂಬ ಮನೋ ವೇದನೆ ನನಗೆ ಬಹಳ ವರ್ಷ ಕಾಡಿತು. ಮತ್ತೇ ಮದುವೆಯ ಆಲೋಚನೆ ಕೈ ಬಿಟ್ಟೆ. ಆದರೆ, ಅಪ್ಪ ಇದೇ ನೆಪ ಒಡ್ಡಿ ಹಾಸಿಗೆ ಹಿಡಿದ. ಅಮ್ಮನ ನೆನಪಾಗಿ ಎರಡನೇಯ ಮದುವೆಗೆ ಒಪ್ಪಿಗೆ ಸೂಚಿಸಿದೆ.

ಕೆಲವು ವರ್ಷಗಳು ಕಳೆದು ಒಂದು ದಿನ 'ಅತೀಖ್ ಬಿನ್ ಆಬಿದ್'ನೊಡನೆ ಮದುವೆಯು ಆಯಿತು. ಎರಡು ವರ್ಷದ ನಂತರ 'ಹಿಂದ್' ಎಂಬ ಮಗಳು ಹುಟ್ಟಿದಳು. ಆದರೆ, ನನ್ನ ದುರದೃಷ್ಟ ಹುಟ್ಟಿದ ಮಗಳೊಂದಿಗೆ ಅವರಪ್ಪನು ಕಣ್ಣು ಮುಚ್ಚಿದ. ಆಗ ನನ್ನ ಸ್ಥಿತಿ ಮತ್ತೆ ಸೂತ್ರ ಹರಿದ ಗಾಳಿ ಪಟದಂತಾಯಿತು. ಇತ್ತ ತಾಯಿಯನ್ನು ಕಳೆದುಕೊಂಡ ಅನಾಥೆಯಾಗಿದ್ದ ನನಗೆ ಇತ್ತ ಗಂಡ ಮಕ್ಕಳು ಸತ್ತು ಬಾಳು ಬರಡಾಯಿತು. ಮರಭೂಮಿಯಲ್ಲಿ ತಪ್ಪಿಸಿಕೊಂಡ ಜಿಂಕೆಯ ಸ್ಥಿತಿಯಂತೆ ನನ್ನ ಬದುಕು ನರಕವಾಯಿತು. ನನ್ನ ಸ್ಥಿತಿ ಈ ಜಗತ್ತಿನಲ್ಲಿ ಯಾವ ಹೆಣ್ಣಿಗೂ ಬಂದಿರಲಿಲ್ಲವೇನೋ ಎಂದೆನಿಸಿ ಹಲವಾರು ಬಾರಿ ಆತ್ಮಹತ್ಯೆ ಆಲೋಚನೆ ಬಂದು ಹೋಯಿತು. ಅದಾಗಲೇ ಪ್ರೌಢಳಾಗಿದ್ದ ನನಗೆ 'ಆತ್ಮಹತ್ಯೆ ಮಹಾಪಾಪ' ಎಂದು ತಿಳಿದು ಮೌನಳಾದೆ.

ದಿನದಿಂದ ದಿನಕ್ಕೆ ನನ್ನ ಆರೋಗ್ಯ ಹದಗೆಡಲಾರಂಭಿಸಿತು. ದೈಹಿಕವಾಗಿ ಸದೃಢವಾಗಿದ್ದ ನಾನು ಎಲುಬಿನ ಹಂದರದಂತಾದೆ. ಇದನ್ನು ಕಂಡು ಅಪ್ಪ ನನಗೆ ಇನ್ನೊಂದು ಮದುವೆ ಮಾಡಲು ಮುಂದಾದರು. ಬಹಳಷ್ಟು ಹುಡುಗರನ್ನು ಅವರು ನನಗೆ ತಿಳಿಸದೆ ನೋಡಿಯೂ ಇದ್ದರು.

ಒಂದು ದಿನ ಸಖಿ ನಫೀಸಾಳು ನಮ್ಮ ಮನೆಗೆ ಒಬ್ಬ ಮನೆಗೆಲಸದವಳನ್ನು ಕರೆದುಕೊಂಡು ಬಂದಳು. ಅವಳಿಗೆ ಆಗ ಮೂವತ್ತು ವರ್ಷ ವಯಸ್ಸಾಗಿದ್ದರು ಮೂರನೆಯ ಮದುವೆಯಾಗಿದ್ದಳಂತೆ. ಸಹಜ ಸುಂದರಿಯಾಗಿದ್ದ ಅವಳ

ಕೆನ್ನೆಯ ಬಲಭಾಗದಲ್ಲಿ ಕಪ್ಪು ಮಚ್ಚೆ ಇತ್ತು. ಅದರಿಂದಲೇ ಅವಳು ಆಕರ್ಷಕವಾಗಿ ಕಾಣುತ್ತಿದ್ದಳು. ಅವಳನ್ನು ಒಂದು ಬಾರಿ ಕೇಳಿದೆ,

"ನಿನಗೆ ಮೂರು ಮದುವೆ ಆಗಿದ್ದು ನಿಜವೇ?"

"ಹೌದು ತಾಯಿ" ಯಾವುದೇ ಅಂಜಿಕೆ ಇಲ್ಲದೆ ಹೇಳಿದಳು. ಮಾತಿನಲ್ಲಿ ತಿರಸ್ಕಾರ ಎದ್ದು ಕಾಣುತ್ತಿತ್ತು.

"ಮೊದಲೆರಡು ಗಂಡಂದಿರನ್ನು ಏಕೇ ಬಿಟ್ಟೆ?"

"ನಾನೆಲ್ಲಿ ಬಿಟ್ಟಿದ್ದೇನೆ. ಯುದ್ಧದಲ್ಲಿ ಮೊದಲನೆಯವನು ಸತ್ತ. ನಂತರ ಇನ್ನೊಂದು ಮದುವೆಯಾದೆ. ಅವನಿಗೆ ಯಾವುದೋ ಒಂದು ದೊಡ್ಡ ರೋಗ ಬಂದು ಸತ್ತ. ಅದಕ್ಕೆ ಈಗ ಮೂರನೆಯ ಮದುವೆಯಾಗಿದ್ದೇನೆ" ನಿಜದ ಘಟನೆಯನ್ನು ನೇರವಾಗಿ ಸಂಕ್ಷಿಪ್ತವಾಗಿ ಹೇಳಿದಳು.

"ಇವನೊಂದಿಗೆ ನಿನ್ನ ಸಂಸಾರ ಹೇಗಿದೆ?" ಸಹಜ ಕುತೂಹಲದಿಂದ ಕೇಳಿದೆ.

ಅವಳು ದೀರ್ಘವಾದ ನಿಟ್ಟುಸಿರು ಬಿಟ್ಟು.

"ಅದನ್ನೇನು ಕೇಳ್ತಿ ಬಿಡಿ ತಾಯಿ..." ಎಂದಳು.

"ಏಕೆ...!!! ಏನಾಗಿದೆ ಈಗ?" ಅವಳ ಮುಖವನ್ನೆ ದಿಟ್ಟಿಸುತ್ತಾ ಕೇಳಿದೆ.

"ಮನೆಯ ಹಿರಿಯರ ಮಾತಿಗೆ ಗಂಟುಬಿದ್ದು ಮದುವೆಯಾಗಿ ಈಗ ಅನುಭವಿಸುತ್ತಿದ್ದೇನೆ ನರಕ ಯಾತನೆಯನ್ನು..." ಬೆರಳನ್ನು ಮುರಿದುಕೊಳ್ಳುತ್ತಾ ಹೇಳಿದಳು.

"ಬಿಡಿಸಿ ಹೇಳು..." ಅಸಹನೆಯ ಧ್ವನಿಯಲ್ಲಿ ಕೇಳಿದೆ.

"ಇವನೋ ಮಹಾನ್ ಕುಡುಕ ಮೇಲಾಗಿ ನನಗಿಂತಲೂ ದೊಡ್ಡವನು ಮನೆಗೆ ತೂರಾಡುತ್ತಲೇ ಬರುತ್ತಾನೆ. ಕುಡಿದು ಕುಡಿದು ಎಲುಬು ತೊಗಲು ಮಾತ್ರ ಕಾಣಿಸುತ್ತವೆ. ಮದುವೆಯಾಗಿ ಐದು ವರ್ಷ ಕಳೆದರು ಇನ್ನೂ ಮಕ್ಕಳಾಗಿಲ್ಲ" ಎಂದು ತುಟಿಗಳನ್ನು ಹೊರಗೆ ಚಾಚಿ ಕೈಗಳನ್ನು ವ್ಯಂಗ್ಯವಾಗಿ ಮಾಡಿ ಹೇಳಿದಳು.

ಹೌದು ನನಗೂ ಈಗ ಹೆಚ್ಚು ಕಡಿಮೆ ಮೂವತ್ತು ವರ್ಷ ವಯಸ್ಸು. ನನ್ನನ್ನು ಮದುವೆಯಾಗಲು ಬರುವ ಗಂಡು ನನ್ನಷ್ಟೆ ಅಥವಾ ನನಗಿಂತಲೂ ಕಡಿಮೆ ವಯಸ್ಸಿನವನಿರಲು ಸಾಧ್ಯವೇ?

ಊಹೂಂ... ಸಾಧ್ಯವೇ ಇಲ್ಲ ಅವನು ನನಗಿಂತಲೂ ದೊಡ್ಡವನೆ ಆಗಿರುತ್ತಾನೆ. ಅವನನ್ನು ಮದುವೆಯಾದರೇ ಇವಳಂತೆ ನಾಳೆ ನನಗೂ ಮಕ್ಕಳು ಆಗದೇ ಹೋಗಬಹುದು. ಇದಕ್ಕಿಂತ ಮದುವೆಯಾಗದೆ ಇರುವುದೇ ಮೇಲು ಎಂದು ತಿರ್ಮಾನಿಸಿ ಮದುವೆಯ ಆಲೋಚನೆಯನ್ನೆ ಕೈಬಿಡುವುದೊಳಿತು ಎನಿಸಿತು.

ಅವಳು ನನ್ನನ್ನೊಮ್ಮೆ ಸೂಕ್ಷ್ಮವಾಗಿ ನೋಡಿ,

"ನೋಡಿ ತಾಯಿ, ನಿಮ್ಮ ಮನಸ್ಥಿತಿ ನನಗರ್ಥವಾಗುತ್ತದೆ. ನೀವೇನಾದರು ಮದುವೆಯಾದರೇ ನನ್ನಂತೆ ಥಟ್ಟನೆ ಅವರಿವರ ಮಾತು ಕೇಳಿ ಮದುವೆಯಾಗಬೇಡಿ. ನಿಮ್ಮನ್ನು ವರಿಸುವ ಹುಡುಗ ಒಳ್ಳೆವನಾ... ಕೆಟ್ಟವನಾ... ಪ್ರಾಮಾಣಿಕವಾಗಿದ್ದಾನಾ... ಸತ್ಯಸಂದನಾ... ಎಂದು ಒಂದೆರೆಡು ವರ್ಷ ನೀವೆ ಸರಿಯಾಗಿ ಪರೀಕ್ಷಿಸಿ ಮದುವೆಯಾಗಿ. ಇಲ್ಲದಿದ್ದರೇ ನಿಮ್ಮ ಬಾಳು ನನ್ನಂತಾಗುತ್ತದೆ" ಎಂದು ಬುದ್ಧಿವಾದ ಹೇಳಿದ್ದಳು. ಅವಳ ಮಾತಿನಲ್ಲಿ ವಿವೇಕದಿಂದ ಕೂಡಿದ ಉಪದೇಶವಿದ್ದುದನ್ನು ಮನಗಂಡು ಅಪ್ಪ ಬಲವಂತವಾಗಿ ತೋರಿಸಿದ ವರಗಳನ್ನು ತಿರಸ್ಕರಿಸಿದೆ.

4

ಆ ವರ್ಷ 'ಫುಜ್ಜರ್ ಯುದ್ಧ' ಪ್ರಾರಂಭವಾಗಿದ್ದರಿಂದ ಅಪ್ಪನು ಆ ಯುದ್ದಕ್ಕೆ ಹೋಗಬೇಕಾಗಿ ಬಂತು. ನಮ್ಮ ನಾಡಿನಲ್ಲಿ ಕೈ ಕಾಲು ಗಟ್ಟಿಯಿರುವ ಪ್ರತಿಯೊಬ್ಬರೂ ಯುದ್ಧದಲ್ಲಿ ಭಾಗವಹಿಸಿ ನಾಡ ರಕ್ಷಣೆ ಮಾಡಬೇಕು ಇದು ನಾಡಪ್ರೇಮವೂ ಕೂಡ ಆಗಿತ್ತು ಹೀಗಾಗಿ ಅಪ್ಪನು ಹೋದ. ಆದರೆ, ಮರಳಿ ಬಂದದ್ದು ಹೆಣವಾಗಿ!

ಈಗ ನನ್ನವರೆಲ್ಲರೂ ಕೈ ಬಿಟ್ಟು ಹೋದರು. ಇದ್ದ ಒಬ್ಬ ಅಕ್ಕನಿಗೆ ಮದುವೆಯಾಗಿತ್ತು. ಚಿಕ್ಕಪ್ಪನ ಮಗ ನನ್ನಣ್ಣ ವರಕ್ಕಾ ಆಗ ಬೈಬಲ್‌ನ್ನು ಹಿಬ್ರೂ ಭಾಷೆಯಿಂದ ಅರೇಬಿಕ್ ಭಾಷೆಗೆ ಭಾಷಾಂತರ ಮಾಡುವ ಕಾರ್ಯದಲ್ಲಿ ತೊಡಗಿದ್ದರಿಂದ ಮನೆಯಿಂದ ದೂರವೆ ಆಗಿದ್ದ. ಈಗ ಮನೆಯಲ್ಲಿ ಉಳಿದದ್ದು ನಾನೊಬ್ಬಳೆ. ತಿಂದುಣ್ಣುವುದಕ್ಕೆ ಕೋಟ್ಯಾಂತರ ದಿರಹಮಗಳಿವೆ. ಆದರೆ, ಮನದಲ್ಲಿ ಶಾಂತಿ ಇಲ್ಲವಾಯಿತು. 'ಗಿಡದ ತುಂಬಾ ಹಣ್ಣು ಹಕ್ಕಿಯ ಬಾಯಲ್ಲಿ ಹುಣ್ಣು' ಎಂಬಂತಹ ಸ್ಥಿತಿ ನನ್ನದಾಯಿತು. ಮತ್ತೆ ಆತ್ಮಹತ್ಯೆ ಆಲೋಚನೆ ಬಂತು. ಆದರೆ, ನಮ್ಮ ಮನೆತನವನ್ನೆ ನಂಬಿ ಸಾವಿರಾರು ಕೂಲಿ ಆಳುಗಳು, ವ್ಯಾಪಾರಿಗಳು ಜೀವಿಸುತ್ತಿದ್ದರು. ಇವರೆಲ್ಲರನ್ನು ಅಪ್ಪ ನೋಡಿಕೊಳ್ಳುತ್ತಿದ್ದುದರಿಂದ ನನಗೆ ಆಗ ಅಷ್ಟಾಗಿ ಕಷ್ಟಗಳು ಕಂಡು ಬರುತ್ತಿರಲಿಲ್ಲ. ಈಗ ಅಪ್ಪ ಸತ್ತಿದ್ದರಿಂದ ಇವರನ್ನು ಪ್ರತ್ಯಕ್ಷವಾಗಿ ಪರೋಕ್ಷವಾಗಿ ನೋಡುವ ಜವಾಬ್ದಾರಿ ನನ್ನ ಮೇಲೆ ಬಿತ್ತು. ಮನಸ್ಸನ್ನು ಗಟ್ಟಿ ಮಾಡಿಕೊಂಡು ಬದುಕಿದೆ.

ಇನ್ನು ಮುಂದು ಮದುವೆಯಾಗುವ ಆಲೋಚನೆಯೇ ಮಾಡಬಾರದು, ಬಡವರ ದೀನ ದಲಿತರ ಸೇವೆ ಮಾಡುತ್ತಾ ಬದುಕಬೇಕೆಂದು ನನ್ನ ಮೂವತ್ತನೇ ವಯಸ್ಸಿನಿಂದ ಮೂವತ್ತೈದನೇಯ ವಯಸ್ಸಿನವರೆಗೂ ಮನೆ ಆಳುಗಳೊಂದಿಗೆ

ವ್ಯಾಪಾರ ವಹಿವಾಟು ನಡಿಸುತ್ತಾ ಸಾಗಿದೆ ಕೆಲವೆ ವರ್ಷಗಳಲ್ಲಿ ಮಕ್ಕಾದ 'ಅತ್ಯಂತ ಶ್ರೀಮಂತ ರಾಣಿ' ಎಂಬ ಪಟ್ಟವು ನನ್ನದಾಯಿತು.

ಮುಂದೆ ಮೂರು ವರ್ಷದ ನಂತರ ಮುಹಮ್ಮದರು ಆಕಸ್ಮಿಕವಾಗಿ ನನ್ನ ಬಳಿ ಬಂದರು.

ಆ ದಿನವನ್ನು, ನಂತರದ ದಿನಗಳನ್ನು ನೆನೆಸಿಕೊಂಡರೇ ಈಗಲೂ ನನಗೆ ಅಚ್ಚರಿಯಾಗುತ್ತದೆ. ಮನದಲ್ಲಿ ಕಾಣದ ಅವ್ಯಕ್ತ ಭಾವವಂದು ತುಂಬಿ ಬರುತ್ತದೆ. ಆಗ ಅವರಿಗೆ ಇಪ್ಪತ್ಮೂರು ವರ್ಷ ವಯಸ್ಸಾಗಿತ್ತು. ತುಂಬಿ ನಿಂತ ಯೌವನ, ದುಂಡನೆಯ ಮುಖದಲ್ಲಿ ದೈವ ಕಳೆ ಎದ್ದು ಕಾಣುತ್ತಿತ್ತು. ಅಳೆದು ತೂಗಿ ಮಾತನಾಡುತ್ತಿದ್ದ ಪ್ರತಿಯೊಂದು ಮಾತಿನಲ್ಲಿಯೂ ಪ್ರಾಮಾಣಿಕತೆ ತುಂಬಿರುತ್ತಿತ್ತು. ಗಟ್ಟಿ ಮುಟ್ಟಾದ ಅವರ ಆರಡಿ ಶರೀರವನ್ನು ಯಾರೆ ನೋಡಿದರು ಮೋಹಿತರಾಗುತ್ತಿದ್ದರು. ಆದರೆ, ಅವರು ಮಾತ್ರ ಯಾವ ಹೆಂಗಸನ್ನು ಮೋಹಿಸಿದವರಲ್ಲ, ಹತ್ತಿರ ಬಂದ ಹೆಣ್ಣುಗಳನ್ನು ಗೌರವದಿಂದಲೇ ಕಾಣುತ್ತಿದ್ದರು. ಅವರ ಈ ಗುಣವೇ ನನಗೆ ಮೊದಲು ಇಷ್ಟವಾಯಿತು. ಅವರ ಕುರಿತು ನೆನೆಯುತ್ತಾ ಹೋದರೇ ಯುಗಗಳೆ ಹೋಗಬಹುದು. ಅದೊಂದು ದೊಡ್ಡ ಇತಿಹಾಸ.

"ಅಮ್ಮಾ, ಅಮ್ಮಾ..." ಮಲಗಿದ್ದ ರುಖಿಯಾ ಎದ್ದಳು. ಅವಳ ಹಿಂದೆ ಎರಡನೇ ಮಗಳು ಎದ್ದಳು.

"ಅಪ್ಪಾ... ಎಲ್ಲಿ!?" ಎದ್ದರೆ ಇವರದು ಇದೊಂದೆ ಪ್ರಶ್ನೆ. ಅವರು ಇವರ ಕಣ್ಣಮುಂದೆ ಇಲ್ಲದಿದ್ದರೆ ಗುಟುಗು ನೀರೂ ಕುಡಿಯುವದಿಲ್ಲ. ಊಟ ಮಾಡುವದಂತು ದೂರದ ಮಾತು. ನಾನೆಷ್ಟೆ ಕಾಳಜಿ ಮಾಡಿದರು ಕೇಳುವದಿಲ್ಲ. ಸೂರು ಹಾರಿಹೋಗುವಂತೆ ಅಳುತ್ತವೆ. ಅವರು ಕೈತುತ್ತು ಕೊಟ್ಟರೇ ಮಾತ್ರ ಗಂಟಲಲ್ಲಿ ಇಳಿಯುತ್ತದೆಯೇನೋ!

"ಎಲ್ಲಿ, ಅಪ್ಪ ಕಾಣಿಸುತ್ತಲೇ ಇಲ್ಲವಲ್ಲ!?" ಮತ್ತದೆ ಪ್ರಶ್ನೆ.

"ನೀವು ಎದ್ದು ಕೈಕಾಲು ಮುಖ ತೊಳೆದುಕೊಳ್ಳಿ ಇನ್ನೇನು ಬರುತ್ತಾರೆ" ಸಮಾಧಾನ ಹೇಳಿದ ನಂತರ ನನ್ನ ಅಣತಿಯಂತೆ ನಡೆದುಕೊಂಡರು.

"ಎಲ್ಲಿ ಇನ್ನೂ ಬರಲೇ ಇಲ್ಲ" ಮಾತು ತಪ್ಪದ ಮಗಳಂತೆ ಕೇಳಿದಳು ರುಖಿಯಾ ಅರೆ ಘಳಿಗೆ ಬಿಟ್ಟು.

"ಅವರ ಗೆಳೆಯನ ಮನೆಗೆ ಹೋಗಿದ್ದಾರೆ, ಇನ್ನೇನು ಬರುವ ಹೊತ್ತಾಯಿತು" ಎಂದು ಸಮಾಧಾನ ಮಾಡಿದರು ಕೇಳಲಿಲ್ಲ. ನಿಧಾನವಾಗಿ ಹಟಮಾಡಲು ಪ್ರಾರಂಭಿಸಿದರು.

ಸೂರ್ಯ ಮೆಲ್ಲನೆ ಪಡುವಣ ದಿಕ್ಕಿಗೆ ಬಾಗಿದರು ಇವರು ಬರುವ ಲಕ್ಷಣಗಳು ಕಾಣಲಿಲ್ಲ. ಮರೆಯಲ್ಲಿ ಅಡಗಿದ್ದ ಪಕ್ಷಿಗಳು ರೆಕ್ಕೆ ಬಿಚ್ಚಿ

ಹಾರಲಾರಂಭಿಸಿದರೂ ಇವರ ಸುಳಿವಿಲ್ಲ. ಇವರ ಗೆಳೆಯನ ಮನೆಯಲ್ಲಿಯೇ ಉಳಿದಿದ್ದಾರಾ? ಎಂದು ಆಲೋಚನೆ ಮಾಡುತ್ತಿರುವಾಗಲೇ ಮನೆ ಆಳು 'ಮೈಸರ್' ಕುದುರೆ ಗಾಡಿ ತೆಗೆದುಕೊಂಡು ಬಂದ.

ಅದರಲ್ಲಿ ಇರಬಹುದೆಂದು ಊಹಿಸಿ ಅತ್ತ ನೋಡಿದೆ.

ಊಹೂಂ... ಅದರಲ್ಲಿ ಅವನೊಬ್ಬನೇ ಇದ್ದಾನೆ. ಇವರ ದರ್ಶನವೆ ಇಲ್ಲ.

"ತಾಯಿ, ಅವರು ನೂರ್ ಬೆಟ್ಟದೆಡೆಗೆ ಹೋಗಿ ಬರುತ್ತೇನೆ, ನೀನು ಮನೆಗೆ ಹೋಗು ಅಂದರು. ಅದಕ್ಕೆ ನಾನೊಬ್ಬನೆ ಬಂದೆ" ಅವರು ಬರಲಿಲ್ಲವೇ ಎಂಬ ನನ್ನ ಪ್ರಶ್ನೆಗೆ ನಿಖರ ಉತ್ತರ ಸಿಕ್ಕಿತು.

ನನಗೆ ಒಂದು ಕ್ಷಣ ಮೈ ಉರಿದು ಹೋಯಿತು.ಈ ವಯಸ್ಸಿನಲ್ಲಿ ಇವರಿಗೇಕೇ ಈ ಏಕಾಂತದ ಹುಚ್ಚು ಹುಟ್ಟಿತೋ ಆ ಅಲ್ಲಾಹನಿಗೆ ಗೊತ್ತು. ದಿನದಿಂದ ದಿನಕ್ಕೆ ಇವರು ಮನೆಯಲ್ಲಿ ಇದ್ದು ನಮ್ಮ ವ್ಯಾಪಾರ ವಹಿವಾಟು ನೋಡುವ ಆಸಕ್ತಿಯು ಕಡಿಮೆಯಾಗುತ್ತಿದೆ. ಇನ್ನು ಮುಂದೆ ನಾನೇ ನಿಗಾವಹಿಸಿ ನೋಡಿಕೊಳ್ಳಬೇಕು. ಹೇಗು ಫಾತಿಮಾ ನಡೆಯಲಾರಂಭಿಸಿದ್ದಾಳೆ. ಇನ್ನು ಅವಳ ಚಿಂತೆ ಇಲ್ಲ. ಇವಳಿಗಿಂತ ಅವರ ಚಿಂತೆಯೇ ನನಗೆ ಹೆಚ್ಚು ಕಾಡುತ್ತಿದೆ. ಯಾವುದಕ್ಕೂ ಅಣ್ಣನನ್ನು ಕರೆಸಿ ಒಂದು ಬಾರಿ ಬುದ್ಧಿವಾದ ಹೇಳಿಸಬೇಕು.

ಅವನು ಅವರೇ... ಅವರ ಪರವಾಗಿಯೇ ಮಾತನಾಡುತ್ತಾರೆ. ಅವರನ್ನು ನೆಚ್ಚಿಕೊಂಡರೇ ಏನು ಪ್ರಯೋಜನವಿಲ್ಲ ನಾನೇ ಏನಾದರು ಮಾಡಬೇಕು.

ಮಕ್ಕಳ ಹಟ ಇನ್ನು ಹೆಚ್ಚಿತು. ಮನೆಯಲ್ಲಿರುವ ಆಟಿಕೆ ಸಾಮಾನುಗಳನ್ನು ಕೊಟ್ಟರು ಸುಮ್ಮನಾಗುತ್ತಿಲ್ಲ, ತಲೆ ಕೆಟ್ಟು ಎರಡು ಏಟು ಕೊಟ್ಟರು ಅಳುವದನ್ನು ನಿಲ್ಲಿಸುತ್ತಿಲ್ಲ. ಒಂದೇ ಸಮನೆ

"ಅಪ್ಪಾ ಬೇಕು, ಅಪ್ಪಾ ಬೇಕು" ಎಂದು ಸಂಗೀತದ ನಾದದಂತೆ ಅಳುತ್ತಿವೆ. ನಫೀಸಾಳ ಎಲ್ಲ ಪ್ರಯತ್ನಗಳು ವಿಫಲವಾದವು.

5

ಸೂರ್ಯ ಮೆಲ್ಲನೆ ಮುಳುಗಿದ. ಆಕಾಶ ಹೊಂಬಣ್ಣಕ್ಕೆ ತಿರುಗಿತು. ಅಲ್ಲಲ್ಲಿ ಚದುರಿರುವ ಮೋಡಗಳು ಈಗ ಬಂಗಾರ ಬಣ್ಣಕ್ಕೆ ತಿರುಗಿವೆ. ಕೆಲವು ಬೆಳ್ಳಿ ಮೋಡಗಳಂತಾಗಿ ಪರ್ವತದಂತೆ ಕಾಣಿಸುತ್ತಿವೆ. ಹುಣ್ಣಿಮೆ ಇನ್ನೂ ಮೂರು ದಿನ ಇರುವುದರಿಂದ ಚಂದ್ರನು ಕೂಡ ಮೇಲೆ ಬಂದಿದ್ದ. ಅತ್ತ ಸೂರ್ಯ ಸಂಪೂರ್ಣವಾಗಿ ಮರೆಯಾಗಿ ಕೆಲವೆ ಘಳಿಗೆಯಲ್ಲಿ ಅತನ ಕಿರಣಗಳು ಮರೆಯಾದೊಡನೆ ಚಂದ್ರನ ಬೆಳಕು ಹಾಲು ಚಲ್ಲಿದಂತೆ ಕಾಣಲಾರಂಭಿಸಿತು.

ಇವರು ಮೆಲ್ಲನೆ ಹೆಜ್ಜೆ ಹಾಕುತ್ತಾ ಮನೆಗೆ ಬಂದರು. ಬಾನಿನಲ್ಲಿ ಚಂದ್ರ ಹೊಳೆಯುತ್ತಿದ್ದ.

ಮಕ್ಕಳು ಓಡಿ ಹೋಗಿ ಅವರನ್ನು ತಬ್ಬಿಕೊಂಡರು.

"ಇವತ್ತು ಬರುವುದು ತಡವಾಯಿತಲ್ಲ" ತರಾಟೆಗೆ ತೆಗೆದುಕೊಂಡೆ. ಧ್ವನಿಯಲ್ಲಿ ಅಕ್ರೋಶವಿತ್ತು. ಮಕ್ಕಳ ಕಾಟದಿಂದ ಮನಸ್ಸು ರೋಸಿ ಹೋಗಿತ್ತು.

ಅವರು ಏನೂ ಮಾತನಾಡಲಿಲ್ಲ. ಮಕ್ಕಳನ್ನು ರಮಿಸಲಾರಂಭಿಸಿದರು.

ನನ್ನದು ಮತ್ತದೆ ಪ್ರಶ್ನೆ, ಅವರು ಮತ್ತೆ ಮೌನ. ನಾನು ಬಿಡಲಿಲ್ಲ.

"ನೀನು ಸುಮ್ಮನೆ ಇರಮ್ಮ, ಅಪ್ಪ ಹೊರಗಡೆ ಸುತ್ತಾಡಿ ಸುಸ್ತಾಗಿ ಬಂದಿದ್ದಾರೆ. ನೀನು ಏಕೆ ಅವರಿಗೆ ಬಯ್ಯುತ್ತಿಯಾ?" ನನ್ನ ಮಾತು ಅವರ ಹೆಗಲ ಮೇಲೆ ಕುಳಿತಿದ್ದ ಕುಲ್ಸೂಮಳಿಗೆ ಈ ರೀತಿ ಕೇಳಿಸಿತು. ಇನ್ನೂ ಮಾತನಾಡಿ ಏನು ಪ್ರಯೋಜನವಿಲ್ಲವೆಂದು ಅನುಭವದಿಂದ ತಿಳಿದು ಸುಮ್ಮನಾದೆ.

"ಹಿರಾ ಗುಹೆಯಿಂದ ಬರುವಾಗಿ ದಾರಿಯಲ್ಲಿ ಸ್ನೇಹಿತ ಹಂಝಾ ಸಿಕ್ಕಿದ್ದ. ಬಹಳ ದಿನಗಳ ನಂತರ ಸಿಕ್ಕಿದ್ದರಿಂದ ಮಾತನಾಡುತ್ತಾ ನಿಂತೆ, ಮನೆಗೆ ಬಾ ಎಂದು ಕರೆದೆ ಏನೋ ಕೆಲಸವಿದೆ ಮತ್ತೊಂದು ದಿನ ಬರುತ್ತೇನೆ ಎಂದು ಹೇಳಿದ. ಹೀಗಾಗಿ ಮನೆಗೆ ಬರುವದು ತಡವಾಯಿತು" ನನ್ನ ಸಿಟ್ಟೆಲ್ಲವು ಕಡಿಮೆಯಾದ ಮೇಲೆ ಹೇಳಿದರು.

ನನ್ನ ಮನಸ್ಥಿತಿಯನ್ನು ಮೊದಲಿನಿಂದಲೂ ಬಲ್ಲವರಾದ ಅವರಿಗೆ ನನ್ನ ಎಲ್ಲ ಗುಣಲಕ್ಷಣಗಳು ತಿಳಿದಿದ್ದವು ಹೀಗಾಗಿ ಒಂದು ದಿನವು ಅವರು ನನ್ನೊಂದಿಗೆ ಜಗಳ ಮಾಡಿದ ಉದಾಹರಣೆಗಳಿಲ್ಲ. ನಾನೇ ಒಮ್ಮೊಮ್ಮೆ... ಅಲ್ಲಲ್ಲ ಹಲವಾರು ಬಾರಿ ಅವರ ಮೇಲೆ ಕೋಪಿಸಿಕೊಂಡಿದ್ದಿದೆ. ಈಗ ಅದನ್ನು ನೆನಪಿಸಿಕೊಂಡರೆ ನನಗೇ ನಗು ಬರುತ್ತದೆ. ಇಷ್ಟೊಂದು ಸಹನೆ, ತಾಳ್ಮೆ, ವ್ಯವಧಾನ, ಶಾಂತಗುಣ ಇವರಿಗೆ ಎಲ್ಲಿಂದ ಬಂತು? ಹೇಗೆ ಬಂತು? ಯಾರು ಕಲಿಸಿದರು? ಎಂದು ಅಚ್ಚರಿಯಿಂದ ನನ್ನನ್ನೆ ನಾನು ಹಲವಾರು ಬಾರಿ ಕೇಳಿಕೊಂಡಿದ್ದೇನಾದರು ನಿಖರವಾದ ಉತ್ತರ ಇನ್ನು ಸಿಕ್ಕಿಲ್ಲ.

ಇದಕ್ಕೆ ಉತ್ತರ ಸಿಗುತ್ತದೆಯೇ ಇಲ್ಲವೋ ನನಗೆ ಗೊತ್ತಿಲ್ಲ ಆದರೆ, ಇಂತವರು ನನಗೆ ಪತಿಯಾಗಿ ಸಿಕ್ಕಿದ್ದು ನನ್ನ ಪುಣ್ಯವೇ ಸರಿ.

"ಎಲ್ಲರು ಊಟ ಮಾಡೋಣ ನಡೆಯಿರಿ" ಎಂದು ಮಂಚದ ಮೇಲೆ ಕುಳಿತಿದ್ದ ಅವರು ಮಕ್ಕಳಿಗೆ ಹೇಳುತ್ತಾ ಮೇಲೆದ್ದರು.

ಅಧ್ಯಾಯ: ನಾಲ್ಕು

1

“ಅಮ್ಮಾ ಅಮ್ಮಾ ಫಾತಿಮಾಳನ್ನು ನೋಡು ಎಷ್ಟು ಚನ್ನಾಗಿ ನಡೆಯುತ್ತಿದ್ದಾಳೆ” ರುಖಿಯಾ ನಗುನಗುತಾ ಹೇಳಿದಳು. ಇನ್ನು ವರ್ಷ ತುಂಬಿಲ್ಲಾ; ಆಗಲೇ ಅವಳು ಪುಟ್ಟ ಪುಟ್ಟ ಹೆಜ್ಜೆಗಳನ್ನು ಇಡುತ್ತಾ ಮನೆಯ ತುಂಬಾ ಓಡಾಡುತ್ತಾಳೆ. ಕೆಲದಿನಗಳ ಹಿಂದೆ ಇಬ್ಬರು ಅಕ್ಕಂದಿರು ಪರಸ್ಪರ ಕೈ ಹಿಡಿದುಕೊಂಡು ನಡೆಸುತ್ತಿದ್ದರು. ಈಗ ಅವರು ಹಿಡಿಯಲು ಬಂದರೇ ಬೇಡ ಎಂದು ಕೈಸನ್ನೆ ಮಾಡುತ್ತಾ ತಾನೇ ಧೈರ್ಯದಿಂದ ಮುಗುಳುನಗುತ್ತಾ ನಡೆಯುತ್ತಾಳೆ.

ಕೇಕೆ ಹಾಕಿ ನಗುವಾಗಲಂತು ಅವಳ ಮುಖ ಹೂವು ಅರಳಿದಂತೆ ಅರಳುತ್ತದೆ. ಅವಳ ನಗು ನೋಡುತ್ತಾ ನೋಡುತ್ತಾ ದಿನ ಕಳೆದದ್ದೆ ಗೊತ್ತಾಗುವುದಿಲ್ಲ. ಹಿರಿಯ ಮಗಳಿಗೆ ಈಗ ಐದು ತುಂಬಿ ಆರಕ್ಕೆ ಬಿದ್ದಿದೆಯಂತೆ. ಹೋಗಿ ಕರೆದುಕೊಂಡು ಬರಬೇಕು. ಕರೆದುಕೊಂಡು ಹೋಗುತ್ತೇವೆ ಎಂದರೇ...

“ಇಲ್ಲೆ ಇರಲಿ ಬಿಡು. ಇದು ಅವಳ ಮನೆಯೇ ಅಲ್ಲವೇ?” ಅನ್ನುತ್ತಾಳೆ ಅಕ್ಕಾ. ಆದರೆ, ಚೊಚ್ಚಲ ಹೆರಿಗೆ ತವರು ಮನೆಯಲ್ಲಿಯೇ ಆದರೆ, ಚನ್ನವಲ್ಲವಲ್ಲವೇ? ಎಂದು ಹೇಳಿ ಕರೆದುಕೊಂಡು ಬರಲೇ ಬೇಕು.

ಇನ್ನೊಂದು ವಾರ ಇಲ್ಲವೇ ಹದಿನೈದು ದಿನ ಬಿಟ್ಟು ಒಂದು ಗಾಡಿ ತುಂಬಾ ಅಡುಗೆ ಮಾಡಿಕೊಂಡು ನಮ್ಮ ಸಂಪ್ರದಾಯ ಪ್ರಕಾರ ಹೋಗಿ ಬಂದರಾತು.

“ಅಬ್ಬಾ! ಏನು ಸೆಕೆ, ಏನು ಸೆಕೆ, ಈ ಬೇಸಿಗೆ ಕಳೆದು ಮಳೆಗಾಲ ಬಂದರೂ ಬಿಸಿಲಿನ ದಗೆ ಇನ್ನೂ ಕಡಿಮೆಯಾಗಿಲ್ಲ ನೋಡು!” ನಫೀಸಾಳು ಬೀಸಣಿಕೆ

ತೆಗೆದುಕೊಂಡು ನನ್ನ ಬಳಿ ಬಂದಳು. ಇನ್ನೂ ಸೂರ್ಯೋದಯವಾಗಿ ನಾಲ್ಕೂ ಘಳಿಗೆ ಆಗಿಲ್ಲ ಆಗಲೇ ನೆತ್ತಿಸುಡುವಂತಹ ಬಿಸಿಲು. ಇದೇನು ಮಳೆಗಾಲವೋ ಬೇಸಿಗೆ ಕಾಲವೋ ತಿಳಿಯುತ್ತಿಲ್ಲ! ಬಹುಶಃ ಈ ವರ್ಷವು ಕೂಡ ಮಳೆರಾಯ ಕೈಕೊಟ್ಟ ಅಂತಾ ಕಾಣಿಸುತ್ತದೆ. ಎಲ್ಲಿಯೂ ಮಳೆ ಬರುವ ಲಕ್ಷಣಗಳೆ ಕಾಣಿಸುತ್ತಿಲ್ಲ. ದಿನದಿಂದ ದಿನಕ್ಕೆ ಬಿಸಿಲು ಹೆಚ್ಚುತ್ತಿದೆಯೇ ವಿನಃ ಮಳೆ ಬರುವ ಮೂನ್ಸುಚನೆಯೇ ಕಾಣಿಸುತ್ತಿಲ್ಲ. ಹೀಗೆ ಮುಂದುವರೆದರೆ ಕುಡಿಯುವ ನೀರಿಗು ಪರಿತಪಿಸಬೇಕಾಗುತ್ತದೆ. ಈಗಾಗಲೇ ಸುತ್ತಮುತ್ತಲಿನ ಕೆರೆ ಬಾವಿಗಳು ಬತ್ತಲಾರಂಭಿಸಿವೆ ಎಂದು ಇವರು ಹೇಳುತ್ತಿದ್ದಾರೆ.

ಹೌದು! ಇವರೆಲ್ಲಿಗೇ ಹೋದರು.

ಬೆಳಿಗ್ಗೆ ಸೂರ್ಯ ಹುಟ್ಟುವ ಮುಂಚೆನೆ ಹೋದವರು ಇನ್ನೂ ಬಂದಿಲ್ಲವಲ್ಲ. ಕಳೆದ ಕೆಲ ದಿನಗಳಿಂದ ಸೂರ್ಯೋದಯ ಆಗುವ ಎರಡು ಘಳಿಗೆ ಮೊದಲೆ ಹೋಗಿ ಬಿಡುತ್ತಾರೆ. ಕೇಳಿದರೇ ಸುಳ್ಳು ಏನು ಹೇಳದೆ. 'ಹಿರಾ ಗುಹೆಗೆ ಹೋಗಿದ್ದೆ' ಎಂದು ಪ್ರಾಮಾಣಿಕವಾಗಿ ಸತ್ಯವನ್ನೆನೋ ಹೇಳುತ್ತಾರೆ. ಅಲ್ಲಿ ನಿಮಗೇನು ಕೆಲಸ ಅಂದರೆ ಮೌನವಾಗುತ್ತಾರೆ.

ಧ್ಯಾನವನ್ನು ಮಾಡಲು ಅಷ್ಟು ದೂರ ಹೋಗಬೇಕೆ? ಇಲ್ಲಿಯೇ ಕುಳಿತು ಮಾಡಿದರೇ ಆಗುವದಿಲ್ಲವೇ? ಎಂಬ ನನ್ನ ಮಾತಿಗು ಉತ್ತರವಿಲ್ಲ. ಹೀಗೇ ಬಿಟ್ಟರೇ ನಾಳೆಯಿಂದ ಅವರು ಅಲ್ಲಿಯೇ ಉಳಿದು ಮನೆಯನ್ನು, ನಮ್ಮನ್ನು ಕೂಡ ಮರೆತುಬಿಡುತ್ತಾರೋ ಏನೋ.

ಯಾವುದಕ್ಕೂ ಇವತ್ತು ತರಾಟೆಗೆ ತೆಗೆದುಕೊಂಡು ಅಲ್ಲಿಗೆ ಹೋಗದಂತೆ ತಡೆಯುವ ಪ್ರಯತ್ನ ಮಾಡಬೇಕು. ಅಲ್ಲಿಗೇ ಹೋಗಬೇಡಿ ಎಂದು ಮಕ್ಕಳ ಮೇಲೆ ಆಣೆ ಪ್ರಮಾಣ ಮಾಡಿದರೆ ಜಗ್ಗುತ್ತಾರೆಯೋ ಎಂದು ಪರೀಕ್ಷಿಸಿ ನೋಡಬೇಕು. 'ಎಷ್ಟೇ ಆಗಲಿ ಅವರಿಗೆ ಮಕ್ಕಳೆಂದರೆ ಪ್ರಾಣ' ಅವರ ಮೇಲೆ ಪ್ರಮಾಣ ಮಾಡಿಸಿದರೆ, ಅಲ್ಲಿಗೆ ಹೋಗುವುದನ್ನು ಬಿಟ್ಟರೂ ಬಿಡಬಹುದು.

ಹೊತ್ತು ನೆತ್ತಿಗೇರಿತು. ಅವರು ಎಂದಿಗಿಂತಲೂ ಇಂದು ನಿಧಾನವಾಗಿ ಹೆಜ್ಜೆ ಹಾಕುತ್ತಾ ಬರುತ್ತಿದ್ದಾರೆ. ಮುಖದಲ್ಲಿ ಏನೋ ವ್ಯತ್ಯಾಸ ಕಾಣಿಸುತ್ತಿದೆ. ನಡಿಗೆಯು ಮೊದಲಿನಂತಿಲ್ಲ. ಕಣ್ಣಿನ ಹುಬ್ಬು, ಮುಖದ ಕಾಂತಿ ಭಿನ್ನವಾಗಿದೆ.

ಮಕ್ಕಳು ಮಲಗಿದ್ದರಿಂದ ಅವರು ನನ್ನೊಂದಿಗೆ ಮಾತನಾಡದೆಯೇ ನೇರವಾಗಿ ಮಲಗುವ ಕೋಣೆಗೆ ಹೋದರು.

ನನಗೆ ಅಚ್ಚರಿ ಮತ್ತು ಕುತೂಹಲವೆನಿಸಿ ಅವರ ಹಿಂದೆ ಹೋಗಿ ನೋಡಿದರೆ ಆಗಲೇ ಹೊದ್ದುಕೊಂಡು ಮಲಗಿದ್ದರು.

ಅರೇ! ಇವರು ಯಾವತ್ತು ಹಗಲು ನಿದ್ರೆ ಮಾಡುವವರಲ್ಲ. 'ಹಗಲು ನಿದ್ದೆ ಮಾಡುವುದರಿಂದ ಸೋಮಾರಿತನ ಬೆಳೆಯುತ್ತದೆ' ಎಂದು ಹಗಲು ಮಲಗಿದಾಗ

ನನಗೆ ಅದೆಷ್ಟೋ ಬಾರಿ ಹೇಳಿದ್ದರು. ಇಂದು ಇವರೆ ಮಲಗಿದ್ದಾರೆ. ಬಹುಶಃ ಮೈಯಲ್ಲಿ ಹುಷಾರಿಲ್ಲವೇ!? ಎಂದು ಅವರ ಬಳಿ ಬಂದು ಹಾಸಿಗೆಯನ್ನು ಮೆಲ್ಲನೆ ಮೇಲೆತ್ತಿ ಅವರ ಹಣೆಗೆ ನನ್ನ ಬಲಗೈ ಬೆರೆಳುಗಳನ್ನು ತಾಗಿಸಿ ನುರಿತ ವೈದ್ಯಳಂತೆ ಪರೀಕ್ಷಿಸಿದೆ. ಏನು ತಿಳಿಯಲಿಲ್ಲ.

"ಏನಾಗಿದೆ, ಏಕೆ ಮಲಗಿಕೊಂಡಿರಿ?" ಸಹಜ ಕುತೂಹಲದಿಂದ ಕೇಳಿದೆ.

"ಏಕೋ ಚಳಿಯಾಗುತ್ತಿದೆ" ಎಂದರು.

ಹೊರಗಡೆ ರಣರಣ ಎನ್ನುವ ಬಿಸಿಲು. ಸೂರ್ಯನಂತು ಕೆಂಡವನ್ನೆ ಉಗುಳುತ್ತಿದ್ದಾನೆ. ಅಂತದರಲ್ಲಿ ಇವರು ಚಳಿ ಎನ್ನುತ್ತಿದ್ದಾರಲ್ಲ! ಎಂಬ ಅನುಮಾನ ಬಂದು ಮೈಯನ್ನು ಮುಟ್ಟಿದೆ. ಗಡಗಡ ಎಂದು ಶರೀರ ಕಂಪಿಸುವುದು ಸ್ಪರ್ಶದಿಂದ ಅನುಭವಕ್ಕೆ ಬಂತು.

"ಇನ್ನೊಂದೆರೆಡು ಕಂಬಳಿಗಳನ್ನು ನನಗೆ ಹೊಚ್ಚು. ಏಕೋ ನನ್ನ ಮೈಯಿಗೆ ಚಳಿ ಹೆಚ್ಚಾಗುತ್ತಿದೆ" ಅವರು ಈಗ ನಡುಗುವ ಧ್ವನಿಯಲ್ಲಿ ಹೇಳಿದರು. ನಾನು ರತ್ನಗಂಬಳಿ ತಂದು ಹೊಚ್ಚಿದೆ.

"ಕುಡಿಯಲು ಹಾಲನ್ನು ಬಿಸಿ ಮಾಡಿ ತರಲೆ?"

"ಏನು ಬೇಡ ನನಗೆ ತಲೆ ತುಂಬಾನೆ ಹೊಡೆದುಕೊಳ್ಳುತ್ತಿದೆ. ಯಾರೋ ತಲೆಗೆ ಬಲವಾಗಿ ಕಲ್ಲಿನಿಂದ ಹೊಡೆದಂತೆ ಭಾಸವಾಗುತ್ತಿದೆ. ದಯವಿಟ್ಟು ನೀವು ನನ್ನೊಂದಿಗೆ ಈಗ ಏನು ಮಾತನಾಡದೆ ಹೊರಗೆ ಹೋಗಿ" ಎಂದು ಹಾಸಿಗೆ ಒಳಗಿಂದಲೇ ಹೇಳಿ ಮುದುಡಿಕೊಂಡು ಕಪ್ಪೆಯಂತೆ ಮಲಗಿದರು.

2

'ಆ ಗುಹೆಯಲ್ಲಿ ಯಾರೊಂದಿಗಾದರು ಹೊಡೆದಾಡಿದರೇ' ಎಂದು ಕೇಳಬೇಕೆಂಬ ಯೋಚನೆ ಬಂತು. ಆದರೆ, ಅವರ ಅಣತಿಯಂತೆ ಹೊರಗೆ ಬಂದೆ. ವೈದ್ಯರನ್ನು ಬರಹೇಳಲೆ ಎಂಬ ಯೋಚನೆಯೂ ಬಂತು.

ಮೆಲ್ಲನೆ ಹೊರಬಂದಾಗ ಮಳೆಹನಿ ಬೀಳಲಾರಂಭಿಸಿದವು. ಅರೆ ಗಳಿಗೆಯಲ್ಲಿ ವಾತಾವರಣ ಚಿತ್ರಣವೆ ಬದಲಾಯಿತು. ಮಳೆಹನಿಗಳು ಹೆಚ್ಚಾದವು. ಆಕಾಶ ಕಪ್ಪು ಬಣ್ಣಕ್ಕೆ ತಿರುಗಿತು. ಎಲ್ಲಿಂದೆಲ್ಲಿಂದಲೋ ಪರ್ವತದಂತಹ ಮೋಡಗಳು ನಮ್ಮ ಮನೆಯಡೆಗೆ ನರ್ತನ ಮಾಡುತ್ತಾ ಸಾವಿರ ಸಾವಿರ ಒಂಟೆಗಳಂತೆ ನುಗ್ಗಿ ಬರಲಾರಂಭಿದವು. ಮಕ್ಕಾ ನಗರವು ಕತ್ತಲಲ್ಲಿ ಮುಳುಗಿದಂತೆ ಬಾಸವಾಗಿ ಮೋಡಗಳು ಇಡೀ ನಗರವನ್ನು ಮುತ್ತಿಗೆಹಾಕಿ ಮಳೆ ಭೋರ್ಗರೆಯುವಂತೆ ಸುರಿಯಲಾರಂಭಿಸಿತು.

ಬಯಲಿನಲ್ಲಿ ಕಟ್ಟಿದ್ದ ಕುದುರೆ, ಒಂಟೆಗಳು ಆಕಾಶದೆಡೆಗೆ ಮುಖಮಾಡಿ ದೇವರಿಗೆ ಸ್ತುತಿ ಮಾಡುವಂತೆ ಕೂಗಿದವು. ಇಷ್ಟು ದಿನ ಬಿಸಿಲ ಧಗೆಯಿಂದ ತತ್ತರಿಸಿ ಹೋಗಿದ್ದ ಅವಕ್ಕೆ ಇಂದು ಸ್ವರ್ಗ ಸಿಕ್ಕಷ್ಟು ಆನಂದವಾಗಿರಬೇಕು. ಮಳೆಯ ಆರ್ಭಟ ಮುಂದುವರೆಯಿತು. ಗುಡುಗು ಸಿಡಿಲುಗಳು ಹೆಚ್ಚಾದವು. ಸುತ್ತಮುತ್ತಲಿನ ಕೆರೆ ಬಾವಿಗಳಿಗೆ ಈಗಾಗಲೇ ನೀರು ಹರಿದು ಅವುಗಳ ಪ್ರಮಾಣ ಹೆಚ್ಚಾಗಿರಬೇಕು.

ಹೀಗೆ ಇನ್ನೆರಡು ಘಳಿಗೆ ಸುರಿದರೇ ಅವೂ ತುಂಬಿ ಹರಿಯುತ್ತವೆ. ಇನ್ನು ಒಂದೆರಡು ವರ್ಷ ನೀರಿಗೆ ನಮಗೆ ಬರವಿಲ್ಲ. ಅಬ್ಬಾ ಅದೆಂಥ ಮಳೆ! ಬಾಯಿ ಬಿಟ್ಟಿದ್ದ ಭೂಮಿ ಇಂದು ಮೈನೆರೆತವಳಂತೆ ಉಬ್ಬಿ ನಿಂತಿತು.

ಮಳೆಯ ಆರ್ಭಟಕ್ಕೆ ಮಲಗಿಕೊಂಡಿದ್ದ ಮಕ್ಕಳು ಎದ್ದರು. ಎಂದಿನಂತೆ ಅವರ ಅಪ್ಪನ ಧ್ಯಾನದಲ್ಲಿಯೇ ಎದ್ದರು. ಏನಾದರು ಸಬೂಬು ಹೇಳಿ ಸುಮ್ಮನಾಗಿಸುವುದು ಒಳ್ಳೆಯದೆಂದು ಭಾವಿಸಿ ಅತ್ತ ನಡೆದೆ.

3

ರಾತ್ರಿ ಇಡೀ ಮಳೆ ಸುರಿಯಿತು. ಇಂದು ಬೆಳಿಗ್ಗೆ ಒಂದಷ್ಟು ಕಡಿಮೆ ಆದಂತೆ ಕಾಣಿಸುತ್ತದೆ.ಜನರ ಮುಖದಲ್ಲಿ ಸಂತೋಷ, ಉಲ್ಲಾಸ, ಕೆಲಸದ ಹುಮ್ಮಸ್ಸು ಎದ್ದು ಕಾಣುತ್ತಿದೆ. ಇಂತಹ ಮಳೆಯನ್ನು ನನ್ನ ಇಷ್ಟು ವರ್ಷದ ಜೀವನದಲ್ಲಿಯೇ ನೋಡಿರಲಿಲ್ಲ! ನನ್ನ ಅಜ್ಜಿ ಮುತ್ತಜ್ಜಿಯ ಕಾಲದಲ್ಲಿ ದೊಡ್ಡ ದೊಡ್ಡ ಮಳೆಯಾಗುತ್ತಿತ್ತು ಎಂದು ಕೇಳಿದ್ದೆ ಆದರೆ, ನೋಡಿರಲಿಲ್ಲ ನಿನ್ನೆ ಅಂತಹ ಮಳೆಯನ್ನು ಕಣ್ಣಾರೆ ಕಂಡೆ.

ವಾತಾವರಣವೆಲ್ಲ ತಿಳಿಯಾಗಿ ತಂಪಾಗಿದೆ. ಪಕ್ಷಿಗಳು ರೆಕ್ಕೆ ಬಿಚ್ಚಿ ಕುಣಿದಾಡುತ್ತಿವೆ. ಚಿಕ್ಕ ಚಿಕ್ಕ ಆಡಿನ ಮರಿಗಳು ಮನಬಂದಂತೆ ಕುಣಿದಾಡುತ್ತಿವೆ. ಇವರು ರಾತ್ರಿಯಿಡೀ ತಲೆ ನೋವು ಎಂದು ಹೇಳುತ್ತಾ ನಡುಗುತ್ತಿದ್ದರು ವೈದ್ಯರನ್ನು ಬರಹೇಳಬೇಕೆಂದರೆ ಮಳೆ ಬಿಡುವೇ ಕೊಡಲಿಲ್ಲ. ಇಂದು ಮನೆ ಆಳಿಗೆ ಹೇಳಿ ಕರೆಸಿ ಒಂದಷ್ಟು ಗಿಡಮೂಲಿಕೆ ಸೇವಿಸಿ ಗುಣಮುಖರಾಗಿದ್ದಾರೆ. ಆದರೂ ಇನ್ನೂ ತಲೆ ನೋವು ಇದ್ದೆ ಇದೆ ಎಂಬ ಅನುಮಾನ ನನಗೆ. ಯಾವುದಕ್ಕೂ ಅಣ್ಣನನ್ನು ಬರಹೇಳಬೇಕು, ಅವನು ಇಂತದಕ್ಕೆಲ್ಲ ಬುದ್ಧಿವಂತಿಕೆಯಿಂದ ಉತ್ತರ ಕಂಡುಕೊಂಡು ಹೇಳಬಲ್ಲ.

ಒಂದೆರಡು ದಿನ ನೋಡೋಣ ಆಮೇಲೆ ಇದರ ಯೋಚನೆ. ಮಕ್ಕಳೆಲ್ಲರು ಇಲ್ಲಿದ್ದರೇ ಇವರನ್ನು ನೆಮ್ಮದಿಯಿಂದ ನಿದ್ದೆಮಾಡಲು ಬಿಡುವದಿಲ್ಲವೆಂದು

ತಿಳಿದು ಪಕ್ಕದ ಬೀದಿಯಲ್ಲಿರುವ 'ಝೈನಬ'ಳ ಮನೆಗೆ ನೋಡಿಕೊಂಡು ಬರಲು ಕಳುಹಿಸಿರಿವೆ.

ಇವರು ಬೆಳಿಗ್ಗೆ ಒಂದಷ್ಟು ಗೋಧಿಯಿಂದ ಮಾಡಿದ್ದ ಆಹಾರವನ್ನು ತಿಂದು ಜೊತೆಗೆ ಖರ್ಜೂರ ತಿಂದು ಗಿಡಮೂಲಿಕೆಯನ್ನು ಒಂಟೆಯ ಹಾಲಿನೊಂದಿಗೆ ಸೇವಿಸಿ ಮಲಗಿದ್ದಾರೆ. ಅವರ ಹತ್ತಿರ ಬಂದು ಕುಳಿತೆ. ಅವರೊಂದಿಗೆ ಮಾತನಾಡಬೇಕು ಎಂದೆನಿಸಲಿಲ್ಲ. ಸುಮ್ಮನೆ ನನ್ನ ಬಲಗೈಯಿಂದ ಅವರ ತಲೆ ಹಣೆ ಸವರಿದೆ. ಅವರು ಕಣ್ಣು ತೆರೆದು ನೋಡಿ ಮತ್ತೆ ಮಲಗಿದರು. ಬಹುಶಃ ಜ್ವರ ಕಡಿಮೆಯಾಗಿರಬೇಕು ಎಂಬ ನಿಶ್ಚಿಂತತೆ ನನ್ನಲ್ಲಿ ಮೂಡಿತು.

4

ನಮ್ಮ ಮದುವೆಯಾಗಿ ಹೆಚ್ಚುಕಡಿಮೆ ಹದಿನೈದು ವರ್ಷಗಳಾದವು. ಸುಮಾರು ಹದಿನೇಳು ವರ್ಷಗಳ ಹಿಂದೆ ನಮ್ಮ ಮನೆಯ ವ್ಯಾಪಾರ ವ್ಯವಹಾರ ನೋಡಿಕೊಳ್ಳಲು ನಿಷ್ಠಾವಂತ ಪ್ರಾಮಾಣಿಕ ವ್ಯಕ್ತಿ ಬೇಕೆಂದು ಹುಡುಕುತ್ತಿದ್ದೆ. ಅಂದು ನಮ್ಮ ವ್ಯಾಪಾರ ದೂರದ ಸಿರಿಯಾ ಯಮನ್ ನಾಡಿನಲ್ಲಿ ನಡೆಯುತ್ತಿತ್ತು ಅಷ್ಟು ದೂರ ಹೋಗಿ ವ್ಯಾಪಾರ ಮಾಡಿಕೊಂಡು ಬರುವ ಮುಂದಾಳಿನ ಅವಶ್ಯಕತೆ ತುಂಬಾನೆ ಇತ್ತು. ಮನೆಯಾಳು ಮೈಸರನಿಗೆ ಈ ಕುರಿತು ಹೇಳಿದೆ.

ಅವನಿಗೆ ನನ್ನ ತಂದೆ ವಯಸ್ಸು. ಸದಾ ನಮ್ಮ ಮನೆಯಲ್ಲಿ ನಾನು ಚಿಕ್ಕವಳಿದ್ದಾಗಿನಿಂದಲು ನಿಯತ್ತಿನಿಂದ ಕೆಲಸ ಮಾಡುತ್ತಿದ್ದಾನೆ. ಅವನೆಂದರೆ ನನಗೆ ಗೌರವ. ಗೋಧಿ ಬಣ್ಣದ ಗಟ್ಟಿ ಶರೀರದ ಆಳು. ಹತ್ತು ಜನರ ಕೆಲಸವನ್ನು ಒಬ್ಬನೆ ಮಾಡುತ್ತಿದ್ದ ಆದರೆ, ಹುಂಬ. ವ್ಯಾಪಾರದಲ್ಲಿ ಮುಂದಾಲೋಚನೆಇರಲಿಲ್ಲ. ಇವನು ಒಂದು ದಿನ

"ನನಗೆ ಪರಿಚಯವಿರುವ ಅಬೂತಾಲಿಬನ ಅಣ್ಣನ ಮಗನೊಬ್ಬನು ಇದ್ದಾನೆ ಕರೆದುಕೊಂಡು ಬರಲೆ?" ಎಂದು ಅಣ್ಣ ವರಕ್ಕಾನ ಮುಂದೆ ಹೇಳಿದ. ಅಂದು ಅಣ್ಣ ಜೀವನದಲ್ಲಿ ವೈರಾಗ್ಯ ತಾಳಿ ಸಂನ್ಯಾಸಿ ಆಗಿದ್ದ ಆದರೂ ನನ್ನ ಮೇಲಿನ ಅಕ್ಕರೆಯಿಂದಾಗಿ ಆಗಾಗ ಮನೆಗೆ ಬಂದು ಹೋಗುತ್ತಿದ್ದ.

"ಆಯ್ತು ಕರೆದುಕೊಂಡು ಬಾ" ಎಂದಿದ್ದಕ್ಕೆ ಇವರನ್ನು ಕರೆದುಕೊಂಡು ಬಂದ.

ಅವಾಗ ಇವರಿಗೆ ಇಪ್ಪತ್ತ ಮೂರು ವರ್ಷ. ದುಂಡನೆಯ ಬಿಳಿ ಮುಖದ ಮೇಲೆ ಮೊಳಕೆ ಒಡೆದ ಕಾಳುಗಳಂತೆ ಕಾಣುವ ಕಪ್ಪು ಗಡ್ಡ ಮತ್ತು ಮೀಸೆ, ಶುಭ್ರ ಬಿಳಿ ಬಟ್ಟೆಯ ಮೇಲೆ ಕೆಂಪು ಬಿಳಿ ಮಿಶ್ರಿತ ವಸ್ತ್ರ. ತಿದ್ದಿ

ತೀಡಿದಂತಹ ಹುಬ್ಬು, ಕಿವಿ, ಬಾಯಿ, ಮೂಗು, ಹೊಳೆಯುವ ಕಣ್ಣುಗಳಿಂದ ಸುಂದರವಾಗಿ ಕಾಣುತ್ತಿದ್ದರು. ನಮ್ಮ ವಿಶಾಲ ಮನೆಯ ಹಜಾರದ ಮೇಲೆ ಅಣ್ಣ ಮಂಚದ ಮೇಲೆ ಕುಳಿತಿದ್ದ ಇವರು ಬಂದೊಡನೆ ಎದುರಿಗೆ ಇದ್ದ ಮೇಜಿನ ಮೇಲೆ ಕುಳಿತುಕೊಳ್ಳಲು ಕೈ ಸನ್ನೆ ಮಾಡಿದರು. ಇವರು 'ಅದಕ್ಕೆ ನೋವಾಗುತ್ತದೆಯೇನೊ' ಎಂಬ ನಾಚಿಕೆಯಿಂದ ತುದಿಗಾಲಲ್ಲಿ ಕುಳಿತರು.

ಅಣ್ಣ ಇವರನ್ನು ನೋಡಿ,

"ವ್ಯಾಪಾರ ಮಾಡಿದ ಅನುಭವ ಇದೆಯೋ?" ಎಂದು ಗತ್ತಿನಲ್ಲಿಯೇ ಕೇಳಿದರು.

"ನಮ್ಮ ಚಿಕ್ಕಪ್ಪನೊಂದಿಗೆ ಹೋಗಿ ಬಂದು ತಕ್ಕಮಟ್ಟಿಗೆ ಅನುಭವ ಇದೆ" ಎಂದು ಪ್ರಾಮಾಣಿಕವಾಗಿ ಹೇಳಿದರು. ಧ್ವನಿ ಕ್ಷೀಣವಾಗಿದ್ದರು ಆತ್ಮವಿಶ್ವಾಸ ತುಂಬಿ ತುಳುಕುತ್ತಿತ್ತು.

"ವ್ಯಾಪಾರಿಯಾದವನು ಒಬ್ಬ ವೀರ ಯೋಧನು ಆಗಿರಬೇಕು. ಇಲ್ಲದಿದ್ದರೇ ದಾರಿ ಮಧ್ಯದಲ್ಲಿ ದರೋಡೆಕೋರರು ಅಡ್ಡಗಟ್ಟಿ ನಮ್ಮ ಸರಕು ಸಾಮಾನುಗಳನ್ನು ದೋಚಿದರೇ ಏನು ಮಾಡಬೇಕು?" ಅಣ್ಣನ ಮುಂದಾಲೋಚನೆ ಸರಿಯಾಗಿತ್ತು. ನಾನು ಕೋಣೆಯ ಮರೆಯಲ್ಲಿ ನಿಂತು ಅವರ ಸಂಭಾಷಣೆಯನ್ನು ಕೇಳಿಸಿಕೊಳ್ಳುತ್ತಿದ್ದೆ. ಅವರು ನನಗೆ ಕಾಣುತ್ತಿದ್ದರೆ ವಿನಃ ನಾನು ಅವರಿಗೆ ಕಾಣುತ್ತಿರಲಿಲ್ಲ.

"ನನ್ನ ಹನ್ನೆರಡನೆಯ ವಯಸ್ಸಿನಿಂದಲೇ ನನ್ನ ಚಿಕ್ಕಪ್ಪ ಕತ್ತಿವರಸೆ, ಬಾಣ ಬಿಡುವ ವಿದ್ಯೆ, ಮುಷ್ಟಿ ಯುದ್ಧ ಮುಂತಾಗಿ ಎಲ್ಲವನ್ನು ಕಲಿಸಿದ್ದಾನೆ."

"ಶಭಾಷ್, ನಿನ್ನಂತವನಿಗಾಗಿಯೇ ನಾವು ಕಾಯುತ್ತಿದ್ದೆವು" ಅಣ್ಣನ ಮಾತು ಮುಗಿಯುತ್ತಿದ್ದಂತೆಯೆ ಮನೆ ಆಳು ಬಾಯಿ ತೆರೆದು.

"ಮತ್ತು ನಡೆತೆಯಲ್ಲಿಯೂ ಕೂಡ ಸತ್ಯಸಂಧ, ಪ್ರಾಮಾಣಿಕ ಎಂದು ಎಲ್ಲರಿಂದಲೂ ಮೆಚ್ಚಿಗೆ ಪಡೆದಿದ್ದಾನೆ" ಎಂದು ಹಾಡಿ ಹೊಗಳಿದ. ಮರೆಯಲ್ಲಿದ್ದ ನನಗೆ ಸಂತೋಷವಾಯಿತು. ಇವರಂತಹ ವ್ಯಕ್ತಿಯ ಆಗಮನ ನಮಗೆ ಸಿಕ್ಕಿರುವ ಪುಣ್ಯವೆಂದೆ ಭಾವಿಸಿದೆ.

"ಸಂತೋಷದ ವಿಷಯ, ಹಾಗಾದರೇ ನಾಳೆಯಿಂದಲೇ ಕೆಲಸಕ್ಕೆ ಬಾ."

"ನಾಳೆಯ ಮಾತು ಹಾಳು. ಇಂದಿನಿಂದಲೇ ಬರುವೆ" ಎಂದೊಡನೆ ಅಣ್ಣ ಎದ್ದು ನಿಂತು ಇವರ ಬೆನ್ನು ಚಪ್ಪರಿಸಿ ನಮ್ಮ ವ್ಯಾಪಾರದ ಕುರಿತು ಹೇಳಲಾರಂಭಿಸಿದರು...

ಸುಮಾರು ಒಂದೆರಡು ಘಳಿಗೆ ನಮ್ಮ ಎಲ್ಲ ವ್ಯಾಪಾರ ವ್ಯವಹಾರಗಳ ಸಂಬಂಧವಾಗಿ ಹೊರಗಡೆ ಹೋಗಿ ಒಂಟೆ ಕುದುರೆಗಳನ್ನು ನೋಡಿಕೊಂಡು ಬಂದು ಅಂದು ನಮ್ಮ ಮನೆಯಲ್ಲಿಯೇ ಊಟ ಮಾಡಲು ಅಣ್ಣನೊಂದಿಗೆ

ಕುಳಿತರು. ನಫೀಸಾಳು ಅಂದು ಒಂಟೆ ಮಾಂಸವನ್ನ ಮಾಡಿದ್ದಳು. ಊಟ ಮಾಡುವಾಗ ಆಕಸ್ಮಿಕವಾಗಿ ಅಣ್ಣ ತಾನು ಭಾಷಾಂತರ ಮಾಡುತ್ತಿದ್ದ ಬೈಬಲ್ಲಿನ ಕುರಿತು ಪ್ರಸ್ತಾಪ ಮಾಡಿದರು.

ಅದಕ್ಕೆ ಇವರು ಬೈಬಲ್ಲಿನ ಹಳೆ ಒಡಂಬಡಿಕೆಯ ಬಗ್ಗೆ ಸ್ವಲ್ಪ ಹೇಳಿ ನಂತರ ಹೊಸ ಒಡಂಬಡಿಕೆಯಲ್ಲಿ ಬರುವ ಏಸುಕ್ರಿಸ್ತನ ಕುರಿತು ಹೇಳಲಾರಂಭಿಸಿದರು. ಏಸು ಬೆತ್ಲೆಹೆಮನಲ್ಲಿ ಜನಿಸಿ ನಜರೇತಿನಲ್ಲಿ ಬೆಳೆದು ಇಸ್ರೇಲಿನಲ್ಲಿ ಬೋಧಿಸಿದನ್ನು ಹೇಳುತ್ತಾ ಅವರ 'ಪರ್ವತ ಮೇಲಿನ ಬೋಧನೆ'ಯನ್ನು ಸರಿಯಾಗಿ ಅರಳು ಹುರಿದಂತೆ ಹೇಳಿದರು. ಇದನ್ನು ಕೇಳಿ ಅಣ್ಣನಿಗಷ್ಟೆ ಅಲ್ಲ ನನಗು ಅಚ್ಚರಿಯಾಯಿತು.

"ನೀವು ಬೈಬಲ್ಲನ್ನು ಓದಿರುವಿರಾ!?" ಅಣ್ಣ ಬಹುವಚನ ಬಳಸಿದ.

"ನನಗೆ ಓದಲು ಬರೆಯಲು ಬರುವುದಿಲ್ಲ" ಮಾತಿನಲ್ಲಿ ತಿರಸ್ಕಾರವೇನು ಇರಲಿಲ್ಲ.

"ಮತ್ತೆ ನಿಮಗೆ ಹೇಗೆ ಗೊತ್ತು?" ಎಂಬ ಮಾತಿಗೆ ಹುಸಿನಗೆ ಬೀರಿ ಸುಮ್ಮನಾದರು. ಊಟವಾದ ಮೇಲೆ ಮತ್ತೆ ಒಂದೆರಡು ಘಳಿಗೆ ಮೋಸಸ್, ಅಬ್ರಹಾಂ, ಇಸ್ಮಾಯಿಲರ ಕುರಿತು ಮಾತನಾಡಿದಾಗಲಂತು ನನಗೆ ಅಚ್ಚರಿಯೋ ಅಚ್ಚರಿ! ಏಕೆಂದರೆ ನಾನು ಆವಾಗ ಇವಾಗ ಬಿಡುವಾದಾಗ ಬೈಬಲ್‌ನನ್ನೇನೋ ಓದಿದ್ದೆ; ಆದರೆ, ಇವರಷ್ಟು ಗ್ರಹಿಸಿರಲಿಲ್ಲ.

ಯಾರು ಕಲಿಸಿದರು? ಯಾರಿಂದ ಕಲಿತರು? ಎಷ್ಟು ವರ್ಷ ಕಲಿತರು? ಎಂದು ಕೇಳುವ ಆಲೋಚನೆ ಬಂತು. ಆದರೆ, ಮಧ್ಯದಲ್ಲಿ ಮಾತನಾಡುವದು ಸಭ್ಯತೆಯ ಲಕ್ಷಣವಲ್ಲವೆಂದು ಸುಮ್ಮನಾದೆ. ಇದರ ಕುರಿತು ಮುಂದೊಂದು ದಿನ ಕೇಳಿದರಾಯ್ತು ಎಂದು.

5

ಮರುದಿನ ಮಕ್ಕಾದಿಂದ ಸಾವಿರ ಮೈಲಿ ದೂರ ಇರುವ ಸಿರಿಯಾ ನಾಡಿಗೆ ಹೋಗಲು ಸಿದ್ಧರಾದರು. ವ್ಯಾಪಾರಕ್ಕೆ ಒಬ್ಬರನ್ನೋ ಇಬ್ಬರನ್ನೊ ಕಳುಹಿಸಲು ಸಾಧ್ಯವಲ್ಲದ ಮಾತು. ನಮ್ಮ ವ್ಯಾಪಾರವೆಂದರೇ ಇಲ್ಲಿ ಗಟ್ಟಿಮುಟ್ಟಾಗಿ ಬೆಳೆಯುವ ಕುದುರೆಗಳಿಗೆ ಅಲ್ಲಿ ಭಾರಿ ಬೆಲೆ, ಇದರೊಂದಿಗೆ ಉತ್ತಮ ಗುಣಮಟ್ಟದ ಬಟ್ಟೆಗಳು ಮತ್ತು ಇಲ್ಲಿ ಬೆಳೆಯುವ ಖರ್ಜೂರ, ಗೋಧಿ, ಬಾರ್ಲಿಗಳನ್ನು ಕುದುರೆ ಒಂಟೆಗಳ ಮೇಲೆ ಹೇರಿಕೊಂಡ ಅಲ್ಲಿ ಮಾರಾಟ ಮಾಡಿ ಬರುವಾಗ ಸಾಂಬಾರು ಪದಾರ್ಥಗಳು, ಸುಗಂಧ ತೈಲಗಳೊಂದಿಗೆ ಅಲ್ಲಿ ದೊರೆಯುವ ಬೇಳೆ ಕಾಳುಗಳನ್ನು ತಂದು ಇಲ್ಲಿ

ಮಾರುವುದು. ಇದರಿಂದ ಎರಡಕ್ಕಿಂತ ಹೆಚ್ಚು ಲಾಭ ನಮಗೆ ಒಂದೊಂದು ಬಾರಿ ಸಿಗುತ್ತಿತ್ತು.

ಇವರು ಹೋಗುವ ಮುನ್ನ ಸುತ್ತಮುತ್ತಲಿನ ಕೆಲ ಶ್ರೀಮಂತ ವ್ಯಾಪಾರಿಗಳು ಹಲವಾರು ಗುಂಪುಗಳನ್ನು ಮಾಡಿ ಪ್ರತಿ ಗುಂಪಿಗು ಒಬ್ಬ ನಾಯಕನನ್ನು ನೇಮಿಸಿ ನೂರು ಒಂಟೆ, ಇಪ್ಪತ್ತು ಕುದುರೆಗಳು, ಇವುಗಳನ್ನು ನೋಡಿಕೊಳ್ಳಲು ಹತ್ತಾರು ಆಳುಕಾಳು. ಇವರ ಊಟಕ್ಕೆ ಬೇಕಾದ ಕುರಿಗಳು, ಒಂಟೆಗಳು, ಆಡುಗಳೊಂದಿಗೆ ಕೆಲ ದಿರ?ಹಮಗಳನ್ನು ಮುಖ್ಯ ನಾಯಕನಿಗೆ ಕೊಡುತ್ತಿದ್ದೆವು. ಇವರ ರಕ್ಷಣೆಗಾಗಿ ಮತ್ತೆ ನೂರಾರು ಶಸ್ತ್ರ ಸುಸಜ್ಜಿತ ಮತ್ತು ಬಾಣ ಬಿಡುವುದರಲ್ಲಿ ನುರಿತ ಯೋಧರು, ವ್ಯಾಪಾರ ಮಾಡುವವರು ಯೋಧರೆ ಆದರು ರಾತ್ರಿ ಎಲ್ಲಿಯಾದರು ತಂಗಿದ್ದಾಗ ದರೋಡೆಕೋರರು ಮುತ್ತಿಗೆ ಹಾಕಬಹುದೆಂದು ಊಹಿಸಿ ಇವರನ್ನು ಕಳುಹಿಸುತ್ತಿದ್ದೆವು. ಇಂತಹ ಹಲವಾರು ಗುಂಪುಗಳು ಒಟ್ಟಿಗೆ ಹೋಗುತ್ತಿದ್ದವು. ಇವರಿಗೆ ಬೇಸರವಾಗದೆ ಇರಲೆಂದು ನೃತ್ಯಗಾರ್ತಿಯರು, ಹಾಡು ಹೇಳುವವರು, ಸಂಗೀತ ನುಡಿಸುವವರು, ನಗಾರಿ ಬಾರಿಸುವವರು ಇರುತ್ತಿದ್ದರು. ಇವರು ಹೊರಟದ್ದು ಗೊತ್ತಾದೊಡನೆಯೇ ಧರ್ಮೋಪದೇಶಕರು, ಯಾತ್ರೆ ಮಾಡಬೇಕೆಂಬ ಆಸಕ್ತಿ ಇರುವವರು ಕೂಡ ತಯಾರಾಗುತ್ತಿದ್ದರು. ಒಬ್ಬೊಬ್ಬರೆ ಹೊರಟರೆ ರಕ್ಷಣೆ ಭಯದಿಂದ ಹೋಗುತ್ತಿರಲಿಲ್ಲ. ಅದೇ ಇಂತವರೊಂದಿಗೆ ಹೋದರೇ ರಕ್ಷಣೆಯೊಂದಿಗೆ ಆಹಾರದ ಸಮಸ್ಯೆಯು ಕೂಡ ಕಡಿಮೆಯಾಗುತ್ತದೆ ಎಂಬ ಆಲೋಚನೆಯು ಇತ್ತು. ಇವರೆಲ್ಲರಿಗೆ ಆರೋಗ್ಯದಲ್ಲಿ ತೊಂದರೆಯಾದರೇ ನೋಡಿಕೊಳ್ಳಲು ಕೆಲ ವೈದ್ಯರು ಹೋಗುತ್ತಿದ್ದರು.

ಎಲ್ಲರು ಹೊರಡುವ ಮುನ್ನ ಮುಖ್ಯ ದೇವರ ನಿಲಯ ಕಅಬಾ 'ಲಾತ್' ದೇವರಿಗೆ ಮೇಕೆ ಬಲಿ ಕೊಟ್ಟು ವಿಶೇಷ ಪೂಜೆ ಸಲ್ಲಿಸಿ ಹೊರಟರು. ದಾರಿಯಲ್ಲಿ ಹೋಗುತ್ತಿದ್ದರೆ ಒಂದು ಚಿಕ್ಕ ಊರೇ ಹೊರಟಿದೆಯೇನೋ ಎನ್ನುವಂತಿತ್ತು.

ಇವರು ಹೋಗುವದನ್ನು ನೋಡಿಯೇ ದರೋಡೆಕೋರರು ಮುತ್ತಿಗೆ ಹಾಕುವ ಧೈರ್ಯ ಮಾಡುತ್ತಿರಲಿಲ್ಲ.

6

ಸುಮಾರು ನಾಲ್ಕು ತಿಂಗಳ ನಂತರ ಮರಳಿ ಬಂದರು. ಹೌದು, ಈ ಮಕ್ಕಾದಿಂದ ಸಾವಿರಾರು ಮೈಲಿ ದೂರಲ್ಲಿರುವ 'ಬಸ್ರಾ ನಗರ'ಕ್ಕೆ ಹೋಗಿ ವ್ಯಾಪಾರ ಮಾಡಿಕೊಂಡು ಬರಲು ಇಷ್ಟು ತಿಂಗಳು ಬೇಕಾಗುತ್ತಿತ್ತು. ಬಂದವರು ನನ್ನ ಮುಂದೆ ವ್ಯಾಪಾರದ ಎಲ್ಲ ವಿವರವನ್ನು ಹೇಳಲಾರಂಭಿಸಿದರು.

ಆಗ ಅಣ್ಣ ಬೇರೆ ಊರಿಗೆ ಹೋಗಿದ್ದರಿಂದ ನಾನೇ ಎಲ್ಲ ಲೆಕ್ಕವನ್ನು ತೆಗೆದುಕೊಳ್ಳಬೇಕಾಯಿತು. ನಮ್ಮ ನಿರೀಕ್ಷೆಗಿಂತಲೂ ಹೆಚ್ಚಿನ ಲಾಭವನ್ನು ಇವರು ತಂದಿದ್ದರು.

ಅಂದು ಅವರು ಮಾತನಾಡುತ್ತಿರುವಾಗ ಕಣ್ಣುಗಳು ನನ್ನನ್ನು ನೋಡದೆ ನೆಲವನ್ನೆ ನೋಡುತಿದ್ದವು. ಸುಮಾರು ಹೊತ್ತು ಅವರನ್ನೆ ಗಮನಿಸಿದೆನಾದರು ಅವರ ಕಣ್ಣುಗಳು ನನ್ನನ್ನು ಸಂದಿಸಲಿಲ್ಲ. ನಾಚಿಕೆ ಅವರ ಮುಖದಲ್ಲಿ ಎದ್ದು ಕಾಣುತ್ತಿತ್ತು. ಅಂದು ಅವರ ಮನಸ್ಸಿನಲ್ಲಿ ಆಸೆ ಇತ್ತಾ,ಮೋಹವಿತ್ತಾ, ಕಾಮವಿತ್ತಾ ನಾನು ಗಮನಿಸಲಿಲ್ಲ. ಮದುವೆಯಾದ ಮೇಲೆ ಒಂದು ದಿನ ಇದರ ಬಗ್ಗೆ ಕೇಳಿದೆ.

"ಮದುವೆಯ ಮುಂಚೆ ನಿಮ್ಮ ಮೇಲೆ ನನಗೆ ಯಾವುದೆ ಭಾವನೆ ಇರಲಿಲ್ಲ" ಎಂದು ಸತ್ಯವನ್ನೆ ಹೇಳಿದ್ದರು.

ಇದನ್ನು ನೆನಸಿಕೊಂಡರೇ ಅಭಿಮಾನ ಮೂಡುತ್ತದೆ. ಒಬ್ಬ ಆದರ್ಶ ವ್ಯಕ್ತಿಯನ್ನು ಮದುವೆಯಾದೆನಲ್ಲ ಎಂದು ಹೃದಯ ತುಂಬಿ ಬರುತ್ತದೆ. ಮಲಗಿದ್ದ ಅವರು ಎದ್ದರು.

ಹಣೆಯ ಮೇಲೆ ಕೈಯಿಟ್ಟೆ ಜ್ವರದ ಪ್ರಮಾಣ ಕಡಿಮೆಯಾಗಿದ್ದರು, ಶರೀರ ನಿಧಾನವಾಗಿ ಕಂಪಿಸುತ್ತಿತ್ತು. ಉಟ್ಟ ದಪ್ಪ ಬಟ್ಟೆ ಒದ್ದೆ ಆಗಿತ್ತು. ಬಟ್ಟೆ ಬದಲಾಯಿಸಿ ಎಂದಿದ್ದಕ್ಕೆ ಎದ್ದು ಕೈ ಕಾಲು ಮುಖ ತೊಳೆದು ಬಟ್ಟೆ ಬದಲಾಯಿಸಿದರು. ಒಂದಷ್ಟು ಖರ್ಜೂರದ ಹಣ್ಣುಗಳನ್ನು ತಿಂದು ಜೇನು ತುಪ್ಪ ಸವಿದು ವಿಶ್ರಾಂತಿ ತೆಗೆದುಕೊಳ್ಳಲಾರಂಭಿಸಿದರು.

ಅರಾಮ ಚೇರಿನಲ್ಲಿ ಹಣೆಯ ಮೇಲೆ ಕೈಯಿಟ್ಟು ಏನೇನೋ ಆಲೋಚನೆ ಮಾಡಿ.

"ಮಕ್ಕಳು ಎಲ್ಲಿದ್ದಾರೆ. ಕಾಣುತ್ತಲೇ ಇಲ್ಲವಲ್ಲ!?"

'ಅಂದುಕೊಂಡೆ, ಇನ್ನೂ ಮಕ್ಕಳನ್ನು ಇವರು ಕೇಳಲಿಲ್ಲವಲ್ಲ' ಎಂದು ಮನದಲ್ಲಿ ಯೋಚಿಸಿ ಹೊರಗಡೆ ಝೈನಬಳ ಮನೆಗೆ ಹೋಗಿದ್ದನ್ನು ವಿವರಿಸಿದೆ. ಇವರಿಗೆ ಸಮಾಧಾನ ಏನಿಸಿತು.

ಅರೆಗಳಿಗೆ ಮತ್ತೆ ಮೌನ ತಳೆದು ಮೇಲೆದ್ದು

"ನಾನೂ ತೋಟದ ಕಡೆ ಹೋಗಿಬರುತ್ತೇನೆ" ಎಂದು ಹೊರಟರು.

ಅದೇನೋ ಗೊತ್ತಿಲ್ಲ ನನಗು ಅವರ ಹಿಂದೆ ಹೋಗಬೇಕು ಏನಿಸಿತು. ಒಂದು ದೊಡ್ಡ ವಸ್ತ್ರವನ್ನು ಹೆಗಲೆ ಮೇಲೆ ಸುತ್ತಿಕೊಂಡು ಹಿಂದೆ ನಡೆದೆ. ಮನೆಯ ಹತ್ತಿರವೆ ವಿಶಾಲವಾದ ತೋಟದಲ್ಲಿ ಹತ್ತಾರು ಖರ್ಜೂರದ ಮರಗಳನ್ನು ಮಕ್ಕಳಿಗಾಗಿ ಬೆಳೆಸಿದ್ದೇವೆ. ಅಲ್ಲಲ್ಲಿ ದೊಡ್ಡ ಮರದ ಟೊಂಗೆಯಲ್ಲಿ

ಜೇನುಗಳು ಇವೆ. ತೋಟದ ಬದುವಿನಲ್ಲಿ ಕೆಲ ಖರ್ಜೂರದ ಮರಗಳು ಆಕಾಶವನ್ನು ಮುಟ್ಟುವಂತೆ ಬೆಳೆದಿವೆ.

ನಿನ್ನೆ ಸುರಿದ ಮಳೆಗೆ ಎಲ್ಲ ಮರಗಳು ಸ್ನಾನಮಾಡಿ ಎಳೆಯ ಮಗುವಿನಂತೆ ಕಾಣಿಸುತ್ತಿವೆ. ಹೊತ್ತು ನೆತ್ತಿಯ ಮೇಲೆ ಬಂದಿದ್ದರು ಸೂರ್ಯನ ಪ್ರಖರತೆ ಕಡಿಮೆ ಇತ್ತು. ಉಮುರು ಬಿಸಿಲು ಇದ್ದುದರಿಂದ, ಅಲ್ಲಲ್ಲಿ ಮೋಡ ಚದುರಿದಂತೆ ಕಾಣುತ್ತಿದೆ. ಮಳೆಯು ಆಗಲೋ ಈಗಲೋ ಎನ್ನುವಂತಿದೆ.

ನಡೆಯುವಾಗ ಮಣ್ಣು ಪಾದರಕ್ಷೆಗೆ ಅಂಟುತ್ತಿರುವದರಿಂದ ಬರಿಗಾಲಿನಲ್ಲಿ ನಡೆದು ಹೊರಟೆವು ತೋಟದ ಮಧ್ಯೆ ಬಂದು ಒಂದು ಬಂಡೆಯಲ್ಲಿ ಕುಳಿತುಕೊಳ್ಳುವಂತೆ ಕೆತ್ತಿದ್ದ ಆಸನದ ಮೇಲೆ ಕುಳಿತರು, ಅವರ ಪಕ್ಕ ಮೌನವಾಗಿ ಕುಳಿತೆ.

ಮುಖದಲ್ಲಿ ಮೌನ ಹೆಪ್ಪುಗಟ್ಟಿತ್ತು. ಮಹಾಶೂನ್ಯವೊಂದು ಅಂತರಂಗದಲ್ಲಿ ಹೊಕ್ಕಂತೆ ಕಾಣುತ್ತಿತ್ತು. ದಿನದಿಂದ ದಿನಕ್ಕೆ ಆ ಮೌನ ಶೂನ್ಯರೂಪವನ್ನು ತಾಳಿ ಇವರನ್ನು ಮೂಕರನ್ನಾಗಿ ಮಾಡಿದೆಯೇನೋ ಎಂಬ ಅನುಮಾನ ಕಾಡುತ್ತಿತ್ತು. ಅದ್ಯಾವ ಸೈತಾನ್ ಇವರಿಗೆ ಬಡಿದುಕೊಂಡಿರಬೇಕು ಎಂದು ಆಲೋಚಿಸಿ,

“ಏಕೋ ಎರಡು ದಿನದಿಂದ ನೀವು ಮೊದಲಿನಂತೆ ಇಲ್ಲಾ... ಏನಾಗಿದೆ ನಿಮಗೆ?”

ಅವರ ಮುಖವನ್ನೆ ತದೇಕಚಿತ್ತದಿಂದ ನೋಡುತ್ತಾ ಕೇಳಿದೆ.

ಅವರು ದೃಷ್ಟಿ ಬದಲಿಸಿ ಖರ್ಜೂರದ ಮರದೆಡೆಗೆ ನೋಡಿದರು. ಮಾತನಾಡಲಿಲ್ಲ.

“ಅದೇನೆಂದು ನನ್ನ ಬಳಿ ಹೇಳಬಾರದೆ?”

“ನಿಮ್ಮ ಮುಂದೆ ಮುಚ್ಚಿಡುವಂತಹುದು ಏನಿದೆ? ಸಮಯ ಬಂದಾಗ ಎಲ್ಲವನ್ನು ಹೇಳುತ್ತೇನೆ” ಜಾರಿಕೊಂಡರು. ಅಂದರೇ ಏನೋ ನಡೆದಿದೆ ಎಂಬ ನನ್ನ ಅನುಮಾನ ದೃಢವಾಯಿತು.

“ಆ ಸಮಯ ಯಾವಾಗ ಬರುತ್ತದೆ?” ಒಂದೇ ಬೆರಳಿನಿಂದ ತಲೆ ಕೆರೆದುಕೊಳ್ಳುತ್ತಾ ಕೇಳಿದೆ.

“ಆದಷ್ಟು ಬೇಗ” ಎಂದು ಏನೋ ಹೇಳಲು ಮುಂದಾದರು, ಆಗ,

ಮೋಡಗಳು ಕಪ್ಪು ಬಣ್ಣಕ್ಕೆ ತಿರುಗಿದ್ದರಿಂದ, ತುಂತುರು ಮಳೆ ಬರಲು ಪ್ರಾರಂಭವಾಯಿತು. ನಿನ್ನೆಯಂತೆ ಇಂದು ಮಳೆ ಹೆಚ್ಚಾದರು ಆಗಬಹುದು ಎಂದು ಅವಲೋಕಿಸಿ ನಾನು ಮೇಲೆದ್ದು ಅವರ ಹಿಂದೆ ಹೆಜ್ಜೆ ಹಾಕಿದೆ.

ಮನೆ ತಲುಪಿದಾಗ ಮನೆ ಆಳೊಬ್ಬ

“ಮಕ್ಕಳು ಇವತ್ತು ನಮ್ಮ ಮನೆಯಲ್ಲಿಯೇ ಇರುತ್ತಾರೆಂದು ಹೇಳಿ ಬಾ ಎಂದು ನಿಮ್ಮ ಅಕ್ಕ ನನಗೆ ಹೇಳಿ ಕಳುಹಿಸಿದ್ದಾರೆ” ಎಂದ. ‘ಆದರೂ

ಫಾತಿಮಾಳನ್ನು ಕರೆದುಕೊಂಡು ಬಂದಿದ್ದರೆ ಚನ್ನವಿತ್ತು' ಎಂದು ಹೇಳುವ ಆಲೋಚನೆ ಬಂತು.

ಅಷ್ಟರಲ್ಲಾಗಲೇ ತುಂತುರು ಮಳೆಯು ಹೆಚ್ಚಾಯಿತು, ಇಂತಹ ಸಮಯದಲ್ಲಿ ಅಲ್ಲಿಂದ ಕರೆದುಕೊಂಡು ಬರುವದು ಸರಿಯಲ್ಲ ಎಂದು ಅಕ್ಕ ಈ ರೀತಿ ಮಾಡಿರಬಹುದೆಂದುಕೊಂಡೆ.

ಇವರು ತೂಗುವ ಮಂಚದ ಮೇಲೆ ಕುಳಿತುಕೊಂಡು ಮಳೆಯನ್ನು ನೋಡಲಾರಂಭಿಸಿದರು.

7

ಒಂದಷ್ಟು ಒಂಟೆ ಹಾಲು ಬಿಸಿಮಾಡಿಕೊಂಡು ಬಂದು ಕೊಟ್ಟೆ. ತಮ್ಮ ನೀಳವಾದ ಗಡ್ಡವನ್ನು ಸವರಿಕೊಂಡು ನನ್ನ ಕಡೆ ಮೆಚ್ಚಿಗೆಯ ನೋಟ ಬೀರಿ ಕುಡಿಯಲಾರಂಭಿಸಿದರು. ತುಂತುರು ಮಳೆ ಸುರಿಯುತ್ತಾ ಸುರಿಯುತ್ತಾ ಹೆಚ್ಚಾಗಿ ಮತ್ತೆ ಕ್ರಮೇಣ ಕಡಿಮೆಯಾಯಿತು. ಸೂರ್ಯ ಮುಳುಗಿದ್ದರಿಂದ ಕತ್ತಲು ಆವರಿಸಿತು. ಮನೆಯ ತುಂಬಾ ತೈಲದ ದೀಪಗಳನ್ನು ಹಚ್ಚಿದಾಗ ಬೆಳಕಿನ ಕಡೆ ಮಳೆಯಿಂದ ಹುಟ್ಟಿದ ಹುಳಗಳು ಹಾರಿ ಬರಲಾರಂಭಿಸಿದವು. ಮುಂದಿನ ಬಾಗಿಲನ್ನು ಹಾಕಿ ಕೆಲ ದೀಪಗಳು ಆರಿಸಿದೆವು. ಒಂದಷ್ಟು ಹುಳಗಳ ಸಂಖ್ಯೆ ಕಡಿಮೆಯಾದರು ಅಲ್ಲಲ್ಲಿ ಅಡಗಿದ್ದ ಹುಳ ಹುಪ್ಪಡಿಗಳು ವಿಚಿತ್ರವಾದ ಧ್ವನಿಯಲ್ಲಿ ತಮ್ಮದೇ ಸಂಗೀತ ಸುಧೆಯನ್ನು ಹರಿಸಲಾರಂಭಿಸಿದವು.

ಮಳೆ ಸಂಪೂರ್ಣವಾಗಿ ನಿಂತಿತು. ಹೊರಗಡೆ ಬಂದರೆ ನೆತ್ತಿಯ ಮೇಲೆ ಅರ್ಧ ಚಂದ್ರ ಹೊಳೆಯುತ್ತಿದ್ದ. ಆಕಾಶದಲ್ಲಿ ಮೋಡಗಳು ಮರೆಯಾಗಿ ಅಲ್ಲೊಂದು ಇಲ್ಲೊಂದು ನಕ್ಷತ್ರಗಳು ಕಾಣಲಾರಂಭಿಸಿದವು. ಇವರು ತಲೆ ಮೇಲೆ ಎತ್ತಿ ಚಂದ್ರನನ್ನು ನೋಡಿ ತಮ್ಮ ಎರಡು ಕೈ ಮುಗಿದು ಮುಖದ ತುಂಬಾ ಅದೇ ಹಸ್ತಗಳನ್ನು ಸವರಿಕೊಂಡರು. ಅವರ ವರ್ತನೆ ವಿಚಿತ್ರವಾಗಿ ಕಂಡರು ಹೀಗೆಕೆ ಎಂದು ಕೇಳಲಿಲ್ಲ. ಸಮಯವಾಗಿದ್ದರಿಂದ ಸ್ವಲ್ಪ ಊಟ ಮಾಡಿ ಶಯನಗೃಹಕ್ಕೆ ಹೋಗಿ ಮಲಗಿಕೊಂಡರು.

ಶರೀರ ಅಲ್ಪಸ್ವಲ್ಪ ಕಂಪಿಸುತ್ತಲೇ ಇತ್ತು. ಇನ್ನೊಂದು ರತ್ನಗಂಬಳಿ ಹೊದಿಸಿ ಪಕ್ಕದಲ್ಲಿ ನಾನು ಮಲಗಿ ಗಹನ ಆಲೋಚನೆಗೆ ತೊಡಗಿದೆ. ಬಹಳ ಹೊತ್ತಾದರೂ ನಿದ್ರೆ ಹತ್ತಿರ ಸುಳಿಯಲೆ ಇಲ್ಲ ಮನಸ್ಸು ಮಾತ್ರ ಇವರ ಕುರಿತೆ ಚಿಂತಿಸುತ್ತಿತ್ತು.

ಅಂದು ಅವರು ವ್ಯಾಪಾರದಲ್ಲಿ ಬಹಳಷ್ಟು ಲಾಭ ಮಾಡಿಕೊಂಡು ಬಂದಿದ್ದರಿಂದ ಸಹಜವಾಗಿ ಸಂತೋಷವಾಗಿತ್ತು. ಮತ್ತೆ ಕೆಲ ದಿನ ಬಿಡುವಿತ್ತು.

ಏಕೆಂದರೆ ಸುತ್ತಮುತ್ತಲಿನ ನಮ್ಮ ಎಲ್ಲ ಪರಿಚಯದ ವ್ಯಾಪಾರಿಗಳು ಮತ್ತೆ ಸರಕು ಸಾಗಣೆಗಳು, ಅವುಗಳನ್ನು ತೆಗೆದುಕೊಂಡು ಹೋಗುವ ವ್ಯಕ್ತಿಗಳನ್ನು ಹುಡುಕುವುದು, ಒಂದು ಬಾರಿ ಹೋದವರು ಇನ್ನೊಂದು ಬಾರಿ ಹೋಗಲು ಹಿಂದೇಟು ಹಾಕುತ್ತಿದ್ದರು. ಮೇಲಾಗಿ ಬಸ್ರಾ ನಗರ ಸಾವಿರಾರು ಮೈಲು ದೂರವಿತ್ತು.

ಅಲ್ಲಿಂದ ಬರುವಷ್ಟರಲ್ಲಿ ಕೆಲವರಿಗೆ ಅನಾಥ ಪ್ರಜ್ಞೆ ಕಾಡುತ್ತಿತ್ತು. 'ತಮ್ಮ ಹೆಂಡತಿ ಮಕ್ಕಳನ್ನು ನೋಡುವವರು ಯಾರು ಇಲ್ಲ ಹೀಗಾಗಿ ನಾವು ಈ ಬಾರಿ ಬರುವದಿಲ್ಲ ಮುಂದಿನ ಬಾರಿ ಬರುತ್ತೇವೆ' ಎಂದು ಏನೇನೋ ಕಾರಣವನ್ನು ಹೇಳಿ ತಪ್ಪಿಸಿಕೊಳ್ಳುತ್ತಿದ್ದರು ಇಂತವರನ್ನು ಬಿಟ್ಟು ನಾವು ಹೊಸಬರನ್ನು ಮತ್ತೆ ಮತ್ತೆ ಹುಡುಕಿ ತಯಾರಿ ಮಾಡಲು ಸಮಯ ಹಿಡಿಯುತ್ತಿತ್ತು. ಈ ವ್ಯಾಪಾರ ವ್ಯವಹಾರ ತುಂಬಾ ತಲೆ ಬಿಸಿಯ ಕೆಲಸವೆಂದು ನನಗೆ ಮೊದಲಿನಿಂದಲೂ ಗೊತ್ತಿದೆ. ಹಾಗಂತು ಈ ಕಸುಬು ಬಿಡಲು ಮನಸ್ಸಿಲ್ಲ. ಇದನ್ನು ನೆಚ್ಚಿಕೊಂಡೆ ಬಹಳಷ್ಟು ಸಂಸಾರಗಳು ಬದುಕಿವೆ. ಅವರ ಯೋಗಕ್ಷೇಮದ ಹೊಣೆಯು ಪರೋಕ್ಷವಾಗಿ ಶ್ರೀಮಂತರ ಮೇಲೆ ಇದ್ದೆ ಇರುತ್ತೆ.

ಈ ಮಕ್ಕಾದ ಪ್ರಮುಖ ಬೀದಿಯಲ್ಲಿ ನಮ್ಮದೇ ಕೆಲ ವ್ಯಾಪಾರದ ಮಳಿಗೆಗಳಿವೆ ಅಲ್ಲಿಯೇ ನಾವು ಸಿರಿಯಾ ದೇಶದಿಂದ ತಂದಿದ್ದ ಸರಕುಗಳನ್ನು ಮಾರುವದು. ಇವರು ಹೊಸದಾಗಿ ಬಂದಿದ್ದರಿಂದ ಅನುಭವಕ್ಕಾಗಿ ಮನೆಯಾಳು ಮೈಸರನೊಂದಿಗೆ ವ್ಯಾಪಾರಕ್ಕೆ ಬಿಟ್ಟೆವು. ಅಲ್ಲಿಯೂ ಕೂಡ ತಮ್ಮ ಬುದ್ಧಿಶಕ್ತಿಯನ್ನು ಉಪಯೋಗಿಸಿ ಸರಕುಗಳನ್ನು ಉತ್ತಮ ಬೆಲೆಗೆ ಮಾರಾಟ ಮಾಡಿ ನಮಗೆ ಲಾಭವನ್ನು ತಂದು ಕೊಟ್ಟರು.

ಹೀಗೆ ಒಂದು ವರ್ಷ ಕಳೆಯಿತು.

8

ಒಂದು ದಿನಸೇವಕಿ ಮತ್ತು ಸಖಿಯಂತಿದ್ದ ನಫೀಸಾಳು ನನ್ನ ಬಳಿ ಬಂದು.

"ನೀನು ಎಷ್ಟು ದಿನ ಅಂತಾ ಹೀಗೆ ಇರುತ್ತಿಯಾ ಇನ್ನಾದರು ಒಂದು ಮದುವೆ ಮಾಡಿಕೋ" ಎಂದಳು.

ನಾನು ಹುಸಿನಗೆ ನಕ್ಕೆ.

"ಯಾಕೆ ಈ ನಗು... ತಿರಸ್ಕಾರದಿಂದಲೇ?" ಕೇಳಿದಳು.

"ಮತ್ತಿನ್ನೇನು? ನನಗೀಗಾಗಲೇ ಮೂವತ್ತೆಂಟು ಮುಗಿದು ಮೂವತ್ತೊಂಬತ್ತು ವರ್ಷ ನಡೆಯುತ್ತಿದೆ. ನನ್ನನ್ನಾರು ಮದುವೆಯಾಗಲು

ಮುಂದೆ ಬರುತ್ತಾರೆ? ಒಂದು ವೇಳೆ ಮುಂದೆ ಬಂದರು ಅವರು ದೈಹಿಕವಾಗಿ ಸದೃಢರಾಗಿರಲು ಸಾಧ್ಯವೆ?" ಮನಸ್ಸಿನಲ್ಲಿ ಇದ್ದದ್ದನ್ನು ಇದ್ದಹಾಗೇ ಹೇಳಿದೆ.

"ನಿನಗೆ ವಯಸ್ಸು ಆಗಿದ್ದರು ನೋಡುಗರ ಕಣ್ಣಿಗೆ ನೀನಿನ್ನು ಇಪ್ಪತ್ತೈದು ಇಪ್ಪತ್ತಾರು ವರ್ಷದವಳಂತೆ ಕಾಣುತ್ತಿಯಾ... ಅನುಮಾನವಿದ್ದರೇ ಒಂದು ಬಾರಿ ಕನ್ನಡಿಯಲ್ಲಿ ಮುಖ ನೋಡಿಕೋ...!!!" ಎಂದು ನನ್ನ ರಟ್ಟೆ ಹಿಡಿದು ಎಳೆದುಕೊಂಡು ಬಂದು ಕೋಣೆಯಲ್ಲಿದ್ದ ಆಳೆತ್ತರದ ಕನ್ನಡಿಯ ಮುಂದೆ ನಿಲ್ಲಿಸಿದಳು.

ನಾನು ಬಹಳ ವರ್ಷಗಳಿಂದ ಕನ್ನಡಿಯನ್ನು ನೋಡುವುದನ್ನೆ ಬಿಟ್ಟುಬಿಟ್ಟಿದ್ದೆ. ಇಂದು ನೋಡಿ ನಿಜಕ್ಕೂ ಅಚ್ಚರಿ ಪಟ್ಟೆ. 'ಹೌದು; ನಫೀಸಾಳ ಮಾತು ನಿಜ'. ನಾನಿನ್ನು ದೈಹಿಕವಾಗಿ ಸದೃಢಳಾಗಿದ್ದೇನೆ. ಪ್ರತಿನಿತ್ಯ ವ್ಯವಹಾರದಲ್ಲಿ ಭಾಗವಹಿಸುತ್ತಿರುವದರಿಂದ ಚಿಂತೆಯ ರೇಖೆಗಳು ನನ್ನ ಮುಖದಲ್ಲಿ ಇಲ್ಲ. ಅಪ್ಪ ಅಮ್ಮ ಗಂಡಂದಿರು ಸತ್ತಾಗ ಮನಸ್ಸಿಗೆ ಹಚ್ಚಿಗೊಂಡು ವಯಸ್ಸಾದವಳಂತೆ ಕಾಣುತ್ತಿದ್ದೆ. ಆಗ ಆತ್ಮಹತ್ಯೆಯ ಆಲೋಚನೆಗಳು ಬಂದಿದ್ದರಿಂದ ಆ ರೀತಿ ಆಗಿದ್ದೆ. ಆಮೇಲೆ ಮನಸ್ಸನ್ನು ಧರ್ಮಗ್ರಂಥಗಳ ಅಧ್ಯಯನದಲ್ಲಿ ಮತ್ತು ವ್ಯವಹಾರದಲ್ಲಿ ತೊಡಗಿಸಿಕೊಂಡೆ. ದಿನದಿಂದ ದಿನಕ್ಕೆ ವರ್ಷದಿಂದ ವರ್ಷಕ್ಕೆ ಮನಸ್ಸು ಹೂವಾಯಿತು. ಕ್ರಮೇಣ ಇದರ ಪ್ರಭಾವ ದೇಹದ ಮೇಲೆ ಬಿದ್ದಿದ್ದರಿಂದ ಸದೃಢವಾಯಿತು.

ಸಾಮಾನ್ಯ ಹೆಣ್ಣಿನಂತೆ ನಾನು ಮನೆಯಲ್ಲಿ ಕುಳಿತು ತಿಂದಿದ್ದರೇ ಇಷ್ಟೊತ್ತಿಗಾಗಲೇ ಸೈತಾನನ ಆಕಾರ ತಾಳಿ ದಪ್ಪವಾಗುತ್ತಿದ್ದೇನೆನೋ... ಆದರೆ, ಇದಕ್ಕೆ ಅವಕಾಶವನ್ನು ಕೊಡದೆ ಸದಾ ಚಟುವಟಿಕೆಯಲ್ಲಿ ತೊಡಗಿಕೊಂಡಿದ್ದರಿಂದ ನನ್ನ ಸೌಂದರ್ಯ ಇನ್ನೂ ಮೊದಲಿನಂತಿದೆ.

ಆಹಾರ ವಿಷಯದಲ್ಲಿಯೂ ನಾನೂ ಎಚ್ಚರ ವಹಿಸಿ ನಿಯಮಿತವಾಗಿ ಹಣ್ಣು ಹಂಪಲಗಳನ್ನು ತಿನ್ನುತ್ತಿದೆ ಹೀಗಾಗಿ ಗಂಡಸರಂತೆ ಹೊರಗೆಹೋಗಿ ದೈಹಿಕ ಕಸರತ್ತು ಮಾಡದೆ ಇದ್ದರು ಆರೋಗ್ಯವಾಗಿದ್ದನೆ. ಇದೊಂದು ವರವೇನೋ... ಹೆಣ್ಣು ಮಕ್ಕಳು ಸಮರಾಭ್ಯಾಸ ಮಾಡದಿದ್ದರು ಆರೋಗ್ಯವಾಗಿರುವ ವರವನ್ನು ಆ ಅಲ್ಲಾಹನು ಕೊಟ್ಟಿರಬಹುದು ಎಂದು ಭಾಸವಾಗುತ್ತಿದೆ. ಒಂದೊಂದು ಬಾರಿ ನನ್ನ ಗೆಳತಿಯರು 'ನಿನ್ನ ಸೌಂದರ್ಯದ ಗುಟ್ಟೆನು?' ಎಂದು ಇತ್ತೀಚೆಗೆ ಭೇಟಿಯಾದಾಗ ಕೇಳುತ್ತಿದ್ದರೂ ನಾನು ಅಷ್ಟಾಗಿ ಗಮನಕ್ಕೆ ತಂದುಕೊಂಡಿರಲಿಲ್ಲ. ಈಗ ಇವಳ ಮಾತು ಕೇಳಿ ನನ್ನ ಯೌವನಕ್ಕೆ ಇನ್ನು ಮುಪ್ಪು ಬಂದಿಲ್ಲಾ ಎಂದೆನಿಸುತ್ತಿದೆ.

ಮತ್ತೆ ಮತ್ತೆ ಕನ್ನಡಿಯಲ್ಲಿ ನನ್ನನ್ನು ನೋಡಿಕೊಂಡೆ. ಮುಖದ ಮೇಲೆ ಬಿದ್ದ ಮುಂಗುರುಳನ್ನು ಕಿವಿಯೆಡೆಗೆ ಸರಿಸಿದೆ. ತಲೆಯ ಯಾವ ಕೂದಲುಗಳು

ಬೆಳ್ಳಗಾಗಿಲ್ಲ. ತಿದ್ದಿ ತೀಡಿದ ಕಾಮನಬಿಲ್ಲಿನಂತಹ ಹುಬ್ಬಿನ ಕೆಳಗೆ ಹೊಳೆಯುವ ಬಾದಾಮಿಯಾಕಾರದ ಕಣ್ಣುಗಳು ಏನನ್ನೋ ಹುಡುಕುತ್ತಿವೆ. ನಕ್ಕರೆ ಈಗಲೂ ಕೆನ್ನೆಯ ಮೇಲೆ ಕುಳಿಗಳು ಕಾಣಿಸುತ್ತಿವೆ. ಎಲ್ಲಿಯು ಕೂಡ ಮುಖ ಸುಕ್ಕಾಗಿಲ್ಲ. ನೀಳ ಮೂಗು, ಹವಳದಂತಹ ತುಟಿಗಳು, ಸಣ್ಣ ಬಾಯಿ. ಕಿವಿಗಳೆಲ್ಲವೂ ನನ್ನ ಯೌವನವನ್ನೆ ನೆನಪಿಸುತ್ತಿವೆ. ಉಟ್ಟ ಬಿಳಿ ಕೆಂಪು ಮಿಶ್ರಿತ ಶರ್ವಾನಿಯ ಮೇಲೆ ದೇಹದ ಉಬ್ಬು ತಗ್ಗುಗಳಂತು ನನ್ನನ್ನು ತಾರುಣ್ಯಕ್ಕೆ ಕರೆದುಕೊಂಡು ಹೋದಂತೆ ಭಾಸವಾಗಿ ನನ್ನೆರಡು ಕೈಗಳನ್ನು ಬಾಚಿ ನಿಧಾನವಾಗಿ ನನ್ನ ಎದೆಯನ್ನು ತಬ್ಬಿ ಹಿಡಿದೆ. ಏನೇನೋ ಆಸೆಗಳು,ಬಯಕೆಗಳು ಮನದಲ್ಲಿ ಬಂದು ಹೋದವು.

"ಇಂದಿಗೂ ನೀನು ಕನ್ಯೆಯಂತೆಯೇ ಇದ್ದಿಯಲ್ಲವಾ..." ನಫೀಸಾ ತಮಾಷೆ ಮಾಡಿದಳು.

ನಾನು ನಾಚಿ ನೀರಾದೆ. ಮತ್ತೊಮ್ಮೆ ಮನಸ್ಸಿನಲ್ಲಿ ಹಳೆಯ ಆಸೆಗಳು,ಬಯಕೆಗಳು ಬಂದು ಮರೆಯಾದವು.

"ಈಗಲಾದರು ಮದುವೆಯಾಗಲು ಒಪ್ಪಿಗೆ ಕೊಡುತ್ತಿಯಾ?" ನಫೀಸಾಳ ಮಾತಿನಲ್ಲಿ ರಹಸ್ಯವೊಂದು ಅಡಗಿತ್ತು ಎಂದು ಕೊನೆಯ ಶಬ್ದ ಹೇಳುತ್ತಿತ್ತು.

"ಒಪ್ಪಿಗೆಯಾ!?" ಅವಳನ್ನೆ ತದೇಕಚಿತ್ತದಿಂದ ನೋಡುತ್ತಾ ಅಚ್ಚರಿಯಿಂದ ಕೇಳಿದೆ.

"ಹೌದು... ನಿನಗಾಗಿ ನಾನೊಂದು ಗಂಡು ನೋಡಿದ್ದೇನೆ."

ನಾನು ನಕ್ಕೆ. ಮಾತನಾಡಲಿಲ್ಲ.

"ನಗಬೇಡ, ನಿಜವಾಗಿಯೂ ನೋಡಿರುವೆ..."

"ಯಾರು ಆ ಮಹಾನುಭಾವ?" ಹುಸಿ ನಗೆ ಬೀರುತ್ತಲೇ ತಮಾಷೆಗಾಗಿ ಕೇಳಿದೆ.

"ಮತ್ತಿನ್ನಾರು ಅಲ್ಲ. ಎಲ್ಲರಿಂದಲೂ ಸತ್ಯಸಂಧ, ಪ್ರಾಮಾಣಿಕ ಎಂದು ಕರೆಸಿಕೊಳ್ಳುವ ಮುಹಮ್ಮದರು" ನಾನು ಬೆಚ್ಚಿ ನಿಂತು ಹಿಂದೆ ಸರಿದೆ. ಒಂದು ಕ್ಷಣ ನನ್ನ ಮನಸ್ಸು ಸ್ತಬ್ಧವಾಯಿತು. ಬುದ್ಧಿಯು ಕೂಡ ತನ್ನ ಆಲೋಚನೆಯ ಶಕ್ತಿಯನ್ನು ಕಳೆದುಕೊಂಡಿತು.

ಅವರ ಸುಂದರ ಪ್ರತಿಬಿಂಬ ನನ್ನ ಕಣ್ಣಮುಂದೆ ಬಂದು ಮಿಸುಕಾಡದೆ ನಿಂತಿತು. ಕಣ್ಣು ಮುಚ್ಚಿದೆ. ಮನಸ್ಸನ್ನು ಹೊಕ್ಕು ಕಾಡಲಾರಂಭಿಸಿತು. ಕಣ್ಣು ತೆರೆದು ಒಂದು ಬಾರಿ ತಲೆಯನ್ನು ಕೈಯಿಂದ ಹೊಡೆದುಕೊಂಡು.

"ನಿನಗೇನು ತಲೆ ಗಿಲೆ ಕೆಟ್ಟಿದೆಯೇನು!? ಅವನೆಲ್ಲಿ ನಾವೆಲ್ಲಿ!?" ಮಾತಿನಲ್ಲಿ ಗತ್ತಿತ್ತು.

ಅವಳು ನನ್ನನ್ನೆ ತೀಕ್ಷ್ಣವಾಗಿ ನೋಡಿ.

"ನೀವು ಶ್ರೀಮಂತರು. ಅವನು ಬಡವ. ಆದರೆ, ಬುದ್ಧಿಯಲ್ಲಿ, ವಿವೇಕದಲ್ಲಿ ಮತ್ತು ಹೃದಯವಂತಿಕೆಯಲ್ಲಿ ಅವನು ಶ್ರೀಮಂತ. ನೀವು ಬಡವರು" ವ್ಯಂಗ್ಯ ಮಾಡಿದರೂ ಅವಳ ಮಾತಿನಲ್ಲಿ ತೂಕವಿತ್ತು.

ಹೌದು. ಅವರು ಆಗಾಗ ನನ್ನಣ್ಣನೊಂದಿಗೆ ಧರ್ಮ ಗ್ರಂಥಗಳ ಕುರಿತು ಚರ್ಚಿಸುವುದನ್ನು ಹಲವಾರು ಬಾರಿ ನೋಡಿದ್ದೆನೆ. ಅಷ್ಟೆ ಏಕೆ ನನ್ನಣ್ಣನೇ ಎಷ್ಟೋ ಬಾರಿ ಇವರ ಬುದ್ಧಿಶಕ್ತಿಯನ್ನು ಮೆಚ್ಚಿ. 'ನಿನ್ನಂತವನು ಈ ಮಕ್ಕಾ ನಗರದಲ್ಲಿ ಇದ್ದಾನೆಂಬುದೆ ನಮ್ಮ ಪುಣ್ಯ' ಎಂದು ಹಾಡಿ ಹೋಗಳುತ್ತಿದ್ದ.

ಬೌದ್ಧಿಕವಾಗಿ ಎಲ್ಲರೀತಿಯಿಂದಲೂ ನನಗೆ ಸರಿಯಾದ ಜೋಡಿಯೇ... ಶ್ರೀಮಂತಿಕೆ ಇವತ್ತು ಬರುತ್ತೆ ನಾಳೆ ಹೋಗುತ್ತೆ. ಆದರೆ, ಜ್ಞಾನ!? ಬುದ್ಧಿ!? ವಿವೇಕ!? ಹೌದು ಈ ನಿಟ್ಟಿನಲ್ಲಿ ನಾನು ಆಲೋಚನೆಯನ್ನೆ ಮಾಡಿರಲಿಲ್ಲವಲ್ಲ. ಎಷ್ಟೆಯಾಗಲಿ ನನ್ನದು ವ್ಯವಹಾರಿಕ ದೃಷ್ಟಕೋನ ನಫೀಸಾಳದು ಭಾವನೆಯ ಜಗತ್ತು. ಒಂದಷ್ಟು ವಿವೇಕವು ಇದ್ದಿದರಿಂದ ನನ್ನನ್ನು ಮತ್ತು ಅವರನ್ನು ಸರಿಯಾಗಿಯೇ ಗ್ರಹಿಸಿದ್ದಾಳೆ.

"ಏನು ಯೋಚನೆ ಮಾಡುತ್ತಿದ್ದಿಯಾ!?" ಅವಳ ಮಾತಿಗೆ ನಾನು ಮೌನ ವಹಿಸಿದೆ. ನನಗೆ ಅಂದು ಮನೆ ಕೆಲಸದವಳು ಹೇಳಿದ ಬುದ್ಧಿವಾದ ನೆನಪಿಗೆ ಬಂತು.

"ಇನ್ನು ಸಮಯವಿದೆ. ಒಂದಲ್ಲಾ ಹತ್ತು ಬಾರಿ ಯೋಚನೆ ಮಾಡಿ ನಿನ್ನ ನಿರ್ಧಾರ ತಿಳಿಸು" ಎಂದು ಹೇಳಿ ಅವಳು ಅಡುಗೆ ಮನೆಯಡೆಗೆ ಹೋದಳು.

ನಾನು ದೀರ್ಘ ಆಲೋಚನೆಯಲ್ಲಿ ತೊಡಗಿದೆ. ತಲೆಯಲ್ಲಿ ಸಾವಿರ ಸಾವಿರ ಆಲೋಚನೆಗಳು ಬಂದು ಹೋದವು. ರಾತ್ರಿ ಇಡೀ ನಿದ್ದೆ ಬರಲಿಲ್ಲ. ಕಣ್ಣು ಮುಚ್ಚಿದರೇ ಅವರ ಪ್ರತಿಬಿಂಬವೇ ಬಂದು ಕಣ್ಣ ಮುಂದೆ ನಿಲ್ಲುತ್ತಿತ್ತು.

ಮರುದಿನ ಸಣ್ಣ ಜ್ವರ ಬಂದು ಮಲಗಿದೆ. ಗಿಡಮೂಲಿಕೆ ಔಷಧಿಯ ಪರಿಣಾಮ ಅಷ್ಟಾಗಿ ಪ್ರಭಾವ ಬೀರಲಿಲ್ಲ. ಮನಸ್ಸು ಸದಾ ಅವರ ಕುರಿತೆ ಆಲೋಚಿಸಲಾರಂಭಿಸಿತು. ಕುಳಿತರು ನಿಂತರು ಅವರೆ ಕಣ್ಣಮುಂದೆ ಬಂದು ನಿಂತತ್ತಾಗುತ್ತಿತ್ತು. ಪ್ರತಿನಿತ್ಯ ಅವರು ನಮ್ಮ ಮನೆಗೆ ಬರುತ್ತಿದ್ದರಾದರು ಮೊದಲಿನಂತೆ ತಲೆಯೆತ್ತಿ ಅವರನ್ನು ನೋಡಲು ಲಜ್ಜೆ ಅಡ್ಡ ಬರಲಾರಂಭಿಸಿತು. ಮನಸ್ಸು ಸ್ಥಿಮಿತ ಕಳೆದುಕೊಳ್ಳಲಾರಂಭಿಸಿತು. ನನ್ನ ಕಳ್ಳ ನೋಟಗಳು ನನಗರಿವಿಲ್ಲದೆನೇ ಅವರನ್ನು ಹುಡುಕುತ್ತಿದ್ದವು. ಮೊದಮೊದಲು ಅವರನ್ನು ಒಬ್ಬ ಸಾಮಾನ್ಯ ವ್ಯಕ್ತಿಯಾಗಿ ನೋಡಿದ್ದರಿಂದ ಯಾವ ಭಾವನೆಯು ಇಲ್ಲದೇ ಧೈರ್ಯವಾಗಿ ಅವರ ಹೆಸರು ಹಿಡಿದೆ ಮಾತನಾಡಿಸುತ್ತಿದ್ದೆ. ಆದರೆ, ಈಗ ಆ ಧೈರ್ಯ ಬರುತ್ತಿಲ್ಲ.

ಅವರು ಹತ್ತಿರ ಬಂದು ವ್ಯಾಪಾರ ವಹಿವಾಟಿನ ಬಗ್ಗೆ ಮಾಹಿತಿ ಹೇಳುವಾಗ ನನಗರಿವಿಲ್ಲದೇ ಬೆವರಲಾರಂಭಿಸುತ್ತೇನೆ. ಗಂಟಲು ಕಟ್ಟಿ ಮಾತು ಹೊರಬರದೆ ತೊದಲುತ್ತೇನೆ. ದೃಷ್ಟಿ ಎತ್ತೆತ್ತಲೋ ಸಾಗುತ್ತದೆ. ಇದು ಅವರೆಡೆಗೆ ಇರುವ ಆಸೆಯಾ, ಮೋಹವಾ, ಪ್ರೇಮವಾ ಒಂದು ತಿಳಿಯದೆ ಹೋಯಿತು. ಊಟದಲ್ಲಿಯೂ ಆಸಕ್ತಿ ಕಡಿಮೆಯಾಯಿತು. ಹುಣ್ಣಿಮೆಯ ರಾತ್ರಿಯಲ್ಲಂತು ನಿದ್ದೆಯೇ ಬರದಂತಾಗುತ್ತಿತ್ತು. ಹೀಗೆ ಆದರೆ, ನಾನು ಮೊದಲಿನಂತೆ ಮತ್ತೆ ಸಮಸ್ಯೆಗೆ ಸಿಕ್ಕಿಹಾಕಿಕೊಳ್ಳುವೆ ಎಂದು ನನ್ನೊಳಗೆ ನಾನೆ ಮನಗಂಡೆ.

ಮತ್ತೆ ಒಂದು ದಿನ ಕನ್ನಡಿಯ ಮುಂದೆ ನಿಂತು ನನ್ನನ್ನೆ ನಾನೇ ಪ್ರಶ್ನಿಸಿಕೊಂಡೆ. ನೀನೇನೋ ಅವನನ್ನು ಇಷ್ಟಪಡುತ್ತಿರಬಹುದು ಮದುವೆಯಾಗುವ ಆಸೆಯೂ ಇರಬಹುದು. ಅವನಿಗೆ ನಿನ್ನ ಮೇಲೆ ಆಸೆ ಇದೆಯಾ, ಮದುವೆಯಾಗಲು ಒಪ್ಪುತ್ತಾನಾ!? ಹೇಳಿ ಕೇಳಿ ನೀನು ವಿಧವೆ. ಮೇಲಾಗಿ ಅವನಿಗಿಂತ ದೊಡ್ಡವಳು. ಮದುವೆಯ ಪ್ರಸ್ತಾಪ ಮುಂದಿಟ್ಟರೇ ಅವನು ನಿರಾಕರಿಸುವದಿಲ್ಲವೇ!? ಏಕೆಂದರೆ ಮದುವೆಯಾಗಬೇಕೆಂಬ ಪ್ರತಿಯೊಬ್ಬ ಯುವಕನಿಗು ತಾನು ಮದುವೆಯಾಗುವ ಹುಡುಗಿ ಹೀಗಿರಬೇಕು! ಹಾಗಿರಬೇಕು!! ಎಂಬ ಕನಸುಗಳಿರುತ್ತವೆ. ಅವುಗಳೆಲ್ಲವನ್ನು ಗಾಳಿಗೆ ತೂರಿ ನಿನ್ನನ್ನು ಮದುವೆಯಾಗಲು ಸಾಧ್ಯವೇ!? ಎಂದು ಬುದ್ಧಿವಾದ ಹೇಳಿ ನನ್ನ ಅಂತರಾತ್ಮವೆ ನನಗೆ ಕ್ಯಾಕರಿಸಿ ಉಗಿದು ಕೇಳಿತು.

ಹೌದು! ಮೊದಲ ಮದುವೆಯಾಗುವಾಗ ನನಗೂ ಬಣ್ಣಬಣ್ಣದ ಕನಸುಗಳಿದ್ದವು. ಈಗ ಅವರಿಗು ಇದು ಮೊದಲ ಮದುವೆ. ಅಂದರೇ ಅವರು ನನ್ನನ್ನು ಒಪ್ಪಲು ಸಾಧ್ಯವೇ ಇಲ್ಲ ಎಂಬ ನಂಬಿಕೆ ದೃಢವಾಯಿತು. ಇನ್ನು ಅವರನ್ನು ವರಿಸುವ ಆಲೋಚನೆ ಮಾಡುವದು ಸರಿಯಲ್ಲ ಎಂದು ಮನಗಂಡೆ. ನನ್ನಲ್ಲಿ ಇಷ್ಟೆಲ್ಲಾ ಬದಲಾವಣೆ ಆಗಿದ್ದರು ಅವರು ಮಾತ್ರ ಯಾವ ಭಾವನೆಯೂ ಇಲ್ಲದೇ ನನ್ನೊಂದಿಗೆ ಮಾತನಾಡುತ್ತಿದ್ದರು. ನನಗೇಕೋ ಅನುಮಾನ ಬಂದು ಮತ್ತೊಂದು ದಿನ ನಫೀಸಾಳ ಮುಂದೆ

“ಅವರ ಮುಂದೆ ನನ್ನ ಬಗ್ಗೆ ಏನಾದರು ಹೇಳಿರುವೆಯಾ?”

“ಇನ್ನು ಏನು ಹೇಳಿಲ್ಲ, ನಿನ್ನ ಸಮ್ಮತಿ ತಿಳಿದುಕೊಂಡು ಹೇಳಿದರಾಯಿತೆಂದು ಸುಮ್ಮನಿದ್ದೆನೆ” ನನ್ನ ಅನುಮಾನ ನಿಜವಾಯಿತು.

ನಾನು ಏನೇನೋ ಕನಸು ಕಾಣುತ್ತಾ ಸುಮ್ಮನೆ ಸಮಯ ವ್ಯರ್ಥ ಮಾಡಿಕೊಳ್ಳುತ್ತಿದ್ದೆನೆ. ಒಂದು ವೇಳೆ ನಾನು ಮದುವೆಗೆ ಒಪ್ಪಿಕೊಂಡರು ಅವರು ನನ್ನನ್ನು ಮದುವೆಯಾಗಲು ಒಪ್ಪಲು ಸಾಧ್ಯವಿಲ್ಲ. ಶ್ರೀಮಂತಿಕೆಯ ನೆಪ ಒಡ್ಡಿ ದೂರ ಆದರು ಆಗಬಹುದು. ಅವರಿಗೆ ಹಣದ ಮೋಹವಿಲ್ಲ, ಶ್ರೀಮಂತರಾಗಬೇಕೆಂಬ ಹುಚ್ಚಿಲ್ಲ. ಏನೋ... ಮನುಷ್ಯನಾಗಿ ಬದುಕಬೇಕಾದರೇ

ದುಡಿದು ತಿನ್ನಬೇಕೆಂಬ ಧರ್ಮ ನೀತಿಯಿಂದಾಗ ನಮ್ಮ ಬಳಿ ದುಡಿಯುತ್ತಿದ್ದಾರಷ್ಟೆ. ನಾನೇ ಸ್ವತಃ ಅವರ ಬಳಿ ಹೋಗಿ ವಿವಾಹ ಪ್ರಸ್ತಾಪ ಇಟ್ಟರು ಅವರು ನಿರಾಕರಿಸುತ್ತಾರೆ ಎಂದು ಬಗೆದು,

"ಅವರು ನನ್ನನ್ನು ಮದುವೆಯಾಗಲು ಒಪ್ಪಿಕೊಳ್ಳಲಾರರು..." ದೀನ ಧ್ವನಿಯಲ್ಲಿ ಹೇಳಿದೆ.

"ಅಂದರೇ ನಿಮ್ಮ ಅಭಿಪ್ರಾಯ ಸ್ಪಷ್ಟವಾಗಿದೆ. ನನಗಷ್ಟು ಸಾಕು; ಅವರ ಚಿಂತೆ ನನಗೆ ಬಿಡು ನಾನೆಲ್ಲಾ ನೋಡಿಕೊಳ್ಳುತ್ತೇನೆ" ಅವಳು ಮಾತು ಮುರಿದು ಹೋಗಿಯೇ ಬಿಟ್ಟಳು! ಮುಂದೆ ಅದೇನು ಮೋಡಿ ಮಾಡಿದಳು ನನಗಂತು ಗೊತ್ತೇ ಆಗಲಿಲ್ಲ. ಒಟ್ಟಿನಲ್ಲಿ ವರ್ಷ ತುಂಬುವಷ್ಟರಲ್ಲಿ ನಮ್ಮಿಬ್ಬರ ಮದುವೆಯನ್ನು ಮಾಡಿಸಿಯೇ ಬಿಟ್ಟಳು.

ನಾನು ಮದುವೆಯಾದ ನಂತರ ಇವರ ಬಗ್ಗೆ ಕುತೂಹಲದಿಂದ ಕೇಳಿದೆ. ಅವರು ಹೇಳಲು ನಾಚಿಕೊಂಡರು. ಪ್ರತಿನಿತ್ಯ ಪದೇ ಪದೇ ಕೇಳಿದ್ದರಿಂದ ಮುಂದೊಂದು ದಿನ ಹೇಳುತ್ತೇನೆ ಎಂದು ಮಾತು ಮರೆಸುತ್ತಿದ್ದರು.

"ಏಕೆ ಇನ್ನು ನಿದ್ದೆ ಬರಲಿಲ್ಲವೇ?" ಮಲಗಿದ್ದ ಅವರು ಹಾಸಿಗೆ ತೆಗೆದು ನನ್ನ ಕಣ್ಣುಗಳನ್ನು ನೋಡಿ ಕೇಳಿದರು.

"ಹಾಗೇನಿಲ್ಲ... ಏನೋ ಹಳೆಯ ನೆನಪು..." ಎಂದು ಮಾತು ತುಂಡರಿಸಿದೆ.

ಆಗಲೇ ಮಧ್ಯರಾತ್ರಿಯಾಗಿದೆ.

ಅವರು ಎದ್ದು ಮನೆಯ ಮಾಳಗಿಯ ಮೇಲೆ ಹೋದರು. ಅವರನ್ನೆ ಹಿಂಬಾಲಿಸಿದೆ.

ಅಧ್ಯಾಯ: ಐದು

1

ಆಕಾಶದಲ್ಲಿ ಚಂದ್ರ ಆಗಲೇ ಪಶ್ಚಿಮದ ಕಡೆ ವಾಲಿದ್ದ. ಸಾವಿರಾರು ನಕ್ಷತ್ರಗಳು ಹೊಳೆಯುತ್ತಿದ್ದವು. ಗಾಳಿ ನಿಧಾನವಾಗಿ ಬೀಸುತ್ತಿತ್ತು. ವಾತಾವರಣ ತಂಪಾಗಿದ್ದುದರಿಂದ ಅಲ್ಪಸ್ವಲ್ಪ ಚಳಿ ಆಗುತ್ತಿತ್ತು. ನಗರದ ಸುತ್ತಮುತ್ತ ಇದ್ದ ನಾಲ್ಕು ಬೆಟ್ಟಗಳು ಅಸ್ಪಷ್ಟವಾಗಿ ಕಾಣಿಸುತ್ತಿದ್ದವು. ಇವರು ನೂರ್ ಬೆಟ್ಟದೆಡೆಗೆ ಮುಖ ಮಾಡಿ ನಿಂತರು. ನಾನು ಏನು ಮಾತನಾಡದೆ ಅವರನ್ನೆ ನೋಡುತ್ತಾ ನಿಂತೆ.

ಇವರಿಗೆ ಅದೇನು ನೆನಪು ಬಂದಿತೋ ಏನು ಅತ್ತಕಡೆ ಕೈ ಮುಗಿದು ಆ ಹಸ್ತಗಳನ್ನು ತಮ್ಮ ಮುಖಕ್ಕೆ ಒತ್ತಿಕೊಂಡು ಆಕಾಶ ನೋಡಿ ನಿಟ್ಟುಸಿರು ಬಿಟ್ಟರು. ಮತ್ತೆ ನಿನ್ನೆಯಂತೆಯೇ ಮಾಡಿದ್ದರಿಂದ ಏನೇನೋ ಆಲೋಚನೆಗಳು ನನ್ನ ಮನಸ್ಸಿನಲ್ಲಿ ಬಂದು ಹೋದವು. ಅವರ ಮುಖವನ್ನೆ ನೋಡಿದೆ. ಇನ್ನೂ ಶೂನ್ಯ ಮುದ್ರೆಯಲ್ಲಿಯೇ ಇದ್ದಂತೆ ಕಾಣುತ್ತಿತ್ತು. ಅವರು ಅರೆ ಘಳಿಗೆ ಅಲ್ಲಿಯೇ ನಿಂತು ಮತ್ತೆ ನನ್ನನ್ನು ನೋಡಿ.

"ಮಲಗಿಕೊಳ್ಳುವದನ್ನು ಬಿಟ್ಟು ನೀವೇಕೆ ಮೇಲೆ ಬಂದಿರಿ?" ಬಹುಶಃ ನಾನು ಅವರ ಹಿಂದೆ ಬಂದಿದ್ದನ್ನು ಅವರು ಗಮನಿಸಿಲ್ಲ ಎಂದು ಭಾವಿಸಿದೆ.

"ನನಗೂ ನಿದ್ದೆ ಬರಲಿಲ್ಲ, ಅದಕ್ಕಾಗಿ ಬಂದೆ" ನಿಜವನ್ನೆ ಹೇಳಿದೆ.

"ಬಹುಶಃ ಮಕ್ಕಳು ಇಂದು ಮನೆಯಲ್ಲಿ ಇಲ್ಲದಿದ್ದುದರಿಂದ ನಿಮಗೆ ನಿದ್ದೆ ಬಂದಿಲ್ಲವೆಂದು ಕಾಣಿಸುತ್ತೆ, ನಾಳೆ ಬೆಳಿಗ್ಗೆ ನಾನೇ ಬೇಗ ಹೋಗಿ ಕರೆದುಕೊಂಡು ಬರುತ್ತೇನೆ. ಈಗ ಬನ್ನಿ ಹೋಗೋಣ" ಎಂದು ಹೆಜ್ಜೆ ಮುಂದೆ ಇಟ್ಟರು.

'ನನಗೆ ಮಕ್ಕಳಿಗಿಂತಲೂ ನಿಮ್ಮ ಚಿಂತೆಯೇ ಹೆಚ್ಚಿದೆ. ನೀವೇಕೆ ಹೀಗಾಗಿದ್ದಿರಿ?' ಎಂದು ಹೇಳುವ ಯೋಚನೆ ಬಂತು. ಕೇಳಿದರೇ ಏನೆಂದುಕೊಂಡಾರು ಎಂದು ಸುಮ್ಮನಾಗಿ ಅವರ ಹಿಂದೆ ಹೆಜ್ಜೆ ಹಾಕಿದೆ.

ಮಲಗುವ ಕೊಠಡಿಯಲ್ಲಿ ಅವರು ಮಲಗದೇ ಮಂಚದ ಮೇಲೆ ಕಾಲು ಚಾಚಿ ಕುಳಿತು ಏನೋ ಗಹನವಾದ ಆಲೋಚನೆಯಲ್ಲಿ ತೊಡಗಿದ್ದರು. ಅದು ನಮ್ಮ ವ್ಯಾಪಾರದ ಕುರಿತು ಅಲ್ಲವೆಂದು ನನಗೆ ಗೊತ್ತು. ಆದರೂ ಕೇಳಲಿಲ್ಲ.

"ನಿದ್ರೆ ಬರುತ್ತಿಲ್ಲವೇ?" ನನ್ನ ಮಾತಿಗೆ

"ಏಕೋ ಒಂದೆರಡು ದಿನದಿಂದ ನಿದ್ರೆಯೇ ಬರುತ್ತಿಲ್ಲ... ಯಾವುದೋ ಒಂದು ಅಲೌಕಿಕ ಶಕ್ತಿ ದೇಹವನ್ನು ಆವರಿಸಿ ನನ್ನನ್ನು ಮೂಕನನ್ನಾಗಿ ಮಾಡಿದೆಯೇನೋ ಎಂದು ಅನಿಸುತ್ತಿದೆ" ಅವರು ಸುಳ್ಳು ಹೇಳುವವರಲ್ಲ ಎಂದು ನನಗೆ ತಿಳಯದ ವಿಚಾರವೇನು ಆಗಿರಲಿಲ್ಲ.

"ನಾಳೆ ಅಣ್ಣನನ್ನು ಬರಹೇಳುತ್ತೇನೆ. ಅವರೇ ಇದಕ್ಕೆ ಸರಿಯಾದ ಪರಿಹಾರವನ್ನು ಕಂಡು ಹಿಡಿಯಬಲ್ಲರು..." ಎಂದು ಸಮಾಧಾನದ ಮಾತು ಹೇಳಿದ ಮೇಲೆ ಕುಳಿತಲ್ಲಿಯೇ ಸರಿದು ಮಲಗಿಕೊಂಡರು. ತಲೆದಿಂಬಿನ ಮೇಲೆ ತಲೆ ಇಟ್ಟು ಹಣೆಯ ಮೇಲೆ ಕೈಯನ್ನಿಟ್ಟುಕೊಂಡು ಕಣ್ಣು ಮುಚ್ಚದೆ ಮೇಲೆ ನೋಡುತ್ತಿದ್ದರು. ನಾನು ಅವರ ಪಕ್ಕ ಬಂದು ಭುಜಕ್ಕೆ ತಲೆ ತಾಗಿಸಿ ಅವರ ಇನ್ನೊಂದು ಕೈಯನ್ನು ಬಳಸಿ ಮಲಗಿದೆ. ಮತ್ತೆ ಕಣ್ಣು ತೆರೆದು ನೋಡಿದಾಗ ಅವರು ಕಣ್ಣು ಮುಚ್ಚಿ ನಿದ್ರೆಗೆ ಜಾರಿದ್ದರು ನನಗೆ ಮಾತ್ರ ನಿದ್ರೆಯೇ ಬರಲಿಲ್ಲ. ಮನದಲ್ಲಿ ಮತ್ತೆ ಸಾವಿರ ಆಲೋಚನೆಗಳು ಬರಲಾರಂಭಿಸಿದವು. ಅಣ್ಣನ ನೆನಪು ಬಂದು ಧೈರ್ಯ ತಂದುಕೊಂಡು ಸುಮ್ಮನಾದೆ.

ಅಂದು ಮದುವೆಯಾಗಿ ಒಂದು ತಿಂಗಳ ನಂತರ ಹೀಗೆ ಇವರ ಪಕ್ಕ ಮಲಗಿ ಕೇಳಿದಾಗ

"ನೀವು ನನ್ನನ್ನು ಮದುವೆಯಾಗಲು ಹೇಗೆ ಒಪ್ಪಿಕೊಂಡಿರಿ, ನಾನಂತು ಹೆದರಿದ್ದೆ ನೀವು ನನಗೆ ಸಿಗಲಾರಿರಿ ಎಂದು, ಆದರೆ, ನನ್ನ ಪುಣ್ಯ ನೀವು ಸಿಕ್ಕಿರಿ. ನಫೀಸಾ ಅದೇನು ಮೋಡಿ ಮಾಡಿದಳು ನಿಮಗಂದು ಹೇಳಿ" ಎಂದು ಪರಿಪರಿಯಾಗಿ ಕೇಳಿದಾಗ.

ಅವರು ನಗು ಮುಖಮಾಡಿ,

"ನಾನಂದು ಮನೆಗೆ ಹೋದೆ. ಮನೆಯಲ್ಲಿ ನನ್ನ ಚಿಕ್ಕಪ್ಪ ಭರ್ಜರಿ ಔತಣಕೂಟವನ್ನೆ ಇಟ್ಟುಕೊಂಡಿದ್ದರು. ನನಗೆ ಅಚ್ಚರಿಯೊಂದಿಗೆ ಕುತೂಹಲ ಉಂಟಾಗಿ ಕೇಳಿದೆ.

'ಏನಿದೆಲ್ಲ' ಎಂದು. 'ಎಲ್ಲಾ ನಿನ್ನ ಸಂತೋಷಕ್ಕಾಗಿ' ಎಂದ ಚಿಕ್ಕಪ್ಪ. 'ಇಷ್ಟು ದಿನ ನಾನು ನಿಮ್ಮ ಆಶೀರ್ವಾದದಿಂದ ಸಂತೋಷವಾಗಿಯೇ ಇದ್ದೆನಲ್ಲಾ'... ಎಂದೆ.

ಏಕೆಂದರೆ ನಾನು ಹುಟ್ಟುವುದಕ್ಕಿಂತ ಮುಂಚೆಯೇ ನನ್ನಪ್ಪ ತೀರಿಕೊಂಡಿದ್ದ, ಬಾಲ್ಯದಲ್ಲಿಯೇ ಅಮ್ಮ ಕೂಡ ಸತ್ತಿದ್ದಳು. ಅನಾಥನಾಗಿದ್ದ ನನ್ನನ್ನು ಚಿಕ್ಕಪ್ಪನೇ

ನನಗೆ ತಂದೆ ತಾಯಿ ಎಲ್ಲವೂ ಆಗಿ ಬೆಳೆಸಿದ್ದ. ಇದಕ್ಕಿಂತ ಸಂತೋಷದ ಸಂಗತಿ ನನಗಾವುದು ಇಲ್ಲ ಎಂದೆ ಭಾವಿಸಿದ್ದೆ.

'ಇದಕ್ಕಿಂತಲೂ ಸಂತೋಷದ ಸಂಗತಿ ಇದೆ' ಎಂದು ಹೇಳಿ ನನಗೆ ಇಮ್ಮಡಿ ಕುತೂಹಲ ಉಂಟು ಮಾಡಿದರು. 'ಅದಾವುದೆಂದು ಹೇಳಬಾರದೆ?' ಎಂದಾಗ 'ನಿನ್ನ ಮದುವೆ ಮಾಡಬೇಕೆಂದಿದ್ದೇನೆ' ಎಂದರು. ನನಗೆ ನಗು ಬಂತು.

"ಯಾಕೇ?" ನಾನು ಅಚ್ಚರಿಯಿಂದ ಕೇಳಿದೆ. ಮದುವೆ ಎಂದರೇ ಸಾಮಾನ್ಯವಾಗಿ ಎಲ್ಲರು ನಾಚಿಕೊಳ್ಳುತ್ತಾರೆ. ಅಂತದರಲ್ಲಿ ಇವರು ನಕ್ಕರೆಂದರೇ ಏನು ಅರ್ಥ.

"ಹೌದು. ಅಲ್ಲಿಯವರೆಗೂ ನನಗೆ ಮದುವೆಯಾಗಬೇಕೆಂಬ ಆಸೆಯೇ ಇರಲಿಲ್ಲ. ಯಾವಾಗ ನನ್ನ ತಾಯಿ ತೀರಿಕೊಂಡಳೋ ಆಗಿನಿಂದ ನಾನು ಹೆಚ್ಚುಕಡಿಮೆ ಮೂಕನೇ ಆಗಿಬಿಟ್ಟಿದ್ದೆ. ಅವಳ ಪ್ರೀತಿ ನನಗೆ ಸಿಗಲಿಲ್ಲವಲ್ಲ ಎಂದು ಎಷ್ಟೋ ಬಾರಿ ಏಕಾಂಗಿಯಾಗಿ ಕುಳಿತು ಅತ್ತದ್ದೂ ಇದೆ. ಆ ಸಮಯದಲ್ಲಿ ನನ್ನ ಚಿಕ್ಕಮ್ಮ ದೊಡ್ಡಮ್ಮರ ಪ್ರೀತಿಯಿಂದಾಗಿ ಬೆಳೆದು ದೊಡ್ಡವನಾದೆ. ಈಗ ಇವರೆಲ್ಲರನ್ನು ನಾನು ಚನ್ನಾಗಿ ನೋಡಿಕೊಳ್ಳಬೇಕು. ಅವರ ಮಕ್ಕಳನ್ನು ನನ್ನ ಸ್ವಂತ ತಂಗಿಯರಂತೆ ಮದುವೆ ಮಾಡಬೇಕು. ನಾನು ಮದುವೆಯಾದರೇ ಇವರ ಮಮತೆಯಿಂದ ವಂಚಿತನಾಗುತ್ತೇನೆ ಎಂದು ತಿಳಿದು ಮದುವೆಯ ಆಸೆಯನ್ನೆ ಬಿಟ್ಟು ಬಿಟ್ಟಿದ್ದೆ" ಅವರು ನಿಜವನ್ನೆ ಹೇಳಿದ್ದರು.

ಅವರು ಮತ್ತೆ ಮುಂದುವರೆದು

"ಆದರೆ,... ನನ್ನ ಚಿಕ್ಕಪ್ಪನಿಗೆ ಇದು ಇಷ್ಟವಿರಲಿಲ್ಲ. ಎಲ್ಲರಂತೆ ಅವನು ಮದುವೆಯಾಗಬೇಕು ಅವನಿಗು ಮಕ್ಕಳಾಗಿ ನಮ್ಮ ವಂಶ ಬೆಳೆಯಬೇಕು ಎಂದು ಆಸೆ ಪಟ್ಟಿದ್ದ. ಅದರಲ್ಲೇನು ತಪ್ಪಿಲ್ಲಿ ನನ್ನ ಅಪ್ಪ ಅಮ್ಮ ಇದ್ದಿದ್ದರೇ ಇದೆ ರೀತಿ ಆಲೋಚನೆ ಮಾಡುತ್ತಿದ್ದರೆನೋ... ಎಂದು ಅವರ ಅಣತಿಯಂತೆ ಒಪ್ಪಿಕೊಂಡೆ."

ಮಲಗಿದ್ದ ನಾನು ಎದ್ದು ಕುಳಿತು ಮುಂದೆನಾಯಿತು ಎಂಬ ಕುತೂಹಲದ ಕಣ್ಣುಗಳಿಂದ ಅವರನ್ನೆ ನೋಡಲಾರಂಭಿಸಿದೆ.

"ಏಕೆ ಬೇಸರವಾಯಿತೆ?" ಎಂದು ನನ್ನೊಂದಿಗೆ ಮೇಲೆದ್ದರು.

"ಬೇಸರವೂ ಇಲಾ. ಎಂತದ್ದು ಇಲ್ಲಾ ಮುಂದೇನಾಯಿತು ಎಂದು ಹೇಳಿ..."

"ನನಗೆ ಕುಡಿಯಲು ಸ್ವಲ್ಪ ನೀರು ಬೇಕು ತರುತ್ತಿರಾ? ಏಕೋ ಬಾಯಿ ಒಣಗಿದಂತಾಯಿತು" ಎಂದರು.

ಈ ಹಾಳಾದ ಸೆಕೆ ಹಗಲಲ್ಲಿ ಅಷ್ಟೆ ಅಲ್ಲ ರಾತ್ರಿಯೂ ಕಾಡುತ್ತದೆ. ಅದು ಇಂತಹ ಸಂದರ್ಭದಲ್ಲಿಯೂ ಕಾಡಬೇಕೆ ಎಂದು ಸೆಕೆಯನ್ನು

ಬಯ್ದು ಮಂಚದ ಪಕ್ಕದಲ್ಲಿ ಹೂಜಿಯಲ್ಲಿ ತುಂಬಿಕೊಂಡಿದ್ದ ನೀರನ್ನೊಮ್ಮೆ ನೋಡಿದೆ. ಅದರಲ್ಲಿ ನೀರು ತುಂಬಿಡುವುದನ್ನೆ ಮರೆತಿದ್ದೆ. ಮೇಲೆದ್ದು ಕೋಣೆಯ ಬಾಗಿಲು ತೆರೆದು ಅಡುಗೆ ಮನೆಗೆ ಹೋಗಿ ನೀರು ತುಂಬಿಕೊಳ್ಳುತ್ತಿದ್ದಂತೆಯೇ...

"ಏಕೆ ಇನ್ನು ಮಲಗಿಲ್ಲವೇ!?" ಅಲ್ಲಿಯೇ ಮಲಗಿದ್ದ ನಫೀಸಾ ಕೇಳಿದಳು.

"ನೀನೇನು ಇಲ್ಲಿ ಮಲಗಿದ್ದಿ. ನಿನ್ನ ಕೋಣೆಯಲ್ಲಿ ಮಲಗಬಾರದೇ!?"

"ಅಲ್ಲಿ ತುಂಬಾ ಸೆಕೆಯಾಗುತ್ತಿತ್ತು. ಇಲ್ಲಿ ದೊಡ್ಡ ಕಿಟಕಿ ಇದೆಯಲ್ಲ ಇದರಲ್ಲಿ ಗಾಳಿ ಬರುತ್ತಿತ್ತು ಅದಕ್ಕೆ ಇಲ್ಲಿ ಬಂದೆ" ಈ ಸೆಕೆ ಇವಳನ್ನೂ ಬಿಟ್ಟಿಲ್ಲ ಎಂದುಕೊಂಡು.

"ಕುಡಿಯಲು ನೀರು ತೆಗೆದುಕೊಂಡು ಹೋಗಲು ಬಂದಿದ್ದೆ" ಎಂದು ಹೇಳಿ ನಮ್ಮ ಶಯನ ಕೋಣೆಗೆ ಹೋದೆ.

ಮುಕ್ಕಾಲು ಭಾಗ ನೀರನ್ನು ನಿಧಾನವಾಗಿ ಕುಡಿದು ಅರೆ ಘಳಿಗೆ ವಿಶ್ರಮಿಸಿಕೊಂಡರು. ಕುಡಿಯುವಾಗ ಒಂದಷ್ಟು ನೀರ ಹನಿಗಳು ಅವರ ಕಪ್ಪು ಗಡ್ಡದ ಮೇಲೆ ಬಿದ್ದಿದ್ದವು. ಮೈಮೇಲೆ ಉಟ್ಟ ತೆಳು ಬಿಳಿ ಬಟ್ಟೆಯ ಮೇಲೆನು ಕಾಣಲಿಲ್ಲ. ಅವರ ಅಗಲವಾದ ಶರೀರ, ದಪ್ಪ ರೆಟ್ಟೆಗಳು, ಗಟ್ಟಿ ಕಾಲುಗಳನ್ನೊಮ್ಮ ನೋಡಿದೆ. ತಮ್ಮ ನೀಳ ಕೈಗಳಿಂದ ಗಡ್ಡವನ್ನೊಮ್ಮೆ ನಯವಾಗಿ ಸವರಿಕೊಂಡು ಕುಳಿತಿದ್ದವರು ಅಡ್ಡವಾಗಿ ಅರ್ಧಕ್ಕೆ ಬಿಟ್ಟಿದ್ದ ತಮ್ಮ ಚಿಕ್ಕಪ್ಪನ ಮಾತನ್ನು ಮುಂದುವರೆಸಿದರು...

"ನನ್ನ ಚಿಕ್ಕಪ್ಪ ನಾನು ಈಗಾಗಲೇ ನಿನಗೆ ಹುಡುಗಿಯನ್ನು ನೋಡಿದ್ದೇನೆ. ನೀನು ಒಪ್ಪಿಕೊಳ್ಳಲೇ ಬೇಕು" ಎಂದರು. ಅವರ ಮಾತಿನಲ್ಲಿ ಆದೇಶವಿತ್ತಾದರು ನನ್ನಲ್ಲಿ ಆಯ್ಕೆಗಳು ಇರಲಿಲ್ಲ. ನಾನು ಸಮ್ಮತಿ ಸೂಚಿಸಿದೆ. ಚಿಕ್ಕಪ್ಪ ನಿಮ್ಮ ಹೆಸರು ಹೇಳಿದಾಗ ನನಗೆ ಅಚ್ಚರಿಯಾಗಿ ನಿರಾಕರಿಸಿದೆ"

"ಯಾಕೆ!?" ನಾನು ಕೇಳಿದೆ.

"ಇದೆ ಪ್ರಶ್ನೆಯನ್ನು ಚಿಕ್ಕಪ್ಪನು ಕೇಳಿದ. ಯಾಕೆಂದರೇ ನೀವು ಶ್ರೀಮಂತರು ನಾವು ಬಡವರು, ಅಂತಸ್ತು ಸರಿ ಹೋಗುವದಿಲ್ಲ" ಎಂದೆ. 'ಸಂಪತ್ತು ಬರುತ್ತದೆ, ಹೋಗುತ್ತದೆ. ನೀನು ನಿರಾಕರಿಸುತ್ತಿರುವದು ಅವಳು ವಿಧವೆ ಎಂಬ ಭಾವನೆಯಿಂದ ಅಲ್ಲವೇ!?' ಎಂದು ಹೇಳಿದಾಗ ನಾನು ಆಲೋಚನೆಗೆ ತೊಡಗಿದೆ. ನೀವು ಆ ರೀತಿಯಾಗಿ ಕಾಣುತ್ತಿರಲಿಲ್ಲ ನನಗಿಂತಲೂ ದೊಡ್ಡವಳಾಗಿದ್ದರು ನೋಡುವಾಗ ನನ್ನ ವಾರಿಗೆಯವರಂತೆಯೇ ಕಾಣುತ್ತಿದ್ದಿರಿ. ಮದುವೆಯಾಗಿದ್ದರು... ವಿಚ್ಛೇದನ ಏನು ಕೊಟ್ಟಿರದ ಸಾತ್ವಿಕ ಮನೋಭಾವದವರಾಗಿದ್ದಿರಿ. ನಿಮ್ಮ ಮೇಲೆ ಅನುಕಂಪ,ದಯೆ, ಅಭಿಮಾನ ಇತ್ತೇ ವಿನಃ ಆಸೆಯಾಗಲಿ, ಮೋಹವಾಗಲಿ ಇರಲಿಲ್ಲ" ನನ್ನ ಮುಖವನ್ನೆ

ನೋಡುತ್ತಾ ಹೇಳಿದರು. ಅವರ ಕಣ್ಣಲ್ಲಿ ಅನುಕಂಪವಿತ್ತು, ಕಾಳಜಿ ತುಂಬಿದ ಪ್ರೀತಿಯಿತ್ತು.

"ಹೀಗಿದ್ದು ಮದುವೆಗೆ ಏಕೆ ಸಮ್ಮತಿ ಸೂಚಿಸಿದಿರಿ? ನಿಮ್ಮ ಚಿಕ್ಕಪ್ಪನ ಬಲವಂತಕ್ಕೋ ಅಥವಾ ವಿಧವೆಯೊಬ್ಬಳಿಗೆ ಬಾಳು ಕೊಡುತ್ತಿದ್ದೀನಿ ಎಂಬ ಆದರ್ಶಕ್ಕೋ?" ಅವರನ್ನು ಗೊಂದಲದಲ್ಲಿ ಸಿಕ್ಕಿಸಿದೆ. ಆದರೆ ಅವರ ಉತ್ತರ ಸ್ಪಷ್ಟವಾಗಿತ್ತು.

"ನಿಮ್ಮ ಹಾಗೇ ತರ್ಕ ಮಾಡಲು ನನಗೆ ಬರುವುದಿಲ್ಲ. ಇದರ ಆಸೆಯೇ ಇಲ್ಲದವನಿಗೆ ಆದರ್ಶದ ಹಂಗೇಕೆ? ನನ್ನಪ್ಪ ಅಂದು ನನ್ನಮ್ಮನನ್ನು ಮದುವೆಯಾಗುವಾಗ ಹದಿನೇಳು ವರ್ಷದವನಿದ್ದನಂತೆ. ನನ್ನ ಗೆಳೆಯರಿಗೆ ಇಪ್ಪತ್ತು ತುಂಬುವದರಲ್ಲಿಯೇ ಮದುವೆಯಾಗಿ ಒಂದೆರೆಡು ಮಕ್ಕಳು ಆಗಿದ್ದರು ನನಗೆ ಇಪ್ಪತ್ತನಾಲ್ಕು ತುಂಬಿ ಇಪ್ಪತ್ತೈದರಲ್ಲಿದ್ದರು ಇನ್ನು ಮದುವೆಯಾಗದೇ ಇದ್ದುದನ್ನು ಕಂಡು 'ಬೇಗ ಮದುವೆಯಾಗೋ... ಇಲ್ಲದಿದ್ದರೇ ನಿನ್ನ ಜೀವನವೇ ವ್ಯರ್ಥವಾಗುತ್ತದೆ' ಎಂದು ಛೇಡಿಸುತ್ತಿದ್ದರು.

ನನಗೆ ನನ್ನ ಸಂಬಂಧಿಕರ ಮತ್ತು ಅವರ ಯೋಗಕ್ಷೇಮವೇ ಮುಖ್ಯವಾಗಿತ್ತೇ ವಿನಃ ನನ್ನ ಜೀವನ ಮುಖ್ಯ ಎಂದು ಅನಿಸಿರಲೇ ಇಲ್ಲಾ. ಜೀವನಪೂರ್ತಿ ಅವರ ಸೇವೆ ಮಾಡುತ್ತಾ ಹಾಗೇ ಇದ್ದುಬಿಡೋಣವೆಂದು ತೀರ್ಮಾನಿಸಿ ಮದುವೆ ಆಲೋಚನೆಯನ್ನೆ ಬಿಟ್ಟು ಬಿಟ್ಟಿದ್ದೆ. ಇನ್ನೊಂದು ಮುಖ್ಯವಾದ ವಿಚಾರವೆನೆಂದರೇ ಅನಾಥನಾದ ನನಗೆ ಯಾರು ಹೆಣ್ಣು ಕೊಡಲು ಅಂದು ಮುಂದೆ ಬರುತ್ತಿರಲಿಲ್ಲ. ಏಕೆಂದರೆ ಮನೆಯಲ್ಲಿ ಹೇಳುವುದಕ್ಕೆ ತಂದೆ-ತಾಯಿ ಯಾರು ಇಲ್ಲ, ದಾರಿ ತಪ್ಪುವ ಅವಕಾಶವೂ ಇದೆ. ಇವನು ನಾಳೆ ಮದುವೆಯಾಗಿ ಹೆಂಡತಿಗೆ ತೊಂದರೆ ಕೊಟ್ಟರೇನು ಗತಿ! ಮತ್ತು ನಮ್ಮದು ಆರ್ಥಿಕವಾಗಿ ಸ್ಥಿತಿವಂತ ಕುಟುಂಬವೂ ಅಲ್ಲ, ನನ್ನ ಹೆಸರಿನಲ್ಲಿ ಆಗ ಯಾವ ಆಸ್ತಿ-ಪಾಸ್ತಿಯೂ ಇರಲಿಲ್ಲ. ಮೇಲಾಗಿ ನನಗೆ ಓದಲು ಬರೆಯಲು ಬರುತ್ತಿರಲಿಲ್ಲವಾದ್ದರಿಂದ ಹೆಣ್ಣು ಕೊಡುವವರು ನನ್ನನ್ನು ಒಂದು ರೀತಿ ಅಸಭ್ಯನೆಂಬ ರೀತಿಯಿಂದಲೇ ನೋಡುತ್ತಿದ್ದರು. ಈ ಉಳ್ಳವರಿಗೆ ನಮ್ಮಂತ ಬಡವರನ್ನು ಕಂಡರೇ ಅದೇನು ತಾತ್ಸಾರವೋ.. ಏನೋ...! ಒಂದು ರೀತಿ ಅಸ್ಪೃಶ್ಯರನ್ನು ನೋಡಿದಂತೆ ನೋಡುತ್ತಾರೆ. ಆದರೆ,... ನನಗೆ ನಿಮ್ಮನ್ನು ನೋಡಿದ ಮೇಲೆಯೇ ಅನಿಸಿದ್ದು ಶ್ರೀಮಂತಿರಿಗೂ ಹೃದಯವಿದೆ ಎಂದು. ಏಕೆಂದರೇ ಆಗ ನನ್ನ ಬಳಿ ಇದ್ದದ್ದು ಪ್ರೀತಿ ತುಂಬಿದ ಹೃದಯ ಮಾತ್ರ, ಈ ಕಾಲದಲ್ಲಿ ಪ್ರೀತಿಗೆ ಯಾವ ಬೆಲೆ ಇದೆ ಹೇಳಿ? ಎಲ್ಲರೂ ದೀರಮ್ ನೋಡಿಯೇ ಮರುಳಾಗಿತ್ತಿರುವ ಈ ಕಾಲದಲ್ಲಿ ನಿಮ್ಮಂತವರು ಸಿಕ್ಕಿದ್ದು ನನ್ನ ಪುಣ್ಯವಲ್ಲದೇ ಮತ್ತೇನು! ನಿಮ್ಮ ಈ ಹೃದಯ ಶ್ರೀಮಂತಿಕೆಯನ್ನು ನಾನು

ಎರಡು ವರ್ಷಗಳಿಂದ ಹತ್ತಿರದಿಂದ ಬಲ್ಲವನಾಗಿದ್ದೆ ಆದರೆ, ಚಿಕ್ಕಪ್ಪನಿಗೆ ಇದು ಗೊತ್ತೋ ಇಲ್ಲವೋ ಎಂದು ತಿಳಿಯಲು,

"ಚಿಕ್ಕಪ್ಪ ನೀವೇನೋ ಅವಳನ್ನು ನೋಡಿ ಮದುವೆಯಾಗು ಎಂದಿರಿ ಇದಕ್ಕೆ ಖದೀಜಾರವರು ಒಪ್ಪಿದ್ದಾರೆಯೇ?" ಎಂದಾಗ ಒಳಗಿನಿಂದ ನಮ್ಮ ಸಂಭಾಷಣೆಯನ್ನು ಆಲಿಸುತ್ತಿದ್ದ ನಫೀಸಾ ಹೋರ ಬಂದು.

'ಅವಳೇ ನಿಮ್ಮನ್ನು ಮದುವೆಯಾಗಲು ಒಪ್ಪಿಗೆ ಸೂಚಿಸಿದ್ದರಿಂದ ನಾನಿಲ್ಲಿಯವರೆಗೂ ಬರಬೇಕಾಯಿತು' ಎಂದಳು." ಅವರು ನಕ್ಕು ಸುಮ್ಮನಾದರು.

ಅವರ ಮೇಲೆ ನನಗೆ ಅಭಿಮಾನ ಮೂಡಿಬಂತು.

"ನಿಜವಾಗಿಯೂ ನೀವು ನಿಸ್ವಾರ್ಥಿಗಳು. ನಾನು ಸ್ವಾರ್ಥಿ" ಎಂದು ಅವರನ್ನು ತಬ್ಬಿಕೊಂಡೆ.

ಅವರಿಗೆ ಕ್ಷಣ ಕಾಲ ಮಾತು ಹೊರಡಲಿಲ್ಲ.

ನನಗೆ ಈಗ ಎಲ್ಲವೂ ಅರ್ಥವಾಯಿತು. ಎಲ್ಲಿ ಹೊಡೆದರೇ ಪೆಟ್ಟಾಗುತ್ತದೆ, ಯಾವ ಬೇಟೆಯನ್ನು ಯಾರ ಕೈಯಿಂದ ಹಿಡಿಯಬೇಕು... ಎಂಬ ಚಾಣಾಕ್ಷ ಬುದ್ಧಿ ನಫೀಸಾಳಿಗೆ ಮೊದಲಿನಿಂದಲೂ ಇದ್ದದ್ದು ನನಗೆ ಗೊತ್ತಿತ್ತು. ಆದರೆ ಇಷ್ಟೊಂದು ತಲೆ ಓಡಿಸಿ ನಮ್ಮ ಮದುವೆ ಮಾಡುತ್ತಾಳೆ ಎಂದು ಭಾವಿಸಿರಲಿಲ್ಲ. ಅದೇನೆ ಆದರೂ ಆ ಅಲ್ಲಾಹನ ದಯೆಯಿಂದ ನನಗೆ ಒಳ್ಳೆಯದೇ ಆಗಿದೆ. ಮದುವೆಯಾಗಿ ಈಗ ಹದಿನೈದು ವರ್ಷ ಆದರೂ ಇವರ ಪ್ರೀತಿ ನನ್ನ ಮೇಲೆ ಮೊದಲಿನಂತೆಯೇ ಇದೆ.

"ನೀವು ಸುಮ್ಮನೆ ದೊಡ್ಡ ಮಾತು ಆಡಿದಿರಿ, ನನ್ನಂತ ಅನಾಥನನ್ನು ಮದುವೆಯಾಗಿ ಜೀವನಕ್ಕೊಂದು ದಾರಿ ತೋರಿಸಿ..." ಎಂದು ಮುಂದೆ ಏನೋ ಹೇಳಲು ಹೋದರು ನನ್ನ ಕೈಯನ್ನು ಅವರ ಬಾಯಿಗೆ ಅಡ್ಡವಿಟ್ಟೆ. ನನ್ನ ಕಣ್ಣಂಚಲ್ಲಿ ನೀರಿತ್ತು. ಅವರು ಮಂದೆ ಏನು ಮಾತನಾಡದೆ ನನ್ನನ್ನು ತಮ್ಮ ಕೈ ಬಳಸಿದ್ದರು.

ಮದುವೆಯಾದ ಹೊಸತರಲ್ಲಿ ಅವರು ತಮ್ಮ ಬಾಲ್ಯದ ಕುರಿತು ಮತ್ತು ತಮ್ಮ ತಾಯಿಯ ಕುರಿತು ಸದಾ ಹೇಳುವುದರೊಂದಿಗೆ ವ್ಯಾಪಾರದ ನಿಮಿತ್ತವಾಗಿ ದೂರದೂರದ ದೇಶಗಳಿಗೆ ಹೋದಾಗ ಅಲ್ಲಿ ಭೇಟಿಯಾದ ಮಹಾತ್ಮರ ಕುರಿತು ಹೇಳುತ್ತಿದ್ದರು. ಅವರಿಂದ ತಾವು ಪಡೆದ ಅನುಭವ ಜ್ಞಾನದ ಕುರಿತು ಎಳೆಎಳೆಯಾಗಿ ಹೇಳುವಾಗಲಂತು ನಾನು ಇಷ್ಟು ವರ್ಷ ಓದಿದ್ದು ಬೊಗಸೆಯಷ್ಟು ಮಾತ್ರ ಎಂದೆನಿಸುತ್ತಿತ್ತು.

ಧರ್ಮಗ್ರಂಥಗಳ ಕುರಿತು ತತ್ವಜ್ಞಾನ, ಇತಿಹಾಸದ ಕುರಿತ ಮಾಹಿತಿ ಅವರ ಬೆರಳ ತುದಿಯಲ್ಲಿಯೇ ಇರುತ್ತಿತ್ತು. ಅವುಗಳನ್ನು ಸದಾ ಕೇಳಬೇಕು

ಎಂದೆನಿಸುತ್ತಿತ್ತು. ಅವುಗಳನ್ನು ನೆನಪು ಮಾಡಿಕೊಳ್ಳುತ್ತಿದ್ದಂತೆಯೇ ನನಗೆ ನಿದ್ದೆ ಬಂತು.

2

ಸೂರ್ಯ ಮೆಲ್ಲನೆ ಮೇಲೆ ಬಂದ. ಆಕಾಶದಲ್ಲಿ ಚದುರಿದ್ದ ಬೆಳ್ಳಿ ಮೋಡಗಳು, ಸೂರ್ಯನ ಕಿರಣಗಳಿಗೆ ಹೊಳೆಯಲಾರಂಭಿಸಿದವು. ಹಕ್ಕಿಗಳು ಬಾನಿನಲ್ಲಿ ಚಿತ್ತಾರ ಮೂಡಿಸಿದ್ದವು. ಮನೆಯ ಮುಂದಿನ ಆಡಿನ ಮರಿಗಳು ತಮ್ಮ ಮನಬಂದಂತೆ ಕುಣಿಯುತ್ತಾ ನೋಡುಗರ ಮನವನ್ನು ಅರಳಿಸುವಂತಿದ್ದವು. ಒಂದಷ್ಟು ಹುಲ್ಲನ್ನು ಬಾಯಿಗೆ ಇಟ್ಟುಕೊಂಡು ಅಂಗಳದ ತುಂಬಾ ಓಡಾಡಿ ತಮ್ಮ ತಾಯಿಯ ಬಳಿ ಹೋಗಿ ಹಾಲು ಕುಡಿಯುತ್ತವೆ. ಒಂಟೆ ಮರಿಗಳು ಓಡಾಡುವದಕ್ಕಿಂತ ನಿಧಾನವಾಗಿ ನಡೆಯುತ್ತಾ ತಮ್ಮ ಮೌನ ಸಂಭಾಷಣೆಯಲ್ಲಿ ಏನೇನೋ ಮಾತನಾಡಿಕೊಳ್ಳುತ್ತವೆ. ಬಾಯಲ್ಲಿ ಹುಲ್ಲನ್ನು ತಿನ್ನುತ್ತಾ ವಯಸ್ಸಾದ ಮುದುಕರು ಅಗಿಯುವಂತೆ ತಿನ್ನುತ್ತವೆ. ಅವರು ಎಲ್ಲವನ್ನು ಒಂದು ಸುತ್ತು ನೋಡಿಕೊಂಡು ಬಂದರು.

"ನಿನ್ನೆ ರಾತ್ರಿ ತಡವಾಗಿ ಮಲಗಿಕೊಂಡಿದ್ದಿರಿ, ಸೂರ್ಯ ಹುಟ್ಟುವ ಮುಂಚೆನೆ ಎದ್ದು ಬಿಟ್ಟಿರಲ್ಲ. ಇನ್ನೊಂದಿಷ್ಟು ಮಲಗಿಕೊಳ್ಳಬಾರದೆ?" ಎಂದು ಕೈಯಲ್ಲಿ ಹಾಲು ಹಿಡಿದುಕೊಂಡು ಬಂದು ಅವರಿಗೆ ಕೊಟ್ಟೆ.

ಅವರು ತಮ್ಮ ಪಾದರಕ್ಷೆಗಳನ್ನು ಹೊರಗಡೆ ಬಿಟ್ಟು ಕಟ್ಟೆಯ ಮೇಲೆ ಹತ್ತಿಬಂದು ಕಟ್ಟಿಗೆಯಿಂದ ಮಾಡಿದ್ದ ಮಂಚದ ಮೇಲೆ ಕುಳಿತು ಹಾಲು ಕುಡಿದು,

"ನಿದ್ರೆ ಬರಲಿಲ್ಲ ಎದ್ದೆ. ಹ್ಞಾ ನಾನು ಮಕ್ಕಳನ್ನು ಕರೆದುಕೊಂಡು ಬರುತ್ತೇನೆ" ಎಂದು ಮೇಲೆದ್ದರು.

"ನಾನು ಮನೆ ಆಳಿಗೆ ಹೇಳಿದ್ದೇನೆ. ಇನ್ನೇನು ಬರಬಹುದು" ಎಂದೆ. ಅವರು ಮತ್ತೆ ಅಲ್ಲಿಯೇ ಕುಳಿತರು.

ಅರೆಗಳಿಗೆ ಮಕ್ಕಳೆಲ್ಲರು ಬಂದರು. ಅವರೇನು ನನ್ನೆಡೆಗೆ ನೋಡಲಿಲ್ಲ. ಎಲ್ಲರು ತಮ್ಮ ಅಪ್ಪನ ಬಳಿ ಮರಿಗಳು ತನ್ನ ತಾಯಿಯ ಬಳಿ ದಾವಿಸುವಂತೆ ಹೋದರು. ನನ್ನನ್ನು ಸ್ವಲ್ಪ ಹೊತ್ತು ಬಿಟ್ಟು ಫಾತಿಮಾ ನೋಡಿ ಈಗ ಪ್ರಜ್ಞೆ ಬಂದವಳಂತೆ ಓಡಿ ಬಂದಳು.

ರುಖಿಯ್ಯಾ ಮತ್ತು ಕುಲ್ಸುಮ್ ಅವರೊಂದಿಗೆ ಮಾತನಾಡಲಾರಂಭಿಸಿದರು.

ಮಗ ಝೈದ ಒಳಗೆ ಹೋಗಿ ತನ್ನ ತಂಗಿಯರಿಗೆ ಹಾಲು ತೆಗೆದುಕೊಂಡು ಬಂದು ಎಲ್ಲರಿಗು ಕೊಟ್ಟು ತಾನು ಕುಡಿಯಲಾರಂಭಿಸಿದ.

ಮಕ್ಕಳಂತು ಕಿಲಕಿಲ ನಗುತ್ತಾ ಮನೆಯನ್ನು ಸ್ವರ್ಗವನ್ನಾಗಿ ಮಾಡಿದರು.

"ನೀವಿಲ್ಲದ ನನಗೆ ರಾತ್ರಿ ನಿದ್ದೆನೆ ಬರಲಿಲ್ಲ" ಅವರೆಂದರು.

"ಅಮ್ಮನೆ ನಮ್ಮನ್ನು ಈ ಮನೆಯಿಂದು ಓಡಿಸಿದ್ದಳು" ರುಖಯ್ಯಾ ನನ್ನನ್ನು ದುರಗುಟ್ಟಿಕೊಂಡು ನೋಡಿ ಹೇಳಿದಳು. ಈಗ ಅವಳು ಅವಳಪ್ಪನ ತೊಡೆಯ ಮೇಲೆ ಕುಳಿತುಕೊಂಡಿದ್ದಳು.

ಅವರಿಗೆ ಮೈಯಲ್ಲಿ ಹುಷಾರಿಲ್ಲದ್ದರಿಂದ ಕಳುಹಿಸಿದ್ದೆ ಎಂದು ಹೇಗೆ ಹೇಳಲಿ, ಹೇಳಿದರು ಪ್ರಯೋಜನ ಇಲ್ಲವೆಂದು ಸುಮ್ಮನಾದೆ.

"ಇನ್ನು ಮುಂದೆ ನಾವು ಎಲ್ಲಿಗೆ ಹೋದರು ನೀವು ಬರಬೇಕು ಅಪ್ಪ" ಎಂದಳು ಎರಡನೆಯವಳು.

"ನಾಳೆ ನಿಮಗೆ ಮದುವಾದಾಗಲು ನಿಮ್ಮ ಗಂಡನ ಮನೆಗೆ ಇವರನ್ನು ಕರೆದುಕೊಂಡಿ ಹೋಗಿ" ಎಂದು ನಕ್ಕೆ. ಅವರು ನಗಲಿಲ್ಲ.

ಮಕ್ಕಳು ನಕ್ಕರು. ಅದೇನು ಅರ್ಥವಾಯಿತೋ ಏನೋ...

"ನಕ್ಕಿದ್ದು ಸಾಕು. ಒಳಗೆ ಹೋಗಿ ಸ್ನಾನ ಮಾಡಿ ಬಟ್ಟೆ ಬದಲಾಯಿಸಿಕೊಳ್ಳಿ" ನಾನು ಗದರಿದೆ. ಅವರು ಇವರಿಗೆ ಏನಕ್ಕು ಗದರುವದಿಲ್ಲವೆಂದು ನನಗೆ ಗೊತ್ತಿದ್ದರಿಂದ ಅವರು ಸುಮ್ಮನಿದ್ದರು. ಮಕ್ಕಳು ನನ್ನ ಅಣತಿಯಂತೆ ಹೋದರು.

ಅವರು ಈಗ ಶೂನ್ಯ ಮುದ್ರೆಯಿಂದ ಹೊರ ಬಂದಂತೆ ಕಾಣುತ್ತಿತ್ತು. ಮುಖ ನಿನ್ನೆಗಿಂತ ಸ್ವಲ್ಪ ಗೆಲುವಾಗಿತ್ತು. ಆದರೂ ಅಣ್ಣನನ್ನು ಕೇಳಬೇಕೆಂಬ ಆಸೆ ಇದ್ದೆ ಇತ್ತು. ಅವನು ಊರಿಗೆ ಬೇರೆ ಹೋಗಿದ್ದಾನೆ ಅದಾವಾಗ ಬರುತ್ತಾನೋ ಏನೋ ಇವರು ಮಕ್ಕಳೊಂದಿಗೆ ಮಾತನಾಡಿದ್ದನ್ನು ಕಂಡು ಸಂತೋಷವಾಯಿತು.

"ನಾನು ಸ್ವಲ್ಪ ಹೊರಗಡೆ ಹೋಗಿ ಬರುತ್ತೇನೆ" ಎಂದು ಮೇಲೆದ್ದರು.

"ಆ ಹಿರಾ ಗುಹೆಯಡೆಗೆ ಹೋರಟಿರಾ?" ನನ್ನ ಮಡಿಲಲ್ಲಿ ಫಾತಿಮಾ ಇದ್ದುದರಿಂದ ನೆಲದ ಮೇಲೆ ಕುಳಿತಿದ್ದೆ. ಮೇಲೆ ಏಳದೆ ಅವರನ್ನೆ ನೋಡುತ್ತಾ ನೇರವಾಗಿ ಕೇಳಿದೆ.

ಅವರು ತಲೆ ತಗ್ಗಿಸಿದರು.

ಅವರು ಮಾತು ಹೊರಳಿಸಿ ಯಾವತ್ತು ಸುಳ್ಳು ಹೇಳಿ ನುಣಿಚಿಕೊಂಡು ಹೋಗುವವರಲ್ಲವೆಂದು ನನಗೆ ಗೊತ್ತಿದ್ದ ಪ್ರಾಮಾಣಿಕ ಸತ್ಯವಾಗಿತ್ತು.

"ಹೋಗುವಾಗ ಮನೆ ಆಳು ಮೈಸರನನ್ನು ಕರೆದುಕೊಂಡು ಹೋಗಿ" ಅವರ ಮನಸ್ಸಿಗೆ ನೋವುಂಟು ಮಾಡುವ ಆಸೆಯಾಗಲಿಲ್ಲ.

ಅವರು ತಲೆ ಮೇಲೆ ಕೇಳಗೆ ಮಾಡಿಕೊಂಡು. ನನ್ನ ಬಳಿ ಬಂದು ಫಾತಿಮಾಳನ್ನು ಮುದ್ದಿಸಿ, ಹೊರಗಿದ್ದ ತಮ್ಮ ಬಿಳಿ ಕುದುರೆಯನ್ನು ಹತ್ತಿ

ಹೊರಟರು. ಅವರ ಹಿಂದೆ ಇನ್ನೊಂದು ಕುದುರೆಯಲ್ಲಿ ಮೈಸರನು ಹೋದ.

'ಏಕೆ, ಏನು, ಎತ್ತ ಎಂದು ಅಲ್ಲಿಂದ ಬಂದ ನಂತರ ವಿಚಾರಿಸಿದರಾತು.' ಎಂದು ಸುಮ್ಮನಾದೆ.

ಮಕ್ಕಳಿಗೆ ತಿಳುವಳಿಕೆ ಬರಲಾರಂಭಿಸಿದೆ. ಎರಡನೆಯವಳಿಗೆ ಮನೆಯಲ್ಲಿಯೇ ಮನೆಪಾಠ ಹೇಳಲು ಒಬ್ಬ ಉಪಾಧ್ಯಾಯಿನಿ ನಿಗದಿತ ಸಮಯಕ್ಕೆ ಬಂದು ಹೋಗುತ್ತಾಳೆ. ಇನ್ನುಮುಂದೆ ಮೂರನೆಯವಳಿಗು ಪಾಠ ಹೇಳಿ ಎಂದು ಹೇಳಬೇಕು. ಅವಳು ಬಾರಿ ಹಟಮಾರಿ ಮೂರು ವರ್ಷ ತುಂಬಿ ನಾಲ್ಕಕ್ಕೆ ಬಿದ್ದರು ಚಿನಕುರುಳಿಯಂತೆ ಪಟಪಟ ಮಾತನಾಡುತ್ತಾ ಎಲ್ಲರನ್ನು ಮರಳು ಮಾಡುತ್ತಾಳೆ.

'ಇನ್ನು ಮುಂದೆ ನೀನು ನಿನ್ನಕ್ಕನೊಂದಿಗೆ ಮನೆಪಾಠ ಹೇಳಿಸಿಕೋ' ಎಂದರೇ,

'ನನಗೆ ಅಪ್ಪನೇ ಎಲ್ಲಾ ಹೇಳುತ್ತಾನೆ, ಅಲ್ವೆನಪ್ಪಾ?' ಎಂದು ಅವರಪ್ಪನ ಹೇಗಲೇರುತ್ತಾಳೆ. ಅವಳಿಗು ಅವರಪ್ಪನ ಬುದ್ಧಿಶಕ್ತಿ ಎರವಲಾಗಿ ಬಂದಿದೆ. ಅವಳಷ್ಟೆ ಅಲ್ಲ ಮೂವ್ವರು ಅಷ್ಟೆ ಬುದ್ಧಿವಂತರು. ಒಂದಷ್ಟು ಅಕ್ಷರ ಜ್ಞಾನವು ಸೇರಿದರೇ ನಾಳೆ ಕೊಟ್ಟ ಮನೆಯವರು ನೆನಪಿಸಿಕೊಳ್ಳುತ್ತಾರೆ. ಮೊಮ್ಮಕ್ಕಳಿಗೆ ಸಹಾಯವಾಗುತ್ತದೆ.

ಮನಸ್ಸು ಏನೆನೋ ಆಲೋಚಿಸುತ್ತದೆ. ಇದಕ್ಕೆ ಮಿತಿ ಉಂಟೆ. ಅಲ್ಲಾಹನು ನಮಗೆ ಎಲ್ಲವನ್ನು ಕೊಟ್ಟಿದ್ದಾನೆ. ಆದರೆ, ಎಲ್ಲವನ್ನು ನಾವೇ ಸರಿ ಮಾಡಿಕೊಳ್ಳಬೇಕು.

3

ಏಕೋ ಗೊತ್ತಿಲ್ಲ; ಹೊತ್ತು ಮುಳುಗುವ ಮುಂಚೇನೆ ನೂರ್ ಬೆಟ್ಟಕ್ಕೆ ಹೋದವರು ಬಂದು ಬಿಟ್ಟರು. ಮಕ್ಕಳೊಂದಿಗೆ ಆಟವಾಡುತ್ತಿದ್ದುದರಿಂದ ನಾನೇನು ಅದರ ಬಗ್ಗೆ ವಿಚಾರಿಸಲಿಲ್ಲ. ರಾತ್ರಿಯಾಯಿತು. ಮಕ್ಕಳೆಲ್ಲರು ಹೊಟ್ಟೆ ತುಂಬ ಊಟ ಮಾಡಿದರು. ಅಂದು ನಾನೇ ಮನೆಯವರಿಗೆಲ್ಲರಿಗೂ ವಿಶೇಷ ಭೋಜನ ಇರಲೆಂದು ಚನ್ನಾಗಿ ಮಸಾಲೆ ಹಾಕಿ ಅಡುಗೆ ಮಾಡಿದ್ದೆನು. ಆದರೆ, ಇವರು ಅಷ್ಟಾಗಿ ಊಟ ಮಾಡದೆ ಸ್ವಲ್ಪವೇ ಸೇವಿಸಿ ಮೇಲೆದ್ದರು. ಕಾರಣ ಕೇಳಿದರೇ ಏನು ಮಾತನಾಡಲಿಲ್ಲ. ಮಕ್ಕಳೆಲ್ಲ ಕೋಣೆಯಲ್ಲಿ ಮಲಗಿಕೊಂಡರು. ತೊಟ್ಟಿಲಲ್ಲಿ ಫಾತಿಮಾ ಮಲಗಿದ್ದರೆ ಅವರ ಪಕ್ಕದ ಮಂಚದ ಮೇಲೆ ಅಕ್ಕಪಕ್ಕ ಇನ್ನಿಬರು ಮಲಗಿದ್ದರು. ಅವರು ಮಾತ್ರ ನಿದ್ದೆ ಮಾಡದೆ ಹಣೆಯ ಮೇಲೆ

ಕೈಯಿಟ್ಟು ಅದೇನೋ ಲೆಕ್ಕಹಾಕುವವರಂತೆ ಯೋಚನೆ ಮಾಡುತ್ತಿದ್ದರು. ಕೋಣೆಯ ಬಾಗಿಲು ಹಾಕಿ ಅವರ ಪಕ್ಕ ಬಂದು ಕುಳಿತು.

"ಇನ್ನು ನಿದ್ದೆ ಬಂದಿಲ್ಲವೇ... ನಿನ್ನೇನು ತಡವಾಗಿ ಮಲಗಿಕೊಂಡರಿ. ಇಂದು ಇನ್ನೂ ಎಚ್ಚರವಾಗಿರುವಿರಲ್ಲ!?" ಮೆಲ್ಲ ಧ್ವನಿಯಲ್ಲಿ ಕೇಳಿದೆ.

ಅವರು ಮೇಲೆ ಎದ್ದರು. ಮಕ್ಕಳಾಗಲೇ ಸಂಪೂರ್ಣವಾಗಿ ನಿದ್ರೆಗೆ ಜಾರಿದ್ದರು. ಇನ್ನು ಎಬ್ಬಿಸಿದರು ಏಳದ ಸ್ಥಿತಿಯಲ್ಲಿದ್ದರು. ಅವರು ಹೊದ್ದುಕೊಂಡದ್ದು ಸರಿಯಿಲ್ಲದ್ದರಿಂದ ಅದನ್ನು ಎಳೆದು ಅವರ ಮೇಲೆ ಹೊಚ್ಚಿ ಕೋಣೆಯ ಬಾಗಿಲು ತೆರೆದು ನಮ್ಮ ಮನೆಯ ಮಾಳಿಗೆಯ ಮೇಲೆ ಹೋದರು. ಅನುಮಾನ ಬಂದು ನಾನು ಅವರನ್ನು ಹಿಂಬಾಲಿಸಿದೆ. ಬಹುಶಃ ಇಲ್ಲಿ ಮಾತನಾಡಿದರೇ ಮಕ್ಕಳು ಎದ್ದು ಗಿದ್ದು ಬಿಟ್ಟಾರು ಮೇಲೆ ಮಾತನಾಡಿದರಾತು ಎಂದು ಹೋಗಿರಬೇಕು ಎಂದುಕೊಂಡೆ.

ವಿಶಾಲವಾದ ಮಾಳಿಗೆ ಮೇಲೆ ಒಂದಷ್ಟು ಕಾಳು ಕಡಿಯನ್ನು ಒಣ ಹಾಕಿದ್ದೆವು. ಅಲ್ಲಲ್ಲಿ ಕುಳಿತುಕೊಳ್ಳಲು ಕಟ್ಟೆ ಅಂತದ್ದು ಇದ್ದ ಕಡೆ ಹೋಗಿ ಕುಳಿತುಕೊಂಡು ಆಕಾಶದ ಕಡೆ ಎಂದಿನಂತೆ ಮುಖ ಮಾಡಿದರು. ಚಂದ್ರ ಮೇಲೆ ಬಂದಿದ್ದ ಆತ ಮುಕ್ಕಾಲು ಭಾಗ ಕಾಣುತ್ತಿದ್ದುದರಿಂದ ಬೆಳಕೆಲ್ಲ ಹಾಲಿನಂತೆ ನೆಲ ಮತ್ತು ಮಾಳಿಗೆಯ ಮೇಲೆ ಚಲ್ಲಿತ್ತು. ಅವರು ಎಂದಿನಂತೆ ಅದಕ್ಕೆ ಕೈ ಮುಗಿದು ತಮ್ಮ ಮುಖದ ತುಂಬಾ ಸವರಿಕೊಂಡರು. ನಾನು ಅನತಿ ದೂರದಲ್ಲಿ ನಿಂತು ನೋಡಿದೆ.

ಅವರು ಆಕಾಶವನ್ನು ನೋಡುತ್ತಾ ಮೌನವಾಗಿ ಕುಳಿತರು. ಮೆಲ್ಲನೆ ಅವರ ಪಕ್ಕ ಬಂದು ಕುಳಿತು. ಅವರ ಬಲಗೈ ತೆಗೆದುಕೊಂಡು ನನ್ನೆರಡು ಕೈಗಳ ಮಧ್ಯೆ ಹಿಡಿದು ಕಣ್ಣು ಮುಚ್ಚಿದೆ. ಅಮಿತವಾದ ಆನಂದದ ಭಾವನೆ ನನ್ನೊಳಗೆ ಮೂಡಿ ಮರೆಯಾಯಿತು. ಅವರೊಂದಿಗೆ ಏನೋ ಮಾತನಾಡಲು ಬಂದವಳು ಮೌನಳಾದೆ. ಮೂಕಳಾದೆ.

ಹೀಗೆ ಎರಡು ಘಳಿಗೆ ಕಳೆಯಿತು. ಅವರು ನನ್ನ ಕೈಯಿಂದ ತಮ್ಮ ಕೈ ಬಿಡಿಸಿಕೊಂಡು.

"ಧರ್ಮ ಎಂದರೇ... ಏನು?" ಎಂದು ಕೇಳಿದರು.

ಇಷ್ಟೊತ್ತಲ್ಲಿ ಇದಾವ ಪ್ರಶ್ನೆ ಕೇಳುತ್ತಿದ್ದಾರಲ್ಲ ಎಂದು ಅನಿಸಿತಾದರು ಬಾಯಿ ಬಿಟ್ಟು ಹೇಳದೆ.

"ಅದನ್ನು ತಾವೇ ನನಗೆ ಹೇಳಬೇಕು..." ಎಂದೆ.

"ನೀಮಗೆ ಅನಿಸಿದ್ದನ್ನು ಮೊದಲು ಹೇಳಿ, ಆಮೇಲೆ ನನ್ನ ಸರದಿ..."

"ನಿಮ್ಮ ಜೊತೆ ಬಾಳುವದೆ ಧರ್ಮ" ಎಂದು ಆ ಕ್ಷಣಕ್ಕೆ ಅನಿಸಿದ್ದನ್ನು ನೇರವಾಗಿ ಹೇಳಿದೆ.

"ನನ್ನ ಜೊತೆ ನೀವು, ನಿಮ್ಮ ಜೊತೆ ನಾನು, ಹಾಗೇ ನಮ್ಮ ಜೊತೆ ಮಕ್ಕಳು, ಅಕ್ಕಪಕ್ಕದವರು, ನನ್ನ ಸ್ನೇಹಿತರು, ಮಕ್ಕಾ ನಗರವಾಸಿಗಳು ಮತ್ತು ಸುತ್ತಮುತ್ತಲಿರುವ ನಗರದ ಜನರು ಕೂಡ ನಮ್ಮೊಂದಿಗೆ ಶಾಂತಿಯಿಂದ ಬಾಳಬೇಕು. ಅದು ಧರ್ಮ. ಇವತ್ತು ಕಅಬಾ ಕಡೆ ಹೋಗಿದ್ದೆ. ಅಲ್ಲಿ ಪರಸ್ಪರ ನಮ್ಮವರೆ ಹೊಡೆದಾಡಿದರು. ಅದು ದೇವರ ಮೂರ್ತಿಯ ಸಂಬಂಧವಾಗಿ. ನಮ್ಮ ಕಅಬಾದಲ್ಲಿ ನಿಮಗೆ ಗೊತ್ತಿರುವಂತೆ ಮುನ್ನೂರಕ್ಕೂ ಹೆಚ್ಚು ದೇವರ ವಿಗ್ರಹಗಳಿವೆ. ಒಂದೊಂದಕ್ಕೆ ಒಬ್ಬಬ್ಬರು ಜೋತು ಬಿದ್ದು ನಮ್ಮ ಮೂರ್ತಿ ಶ್ರೇಷ್ಠ, ನಮ್ಮ ದೇವರು ಮೇಲು ಎಂದು ಕೆಲವರು ಶಸ್ತ್ರ ಸಮೇತರಾಗಿ ಹೊಡೆದಾಡುವುದನ್ನು ನೋಡುತ್ತಿದ್ದರೇ ನನ್ನ ಕಣ್ಣಲ್ಲಿ ನೀರು ಬರುತ್ತಿತ್ತು. ಅವರಿಗೆ ಎಷ್ಟೇ ಕೂಗಿ ಶಾಂತಿಯಿಂದ ಇರಿ ಎಂದರು ಪ್ರಯೋಜನ ಆಗಲಿಲ್ಲ. ಸೋತ ಯೋಧನಂತಹ ಪರಿಸ್ಥಿತಿ ನನ್ನದಾಯಿತು.

ಪ್ರವಾದಿ ಇಸ್ಮಾಯಿಲ್ ಮತ್ತು ಇಬ್ರಾಹೀಮ್ಮರು ಬದುಕಿದ್ದಾಗ ಇಂತಹುದನ್ನು ಮನಗಂಡೆ ಅವರು ಏಕ ದೇವರ ಉಪಾಸನೆಯನ್ನು ಜಾರಿಗೆ ತಂದರು ಅವರು ಮರೆಯಾದ ಬಳಿಕ ಸುಮಾರು ದೇವರುಗಳು ಹುಟ್ಟಿಕೊಂಡು ಮೂಲ ದೇವರನ್ನೆ ಮರೆತಿದ್ದಾರೇನೋ ಎಂದು ನನಗೆ ಈಗೀಗ ಹೆಚ್ಚು ಅನಿಸುತ್ತಿದೆ" ಅವರು ದೀನ ಧ್ವನಿಯಲ್ಲಿ ಮುಖ ಗಂಟಿಕ್ಕಿ ಹೇಳಿದರು.

"ಶಾಂತಿಯಿಂದ ಇರುವುದು ಅಷ್ಟು ಸುಲಭವಲ್ಲ, ಎಲ್ಲರು ನಿಮ್ಮಂತೆ ಶಾಂತ ಗುಣದವರು ಆಗಿರಬೇಕಲ್ಲ... ನಿಮ್ಮಂತರಂಗದಲ್ಲಿ ಶಾಂತಿ ಇದೆ. ಅದಕ್ಕೆ ಶಾಂತಿಯ ಬಗ್ಗೆ ಮಾತನಾಡುತ್ತಿದ್ದಿರಿ. ಒಳಗಿರುವುದೆ ಹೊರಗೂ ಕಾಣುತ್ತಿದೆ ಆದರೆ ಅವರ ಅಂತರಂಗದಲ್ಲಿ ಬರೀ ಕ್ರಾಂತಿಯೇ ತುಂಬಿದೆ. ಅದಕ್ಕೆ ಹೊಡೆದಾಡಿದರು" ನನಗನಿಸಿದ್ದನ್ನು ನೇರವಾಗಿ ಹೇಳಿದೆ. ಚಂದ್ರ ಇನ್ನಷ್ಟು ಮೇಲೆ ಬಂದ. ನಕ್ಷತ್ರಗಳು ಅಲ್ಲಲ್ಲಿ ಮುಸುಕಾಗಿ ಕಾಣುತ್ತಿದ್ದವಾದರು ಹೊಳೆಯುತ್ತಿರಲಿಲ್ಲ. ಆಕಾಶ ತಿಳಿಯಾಗಿತ್ತು. ತಂಪು ಗಾಳಿ ಸೂಸಿ ಬರುತ್ತಿತ್ತಾದರು ಚಳಿ ಏನಿಸುತ್ತಿರಲಿಲ್ಲ. ಅವರ ಮಾತಿನಂತೆ ಹಿತವಾದ ಅನುಭವ ಕೊಡುತ್ತಿತ್ತು.

"ಬನ್ನಿ ಇದರ ಕುರಿತು ನಾಳೆ ಮಾತನಾಡೋಣ, ಮಕ್ಕಳು ಎದ್ದರೆ ಕಷ್ಟ" ಎಂದು ಹೇಳಿ ಕೆಳಗಡೆ ಹೊರಟರು. ನಾನು ಯೋಚನೆ ಮಾಡುತ್ತಾ ಅವರನ್ನು ಹಿಂಬಾಲಿಸಿದೆ. ಮಕ್ಕಳು ಚನ್ನಾಗಿ ನಿದ್ದೆ ಮಾಡುತ್ತಿದ್ದರು. ಸ್ವಲ್ಪ ಹೊರಳಾಡಿದ್ದರಿಂದ ಹೊದ್ದುಕೊಂಡ ಕಂಬಳಿ ಅಸ್ತವ್ಯಸ್ತವಾಗಿದ್ದನ್ನು ಇವರು ಸರಿ ಮಾಡಿ ಮಲಗಿದರು. ನಾನು ಫಾತಿಮಾಳನ್ನು ಒಮ್ಮೆ ನೋಡಿ ಬಂದು ಅವರ ಪಕ್ಕ ಮಲಗಿದೆ. ಅವರ ಕೈಯನ್ನು ನನ್ನ ಕಪಾಳದ ಮೇಲೆ ಇಟ್ಟುಕೊಂಡೆ. ಅವರು ಅರೆ ಘಳಿಗೆಯ ನಂತರ ನಿದ್ರೆಗೆ ಜಾರಿದರು. ಆದರೆ, ನನಗೆ ಅದೇಕೋ

ನಿದ್ದೆಯೇ ಬರಲಿಲ್ಲ, ಅದೇನೋ ಗೊತ್ತಿಲ್ಲ, ಇಂದು ಅವರ ಹಿಂದಿನ ನೆನಪು ಸುಳಿಸುಳಿಯಾಗಿ ಬರಲಾರಂಭಿಸಿತು.

4

ನಮ್ಮಿಬ್ಬರ ಮದುವೆಯಾಗಿ ವರ್ಷ ತುಂಬಿರಲಿಲ್ಲ; ಗರ್ಭಿಣಿಯಾದಾಗ ಸದಾ ನನ್ನ ಜೊತೆಗೆ ಇರುತ್ತಿದ್ದರು. ಒಂದೊಂದು ಬಾರಿ ತಲೆ ಕೂದಲುಗಳನ್ನು ಬಾಚಿ ಬಿಸಿ ನೀರು ಸ್ನಾನ ಮಾಡಿಸುತ್ತಿದ್ದರು.

"ರೀ, ಇದ್ಯೆಲ್ಲಾ ನೀವು ಮಾಡಬಾರದು..." ಎಂದು ಬುದ್ಧಿವಾದ ಹೇಳಲು ಹೋದರೇ...

"ಅದರಲ್ಲಿ ತಪ್ಪೇನು? ನನ್ನ ಹೆಂಡತಿಯ ಸೇವೆ ನಾನು ಮಾಡಿದರೇ... ಅದು ತಪ್ಪೆ?" ಎನ್ನುತ್ತಿದ್ದರು.

"ನನ್ನ ತಾಯಿ ಇದ್ದಿದ್ದರು ಈ ರೀತಿ ಸೇವೆಯನ್ನು ಮಾಡುತ್ತಿರಲಿಲ್ಲ ಬಿಡಿ" ಎಂದಾಗ

"ಹಿರಿಯರು ಹೇಳುವದಿಲ್ಲವೇ, 'ಹೆಂಡತಿ ಸರಿಯಾಗಿ ಗಂಡನನ್ನು ನೋಡಿಕೊಂಡರೆ ಅವಳು ಅವನಿಗೆ ಎರಡನೆಯ ತಾಯಿ" ಎಂದು.

ನಾನು ಮೂಗಳಾಗಿ ಅವರ ಬಾಯಿಯ ಮೇಲೆ ಬೆರಳಿಟ್ಟು

"ಅಷ್ಟು ದೊಡ್ಡ ಮಾತು ಹೇಳಬೇಡಿ" ಎಂದೆ.

ಅಂದು ಊಟ ಮಾಡಿ, ಮಾಳಿಗೆಯ ಮೇಲೆ ಹೋಗಿ ಎಂದಿನಂತೆ ಚಂದ್ರನನ್ನು ನೋಡಿ ಅವರು ನಮಸ್ಕರಿಸಿದರು. ಅಂದು ಹುಣ್ಣಿಮೆ ಇತ್ತು.

"ಏಕೆ ನೀವು ಪದೇ ಪದೇ ಆ ಚಂದ್ರನಿಗೆ ನಮಸ್ಕರಿಸುತ್ತಿರಿ?"

"ನಾನು ಚಿಕ್ಕವನಿದ್ದಾಗ ಅಮ್ಮ ಚಂದ್ರನನ್ನು ತೋರಿಸಿ ಊಟ ಮಾಡಿಸುತ್ತಿದ್ದಳು. ಈಗ ಅಮ್ಮ ಇಲ್ಲ, ಚಂದ್ರ ಒಬ್ಬನೇ ಇದ್ದಾನೆ. ಇವನನ್ನು ನೋಡಿದರೇ ನನ್ನ ಅಮ್ಮ ನೆನಪಿಗೆ ಬರುತ್ತಾಳೆ" ಎಂದು ಹೇಳುತ್ತಾ ಭಾವುಕರಾದರು. ಮುಂದೆ ಮಾತನಾಡಲು ಅವರ ಗಂಡಲು ಕಟ್ಟಿದಂತಾಯಿತು. ಬಾಲ್ಯದಲ್ಲಿ ಕಳೆದುಕೊಂಡ ಅವರ ತಾಯಿ ನೆನಪಿಗೆ ಬಂದಳೆಂದು ಮನಗಂಡು ಅವರ ಕೈ ಹಿಡಿದೆ. ನನ್ನ ತೊಡೆಯ ಮೇಲೆ ಮಗುವಿನಂತೆ ಮಲಗಿದರು. ನನಗೆ ನನ್ನ ತಾಯಿಯ ನೆನಪು ಬಂತು.

ನನ್ನ ಇಪ್ಪತ್ತು ವರ್ಷದವರೆಗೂ ಅಮ್ಮ ಬದುಕಿದ್ದಳು. ಮೂವತ್ತು ವರ್ಷದವರೆಗು ಅಪ್ಪನಿದ್ದ. ಆದರೆ, ಇವರಿಗೆ, ಆ ದೇವರು ನಿಜವಾಗಿಯೂ ಮೋಸಗಾರ ಹುಟ್ಟುವ ಮೊದಲೆ ತಂದೆಯನ್ನು ಕಳೆದುಕೊಂಡ, ತಿಳುವಳಿಕೆ ಮೂಡುವ ಮುನ್ನವೆ ತಾಯಿಯನ್ನು ಕಿತ್ತುಕೊಂಡು ಅನಾಥನನ್ನಾಗಿ ಮಾಡಿದ.

ಆ ದೇವರು ನಿಜವಾಗಿಯೂ ಪಾಪಿ, ಇಂತವರ ಮೇಲೆ ಕರುಣೆಯೆ ಇಲ್ಲಾ, ಎಂದು ಮನಸ್ಸಿನಲ್ಲಿ ಶಪಿಸಿ...

"ಆ ಅಲ್ಲಾಹನು ನಿಜವಾಗಿಯೂ ನಿಮಗೆ ಅನ್ಯಾಯ ಮಾಡಿದ" ಎಂದೆ.

ತೊಡೆಯ ಮೇಲೆ ಮಲಗಿದ್ದ ಅವರು ಮೇಲೆದ್ದು, ನನ್ನನ್ನೆ ತದೇಕಚಿತ್ತದಿಂದ ನೋಡಿ.

"ಅನ್ಯಾಯ ಮಾಡಿದ್ದರೇ ನಿಮ್ಮಂತವರನ್ನು ನನಗೆ ಧರ್ಮಪತ್ನಿಯನ್ನಾಗಿ ಕೊಡುತ್ತಿದ್ದನೇ!?" ಎಂದು ನಗು ಮುಖ ಮಾಡಿದರು. ನಾನು ನಾಚಿ ನೀರಾದೆ. ಅವರಿಗೆ ಯಾರ ಮೇಲೂ ದ್ವೇಷವಿರಲಿಲ್ಲ. ಹಾಗೆ ಅಲ್ಲಾಹನ ಮೇಲೂ ಇರಲಿಲ್ಲ.

ಎಷ್ಟೇ ಕಷ್ಟದಲ್ಲಿದ್ದುರೂ ನಗುನಗುತ್ತ 'ಬಾಳುವ ಕಲೆ' ಬಾಲ್ಯದಿಂದಲೇ ಕಲಿತಿದ್ದರು. ನಾನು ಸುಖದ ಸುಪ್ಪತ್ತಿಗೆಯಲ್ಲಿಯೇ ಬೆಳೆದಿದ್ದರಿಂದ ಇದು ಅಷ್ಟಾಗಿ ಗೊತ್ತಾಗುತ್ತಿರಲಿಲ್ಲ. ಅವರು ಮೆಲ್ಲನೆ ನನ್ನ ಹತ್ತಿರ ಬಂದು ತಮ್ಮ ಬಲಗೈಯಿಂದ ನನ್ನ ಹೊಟ್ಟೆಯನ್ನು ಹಿಡಿದರು. ಆಗ ನಾನು ಏಳು ತಿಂಗಳ ಗರ್ಭಿಣಿ.

"ನನ್ನ ಹೆತ್ತ ತಾಯಿ ನಿಮ್ಮ ಹೊಟ್ಟೆಯಲ್ಲಿ ಬೆಳೆಯುತ್ತಿದ್ದಾಳೆ" ಎಂದರು.

"ಬಿಡ್ತು ಅನ್ನಿ ನಿಮ್ಮ ತಂದೆ ಅನ್ನಿ, ಆಮೇಲೆ ಬೇಕಾದರೆ ಹೆಣ್ಣು ಹುಟ್ಟಲಿ" ಎಂದು ಸರಿ ಮಾಡಿದೆ.

ಅವರು ನಕ್ಕರು; ಮಾತನಾಡಲಿಲ್ಲ. ಆದರೂ ಮುಂದೆ ಅವರ ಮಾತಿನಂತೆಯೇ ಆಯಿತು.

"ನನಗೆ ನಿಮ್ಮ ವ್ಯಾಪಾರ ವಹಿವಾಟಿನ ಬಗ್ಗೆ ಹೇಳಿ, ನೀವು ದಾರಿಯಲ್ಲಿ ಹೇಗೆ ಹೋಗುತ್ತಿದ್ದಿರಿ? ಆಕಸ್ಮಿಕವಾಗಿ ದರೋಡೆಕೋರರು ಆಕ್ರಮಣ ಮಾಡಿದರೆ ಹೇಗೆ ರಕ್ಷಣೆ ಮಾಡಿಕೊಳ್ಳುತ್ತಿದ್ದಿರಿ? ಮುಂತಾದವುಗಳ ಕುರಿತು ಬಿಡಿಸಿ ಎಳೆಎಳೆಯಾಗಿ ಹೇಳಿ" ಎಂದು ಪರಿಪರಿಯಾಗಿ ಕೇಳಿಕೊಂಡೆ. ಚಂದ್ರ ಈಗ ನೆತ್ತಿಯ ಮೇಲೆ ಬರಲಾರಂಭಿಸಿದರೂ ನನಗೆ ನಿದ್ದೆ ಬಂದಿರಲಿಲ್ಲ. ಅವರ ಜೊತೆ ಇದ್ದರೆ ನನಗೆ ಯಾವುದು ಬೇಡ ಎನಿಸುತ್ತಿತ್ತು. ಸದಾ ಅವರ ಸಂಗೀತದ ಧ್ವನಿಯಂತಿರುವ ಮಾತುಗಳನ್ನು ಕೇಳಬೇಕು ಎಂದೆನಿಸುತ್ತಿತ್ತು.

"ಗರ್ಭಿಣಿಯರು ಹೀಗೆಲ್ಲಾ ನಿದ್ದೆಗೆಡಬಾರದು" ಮಾತು ತುಂಡರಿಸಿದರು.

ನಾನು ಹಟ ಮಾಡಿದೆ. ನನ್ನ ಮಾತಿಗೆ ಕಟ್ಟು ಬಿದ್ದು ಹೇಳಲಾರಂಭಿಸಿದರು...

ಅಧ್ಯಾಯ: ಆರು

ನಾನು ನಿಮ್ಮನ್ನು ಮದುವೆ ಆಗುವುದಕ್ಕಿಂದ ಎರಡು ವರ್ಷ ಮುಂಚೆ ಬಂದು ಇಲ್ಲಿ ಕೆಲಸಕ್ಕೆ ಸೇರಿಕೊಂಡೆನಲ್ಲ... ಆಗ ನಿಮ್ಮ ಅಣ್ಣ ವರಕ್ಕಾ ನನಗೆ ವ್ಯಾಪಾರದ ಎಲ್ಲ ಜವಾಬ್ದಾರಿಗಳನ್ನು ಹೇಳಿ ಸಿರಿಯಾ ದೇಶಕ್ಕೆ ಕಳುಹಿಸಿದರು. ಹೋಗುವಾಗ ಕಅಬಾ ಮಂದಿರದಲ್ಲಿ ವಿಶೇಷ ಪ್ರಾರ್ಥನೆ ಮಾಡಿ 'ನಮ್ಮ ವ್ಯಾಪಾರ ಯಾವ ಅಡ್ಡಿ ಆತಂಕಗಳು ಬರದೆ ಸುಸೂತ್ರವಾಗಿ ನಡೆಯಲಿ' ಎಂದು ಪ್ರಾರ್ಥಿಸಿ ಹೊರಟೆವು.

ಮಕ್ಕಾದಿಂದ ಬಸ್ರಾ ನಗರ ಸುಮಾರು ಸಾವಿರ ಮೈಲಿ ದೂರವಿದ್ದರು ನಮಗೇನು ಕಳೆದ ಸುಮಾರು ಹತ್ತು ವರ್ಷಗಳಿಂದ ನಾನು ಹಲವಾರು ಬಾರಿ ಚಿಕ್ಕಪ್ಪನೊಂದಿಗೆ ಅಲ್ಲಿಗೆ ಹೋಗಿ ಬಂದಿದ್ದೆ. ಯಾವ ಮಾರ್ಗವಾಗಿ ಹೋಗಬೇಕು? ಯಾವ ಸ್ಥಳದಲ್ಲಿ ರಾತ್ರಿ ಉಳಿಯಬೇಕು? ಯಾವ ಸ್ಥಳ ಸುರಕ್ಷಿತ? ಯಾವ ಸ್ಥಳ ಅಪಾಯಕಾರಿ? ನಮ್ಮ ಯೋಧರು ಯಾವ ರೀತಿ ಪೂರ್ವ ತಯಾರಿಯಲ್ಲಿ ಇರಬೇಕು? ನಾವು ಎಷ್ಟರ ಮಟ್ಟಿಗೆ ಸುರಕ್ಷಿತರಾಗಿರಬೇಕು? ಎಂಬ ಸತ್ಯ ನನಗೆ ಚಿಕ್ಕಪ್ಪ ಚನ್ನಾಗಿ ತಿಳಿ ಹೇಳಿದ್ದ.

ನಾವು ಸಾಮಾನ್ಯವಾಗಿ ಯಾವಾಗಲು ಯಾಸ್ರಿಬ್ (ಈಗೀಗ ಮದೀನಾ) ಮುಖಾಂತರವೇ ಹೋಗುತ್ತಿದ್ದೆವು. ಅದು ಮಕ್ಕಾದಿಂದ ಸುಮಾರು ಮುನ್ನೂರು ಮೈಲಿ ದೂರದಲ್ಲಿದೆ. ಅಲ್ಲಿಗೆ ಹೋಗಲು ಸುಮಾರು ಹದಿನೈದು ದಿನವಾದರು ಬೇಕಾಗುತ್ತದೆ.ಮೊದಲ ದಿನ ಎಲ್ಲರಿಗು ಹುರುಪು ಇದ್ದುದರಿಂದ ಮತ್ತು ಮನೆಯಲ್ಲಿಯೇ ಆಹಾರವನ್ನು ಕಟ್ಟಿಕೊಂಡು ಬಂದಿದ್ದರಿಂದ ಬಹಳಷ್ಟು ದೂರ ಹೋದೆವು.

ನಮ್ಮನಮ್ಮಲ್ಲೆ ಹಲವಾರು ಗುಂಪುಗಳಿದ್ದವು. ಪ್ರತಿಯೊಂದು ಗುಂಪಿನಲ್ಲಿ ಸುಮಾರು ನೂರ ಜನ, ಇಂತಹ ಹತ್ತಾರು ಗುಂಪುಗಳು. ರಾತ್ರಿ ಊಟಕ್ಕೆ ಒಂದು ಒಂಟೆ ಕಡಿದರೆ ಸುಮಾರು ನೂರರಿಂದ ನೂರೈವತ್ತು ಜನ ಊಟ

ಮಾಡಬಹುದು. ಆಹಾರದ ವಿಚಾರ ಬಂದಾಗ ಆಯಾ ಗುಂಪಿನ ನಾಯಕನೆ ಸರಿಯಾದ ವ್ಯವಸ್ಥೆ ಮಾಡುತ್ತಿದ್ದನಾದರು ಹೆಚ್ಚು ಕಡಿಮೆಯಾದರು ಪರಸ್ಪರ ಹಂಚಿಕೊಂಡು ತಿನ್ನುವ ಒಗ್ಗಟ್ಟು ಪ್ರತಿಯೊಬ್ಬರಲ್ಲಿಯೂ ಇತ್ತು. ನಮ್ಮ ಗುಂಪಿನ ನಾಯಕ ಸ್ಥಾನವನ್ನು ನನಗೆ ವಹಿಸಿದ್ದರು.

"ನಾನು ಹೇಳುವದು ಕೇಳುತ್ತಿದೆಯೇ?"

ಅವರು ಮಾತು ತುಂಡರಿಸಿ ನನ್ನೆಡೆಗೆ ನೋಡಿದರು...

"ನೀವು ಪದೇ ಪದೇ ಮಾತು ನಿಲ್ಲಿಸಿ, ಕೇಳಿಸಿಕೊಳ್ಳುತ್ತಿರುವಿರಾ? ಬೇಸರವಾಯಿತೆ? ನಿದ್ದೆ ಬಂತೆ? ಹೀಗೆ ಏನೇನೋ ಕಾರಣ ಹೇಳಿ ಮಾತು ನಿಲ್ಲಿಸಿದರೆ ನನಗೆ ಕೋಪ ಬರುತ್ತೆ.. ನಿಮ್ಮ ಮಾತು ಸಂಗೀತಗಾರನಂತೆ ಪುಂಖಾನುಪುಂಖವಾಗಿ ಬರುತ್ತಿರಲಿ. ನಾನು ನನ್ನೆಲ್ಲ ಅವಯವಗಳನ್ನು ನಿಮಗೇ ಅರ್ಪಿಸಿ ಕೇಳುತ್ತಿದ್ದಿನಿ" ಎಂದೆ, ಮುಖ ಸಿಂಡರಿಸಿ.

ಅವರು ಕಾಲು ಚಾಚಿ ಕುಳಿತಿದ್ದರು. ಕೈಗಳೆರಡು ಹಿಂದೆ ಇಟ್ಟಿದ್ದರು. ಮುಖ ಆಕಾಶದೆಡೆಗೆ ಇತ್ತು. ಸೊಂಟಕ್ಕೆ ಒಂದು ಬಿಳಿ ಪಂಚೆ ಸುತ್ತಿಕೊಂಡಿದ್ದರು. ಮೈಮೇಲೆ ಒಂದು ತೆಳು ವಸ್ತ್ರ ಮಾತ್ರ ಇದೆ. ತಣ್ಣನೆಯ ಗಾಳಿ ಸೂಸಿ ಬೀಸುತ್ತಿದ್ದರೂ ಅವರಿಗೆ ಚಳಿ ಆಗುತ್ತಿರಲಿಲ್ಲ.

ಈಗ ಅವರ ತೊಡೆಯ ಮೇಲೆ ಮಲಗಿದೆ. ಹಿಂದೆ ಇದ್ದ ಅವರ ಒಂದು ಕೈಯನ್ನು ಮುಂದೆ ತಂದು ನನ್ನ ಹಣೆಯ ಮೇಲೆ ಇಟ್ಟರು ನಾನು ಕೈಯನ್ನು ಹಿಡಿದು ಚುಂಬಿಸಿ,

"ಮುಂದುವರೆಸಿ..." ಎಂದೆ.

ಪಕ್ಕದಲ್ಲಿದ್ದ ಕಂಬಳಿಯನ್ನು ಇನ್ನೊಂದು ಕೈಯಿಂದ ನನ್ನ ಮೈ ಮೇಲೆ ಏಳೆದು

ಹೇಳಲು ಅಣಿಯಾದರು...

ಅದೇ ನಮ್ಮ ಗುಂಪಿನ ನಾಯಕನ ಸ್ಥಾನವನ್ನು ನನಗೆ ವಹಿಸಿದ್ದರು ಎಂದೆನಲ್ಲ. ಆದರೆ, ನಾನು ಅದನ್ನು ನಿರಾಕರಿಸಿ 'ನಿಮ್ಮಲ್ಲೆ ಯಾರಾದರು ಹಿರಿಯರು ಮತ್ತು ಅನುಭವಸ್ಥರು ನಾಯಕರಾಗಿ' ಎಂದೆ. ಅವರೆಲ್ಲರು 'ನಮ್ಮಲ್ಲಿ ಹಿರಿಯರು ಬಹಳಷ್ಟು ಜನರಿದ್ದಾರೆ. ಆದರೆ, ನಿಮ್ಮಷ್ಟು ಅನುಭವಸ್ಥರು ಮತ್ತು ಗಟ್ಟಿ ಯೋಧರು ಯಾರು ಇಲ್ಲ. ನಿಮಗೆ ಈ ದಾರಿ ಚಿರಪರಿಚಿತವಾಗಿದ್ದರಿಂದ ನೀವೇ ಮುಂದಾಳು ಆಗಬೇಕು' ಎಂದಾಗ ಅನಿವಾರ್ಯವಾಗಿ ಒಪ್ಪಿಕೊಂಡೆ. ನನ್ನದು ಒಂದು ಒಂಟೆ. ಅದರ ಮೇಲೆ ಒಂದಷ್ಟು ನೀರು, ಒಂದು ಖಡ್ಗ, ಬಿಲ್ಲು ಬಾಣ, ಒಂದೆರಡು ಸಣ್ಣ ಸಣ್ಣ ಕತ್ತಿ ಗುರಾಣಿಗಳು, ಚರ್ಮದ ಕೈ ಚೀಲದಲ್ಲಿ ಒಂದಷ್ಟು ದಿರ?ಹಮಗಳು, ದೂರವನ್ನು ಒಂದೇ ಕಣ್ಣಿನಿಂದ ನೋಡುವ ಒಂದು ಕೊಳವೆಯಾಕಾರದ ಸಾಧನವನ್ನು ಇಟ್ಟಕೊಂಡು ಕುಳಿತಿದ್ದೆ.

ಹಿಂದೆ ನಮ್ಮ ಸರಕುಗಳನ್ನು ಹೇರಿಕೊಂಡು ನೂರಾರು ಒಂಟೆಗಳು, ನೂರಾರು ಕುದುರೆಗಳು ಮತ್ತು ಆಳುಗಳು. ಅವರೆಲ್ಲರಿಗು ನಾನು ಮೊದಲೆ ಹೇಳಿರುತ್ತಿದ್ದೆ:

"ಯಾವುದೇ ಸಂದರ್ಭದಲ್ಲಿ ಬೇಕಾದರು ದರೋಡೆಕೋರರು ಆಕ್ರಮಣ ಮಾಡಬಹುದು. ನೀವು ಯಾವಾಗಲೂ ಯುದ್ಧಕ್ಕೆ ತಯಾರಾಗಿಯೇ ಇರಿ ಎಂದು" ಅವರು ಮೈಮೇಲೆ ರಕ್ಷಣಾ ಕವಚ ಧರಿಸಿ ಕೈಯಲ್ಲಿ ಶಸ್ತ್ರಗಳನ್ನು ಹಿಡಿದೇ ಮುಂದು ಸಾಗುತ್ತಿದ್ದರು. ಕೆಲವು ಕಡೆ ದೊಡ್ಡ ದೊಡ್ಡ ಬೆಟ್ಟ ಗುಡ್ಡಗಳು ಎದುರಾಗುತ್ತಿದ್ದವು. ಅದರ ಮರೆಯಲ್ಲಿ ಅಡಗಿಕೊಂಡ ದರೋಡೆಕೋರರು ಅನಿರೀಕ್ಷಿತವಾಗಿ ಈ ಹಿಂದೆ ನಮ್ಮ ಮೇಲೆ ಆಕ್ರಮಣ ಮಾಡಿ ನಮ್ಮ ಸಂಪತ್ತನ್ನು ದೋಚಿದ್ದ ಅನುಭವ ನನಗಿತ್ತು. ಇದನ್ನು ಮನಗಂಡೆ ನನ್ನ ಚಿಕ್ಕಪ್ಪನಾದ ಅಬೂತಾಲಿಬ್ ನಾನು ಹನ್ನೆರಡು ವರ್ಷದವನಿರುವಾಗ

"ಮಗು, ನಾವು ಈ ಭೂಮಿ ಮೇಲೆ ಬದುಕಬೇಕಾದರೇ ಕೈ ಕಾಲು ಗಟ್ಟಿಯಿರುವ ಪ್ರತಿಯೊಬ್ಬರು ಯೋಧರಂತೆ ಬದುಕಬೇಕು. ಅದಕ್ಕಾಗಿ ನೀನು ಶಸ್ತ್ರ ವಿದ್ಯೆಯನ್ನು ಕಲಿಯುವುದರೊಂದಿಗೆ ಇನ್ನುಳಿದ ಬಿಲ್ವಿದ್ಯೆ, ಮುಷ್ಟಿ ಕಾಳಗ ಎಲ್ಲವನ್ನು ಕಲಿಯಬೇಕು" ಎಂದು ಹೇಳಿ ಒಂದು ದಿನ ನಮ್ಮ ಊರಿನಲ್ಲಿಯೇ ಇದ್ದ ಶಸ್ತ್ರ ಕಾರ್ಯಾಗಾರಕ್ಕೆ ಕರೆದುಕೊಂಡು ಹೋದ.

ಅದು ಸುಮಾರು ಹತ್ತು ಅಂಕಣದ ವಿಶಾಲವಾದ ಸ್ಥಳ. ಒಂದೇ ಸಮಯದಲ್ಲಿ ಸುಮಾರು ಒಂದು ಸಾವಿರ ಜಗಜಟ್ಟಿಗಳು ತಾಲೀಮು ನಡೆಸುವಷ್ಟು ದೊಡ್ಡದಾಗಿತ್ತು. ನಾವು ಅಲ್ಲಿಗೆ ಹೋದಾಗ ಸುಮಾರು ನೂರು ಜನರಿದ್ದರು. ಅವರೆಲ್ಲರಿಗೆ ಕಲಿಸಲು ಒಬ್ಬ ಗುರುವಿದ್ದ. ಅವನ ಬಳಿ ಕರೆದುಕೊಂಡು ಬಂದ.

ಅವನೋ ಆರು ಅಡಿ ಎತ್ತರದ ಅಜಾನುಬಾಹು, ಅಗಲವಾದ ಹಣೆ, ವಿಶಾಲವಾದ ಕಣ್ಣುಗಳು, ದಪ್ಪ ಮೂಗು, ಒರಟು ಗಲ್ಲಗಳು, ಬಂಡೆಯಂತಹ ಎದೆ. ಕಂಬದಂತಹ ಕೈ ಕಾಲುಗಳನ್ನು ನೋಡಿ ಅರೆ ಘಳಿಗೆ ನಡುಗಿ ಬಿಟ್ಟೆ.

"ಏನು ಅಬೂತಾಲಿಬರು ನಿಮ್ಮ ಅಣ್ಣನ ಮಗನನ್ನ ಕರೆದುಕೊಂಡು ಬಂದಿದ್ದಿರಿ?"

ಎಂದು ನನ್ನನ್ನು ದುರುಗುಟ್ಟಿ ನೋಡಿ ಹೇಳಿದ.

ಅದು ಬೆಳಗಿನ ವೇಳೆಯಾಗಿದ್ದರಿಂದ ಸೂರ್ಯ ನಿದ್ದೆಯಿಂದ ಎದ್ದು ಆಗ ತಾನೆ ಮೇಲೆ ಬರುತ್ತಿದ್ದ. ಸಾಮಾನ್ಯವಾಗಿ ಇಂತವರು ಈ ಸಮಯದಲ್ಲಿಯೇ ತಾಲೀಮು ನಡೆಸುತ್ತಾರೆ ಎಂದು ನನಗೆ ಗೊತ್ತಿತ್ತಾದರು ಕಣ್ಣಾರೆ ನೋಡಿರಲಿಲ್ಲ. ನೋಡಿರಲಿಲ್ಲ ಎನ್ನುವದಕ್ಕಿಂತಲು ಅದಕ್ಕೆ ಸಮಯವೇ ಇರುತ್ತಿರಲಿಲ್ಲ.

"ಇವನನ್ನು ನಿಮ್ಮಂತೆ ತಯಾರು ಮಾಡಿ" ಎಂದು ಚಿಕ್ಕಪ್ಪ ಆತ್ಮವಿಶ್ವಾಸದಿಂದ ಹೇಳಿದ.

ಆ ವ್ಯಕ್ತಿ ನನ್ನನ್ನು ಅಪಾದಮಸ್ತಕವಾಗಿ ನೋಡಿದರು. ನಾನೋ ಆಗ ಒಣಗಿದ ಕೋಲಿನಂತೆ ಇದ್ದೆ. ನನಗೆ ಆರು ಏಳೋ ವರ್ಷ ತುಂಬಿತಾಗ ಅಮ್ಮ ಸತ್ತಳು. ಅವಳು ಸತ್ತು ಎರಡು ವರ್ಷಕ್ಕೆ ನನ್ನ ಪ್ರೀತಿಯ ಅಜ್ಜ ಮುತಲಿಬನು ಸತ್ತಿದ್ದರಿಂದ ಅವನ ಚಿಂತೆ ಹಚ್ಚಿಕೊಂಡು ಸರಿಯಾಗಿ ಊಟ ಮಾಡದೆ ಹಾಗಾಗಿದ್ದೆ.

"ನೀನೇನು ಚಿಂತೆ ಮಾಡಬೇಡ, ಇವನು ಈ ರೀತಿ ಇದ್ದರೂ ಮುಖದಲ್ಲಿ ತೇಜಸ್ಸು ಎದ್ದು ಕಾಣುತ್ತದೆ, ಏನೇ ಆದರು ಕಲಿಯುವ ಹುಮ್ಮಸ್ಸು ಇವನ ಅಂತರಂಗದಲ್ಲಿ ಇದೆ ಎಂದು ನನ್ನ ಮನಸ್ಸು ಹೇಳುತ್ತಿದೆ" ಎಂದರು. ನನಗೆ ಹೃದಯ ತುಂಬಿ ಬಂತು. ಇಂತವರಿಗೆ ಕೆಲ ರಹಸ್ಯಗಳು ಗೊತ್ತಿರುತ್ತವೆ. ಕಲಾವಿದನಿಗೆ ಯಾವ ಕಲ್ಲಿನಲ್ಲಿ ಎಂತಹ ಶಿಲ್ಪ ಇರುತ್ತದೆ ಎಂದು ತಿಳಿದಿರುವಂತೆ ಎಂತವರು ಮುಂದೆ ಏನಾಗುತ್ತಾರೆ ಎಂಬುವುದು ಇವರಿಗೆ ತಿಳಿದಿರುತ್ತದೆ.

ಅವರು ನನ್ನನ್ನು ನೋಡಿ,

"ಮಗು ನನ್ನ ಹತ್ತಿರ ಬಾ..." ಎಂದರು.

ಅವರ ಅಣತಿಯಂತೆ ಎಂಟು ಹೆಜ್ಜೆ ಮುಂದಿದ್ದ ನಾನು ಅವರ ಬಳಿ ನಿಧಾನವಾಗಿ ಹೋದೆ.

"ನಿನ್ನ ಹೆಸರೇನು?" ಗೊತ್ತಿದ್ದು ಕೇಳಿದರು. ಮಾತಿನಲ್ಲಿ ವಿನಯವಿದೆಯೋ ಇಲ್ಲವೋ ಎಂದು ಪರೀಕ್ಷಿಸಲು.

"ಮುಹಮ್ಮದ್" ಎಂದೆ. ಕೈ ಜೋಡಿಸಿ.

"ಮಗು ಈ ವಿದ್ಯೆ ಕಲಿಯುವ ಮುನ್ನ ನನಗೊಂದು ಮಾತು ಕೊಡಬೇಕು ನೀನು" ಎಂದರು.

"ಅದೇನು!?" ಕುತೂಹಲದಿಂದ ಅವರ ಮುಖವನ್ನೆ ನೋಡುತ್ತಾ ಕೇಳಿದೆ. ಅವರು ನನ್ನ ಕಾಲು ಭಾಗ ಎತ್ತರವಿದ್ದರು. ಅವರ ಬಳಿ ನಿಂತರೆ ನಾನು ಹೊಟ್ಟೆಯ ಮೇಲೆ ಬರುತ್ತಿದ್ದುದರಿಂದ ಅವರು ಮಂಡಿ ಊರಿ ಕುಳಿತರು.

"ಮಗು ಈ ವಿದ್ಯೆ ಕಲಿಯುವವನು ಯಾವತ್ತು ಮದ್ಯವನ್ನು ಕುಡಿಯಬಾರದು, ಹೆಂಗಸರ ಚಟಕ್ಕೆ ಬಿದ್ದು ಹಾದರ ಮಾಡಬಾರದು. ಬಾಯಲ್ಲಿ ಯಾವುದೇ ರೀತಿ ಕೆಟ್ಟ ಚಟಗಳನ್ನು ಮಾಡಬಾರದು, ಇದಕ್ಕೆ ಒಪ್ಪುವೆಯಾದರೇ... ನಾನು ನಿನಗೆ ಕಲಿಸಲು ಸಿದ್ಧ" ಎಂದರು.

ಆ ವಯಸ್ಸಿನಲ್ಲಿ ಅವುಗಳ ಅರ್ಥವೇ ನನಗೆ ಸರಿಯಾಗಿ ಗೊತ್ತಿರಲಿಲ್ಲ. ಸಾಮಾನ್ಯವಾಗಿ ತಂದೆ-ತಾಯಿಯಿಲ್ಲದ ನನ್ನಂಥ ಅನಾಥ ಮಕ್ಕಳು ಆ.. ಈ.. ಚಟಕ್ಕೆ ಬಿದ್ದು ಹಾಳಾಗುವದೇ ಹೆಚ್ಚು ಎಂದು ಅವರು ಅಂದುಕೊಂಡಿದ್ದರೇನೋ.. ಆದರೆ, ಅಮ್ಮ ಯಾವಾಗಲು ನನಗೊಂದು ಮಾತು ಹೇಳುತ್ತಿದ್ದಳು 'ಮಗು

ನೀನು ಯಾವಾಗಲು ಒಳ್ಳೆಯವನಾಗಿಯೇ ಇರು. ನಾಲ್ಕು ಜನ ಮೆಚ್ಚುವಂತೆ ಬದುಕು' ಎಂದದ್ದು ಆಗ ನೆನಪಿಗೆ ಬಂತು.

"ಆಯ್ತು" ಎಂದೆ

ಅಂದು ಅವರು ನನಗೇನು ಕಲಿಸಲಿಲ್ಲ.

"ಸುಮ್ಮನೆ ಇಲ್ಲಿ ಕುಳಿತು ಯಾವ ಯಾವ ಕಲಿಗಳು ಯಾವ ಯಾವ ರೀತಿ ಕಲಿಯುತ್ತಿದ್ದಾರೆ ಎಂದು ನೋಡಿಕೊಂಡು.. ನಾಳೆ ಬಾ" ಎಂದರು.

ನಾನಂದು ಅವರನ್ನು ನೋಡುತ್ತಿದ್ದರೇ ಎದೆಯಲ್ಲಿ ರೋಮಾಂಚನ ಆಗುತ್ತಿತ್ತು. ಉತ್ಸಾಹ ಪುಟಿಯುತ್ತಿತ್ತು. ಅಲ್ಲಿ ಕುಳಿತು ಏನೇನೋ ಕನಸು ಕಂಡೆ.

ರಾತ್ರಿ ಕಳೆದು ಯಾವಾಗ ಬೆಳಕು ಹರಿಯುತ್ತದೆಯೋ ಎಂದು ಕಾಯುತ್ತಿದ್ದೆ.

ಆ ರಾತ್ರಿ ನನಗೆ ಯುಗದಂತೆ ಕಂಡಿತು. ರಾತ್ರಿಯಿಡಿ ಅಲ್ಲಿಯದೆ ಕನಸು, ಕನವರಿಕೆ. ದೊಡ್ಡ ಯೋಧನಾದಂತೆ, ಜಗಜಟ್ಟಿಯಾದಂತೆ, ರಾಜನಾದಂತಹ ಕನಸು.

ಮರುದಿನ ಬೆಳಗ್ಗೆ ಹೋದಾಗ ನನ್ನನ್ನು ನೋಡಿ ಅಚ್ಚರಿ ಪಟ್ಟರು. ಏಕೆಂದರೆ ಸೂರ್ಯ ಹುಟ್ಟುವ ನಾಲ್ಕು ಘಳಿಗೆ ಮುಂಚೆಯೇ ಬಂದು ಬಿಟ್ಟಿದ್ದೆ. ಸುತ್ತಲು ಗೌವ್ ಎನ್ನುವ ಕತ್ತಲು, ಒಂದು ಪಂಜಿನ ಮಂದ ಬೆಳಕು ಬಿಟ್ಟರೆ ಎಲ್ಲಲ್ಲೂ ಕತ್ತಲೆ ಆವರಿಸಿತ್ತು, ಅಂದು ಚಳಿಗಾಲ ಆಗಿದ್ದರಿಂದ ಮೂಡಣ ದಿಕ್ಕಿನಿಂದ ಸುಳಿಗಾಳಿ ಬಿಸುತ್ತಿತ್ತು. ಮೈಯಲ್ಲಾ ಸಣ್ಣಗೆ ಕಂಪಿಸುತ್ತಿದ್ದರು ಅಂತರಂಗದಲ್ಲಿ ಮಾತ್ರ ಹುಮ್ಮಸ್ಸು ಪುಟಿಯುತ್ತಿತ್ತು. ಅಲ್ಲಿ ನಾನು ಮತ್ತು ಅವರು ಇಬ್ಬರೆ ಇದ್ದೆವು. ನನ್ನನ್ನು ನೋಡಿ ತಬ್ಬಿಕೊಂಡು ಹಣೆಗೆ ಮುತ್ತನಿಟ್ಟು

"ಮಗು ನೀನು ಮುಂದೆ ಮಹಾನ್ ವ್ಯಕ್ತಿ ಆಗುತ್ತಿಯಾ... ನಿನ್ನಂತವನಿಗೆ ಈ ವಿದ್ಯೆ ಕಲಿಸಲು ನನಗೆ ಹೆಮ್ಮೆ ಆಗುತ್ತದೆ. ಇಂದಿನಿಂದಲೇ ಕಲಿಸುತ್ತೇನೆ. ಕಲಿಯುವ ಮುನ್ನ ಕಅಬಾದ ಕಡೆ ಮುಖ ಮಾಡಿ ಒಂದು ಆಣೆ ಮಾಡು" ಎಂದರು.

ನನಗೆ ಮತ್ತೆ ಅಚ್ಚರಿಯಾಯಿತು. ನಿನ್ನೆ ತಾನೇ ಒಂದು ಆಣೆ ಮಾಡಿಸಿಕೊಂಡ್ಡಿದ್ದಾರೆ, ಇಂದು ಮತ್ತಾವುದರ ಕುರಿತು ಆಣೆ ಮಾಡಿಸಿಕೊಳ್ಳುತ್ತಿದ್ದಾರೆ ಎಂದು ಮನದಲ್ಲಿ ಯೋಚಿಸಿ,

"ಏನೆಂದು ಆಣೆ ಮಾಡಲಿ?" ನಾನು ಎಲ್ಲದಕ್ಕೂ ಸಿದ್ಧನಾಗಿಯೇ ಬಂದಿದ್ದೆ.

"ನಾನು ಕಲಿಯುವ ಈ ಶಸ್ತ್ರ ವಿದ್ಯೆಯಿಂದ ಮುಂದೆ ದರೋಡೆಕೋರನಾಗುವದಿಲ್ಲ. ಯಾರ ಮನೆಗು ನುಗ್ಗಿ ಕಳ್ಳತನ ಮಾಡುವುದಿಲ್ಲ, ಅನ್ಯಾಯವಾಗಿ ಯಾರ ಕೊಲೆಯನ್ನು ಮಾಡುವುದಿಲ್ಲ ಎಂದು ಆಣೆ ಮಾಡು" ಎಂದರು. ನನಗೆ ಮತ್ತೆ ಅಮ್ಮನ ಮಾತು ನೆನಪಿಗೆ ಬಂತು ಮತ್ತು ಇವರ

ಮೇಲೆ ಗೌರವ ಇಮ್ಮಡಿಯಾಯಿತು. ಹಿಂದು ಮುಂದು ಹೆಚ್ಚು ಯೋಚಿಸದೆ ಆಣೆ ಮಾಡಿದೆ.

ಅವರು ವಿದ್ಯೆಯ ಪಟ್ಟುಗಳನ್ನು ಅಂದಿನಿಂದ ಹೇಳಲು ಪ್ರಾರಂಭಿಸಿದರು. ಇನ್ನೊಂದು ಮುಖ್ಯವಾದ ಮಾತು ಹೇಳಬೇಕೆಂದರೆ ಇವರು ನನ್ನ ಸಂಬಂಧಿಕರೆ ಆಗಿದ್ದರು. ಸಂಬಂಧದಲ್ಲಿ ಚಿಕ್ಕಪ್ಪನಾಗಿದ್ದರು ನನಗೆ ಅಷ್ಟಾಗಿ ಪರಿಚಯ ಇರಲಿಲ್ಲ. ನನ್ನ ಚಿಕ್ಕಪ್ಪ ದೊಡ್ಡಪ್ಪಂದಿರೆ ಮಹಾನ್ ಕಲಿಗಳಾಗಿದ್ದರೂ ನನಗೆ ಈ ವಿದ್ಯೆಯನ್ನು ಹೇಳಲು ಹಿಂದೇಟಾಕಿದ್ದರು. ಕಾರಣವೇನೆಂದರೆ, ನನಗೆ ಅವರ ಮೇಲೆ ಹೆಚ್ಚು ಸಲಿಗೆ ಇತ್ತು. ಗಂಭೀರವಾಗಿ ಕಲಿಯಲಿಕ್ಕಿಲ್ಲ ಎಂದು ಇವರ ಬಳಿ ಲೆಕ್ಕಾಚಾರ ಹಾಕಿ ಬಿಟ್ಟಿದ್ದರು. ನಾನು ಒಂದೊಂದು ಬಾರಿ ಈ ವ್ಯಕ್ತಿಗೆ 'ಚಿಕ್ಕಪ್ಪ' ಎಂದು ಸಂಭೊಧಿಸಿದರೆ 'ಆ ರೀತಿ ಕರೆಯಬಾರದು, ಕಲಿಯುವ ಆಸಕ್ತಿ ಹೋಗುತ್ತದೆ' ಎನ್ನುತ್ತಿದ್ದರು.

ಮೊದಲು ದೇಹದ ಅವಯವಗಳು ಗಟ್ಟಿಯಾಗುವಂತ ವಿದ್ಯೆಯನ್ನು ಇವರು ಹೇಳಲಾರಂಭಿಸಿದರು. ಕೈ ಕಾಲು ದೇಹ ಗಟ್ಟಿಮುಟ್ಟಾದರೇ ಮಾತ್ರ ನಮಗೆ ಖಡ್ಗ ಹಿಡಿಯಲು ಶಕ್ತಿ ಬರುತ್ತದೆ. ಆಮೇಲೆ ಅದನ್ನು ಬಳಸುವುದು ಹೇಗೆಂದು ಹೇಳಬಹುದು.

ನಾನು ಪ್ರತಿನಿತ್ಯ ಅಂಗ ಸಾಧನೆಯಲ್ಲಿ ತೊಡಗಿದೆ. ಸೂರ್ಯೋದಯವಾಗುವುದಕ್ಕಿಂತ ಮುಂಚೆ ಎದ್ದು ನಿತ್ಯ ಕರ್ಮಾದಿಗಳನ್ನು ಮುಗಿಸಿ ಒಂದಷ್ಟು ಓಡಿ ದೇಹವನ್ನು ದಣಿಸಿ ಕೈ ಕಾಲು ಗಟ್ಟಿಯಾಗುವಂತಹ ವ್ಯಾಯಾಮ ಮಾಡಲಾರಂಭಿಸಿದೆ.

ಹೊಟ್ಟೆ ದಿನದಿಂದ ದಿನಕ್ಕೆ ಹಸಿಯಲಾರಂಭಿಸಿತು. ಮೊದಲು ತಿನ್ನುವ ಆಹಾರದ ಎರಡು ಪಟ್ಟು ಆಹಾರ ನನಗರಿವಿಲ್ಲದೆ ತಿನ್ನಲಾರಂಭಿಸಿದೆ. ದೊಡ್ಡ ಸಣ್ಣ ಕಲ್ಲುಗಳನ್ನು ಎತ್ತುವುದನ್ನು ಮಾಡಿದ್ದರಿಂದ ನನ್ನ ತೋಳಬಲಗಳು ಕಲ್ಲಿನಂತಾಗಲು ಪ್ರಾರಂಭಿಸಿದವು.

ಪ್ರತಿನಿತ್ಯ ಒಂಟೆಯ ಹಾಲುಗಳನ್ನು ನೀರು ಕುಡಿದಂತೆ ಕುಡಿಯುತ್ತಿದ್ದೆ. ಹೀಗೆ ತಪ್ಪದೆ ಬೆಳಿಗ್ಗೆ ರಾತ್ರಿ ಎರಡೆರಡು ಘಳಿಗೆ ಅಂಗ ಸಾಧನೆಯಲ್ಲಿ ತೊಡಗಿದ್ದರಿಂದ ವರ್ಷದೊಳಗೆ ನನ್ನ ವಾರಿಗೆಯವರಿಗಿಂತ ಹೆಚ್ಚು ಬಲಿಷ್ಠನಾದೆ.

ಹಗಲೀಡಿ ನಾನು ಮೇಕೆಗಳನ್ನು ಮೇಯಿಸಲು ಸುತ್ತಮುತ್ತಲಿನ ಬೆಟ್ಟಗಳಿಗೆ ಹೋಗುತ್ತಿದ್ದೆನಲ್ಲ ಅಲ್ಲಿರುವ ದೊಡ್ಡ ದೊಡ್ಡ ಕಲ್ಲುಗಳನ್ನು ಅನಾಮತ್ತಾಗಿ ಎತ್ತುವುದು ಇಳಿಸುವುದು ಮಾಡುತ್ತಿದ್ದೆ. ನನ್ನ ಎರಡು ಮೂರು ಸ್ನೇಹಿತರು ಎತ್ತುವ ಕಲ್ಲನ್ನು ನಾನೊಬ್ಬನೆ ಅನಾಮತ್ತಾಗಿ ಎತ್ತುವುದನ್ನು ಕಂಡು

"ನೀನು ಸಾಮಾನ್ಯನಲ್ಲ, ನಿನ್ನ ಶರೀರ ಬಂಡೆಯಂತಹುದು" ಎಂದು ಹೊಗಳುತ್ತಿದ್ದರು.

ಚಿಕ್ಕಪ್ಪನಂತು ಕಅಬಾದ ಮಂದೆ 'ನನ್ನ ಮಗ, ನನ್ನ ಮಗ' ಎಂದು ಎದೆಯುಬ್ಬಿಸಿ ಹೇಳುತ್ತಿದ್ದರು.

ಚಿಕ್ಕಮ್ಮ ದೊಡ್ಡಮ್ಮಂದಿರು ನನಗೆ ಬಗೆಬಗೆ ಆಹಾರ ಬಡಿಸಿ ಹಾಕುತ್ತಾ ತಮ್ಮ ಎರಡು ಕೈಗಳನ್ನು ನನಗೆ ದೃಷ್ಟಿ ತೆಗೆದು ತಮ್ಮ ತಲೆಗೆ ಲಟಿಕೆ ಮುರಿದು 'ನನ್ನ ರಾಜಕುಮಾರ' ಎನ್ನುತ್ತಿದ್ದರು

ದೊಡ್ಡಪ್ಪ ಒಂದೊಂದು ಬಾರಿ

"ನಿನ್ನ ಅಪ್ಪನು ಕೂಡ ನಿನ್ನ ವಯಸ್ಸಿನಲ್ಲಿ ಹೀಗೆಯೇ ಇದ್ದ. ಅಬ್ಬಾ ಅದೆಂಥ ಆಳು, ಉದ್ದ ಕೈ ಕಾಲುಗಳಿಂದ ಬಂಡೆಯನ್ನು ಬೇಕಾದರು ಒಡೆಯುವ ಹುಮ್ಮಸ್ಸಿತ್ತು. ನಡಿಗೆಯಲ್ಲಿ ಗಂಭಿರತೆ, ಜೀವನದಲ್ಲಿ ಒಂದು ಶ್ರದ್ಧೆ ಸದಾ ಇದ್ದುದರಿಂದ ಬೇಗನೆ ಕತ್ತಿ ವರಸೆಯನ್ನು ಕಲಿತು ಬಿಟ್ಟಿದ್ದ".

ನನಗೆ ಮತ್ತೆ ಆಸೆ ಹುಟ್ಟಿತು. ಇಲ್ಲಿಯವರೆಗೆ ನಾನು ಕಲಿತಿದ್ದು ಕೇವಲ ಮೈ ಗಟ್ಟಿಯಾಗುವ ವಿದ್ಯೆಯನ್ನು ಮಾತ್ರ. ಖಡ್ಗ ವಿದ್ಯೆಯನ್ನು ಕಲಿತಿಲ್ಲ. ಅದನ್ನು ಕಲಿ ಎಂದು ಚಿಕ್ಕಪ್ಪ ಹೇಳಿದ ಮಾತು ನೆನಪಿಗೆ ಬಂತು. ಆದರೆ, ಅದನ್ನು ಕಲಿಯಲು ಬಹಳಷ್ಟು ಶ್ರದ್ಧೆ, ತಾಳ್ಮೆ, ವ್ಯವಧಾನ, ಮನಸ್ಸಿನ ಸಂಯಮ, ಚುರುಕು ಬುದ್ಧಿ ಎಲ್ಲವು ಬೇಕೆಂದು ನನ್ನ ಅನುಭವದಿಂದ ಮನಗಂಡಿದ್ದೆ.

ಗುರುಗಳು ತಮ್ಮ ಶಿಷ್ಯಂದಿರಿಗೆ ಹೇಳುವುದನ್ನು ಕೇಳಿದ್ದೆ. ಅದಕ್ಕಾಗಿ ಪ್ರತಿನಿತ್ಯ ಮನಸ್ಸಿನ ಸಂಯಮವನ್ನು ಸಾಧಿಸಲಾರಂಭಿಸಿದೆ. ಆದರೆ, ಅದು ಬಹಳಷ್ಟು ಕಷ್ಟದ ಸಂಗತಿ ಆಗಿತ್ತು. ಏಕೆಂದರೆ ಹೇಳಿ ಕೇಳಿ ಮಕ್ಕಾ ಜನಪ್ರಿಯ ನಗರವಾಗಿತ್ತು. ಇಲ್ಲಿ ನೂರಾರು ದೇವರುಗಳು ಇರುವಂತೆ ನೂರಾರು ಬೇರೆ ಬೇರೆ ತರಹದ ಅಂಗಡಿಗಳು ಇದ್ದವು.

ಒಂದು ದಿನ ರಾತ್ರಿ ನನ್ನೊಬ್ಬ ಸ್ನೇಹಿತ ಬಂದ. ಅವನ ಹೆಸರು 'ಮಸೂದ್' ಎಂದು. ನೋಡಲು ತೆಳ್ಳಗೆ ಬಡಕಲಾಗಿ ಇದ್ದ. ಕೆದರಿದ ಕೂದಲುಗಳು,ಬಾಡಿದ ಮುಖ, ದೊಡ್ಡದೊಂದು ಗಾಳಿ ಬಿಟ್ಟರೇ ಹಾರಿ ಹೋಗುವಂತಹ ದೇಹ ಅವನದು. ತನ್ನೊಂದಿಗೆ ಕರೆದುಕೊಂಡು ಹೋದ. ಯಾಕೆಂದು ಕೇಳಿದರು ಹೇಳದೆ ಅನಿರೀಕ್ಷಿತ ಎಳೆದುಕೊಂಡು ಹೋಗಿದ್ದರಿಂದ ನಾನು ತಬ್ಬಿಬ್ಬಾದೆ.

ದಾರಿಯಲ್ಲಿ ಹೋಗುವಾಗ ಮತ್ತೆ ನಮ್ಮ ವಾರಿಗೆಯ ನಾಲ್ಕು ಜನ ಸ್ನೇಹಿತರು ಕೂಡಿದರು. ಅವರೊಂದಿಗೆ ನಮ್ಮ ಮಕ್ಕಾ ನಗರದ ಪ್ರಮುಖ ಪೇಟೆಗಳಾದ ಉಕಾಝ್,ಮಜನ್ನಾ, ಝುಲ್ ಮತ್ತು ಮಜಾಝುಗಳ ಮೂಲಕ ಹೊರಟೆವು.

ಅಬ್ಬಾ ಆ ಪೇಟೆಗಳಾದರು ನನ್ನ ಕಣ್ಣುಗಳನ್ನು ಕುಕ್ಕುವಂತಿದ್ದವು. ಬಗೆಬಗೆಯ ಬಟ್ಟೆಗಳು, ಮನೆ ಅಲಂಕಾರದ ಚಿತ್ರವಿಚಿತ್ರ ಸಾಧನಗಳು, ದೇವರ

ಮೂರ್ತಿಗಳು, ಬಗೆಬಗೆಯ ವಿದೇಶಿ ವಸ್ತುಗಳು, ಮಹಿಳೆಯರ ಬಂಗಾರದ ಒಡವೆಗಳು ಅಂಗಡಿಯಲ್ಲಿದ್ದರೆ... ದಾರಿಯಲ್ಲಿ ಕರಿದ ಒಣ ಪದಾರ್ಥಗಳನ್ನು ಮಾರುವ ವ್ಯಾಪಾರಿಗಳು ಮೀನು ಮಾಂಸ ಮಾರುತ್ತಿದ್ದರು. ಅವುಗಳನ್ನು ತಿನ್ನಲು ಮುಗಿಬಿದ್ದ ಜನರಲ್ಲದೆ... ಎಲ್ಲವನ್ನು ಕೊಳ್ಳಲು ಪೇಟೆಯ ತುಂಬಾ ಜನರು ತುಂಬಿ ತುಳುಕುತ್ತಿದ್ದರು.

ಒಂದೊಂದು ಕಡೆಯಂತು ಮುಷ್ಟಿ ಗೋಧಿ ಕಾಳುಗಳನ್ನು ಎಸೆದರು ಬೀಳದಷ್ಟು ಜನರು ತುಂಬಿರುತ್ತಿದ್ದರು. ಇವುಗಳನ್ನು ನೋಡಿಕೊಂಡು ನಾವು ನಾಲ್ಕೈದು ಜನ ಸ್ನೇಹಿತರು ಪೇಟೆಯ ಹೊರಭಾಗಕ್ಕೆ ಬಂದೆವು. ಎಲ್ಲರಿಗು ಆಗ ತಾನೆ ಮುಖದಲ್ಲಿ ಮೀಸೆಗಳು ಚಿಗುರೊಡೆದಿದ್ದವು. ಒಬ್ಬನಿಗೆ ಮೊಳಕೆ ಒಡೆದ ಕಾಳಿನಂತೆ ಗಡ್ಡವು ಬಂದಿತ್ತು. ಆದರೆ, ನೋಡಲು ಕೋಲಿನಂತೆ ಇದ್ದ. ಇನ್ನುಳಿದವರು ಅಷ್ಟೇನು ದಪ್ಪವಿರುವ ಹುಡುಗರಲ್ಲ. ಹಾಕಿಕೊಂಡ ಬಟ್ಟೆಯ ಒಳಗೆ ಎಲುಬುಗಳು ಕಾಣಿಸುವಂತಿದ್ದರು. ಮುಂದೆ ನಡೆದೆವು. ಆಕಾಶದಲ್ಲಿ ಚಂದ್ರ ಇರಲಿಲ್ಲ. ಸಾವಿರ ಸಾವಿರ ನಕ್ಷತ್ರಗಳು ಹೊಳೆಯುತ್ತಿದ್ದವು. ಅಲ್ಲಲ್ಲಿ ತೈಲದ ಬೆಳಕು ಇದ್ದರು ಕೆಲವೆಡೆ ಶೂನ್ಯದಂತಿದ್ದ ಕತ್ತಲು. ಮುಂದೆ ಬಂದಂತೆ ಮನೆಗಳ ಸಂಖ್ಯೆಗಳು ಕಡಿಮೆಯಾದವು. ಪಸುಪಕ್ಷಿಗಳ ವಿಚಿತ್ರ ಸದ್ದು ಭಯ ಹುಟ್ಟಿಸುವಂತಿತ್ತು.

ನನಗೆ ಅನುಮಾನ ಬರಲು ಪ್ರಾರಂಭವಾಯಿತು. ದಾರಿಯಲ್ಲಿ ಕಾಣುತ್ತಿದ್ದ ಜನರು ಕೈಯಲ್ಲಿ ಮದಿರೆಯನ್ನು ಹಿಡಿದುಕೊಂಡು ತೂರಾಡಿಕೊಂಡೆ ಬರುತ್ತಿದ್ದರು. ನಾನು ಆರು ವರ್ಷದವನಿದ್ದಾಗ ಮನೆಯಲ್ಲಿ ನಾನು ಅಮ್ಮ ಇಬ್ಬರೆ ಕುಳಿತಿದ್ದೆವು. ಆಗ ಇಂತಹ ಒಬ್ಬ ಕುಡುಕ ತೂರಾಡುತ್ತಾ ನಮ್ಮ ಮನೆಯ ಮುಂದೆ ಬಂದು ಬಿದ್ದುಬಿಟ್ಟಿದ್ದ. ಅಮ್ಮ ಹೆದರಿಬಿಟ್ಟಿದ್ದಳು. ಅವಳು ಸದಾ ಅಪ್ಪನ ನೆನಪಿನಲ್ಲಿಯೇ ಇರುತ್ತಿದ್ದಳು. ಇಂತವರನ್ನು ನೋಡಿದರೆ ಹಾವು ತುಳಿದವಳಂತೆ ಹೇದರಿ ಓಡಿ ಬಿಡುತ್ತಿದ್ದಳು. ಅವತ್ತು ಹೆದರಿ ದೊಡ್ಡಪ್ಪಂದಿರನ್ನು ಕರೆದುಕೊಂಡು ಬಂದು ಆ ಕುಡುಕನನ್ನು ಸಾಗ ಹಾಕಿ ಎಲ್ಲರು ಹೋದ ಮೇಲೆ ನನ್ನನ್ನು ಹತ್ತಿರ ಕರೆದು.

“ಮಗು ನೀನು ಬದುಕಿರುವವರೆಗು ಮದ್ಯವನ್ನು ಕುಡಿಯುವುದಿಲ್ಲವೆಂದು ನನ್ನ ತಲೆಯ ಮೇಲೆ ಆಣೆ ಮಾಡು” ಎಂದಿದ್ದಳು. ಆ ಆಣೆ ಮಾಡಿದ್ದು ಮಿಂಚಿನಂತೆ ಬಂದು ಹೋಯಿತು.

“ಇಲ್ಲಿಗೆ ಯಾಕೆ ನನ್ನನ್ನು ಕರೆದುಕೊಂಡು ಬಂದಿರಿ?” ಎಂದು ನನ್ನ ಸ್ನೇಹಿತರನ್ನು ಕೇಳಿದರೇ...

“ನೀನು ಅನಾಥನಲ್ಲವೇ... ಇಲ್ಲಿ ಎಲ್ಲವು ನಿನಗೆ ಸಿಗುತ್ತದೆ ಬಾ” ಎಂದು ಒಂದು ದೊಡ್ಡ ಅಂಗಡಿಗೆ ಕರೆದುಕೊಂಡು ಹೋದರು.

ಅಲ್ಲಿ ನೂರಾರು ಜನ ಸೇರಿರುವುದರೊಂದಿಗೆ ವಿಚಿತ್ರ ಸಂಗೀತವು ಕೇಳಿ ಬರುತ್ತಿತ್ತು. ಸುತ್ತಲು ಜನ ಸಮೂಹ, ಮಧ್ಯದಲ್ಲಿ ಸಂಗೀತ ಸುಧೆ. ಅದಾರು ಹಾಡುತ್ತಿರಬಹುದು. ಎಂದು ನಾವೆಲ್ಲರು ಇದ್ದ ಜನರನ್ನು ತೂರಿಕೊಂಡು ಒಳ ಹೋದಾಗ ನಾನು ಬೆಚ್ಚಿ ಬಿದ್ದೆ. ವಿಚಿತ್ರವೊಂದನ್ನು ಕಂಡ ಮಗುವಿನಂತೆ ಹೆದರಿದೆ.

ಅಲ್ಲೊಬ್ಬರು ಹಾಡುತ್ತಿದ್ದರು. ನಾಲ್ಕು ಜನರು ಆ ಹಾಡಿಗೆ ತಕ್ಕಂತೆ ಒಂಟೆಯ ಚರ್ಮದಿಂದ ಮಾಡಿದ ತಮಟೆ ಬಾರಿಸುತ್ತಿದ್ದರೆ, ಇಬ್ಬರು ಯುವತಿಯರು ಅರೆ ಬರೆ ಬಟ್ಟೆಯಲ್ಲಿ ಕುಣಿಯುತ್ತಿದ್ದರು.ಅವರ ಕುಣಿತಕ್ಕೆ ಸುತ್ತಲಿನ ಜನರು ತಮ್ಮ ಮನಬಂದಂತೆ ಕುಣಿಯುತ್ತಾ ದಿರ?ಹಮಗಳನ್ನು ಆ ಹುಡುಗಿಯರ ಮೇಲೆ ಎಸೆಯುತ್ತಿದ್ದರು. ನನಗೆ ಮೂರ್ಛೆ ಹೋಗುವ ಮುನ್ನವೇ ಅಲ್ಲಿಂದ ಹೊರ ಬಂದೆ. ನನ್ನೊಬ್ಬ ಸ್ನೇಹಿತ ನನ್ನ ಹಿಂದೆಯೇ ಬಂದು

"ಯಾಕೋ ಬಂದೆ!?" ಭುಜಗಳನ್ನು ತಿವಿದು ಕೇಳಿದ.

"ಇಂತಹ ಸ್ಥಳಕ್ಕೆ ನೀವು ಕರೆದುಕೊಂಡು ಬರುತ್ತಿರಿ ಎಂದು ಮೊದಲೆ ಹೇಳಿದ್ದರೆ ನಾನು ಬರುತ್ತಲೇ ಇರಲಿಲ್ಲ" ನನ್ನ ಕಣ್ಣಂಚಲ್ಲಿ ನೀರಿತ್ತಾದರು ಮಂದ ಬೆಳಕಿನಲ್ಲಿ ಅವನಿಗೆ ಕಾಣಿಸಲಿಲ್ಲ.

"ಮೊದಲೆ ಹೇಳಿದ್ದರೇ ನೀನು ಬರುತ್ತಿರಲಿಲ್ಲವೆಂದು ನಮಗೂ ಗೊತ್ತು ಅದಕ್ಕೆ ತಿಳಿಸದೆ ಕರೆದುಕೊಂಡು ಬಂದೆವು. ಹೇಗಿದೆ?"

ಕಣ್ಣಿನ ಹುಬ್ಬುಗಳನ್ನು ಹಾರಿಸುತ್ತಾ ಕೇಳಿದ.

"ನಾನು ಮನೆಗೆ ಹೋಗುತ್ತೇನೆ" ಅವನ ಉತ್ತರಕ್ಕೂ ಕಾಯದೆ ಹೊರಟು ಹೋದೆ.

ಮರುದಿನ ಮತ್ತೆ ಬಂದರು. ನಾನು ನಿರಾಕರಿಸುವುದರೊಂದಿಗೆ ನೀವು ಹೋಗಬೇಡಿ ಎಂದು ತಿಳಿ ಹೇಳಿದೆ. ಅವರು ಕೇಳಲಿಲ್ಲ.

"ಜೀವನದಲ್ಲಿ ಸುಖ ಅನುಭವಿಸಬೇಕು. ಅದಕ್ಕೆ ತಾನೇ ಹುಟ್ಟಿರುವುದು ನಿನಗೆ ಸುಖದ ಅರ್ಥವೆ ಗೊತ್ತಿಲ್ಲಾ ಬಿಡು" ಹಂಗಿಸಿ ಹೋದರು. ನನಗೆ ಬೇಸರವೆನಿಸಿತು. ನಮ್ಮ ನಗರದಲ್ಲಿ ಇಂತಹುದೂ ಇದೆ ಎಂದು ಕೇಳಿದ್ದೆ. ನೋಡಿರಲಿಲ್ಲ. ನೋಡಿ ಪಶ್ಚಾತ್ತಾಪ ಪಟ್ಟೆ.

ಒಂದೆರಡು ದಿನ ಪಾಪ ಪ್ರಜ್ಞೆ ಕಾಡುತ್ತಿತ್ತು. ಅದು ನಾನಾಗಿಯೇ ಮಾಡಿಕೊಂಡ ತಪ್ಪಲ್ಲ. ಆಕಸ್ಮಿಕವಾಗಿ ಆದದ್ದು ಎಂದು ಗೊತ್ತಿದ್ದರು. ಮನಸ್ಸು ಮೊದಲಿನಂತೆ ಆಗಲು ವಾರ ಹದಿನೈದು ದಿನ ಹಿಡಿಯಿತು. ಅಲ್ಲಿಂದ ನಾನು ಹೆಚ್ಚು ಹೆಚ್ಚು ದೈಹಿಕ ಕಸರತ್ತು ಮಾಡುತ್ತಾ ಮನಸ್ಸನ್ನು ಏಕಾಗ್ರತೆಗೊಳಿಸಲು ಪ್ರಯತ್ನ ಪಟ್ಟೆ, ಸಾಧ್ಯವಾಗಲಿಲ್ಲ. ಕಣ್ಣು ಮುಚ್ಚಿದರು ಅಲ್ಲಿಯ ದೃಶ್ಯವೆ ಕಣ್ಣಿ ಮುಂದೆ ಕುಣಿಯುತ್ತಿತ್ತು. ಇಲ್ಲಿಗೆ ಬಾ ಎಂದು ಅಣಕಿಸಿದಂತಾಗುತ್ತಿತ್ತು.

ಮೇಕೆಗಳನ್ನು ಮೇಯಿಸಲು ನೂರ್ ಬೆಟ್ಟಕ್ಕೆ ಹೋಗುತ್ತಿದ್ದೇನಲ್ಲ, ಅಲ್ಲೊಂದು ಹಿರಾ ಗುಹೆ ಇತ್ತು. ಅದರ ಆಸುಪಾಸಿನಲ್ಲಿ ಮೇಕೆಗಳು ತಮ್ಮಪಾಡಿಗೆ ತಾವು ಶಾಂತವಾಗಿ ಹುಲ್ಲು ತಿನ್ನುತ್ತಿದ್ದರೆ ನಾನು ಶಾಂತವಾಗಿ ಮನಸ್ಸನ್ನು ಏಕಾಗ್ರ ಸ್ಥಿತಿಗೆ ಕೊಂಡೂಯ್ಯುತಿದ್ದೆ. ಇದು ಕ್ರಮೇಣ ದಿನದಿಂದ ದಿನಕ್ಕೆ ಹೆಚ್ಚಾಯಿತು.

ಮನಸ್ಸು ನನ್ನ ಹಿಡಿತಕ್ಕೆ ಬಂದು ಆಲೋಚನಾ ಸ್ಥಿತಿ ಗಂಭೀರವಾಯಿತು. ಬುದ್ಧಿ ಚುರುಕಾಗಿ ಹೇಳಿದ್ದೆಲ್ಲವು ನೆನಪಿನಲ್ಲಿ ಉಳಿಯುವಷ್ಟು ನೆನಪಿನ ಶಕ್ತಿ ಹೆಚ್ಚಿತು. ಇದನ್ನು ಸೂಕ್ಷ್ಮವಾಗಿ ಮನಗಂಡ ನನ್ನ ಗುರುಗಳು ಒಂದು ದಿನ

"ಇಂದಿನಿಂದ ನಿನಗೆ ಕತ್ತಿ ವರಸೆ ಮತ್ತು ಬಾಣ ಬಿಡುವದನ್ನು ಕಲಿಸುತ್ತೇನೆ" ಎಂದರು.

ನನ್ನ ವಾರಿಗೆಯ ಕೆಲ ಸ್ನೇಹಿತರು ಸುತ್ತಮುತ್ತಲಿನಿಂದ ಬರುತ್ತಿದ್ದರು. ಅವರು ಕೂಡ

"ನಮಗು ಇದನ್ನು ಕಲಿಸಿಕೊಡಿ" ಎಂದರು.

"ನಿಮ್ಮ ಮನಸ್ಸನ್ನು ಮುಹಮ್ಮದನಂತೆ ಏಕಾಗ್ರ ಗೊಳಿಸಿಕೊಂಡು ಬನ್ನಿ ಅಗತ್ಯವಾಗಿ ಕಲಿಸುತ್ತೇನೆ" ಎಂದರು.

ನಾನು ಅಂದಿನಿಂದ ಹೆಚ್ಚು ಜಾಗ್ರತೆ ವಹಿಸಿದೆ. ಏಕೆಂದರೆ ಕತ್ತಿ ವರಸೆ ನಾನಂದುಕೊಂಡಷ್ಟು ಸರಳವಾಗಿರಲಿಲ್ಲ. ಎದುರಾಳಿಯ ಮನಸ್ಥಿತಿಯನ್ನು ಅರಿತು ಯುದ್ಧ ಮಾಡುವ ಕಲೆ ಅದು.

ಇನ್ನೊಬ್ಬರ ಮನಸ್ಸನ್ನು ಅರಿಯುವ ಮೊದಲು ನಮ್ಮ ಮನಸ್ಸನ್ನು ನಾವು ತಿಳಿದುಕೊಳ್ಳುವದು ಬಹಳ ಮುಖ್ಯ ಎಂದು ನನ್ನ ಅನುಭವದಿಂದ ಗೊತ್ತಾಯಿತು. ನನ್ನ ಮನಸ್ಸನ್ನು ಅರಿಯಬೇಕಾದರೇ ಏಕಾಂತದಲ್ಲಿ ಇದ್ದು ನನ್ನ ಆಲೋಚನೆಯನ್ನು ಗಮನಿಸುವದು ಬಹಳ ಮುಖ್ಯವಾದ ಸಂಗತಿಯಾಗಿತ್ತು. ಇಂತಹ ಏಕಾಂತ ನನಗೆ ಮೇಕೆಗಳನ್ನು ಮೇಯಿಸಲು ನೂರ್ ಮತ್ತು ಸಫಾ ಬೆಟ್ಟಕ್ಕೆ ಹೋದಾಗ ಸಿಗುತ್ತಿತ್ತು. ಈ ನೂರ್ ಬೆಟ್ಟ ಮಕ್ಕಾದಿಂದ ಎರಡು ಮೈಲು ದೂರವಿದ್ದುದರಿಂದ ಜನರ ಜಂಜಾಟ ಗದ್ದಲದಿಂದ ದೂರವಿತ್ತು. ಅಲ್ಲಲ್ಲಿ ಕೆಲ ಮರಗಳು. ಬಂಡೆಯ ಆಸುಪಾಸಿನ ನೆಲದಲ್ಲಿ ಸಣ್ಣಪುಟ್ಟ ಮುಳ್ಳುಗಿಡಗಳು. ಮೇಕೆಗಳು ಎಂತದೆ ಗಿಡಮರಗಳು ಇದ್ದರು ಬಾಯಿ ಚಪ್ಪರಿಸಿ ತಿನ್ನುತ್ತಿದ್ದವು. ಇವುಗಳನ್ನು ಕಾಯಲೆಂದೆ ನಾನು ಎರಡು ನಾಯಿಗಳನ್ನು ಕೂಡ ಸಾಕಿದ್ದೆ, ಇವುಗಳಿಂದಲೂ ಕೂಡ ನಾನು ಕಲಿತದ್ದು ಇದೆ.

ಇವುಗಳು ಒಂದೆಡೆಗೆ ಶಾಂತವಾಗಿ ಮೇಯುತ್ತಿದ್ದರೆ ನನ್ನ ಪಾಡಿಗೆ ನಾನು ಬಂಡೆಯ ಮೇಲೆ ಕುಳಿತು ಏಕಾಂತವನ್ನು ಸೃಷ್ಟಿಸಿಕೊಂಡು ಮನಸ್ಸಿನ ಆಲೋಚನೆಗಳನ್ನು ಗಮನಿಸುತ್ತಿದ್ದೆ. ಇದು ಕ್ರಮೇಣ ಹೆಚ್ಚಾಗಿದ್ದರಿಂದ ಬಹು

ಬೇಗನೆ ನನ್ನ ಯೋಚನಾ ಲಹರಿ ಹರಿತವಾಯಿತು. ಮಾತಿನಲ್ಲಿ ವ್ಯಕ್ತಿತ್ವದಲ್ಲಿ ಸ್ಪಷ್ಟತೆ ಹೆಚ್ಚಿತು.

ಒಂದು ಕಟ್ಟಿಗೆಯಿಂದ ಬಿಲ್ಲನ್ನು ಮಾಡಿ, ಅದಕ್ಕೆ ಚರ್ಮದ ಹುರಿಯನ್ನು ಕಟ್ಟಿದೆ. ಕಟ್ಟಿಗೆಯಿಂದ ಕೆಲ ಬಾಣಗಳನ್ನು ಮಾಡಿಕೊಂಡು ನೂರ್ ಬೆಟ್ಟದ ಬಂಡೆಯ ಮೇಲೆ ಒಂದು ಸಣ್ಣ ಕಲ್ಲನ್ನು ಇಟ್ಟು ಹತ್ತು ಹೆಜ್ಜೆ ಹಿಂದೆ ಸರಿದು ಗುರಿ ಇಟ್ಟು ಬಾಣ ಬಿಡುವ ಅಭ್ಯಾಸ ಮಾಡಲಾರಂಭಿಸಿದೆ. ಮೊದಮೊದಲು ಕಷ್ಟವಾಯಿತು. ಏಕಾಗ್ರತೆಯ ಕೊರತೆ ಆಗದಂತೆ ನೋಡಿಕೊಂಡೆ ಅಭ್ಯಾಸ ಹೆಚ್ಚಿದ್ದರಿಂದ ಕ್ರಮೇಣ ಬಾಣ ಬಿಡುವದರಲ್ಲಿ ಪ್ರವೀಣನಾದೆ. ಕ್ರಮೇಣ ಅಂತರವನ್ನು ಹೆಚ್ಚಿಸಿದೆ. ಗುರಿ ತಪ್ಪುತ್ತಿತ್ತಾದರು ಕಲಿಯುವ ಉತ್ಸಾಹ ಕಡಿಮೆ ಆಗುತ್ತಿರಲಿಲ್ಲ. ದಿನಗಳೆದಂತೆ ಬಾಣ ಬಿಡುವದರಲ್ಲಿ ನಿಪುಣನಾದೆ. ಬೇಗನೆ ಕಲಿತಿದ್ದರಿಂದ ನನ್ನ ಗುರುಗಳು ಅಪ್ಪಿ ಮುದ್ದಾಡಿದರು. ಹಾಡಿ ಹೊಗಳಿದರು.

"ನೀನು ವಯಸ್ಸಿಗೆ ಮೀರಿ ಬೆಳೆದು ಬಿಟ್ಟಿದ್ದಿಯಾ" ಎಂದು ಚಿಕ್ಕಪ್ಪ, ಚಿಕ್ಕಮ್ಮರಾದಿಯಾಗಿ ಗುರುಗಳು ಹೊಗಳಲಾರಂಭಿಸಿದರು.

ಇದೆಲ್ಲ ಏಕಾಂತದ ಮಹಿಮೆ ಎಂದು ನನಗೆ ಮಾತ್ರ ತಿಳಿದಿತ್ತು. ಹಿರಾ ಗುಹೆಗೆ ನಾನು ಇದರಿಂದ ಪ್ರತಿನಿತ್ಯ ಹೋಗುವುದು ಹೆಚ್ಚಿತು.

ಛಲ ಬಿಡದ ವೀರನಂತೆ ನಾನು ಪ್ರತಿನಿತ್ಯ ತರಬೇತಿ ಪಡೆದು ತಪ್ಪದೇ ಅಂಗ ಸಾಧನೆಯೊಂದಿಗೆ ಕತ್ತಿವರಸೆಯನ್ನು ಕಲಿಯುವುದಕ್ಕಾಗಿ ಒಂದು ಉದ್ದನೆಯ ಕೋಲನ್ನು ಆಡು ಮೇಯಿಸುವಾಗ ನೂರ್ ಬೆಟ್ಟದಲ್ಲಿ ಅಭ್ಯಾಸ ಮಾಡುವಾಗ ಕೋಲನ್ನೆ ಕತ್ತಿಯಂದು ತಿಳಿದು ಚಿತ್ರ ವಿಚಿತ್ರವಾಗಿ ತಿರುಗಿಸುತ್ತಾ... ಶತ್ರುಗಳು ನಿಜವಾಗಿಯೂ ನನ್ನೆಡೆಗೆ ನುಗ್ಗಿಬಂದಂತೆ ಕಲ್ಪಿಸಿಕೊಂಡು ಸುತ್ತಮುತ್ತಲಿದ್ದ ಬಂಡೆಗಳಿಗೆ ಹೊಡೆಯುತ್ತಿದ್ದೆ. ಮೇಕೆಗಳು ನನ್ನೆಡೆಗೆ ವಿಚಿತ್ರವಾಗಿ ದೃಷ್ಟಿ ಹಾಯಿಸಿ 'ಇವನಿಗೇನು ಹುಚ್ಚು ಹಿಡಿದಿದೆಯೆ?' ಎಂಬ ನೋಟದಿಂದ ತಲೆ ಎತ್ತಿ ನೋಡುತ್ತಿದ್ದವು.

ಪಾಪ! ಅವುಗಳಿಗೇನು ಗೊತ್ತು ನನ್ನ ತಾಲೀಮು ಈ ರೀತಿ ಇತ್ತು ಎಂದು.

ಕ್ರಮೇಣ ಇದರಲ್ಲಿಯೂ ಯಶಸ್ವಿ ಆದೆ.

"ಒಂದು ದಿನ ಮನೆಯಲ್ಲಿದ್ದಾಗ ನನ್ನ ಚಿಕ್ಕಪ್ಪ ನಾಳೆ ನಾವು ವ್ಯಾಪಾರದ ನಿಮಿತ್ತವಾಗಿ ಸಿರಿಯಾ ದೇಶಕ್ಕೆ ಹೋಗುತ್ತಿದ್ದೇವೆ. ನೀನು ನಮ್ಮೊಂದಿಗೆ ಬಾ" ಎಂದ. ನನಗೆ ಸಂತೋಷವಾಯಿತು.

"ಸಣ್ಣ ಮಗುವನ್ನು ಕರೆದುಕೊಂಡು ಹೋಗಲು ನಾನು ಬಿಡುವೂದಿಲ್ಲ" ಅಡುಗೆ ಮನೆಯಲ್ಲಿದ್ದ ಚಿಕ್ಕಮ್ಮ ಸೌಬಿಯಾ ಮೂಗು ಒರೆಸಿಕೊಳ್ಳುತ್ತಾ ಹೊರಬಂದಳು. ಒಲೆಯ ಹೊಗೆ ಅವಳ ಕಣ್ಣು ಮೂಗು ಮುಖವನ್ನು ಕಪ್ಪಾಗಿ ಮಾಡಿದ್ದವು.

ಸುಮಾರು ಮುವ್ವತ್ತೈದು ವರ್ಷದ ಚಿಕ್ಕಮ್ಮ ನನ್ನ ಮೇಲೆ ಬಾಲ್ಯದಿಂದಲು ಅಕ್ಕರೆಯಿಂದ ಕೈತುತ್ತು ಕೊಟ್ಟು ಸಾಕಿದ್ದಳು. ನನಗೆ ಕಿಂಚಿತ್ತ ನೋವಾದರು ಅವಳಿಗೆ ನೋವಾಗುತ್ತಿತ್ತು. ನಾನು ಅಂಗ ಸಾಧನೆ ಮಾಡಿ ಮನೆಗೆ ಬಂದರೆ ನನ್ನ ಮೈ ತಿಕ್ಕಿ ತಲೆಗೆ ತೈಲ ಸವರಿ ನನ್ನ ಹೆತ್ತವ್ವನಂತೆ ಸ್ನಾನ ಮಾಡಿಸುತ್ತಿದ್ದಳು. 'ಅವನೇನು ಚಿಕ್ಕ ಮಗುವೇ?' ಎಂದು ಯಾರಾದರು ಎಂದರೆ 'ಇವನು ಎಷ್ಟೇ ದೊಡ್ಡವನಾದರು ನನಗೆ ಮಗುವೆ' ಎಂದು ಹಣೆಗೆ ಮುತ್ತುಕೊಟ್ಟು ತಣ್ಣೀರಿನ ಸ್ನಾನ ಮಾಡಿಸುತ್ತಿದ್ದಳು. ಇಂತವಳನ್ನು ಇಲ್ಲೆ ಬಿಟ್ಟು ತಿಂಗಳಾನುಗಟ್ಟಲೆ ಹೋಗಿ ಬರುವ ಸ್ಥಳಕ್ಕೆ ಕಳುಹಿಸಲು ಮನಸ್ಸು ಸಹಜವಾಗಿಯೇ ಒಪ್ಪಲಿಲ್ಲ.

"ಮುಹಮ್ಮದನನ್ನು ನೀನು ಈಗಲು ಮಗುವೆಂದು ತಿಳಿದುಕೊಂಡಿದ್ದಿಯೇನು? ಅವನು ಈಗ ವೀರ ಯೋಧ. ನಮ್ಮ ವಂಶದಲ್ಲಿಯೇ ಅವನಂತಹ ಜಗಜಟ್ಟಿ ಯಾರು ಇಲ್ಲ. ಹತ್ತು ಜನ ದರೋಡೆಕೋರರು ಮುತ್ತಿಗೆ ಹಾಕಿದರೂ ಮಣ್ಣು ಮುಕ್ಕಿಸುವ ಶಕ್ತಿ ಅವನಲ್ಲಿದೆ" ಎಂದು ಹೆಮ್ಮೆಯಿಂದ ಹೇಳಿದ. ನನಗೆ ಚಿಕ್ಕಪ್ಪನ ಮೇಲೆ ಅಭಿಮಾನ ಉಂಟಾಯಿತು. ನನ್ನ ಶಕ್ತಿ ಸಾಮರ್ಥ್ಯದ ಮೇಲೆ ನನಗಿಂತಲು ಇವರಿಗೆ ನಂಬಿಕೆ ಹೆಚ್ಚಿದ್ದರಿಂದ ಮನಸ್ಸು ತುಂಬಿ ಬಂತು.

"ನೀವು ಏನೆ ಹೇಳಿ ನಾನು ಮಾತ್ರ ಇನ್ನು ಹದಿನಾಲ್ಕು ವರ್ಷ ತುಂಬದ ನನ್ನ ಮಗನನ್ನು ನಿಮ್ಮೊಂದಿಗೆ ಕಳುಹಿಸುವುದಿಲ್ಲ" ಎಂದು ಹಟ ಮಾಡಿದಳು.

ಅವಳ ಪ್ರೀತಿಗೆ ನಾನು ಮೂಕನಾದೆ.

"ನೀನೇನು ಹೆದರಬೇಡ ಚಿಕ್ಕಮ್ಮ. ನಾನು ಚಿಕ್ಕಪ್ಪನ ರಕ್ಷಣೆಗಾಗಿಯಾದರು ಹೋಗಿ ಬರುತ್ತೇನೆ" ಎಂದೆ.

ಚಿಕ್ಕಪ್ಪ ನಕ್ಕ. ಜೊತೆಗೆ ಚಿಕ್ಕಮ್ಮಳು.

ನನಗೆ ಸಿರಿಯಾ ನೋಡುವ ಮತ್ತು ಹೊರ ಪ್ರಪಂಚವನ್ನು ನೋಡುವ ಹಾಗು ಹೊಸ ಹೊಸ ಜನರನ್ನು ಅವರ ಜೀವನ ಸ್ಥಿತಿ ಗತಿಯನ್ನು ಕಣ್ಣಾರೆ ಕಾಣುವ ಹಂಬಲವಿತ್ತು. ಇದನ್ನು ಬಾಯಿ ಬಿಟ್ಟು ಹೇಳಲಿಲ್ಲ. ಇದರ ಅವಶ್ಯಕತೆಯೂ ಇರಲಿಲ್ಲ.

ಅಂತು ಎಲ್ಲ ತಯಾರಿಯೊಂದಿಗೆ ಒಂದು ಶುಭ ದಿನ ನಾವು ಹೊರಡಲು ತಯಾರಾದೆವು.

ಅಧ್ಯಾಯ: ಏಳು

1

ನಮ್ಮೆಲ್ಲ ಸರಕು ಸಾಗಾಣಿಕೆಯನ್ನು ರಾತ್ರಿಯೇ ಸಜ್ಜು ಮಾಡಿ ಬೆಳಗಿನ ಸೂರ್ಯೋದಯ ವಾಗುತ್ತಿದ್ದಂತೆಯೇ ಪ್ರಯಾಣ ಬೆಳೆಸುವವರೆಲ್ಲರು ಕಅಬಾದಲ್ಲಿ ಬಂದು ಸೇರಿದಾಗ ನನಗೆ ಅಚ್ಚರಿಯೋ ಅಚ್ಚರಿ,

ಅದಾಗಲೇ ಸಾವಿರ ಸಾವಿರ ಜನರು ಬಂದು ಅಲ್ಲಿ ಸೇರಿದ್ದರು. ಇಡೀ ಮಕ್ಕಾ ನಗರವೆ ಅಲ್ಲಿ ನೆರೆದಿತ್ತು. ನಮ್ಮ ಶಹರದಲ್ಲಿ ಇಷ್ಟು ಜನರಿದ್ದಾರೆಂದು ನನಗೆ ಸರಿಯಾಗಿ ಗೊತ್ತಾಗಿದ್ದೆ ಆಗ. ಬಂದವರೆಲ್ಲರು ಬೇಗ ಎದ್ದು ಸ್ನಾನ ಮಾಡಿ ಹೊಸ ಹೊಸ ಬಟ್ಟೆಗಳನ್ನು ಉಟ್ಟು ಹೋಗುವವರನ್ನು ಹಾರೈಸಲು ಬಂದಿದ್ದರು. ಅರುಣೋದಯ ಆಗುತ್ತಿದ್ದಂತೆಯೇ ಪಕ್ಷಿಗಳು ಬಾನಿನಲ್ಲಿ ಒಂದು ಸುತ್ತು ಹೊಡೆದು ಕಅಬಾದ ಮುಂದೆ ಚಿತ್ತಾರ ಬಿಡಿಸಿ ಹೋದವು. ಆಕಾಶ ತಿಳಿಯಾಗಿತ್ತು. ಅಲ್ಲಲ್ಲಿ ಬಿಳಿ ಮೋಡಗಳು ಇದ್ದರು ಸೂರ್ಯನ ಕಿರಣಗಳಿಗೆ ಬೆಳ್ಳಿಯಂತೆ ಹೊಳೆಯುತ್ತಿದ್ದವು.

ನಾವೆಲ್ಲರು ಹೊಸ ಬಟ್ಟೆ ತೊಟ್ಟು ಹಬ್ಬಕ್ಕೆ ಹೊರಟವರಂತೆ ಬಂದಿದ್ದೆವು. ನಮ್ಮೊಂದಿಗೆ ಬರುವ ಕೆಲ ಯೋಧರು ಶಸ್ತ್ರ ಸುಸಜ್ಜಿತವಾಗಿಯೇ ಬಂದಿದ್ದರು. ಹಲವಾರು ಗುಂಪುಗಳಲ್ಲಿ ನಮ್ಮದೂ ಒಂದು ಗುಂಪು ನಮ್ಮ ಗುಂಪಿಗೆ ಚಿಕ್ಕಪ್ಪನೆ ನಾಯಕನಾಗಿದ್ದ. ಎಲ್ಲಾ ಗುಂಪಿನ ನಾಯಕರು ಒಂದೆಡೆ ಬಂದು ಕಅಬಾದ 'ಲಾತ್ ದೇವತೆ'ಗೆ ವಿಶೇಷ ಪ್ರಾರ್ಥನೆ ಸಲ್ಲಿಸಿದರು.

ಅಲ್ಲಿ ಪೂಜೆ ಮಾಡುವ ರಬ್ಬಾನಿಗಳು ಇವರ ತಲೆಯ ಮೇಲೆ ಕೈಯಿಟ್ಟು ಹರಿಸಿದರು. ಬೇಡಿಕೊಂಡಿದ್ದ ಕೇಲ ಜನರು ತಮ್ಮ ಶಕ್ತಿಗನುಸಾರವಾಗಿ ತಂದಿದ್ದ ಕುರಿ,ಮೇಕೆ, ಒಂಟೆ ಬಲಿ ಕೊಟ್ಟು ದೇವರಿಗೆ ಪ್ರಸಾದ ಕೊಟ್ಟರು.

ಕಅಬಾದ ಹೊರಗೆ ಒಂಟೆ ಚರ್ಮದ ನಗಾರಿ ಬಾರಿಸುವವರು, ನೃತ್ಯ ಮಾಡುವವರ ದಂಡೆ ಇತ್ತು. ಇವರ ಸುತ್ತಲು ಸಾವಿರಾರು ಜನ. ಇವರು

ಬಾರಿಸುತ್ತಾ ಮುಂದೆ ಸಾಗಿದರೇ ನಾವು ಮಕ್ಕಾ ದಾಟುವವರೆಗು ಹಿಂದೆ ಸಾಗಿದೆವು. ನಗರ ಮುಗಿಯುತ್ತಾ ಬಂದಂತೆ ಕೈ ಮಾಡುತ್ತಾ ಕಳಿಸಲು ಬಂದವರು ಹೋದರು. ಚಿಕ್ಕಮ್ಮ ದೊಡ್ಡಮ್ಮಂದಿರು ಬಂದಿದ್ದರು. ಮರಳುವಾಗ ಅವರ ಕಣ್ಣಂಚಲ್ಲಿ ನೀರು ಹೆಪ್ಪುಗಟ್ಟಿತ್ತು.

ನಗಾರಿ ಬಾರಿಸುವರು, ಕುಣಿಯುವವರ ಸಂಖ್ಯೆಯು ಕಡಿಮೆಯಾಯಿತು. ಸೂರ್ಯ ಮೆಲ್ಲನೆ ಮೇಲೆ ಬಂದಿದ್ದರಿಂದ ಅವನ ಕಿರಣಗಳ ಬಿಸಿ ತಾಗಲಾರಂಭಿಸಿದವು. ನಾವು ಬೇಗ ಬೇಗನೆ ಹೊರಟೆವು.

ನಾನು ಚಿಕ್ಕಪ್ಪ ಒಂದೇ ಒಂಟೆಯ ಮೇಲೆ ಕುಳಿತಿದ್ದೆವು.

"ನನಗೊಂದು ಬೇರೆ ಒಂಟೆ ಬೇಕು. ಅದರಲ್ಲಿ ನಾನೊಬ್ಬನೆ ಬರುತ್ತೇನೆ" ಎಂದು ಕೇಳಿದೆನಾದರು.

"ಮತ್ತೊಂದು ಬಾರಿ ಬರುವಾಗ ನಿನಗೆ ಕೊಡುತ್ತೇನೆ. ಈಗ ನನ್ನೊಂದಿಗೆ ಮಾತ್ರ ಇರು" ಎಂದಿದ್ದ.

ನನಗೆ ಇದು ಮೊದಲ ಪ್ರಯಾಣವಾಗಿದ್ದರಿಂದ ಚಿಕ್ಕಪ್ಪನಿಗೆ ನನ್ನ ಮೇಲೆ ವಿಶೇಷ ಕಾಳಜಿ ಇತ್ತು ಮತ್ತು ದಾರಿಯಲ್ಲಿ ದರೊಡೆಕೋರರ ಭಯವು ಕಾಡುತ್ತಿದ್ದರಿಂದ ಈ ಮುಂಜಾಗ್ರತೆ ವಹಿಸಿದ್ದ.

ಕಳೆದ ಕೆಲ ವರ್ಷಗಳಿಂದ ಬರಗಾಲ ಬಿದ್ದಿದ್ದರಿಂದ ಅಲ್ಲಲ್ಲಿ ಕಳ್ಳತನ ಸುಲಿಗೆ ದರೋಡೆಯ ವಿಚಾರಗಳು ನಮ್ಮ ಗಮನಕ್ಕೆ ಬಂದಿದ್ದವು. ಹೀಗಾಗಿ ನಾವು ಹೆಚ್ಚು ಕಡಿಮೆ ಸಾವಿರಕ್ಕೂ ಹೆಚ್ಚು ಜನರು ಹೊರಟಿದ್ದೆವು. ಕೆಲವರಂತು ನುರಿತ ಬಿಲ್ವಿದ್ಯೆ ಪ್ರವೀಣರಿದ್ದರು. ಎದುರಾಳಿಗಳು ನಮ್ಮನ್ನು ಸಮೀಪಿಸುವ ಮೊದಲೆ ಹೊಡೆದು ಉರುಳಿಸುವಂತವರಿದ್ದರು.

ಸಾವಿರ ಮೈಲಿ ದೂರದ ಪ್ರಯಾಣವಿದ್ದುದರಿಂದ ನಾವು ಪ್ರತಿನಿತ್ಯ ಕನಿಷ್ಠ ಪಕ್ಷ ಐವತ್ತು ಮೈಲಿಗಿಂತಲೂ ಹೆಚ್ಚು ದೂರ ನಡೆಯಬೇಕಾಗುತ್ತಿತ್ತು. ಗಾಳಿಯೋ ಸುಂಟರಗಾಳಿಯೋ ಬೀಸಲಾರಂಭಿಸಿದರೇ ಒಂಟೆಯ ಕಣ್ಣುಗಳಿಗೆ ಮರಳು ಬಿದ್ದು ನಡೆಯಲಾಗುತ್ತಿರಲಿಲ್ಲ ನಮಗು ತೊಂದರೇ ಆಗುತ್ತಿತ್ತು ಅಂತಹ ಸಂದರ್ಭದಲ್ಲಿ ನಾವು ಅಲ್ಲಿಯೇ ಕಳೆಯುತ್ತಿದ್ದೆವು. ಗಾಳಿ ಕಡಿಮೆಯಾದೊಡನೆ ಸಾಗುತ್ತಿದ್ದೆವು.

ಬಿಸಿಲು ಏರುತ್ತಿದ್ದಂತೆಯೇ ಪ್ರಯಾಣವನ್ನು ಮೊಟಕುಗೊಳಿಸಿ ಯಾವುದಾದರೊಂದು ಕೆರೆಯ ಸಮೀಪ ನಿಂತು ನಮ್ಮೊಂದಿಗೆ ಬಂದ ಅಡುಗೆಯವರು ಆಹಾರ ತಯಾರು ಮಾಡುತ್ತಿದ್ದರು. ಕೆಲವರು ವಿಶ್ರಾಂತಿ ತೆಗೆದುಕೊಂಡರೆ ಕೆಲವರು ಸ್ನಾನ ಮಾಡುತ್ತಿದ್ದರು. ನಾನು ಎಲ್ಲರನ್ನು ಒಂದು ಸುತ್ತು ನೋಡಿಕೊಂಡು ಬರುತ್ತಿದ್ದೆ ಅವರ ಬದುಕು ಬವಣೆ ಕೇಳುತ್ತಿದ್ದೆ.

ಯಾವುದಾದರು ಒಂದು ಹಳ್ಳಿಯಲ್ಲಿ ಉಳಿದಾಗಲು ಅಷ್ಟೇ; ಅವರ ಬದುಕನ್ನು ಅವಲೋಕಿಸಿ ನೋಡುತ್ತಿದ್ದೆ. ಅಡುಗೆ ಆದ ಮೇಲೆ ಹೊಟ್ಟೆ ತುಂಬಾ ತಿಂದು ರಾತ್ರಿಗು ಇಟ್ಟುಕೊಳ್ಳುತ್ತಿದ್ದರು.ಒಂದು ದಿನ ಒಂದೇ ಬಾರಿ ಅಡುಗೆ ಮಾಡುತ್ತಿದ್ದರು. ಆಗಲೇ ನಮಗೆ ಎಷ್ಟು ಬೇಕೋ ಅಷ್ಟು ಮಾಡಿಕೊಂಡು ಉಳಿದದ್ದನ್ನು ಪಾತ್ರೆಯಲ್ಲಿ ಶೇಕರಸಿ ಇಟ್ಟುಕೊಂಡು ರಾತ್ರಿ ಎಲ್ಲಾದರು ತಂಗಿದಾಗ ಊಟ ಮಾಡುತ್ತಿದ್ದೆವು. ಊಟ ಮಾಡುವ ಮುನ್ನ ನಾನು ಒಂದೆರಡು ಘಳಿಗೆ ಅಂಗ ಸಾಧನೆ ಮಾಡಿಯೇ ಆಹಾರ ಸೇವಿಸುತ್ತಿದ್ದೆ.

"ಇಷ್ಟೊತ್ತಲ್ಲಿ ಇದನೆಲ್ಲಾ ಏಕೆ ಮಾಡುತ್ತಿಯಾ ಬಿಡು" ಎಂದು ಚಿಕ್ಕಪ್ಪ ಮತ್ತು ಬಂದಿದ್ದ ಕೆಲವರು ಹೇಳುತ್ತಿದ್ದರಾದರು, ಪ್ರತಿನಿತ್ಯ ಅಂಗ ಸಾಧನೆ ಬಿಡಲು ನನಗೆ ಮನಸ್ಸೆ ಬರುತ್ತಿರಲಿಲ್ಲ.

ಬಿಡುವಿನ ವೇಳೆಯಲ್ಲಿ ನನ್ನ ವಾರಿಗೆಯವರು ಅಲ್ಲಲ್ಲಿ ಬಿದ್ದಿದ್ದ ಕಟ್ಟಿಗೆಯನ್ನು ಆಯ್ದುಕೊಂಡು ಮುಂದಿನ ಅಡುಗೆ ಕಾರ್ಯಕ್ಕೆ ಪೂರ್ವ ಸಿದ್ಧತೆಗಾಗಿ ಇಟ್ಟುಕೊಳ್ಳುತ್ತಿದ್ದರು. ನಾನು ಹಾಗೇ ಮಾಡುತ್ತಿದ್ದೆನಾದರು ನೇರವಾಗಿ ಉದ್ದವಾಗಿ ಇದ್ದ ಕಟ್ಟಿಗೆಯ ತುಂಡನ್ನು ಸರಿಯಾದ ಆಕಾರಕ್ಕೆ ಮುರಿದು ಅದರ ತುದಿಯನ್ನು ಚೂಪಾಗಿ ಕೆತ್ತಿ ಬಾಣದಂತೆ ಮಾಡಿಕೊಂಡು ಅಲ್ಲಿಯೆ ಅಭ್ಯಾಸ ಮಾಡುತ್ತಿದ್ದೆ. ನನ್ನ ಜೊತೆಗೆ ಬಂದಿದ್ದ ಮತ್ತು ಚಿಕ್ಕಪ್ಪನ ಸ್ನೇಹಿತನೊಬ್ಬ ಇದನ್ನು ನೋಡಿ

"ಚನ್ನಾಗಿ ಬಾಣ ಬಿಡುತ್ತಿಯಾ... ಆದರೆ, ಇನ್ನಷ್ಟು ದೂರ ಬಿಡುವ ಶಕ್ತಿ ಮತ್ತು ಗುರಿಯನ್ನು ನೀನು ಸಂಪಾದಿಸಬೇಕು" ಎಂದ. ನಾನು ಅವನ ಮುಖವನ್ನೆ ನೋಡಿದೆ. ನನಗಿಂತಲು ಎತ್ತರ, ದಪ್ಪ ಮೀಸೆ, ಮೋಟು ಗಡ್ಡದ ಬಲ ಭಾಗದ ಗಲ್ಲದ ಮೇಲೆ ಒಂದು ಮಚ್ಚೆ ಇತ್ತು. ಅದರಿಂದಾಗಿಯೇ ಅವರು ಹೆಚ್ಚು ಸುಂದರವಾಗಿ ಕಾಣಿಸುತ್ತಿದ್ದ.

"ಅದು ಹೇಗೆ?" ನಾನು ಕೇಳಿದೆ. ಏಕೆಂದರೆ ನಾನು ಸುಮಾರು ಐವತ್ತು ಹೆಜ್ಜೆಗಳಷ್ಟು ದೂರ ನಿಖರವಾಗಿ ಬಾಣ ಬಿಡುತ್ತಿದ್ದೆನೆ ವಿನಃ ಅದಕ್ಕಿಂತಲು ದೂರ ಹೋಗುತ್ತಿರಲಿಲ್ಲ. ಇವರು ಅದಕ್ಕಿಂತಲೂ ಹೆಚ್ಚು ದೂರ ಬಿಡುವುದನ್ನು ಹೇಳಿದರು.

"ನನ್ನ ಬಿಲ್ಲು ಬಾಣ ತೆಗೆದುಕೊಂಡು ಬಿಟ್ಟು ತೋರಿಸಿ" ಮತ್ತೆ ಕೇಳಿದೆ. ಅವರು ಇವುಗಳನ್ನು ನಿರಾಕರಿಸಿ. ತಮ್ಮ ಸ್ವಂತ ಬಿಲ್ಲು ಬಾಣವನ್ನು ತೆಗೆದುಕೊಂಡು ಬಂದು ಸುಮಾರು ಐದುನೂರು ಹೆಜ್ಜೆ ಅಂತರದಲ್ಲಿ ಒಂದು ಸಣ್ಣ ಕಲ್ಲು ಇಟ್ಟು ಹೊಡೆದು ತೋರಿಸಿದಾಗ ನಾನು ಅಚ್ಚರಿ ಪಟ್ಟೆ.

ನಾನು ಇಷ್ಟು ದಿನ ಅಭ್ಯಾಸ ಮಾಡಿದ್ದು ಕಡಿಮೆಯದು. ಇದೇ ನಿಜವಾದ ಜ್ಞಾನ ಎಂದುಕೊಂಡೆ. ಹೊರ ಪ್ರಪಂಚಕ್ಕೆ ಬಂದಾಗಲೇ ಇಂತವರ

ದರ್ಶನವಾಗುವದು ಎಂದು ಅನುಭವದಿಂದ ತಿಳಿದುಕೊಂಡು ದಾರಿಯಲ್ಲಿ ಅಲ್ಲಲ್ಲಿ ಇಳಿದಾಗ ಅವರ ಸಹಾಯ ಪಡೆದು ಇನ್ನಷ್ಟು ಅಭ್ಯಾಸ ಮಾಡಿ ನನ್ನ ಏಕಾಗ್ರತೆಯೊಂದಿಗೆ ಬಾಣ ಬಿಡುವ ಕಲೆಯನ್ನು ಮತ್ತಷ್ಟು ಮಗದಷ್ಟು ಕರಗತ ಮಾಡಿಕೊಳ್ಳಲಾರಂಭಿಸಿದೆ. ಅದಕ್ಕೆ ತಕ್ಕಂತೆ ನನ್ನ ಬಿಲ್ಲಿನ ಗಾತ್ರವನ್ನು ಹೆಚ್ಚಿಸಿಕೊಂಡೆ.

ನಮ್ಮ ಪ್ರಯಾಣ ಹಗಲಿಗಿಂತ ರಾತ್ರಿಯೇ ಹೆಚ್ಚಾಗುತ್ತಿತ್ತು. ಚಂದ್ರನ ಬೆಳಕಿನಲ್ಲಿ ಅಲ್ಲಲ್ಲಿ ಕಾಣುವ ನಕ್ಷತ್ರಗಳನ್ನು ನೋಡುತ್ತಾ ಹೋಗುವುದು ಹಿತವೆನಿಸುತ್ತಿತ್ತು. ಬಹುಶ: ನನಗನಿಸುತ್ತದೆ ನಮ್ಮ ಅರೇಬಿಕ್ ಭಾಷೆಯ ಲಿಪಿಯನ್ನು ಈ ಚಂದ್ರನ ಬದಲಾವಣೆಗಳನ್ನು ನೋಡಿಯೇ ನಮ್ಮ ಹಿರಿಯರು ಕಂಡು ಹಿಡಿದರೊ ಏನೋ ಎಂಬ ಗುಮಾನಿ ನನಗೆ!

ಒಂಟೆಗಳಿಗೆ, ಕುದುರೆಗಳಿಗೆ ರಾತ್ರಿಯ ಪ್ರಯಾಣ ದಣಿವಾಗುತ್ತಿರಲಿಲ್ಲ.ನನಗಂತು ಈ ಪ್ರಯಾಣ ತುಂಬಾ ಹಿತವೆನಿಸುತ್ತಿತ್ತು.

ನಾವು ಪ್ರಯಾಣ ಬೆಳೆಸಿ ಇನ್ನೂರು ಮೈಲಿ ಹೋದಾಗ ನನಗೆ ಮೈಯಲ್ಲಿ ಜ್ವರ ಕಾಣಿಸಿಕೊಂಡಿತು. ಪ್ರತಿನಿತ್ಯ ಅಂಗ ಸಾಧನೆ ಮಾಡಿದ್ದರು ಕೂಡ ನೀರು ಆಹಾರ ಸರಿಯಾದ ಸಮಯಕ್ಕೆ ಸಿಗದೆ ಹೋಗಿದ್ದರಿಂದ ಮತ್ತು ದೂರ ಪ್ರಯಾಣ ಮಾಡಿ ಅಭ್ಯಾಸ ಇಲ್ಲದೆ ಇರುವುದರಿಂದ ನನ್ನ ಆರೋಗ್ಯ ಸಹಜವಾಗಿಯೇ ಹಾಳಾಯಿತು. ನನ್ನೊಂದಿಗೆ ಹೊಸದಾಗಿ ಅವರ ಪಾಲಕರೊಂದಿಗೆ ಬಂದಿದ್ದ ಹುಡುಗರ ದೇಹ ಸ್ಥಿತಿಯು ಹಾಳಾಯಿತು. ನಾವು ಒಂದೆರಡು ದಿನ ಒಂದು ಹಳ್ಳಿಯಲ್ಲಿ ಉಳಿದೆವು.

ನಮ್ಮ ಜೊತೆ ಬಂದಿದ್ದ ವೈದ್ಯರು ಗಿಡಮೂಲಿಕೆಯ ಔಷಧಿ ಕೊಟ್ಟಾಗ ಒಂದಷ್ಟು ಚೇತರಿಸಿಕೊಂಡೆ. ನಮ್ಮೊಂದಿಗೆ ಬಂದಿದ್ದ ಒಂದೆರಡು ಹುಡುಗರು ಸತ್ತೇ ಹೋದರು! ಈ ದಾರಿ ಅದೆಷ್ಟು ದುರ್ಗಮವಾದದ್ದು ಎಂಬ ಅನುಭವ ನನಗಾಗ ಆಯಿತು. ಪ್ರತಿ ಸಲ ಹೋಗಿ ಬಂದಾಗಲು ಕೂಡ ಹಲವಾರು ಜನ ಬೇರೆ ಬೇರೆ ಕಾರಣಗಳಿಂದಾಗಿ ಸಾಯುತ್ತಿದ್ದರು. ಅವರ ಬದುಕನ್ನು ನೆನೆಸಿಕೊಂಡರೆ ಈಗಲು ಮನಸ್ಸಿಗೆ ನೋವಾಗುತ್ತದೆ. ಜೀವನ ನಡೆಸುವದಕ್ಕಾಗಿ ನಾವು ಇಷ್ಟೆಲ್ಲಾ ಕಷ್ಟ ಪಡಬೇಕಾ? ಎಂದು ನನ್ನೊಳಗೆ ನಾನೇ ಕಣ್ಣಿರು ಹಾಕಿ ಕೇಳಿಕೊಳ್ಳುತ್ತಿದ್ದೆ. ಉತ್ತರವೇನು ಆಗ ಸಿಕ್ಕುತ್ತಿರಲಿಲ್ಲ. ನನ್ನ ಆರೋಗ್ಯ ಸ್ಥಿತಿಯನ್ನು ನೋಡಿ ನಮ್ಮೊಂದಿಗೆ ಬಂದಿದ್ದ ಕೆಲವರು... ಚಿಕ್ಕಪ್ಪನಿಗೆ

"ಇಷ್ಟು ಚಿಕ್ಕ ಹುಡುಗನನ್ನು ಏಕೆ ಕರೆದುಕೊಂಡು ಬಂದೆ, ದೊಡ್ಡವನಾದ ಮೇಲೆ ಕರೆದುಕೊಂಡು ಬರಬಹುದಿತ್ತು" ಎಂದು ಬೈದರು. ಅವನ ಮನಸ್ಸಿಗೆ ನೋವಾಯಿತೋ ಏನೋ ಗೊತ್ತಿಲ್ಲ. ನನ್ನ ಮನಸ್ಸಿಗೆ ಮಾತ್ರ ಬಹಳ ವೇದನೆಯಾಯಿತು. ನಾನು ಸುಮ್ಮನೆ ಚಿಕ್ಕಪ್ಪನಿಗೆ ತೊಂದರೆ ಕೊಡುತ್ತಿದ್ದೇನೆ

ಎಂದುಕೊಂಡು ಮನಸ್ಸನ್ನು ಗಟ್ಟಿಮಾಡಿಕೊಂಡು 'ಇನ್ನು ನನ್ನ ಆರೋಗ್ಯವನ್ನು ಹಾಳು ಮಾಡಿಕೊಳ್ಳುವದಿಲ್ಲ'ವೆಂದು ದೃಢ ನಿರ್ಧಾರ ಮಾಡಿ ಮೇಲೆದ್ದೆ. ಜ್ವರ ಬಿಟ್ಟು ಹೋದಂತೆ ಭಾಸವಾಯಿತು. ನೀರಿನಲ್ಲಿ, ಆಹಾರದಲ್ಲಿ ಯಾವುದೇ ರೀತಿ ತೊಂದರೆ ಆಗದಂತೆ ಎಚ್ಚರವಹಿಸಿದೆ. ನನ್ನ ಮೇಲೆ ಚಿಕ್ಕಪ್ಪನಿಗೆ ನಂಬಿಕೆ ಚಿಗುರಿತು.

ವ್ಯಾಪಾರ ಮುಗಿಸಿಕೊಂಡು ಮರಳಿ ಮಕ್ಕಾಕ್ಕೆ ಬರುವವರೊಂದಿಗೆ ನನ್ನನ್ನು ಮರಳಿ ಮಕ್ಕಾಕೆ ಕಳುಹಿಸಿಬಿಡಬೇಕು ಎಂದು ಆಲೋಚನೆ ಮಾಡಿದ್ದ ಚಿಕ್ಕಪ್ಪ ಮತ್ತೆ ನನ್ನನ್ನು ಕರೆದುಕೊಂಡು ಸಿರಿಯಾ ಕಡೆ ಹೊರಟ.

2

ಮಕ್ಕಾದಿಂದ ಯಸ್ರಿಬ್ (ಮದೀನಾ) ದಾರಿಯನ್ನು ದಾಟಿ ಮುಂದೆ ಹೋಗುವಾಗ ನಿರ್ಜನ ಮರಳ ಗುಡ್ಡಗಳನ್ನು ಹಾದು, ಕುರುಚಲು ಪೊದರುಗಳ ಪರ್ವತಗಳನ್ನು ಏರಿ, ಆಳವಾದ ಕಣಿವೆಗಳಲ್ಲಿ ಇಳಿದು ಸಾಗಬೇಕು. ಇವುಗಳನ್ನು ನೋಡುತ್ತಾ ಸಾಗುತ್ತಿದ್ದರೇ ಮುಂದೆ ಮರಳ ರಾಶಿ, ಮುಗಿಲು ಮುಟ್ಟುವ ಕಲ್ಲು ಬೆಟ್ಟಗಳು, ಕಣಿವೆಗಳ ನಡುನಡುವೆ ಬೆಳೆದಿರುವ ಮುಳ್ಳು ಕುರುಚಲು ಪೊದೆಗಳು. ಅಲ್ಲೊಂದು ಇಲ್ಲೊಂದು ಉದ್ಭವವಾಗಿರುವ ನೀರಾಶ್ರಯಗಳ ತಟಗಳಲ್ಲಿ ಜೀವತಳೆದಿರುವ ಸಣ್ಣ ಸಣ್ಣ ಹಳ್ಳಿಗಳು, ಅಲ್ಲೆಲ್ಲ ಒತ್ತಾಗಿ ಕಾಣಿಸುವ ಪುಟ್ಟ ಪುಟ್ಟ ಕಲ್ಲು ಮಣ್ಣಿನ ಗುಡಿಸಲುಗಳು, ಅಪರೂಪಕೊಮ್ಮೆ ಕೆಂಪು ಹಳದಿ ಬಣ್ಣಗಳ ಹೂವುಗಳನ್ನರಳಿಸಿ ಮನಸ್ಸಿಗೆ ಮುದಕೊಡುವ ಉದ್ಯಾನವನಗಳು... ಎಲ್ಲವನ್ನು ನೋಡುತ್ತಾ ಸಾಗುವಾಗ ಚಿಕ್ಕಪ್ಪನನ್ನು 'ಇದೇನು ಅದೇನು' ಎಂದು ಕೇಳುತ್ತಿದ್ದೆ. ಅವನು ಕಿಂಚಿತ್ತೂ ಬೇಸರಿಸಿಕೊಳ್ಳದೆ. ಎಲ್ಲವನ್ನು ವಿವರಿಸಿ ಹೇಳುತ್ತಿದ್ದ.

ಹೀಗೆ ನಡೆಯುವಾಗ ಒಂದೊಂದು ಬಾರಿ ಬೇಸರವಾಗುತ್ತಿತ್ತು. ಮೊದಲೆ ರಣ ರಣ ಎನ್ನುವ ಬಿಸಿಲು, ಕೆಂಡದಂತೆ ಕಾಯುವ ಭೂಮಿ, ದಿಕ್ಕುತಪ್ಪಿದಂತೆ ಕಾಣುವ ದಾರಿಗಳು. ನೂರಾರು ಮೈಲಿ ದಾರಿಯನ್ನು ನೆನಸಿಕೊಂಡರೆ ಬೇಸರವೆ ಆಗುತ್ತಿತ್ತು. ಇಂತಹ ಸಂದರ್ಭದಲ್ಲಿ ಚಿಕ್ಕಪ್ಪ ಚೆಂದದ ಹಾಡುಗಳನ್ನು, ಜನಪದ ಕಥೆಗಳನ್ನು ಹೇಳುತ್ತಿದ್ದ, ಜೊತೆಗೆ ಸಾಹಸದ ಕಥೆಗಳನ್ನು ಹೇಳುತ್ತಿದ್ದರೆ ನನಗೆ ಅಜ್ಜ ಮುತಲಿಬ್ ಹೇಳುತ್ತಿದ್ದ ಕಥೆಗಳು ನೆನಪಿಗೆ ಬರುತ್ತಿದ್ದವು.

"ಚಿಕ್ಕಪ್ಪ ಅವರಿವರ ಕಥೆಗಳನ್ನು ಹೇಳುವ ಬದಲು ನಮ್ಮ ವಂಶದ ಇತಿಹಾಸವನ್ನೇ ಕಥೆಯಂತೆ ನನಗೆ ಹೇಳು" ಎಂದೆ. ಒಂದು ದಿನ.

ಅದು ಚಿಕ್ಕಪ್ಪನಿಗು ಹೆತವೆನಿಸಿತೋ ಏನೋ...

ತನ್ನ ನೀಳವಾದ ಗಡ್ಡವನ್ನು ನಯವಾಗಿ ಸವರಿಕೊಂಡು ಆಕಾಶದೆಡೆಗೆ ಮುಖಮಾಡಿ ಹೇಳಲಾರಂಭಿಸಿದ. ಸೂರ್ಯ ಪಶ್ಚಿಮದ ಕಡೆ ಬಾಗಿದ್ದ.

"ಮಗು ನಮ್ಮದು ಪ್ರಸಿದ್ಧ ಕುರೈಶಿ ವಂಶ. ನಿಮ್ಮ ಅಪ್ಪ ಅಬ್ದುಲ್,ಅವರ ತಂದೆ ಮುತಲಿಬ್,ಅವರ ತಂದೆ ಹಾಸಿಮ್,ಅವರ ತಂದೆ ಮನಾಫ್, ಅವರ ತಂದೆ ಕುಶೈ, ಅವರ ತಂದೆ ಕಿಲಾಬ್, ಅವರ ತಂದೆ ಕಾಬ್, ಅವರ ತಂದೆ ಲೂಆ, ಅವರ ತಂದೆ ಗಲಿಬ್, ಅವರ ತಂದೆ ಪೀರ್, ಅವರ ತಂದೆ ಮಲಿಕರೇ ಕುರೈಸ್ ವಂಶವನ್ನು ಸ್ಥಾಪಿಸಿದವರು ಎಂದು ಹೇಳುತ್ತಾರೆ. ಅವರ ಹಿಂದೆ ಇನ್ನಷ್ಟು ಜನರಿದ್ದಾರೆ. ಅವರ ಕುರಿತು ಹೇಳುತ್ತಾ ಹೋದರೇ ನಿನಗೆ ನೆನಪಿನಲ್ಲಿ ಉಳಿಯುವದು ಕಷ್ಟ. ಅವರೆಲ್ಲರ ಬದಲು ನಿನಗೆ ಅಜ್ಜ ಮತ್ತು ಅವರ ಹಿಂದಿನವನ ಬಗ್ಗೆ ಮಾತ್ರ ಹೇಳುತ್ತೇನೆ ನೆನಪಿನಲ್ಲಿ ಇಟ್ಟುಕೋ..." ನನ್ನೆಡೆಗೊಮ್ಮೆ ತಿರುಗಿ ಹೇಳಿ ಒಂಟೆಯ ಮೈ ಮುಟ್ಟಿದ್ದರು. ಅದು ಮುಂದೆ ಸಾಗಲಿ ಎಂದು.

"ಹ್ಞಾಂ, ಹೇಳಿ ಚಿಕ್ಕಪ್ಪ" ಎಂದು ಒಂಟೆಯ ಮೇಲೆ ಅವರ ಹಿಂದೆ ಕುಳಿತಿದ್ದ ನಾನು ಒಂದು ಬಾರಿ ಮೈ ಕೈಯನ್ನು ಹೊರಳಾಡಿಸಿದೆ. ಹೋರಾಟಕ್ಕೆ ಸಿದ್ಧನಾದ ಯೋಧನಂತೆ.

"ನಿನ್ನ ಅಜ್ಜ ಮುತಲಿಬ್ ಇದ್ದನಲ್ಲ ಅವನಿಗೆ ಒಬ್ಬ ಅಣ್ಣ ಇದ್ದ. ಅವನ ಹೆಸರು 'ಸೈಬಾ' ಎಂದು. ಮೊದಲು ಇವನ ಬಗ್ಗೆ ಹೇಳುತ್ತೇನೆ. ಇವನ ಅಪ್ಪನ ಹೆಸರು 'ಹಾಸಿಮ್' ಎಂದು. ಈ ಹಾಸಿಮನು ವ್ಯಾಪಾರಿಯೇ ಆಗಿದ್ದ... ಒಂದು ಬಾರಿ ಇವನು ನಮ್ಮಂತೆ ವ್ಯಾಪಾರಕ್ಕಾಗಿ ಸಿರಿಯಾ ದೇಶಕ್ಕೆ ಹೋಗಿ ಮರಳಿ ಬರುವಾಗ ದಾರಿಯಲ್ಲಿ ಯಾಸ್ರಿಬ್ (ಮದೀನಾ) ನಗರ ಬರುತ್ತದಲ್ಲಾ ಅಲ್ಲಿಯೇ ಕೆಲ ದಿನಗಳು ಕಳೆಯಲು ನಿಶ್ಚಯಿಸಿದರು.

ಆ ಊರಲ್ಲಿ ಒಬ್ಬಳು ಸುಂದರಿ, ಚತುರೆ, ವ್ಯವಹಾರದಲ್ಲಿ ಬುದ್ಧಿವಂತೆಯೂ. ಆದ ಒಬ್ಬ ಹುಡುಗಿ ಇದ್ದಳು. ಅವಳ ಸೌಂದರ್ಯ ನೋಡಿ ನಿನ್ನ ಮುತ್ತಜ್ಜ ಹಾಸಿಮ್ ಪ್ರೇಮದಲ್ಲಿ ಬಿದ್ದು ಬಿಟ್ಟನಂತೆ. ಮದುವೆಯಾದರೆ ಆ ಹುಡುಗಿಯನ್ನೆ ಮದುವೆ ಆಗುವದು ಎಂದು ತೀರ್ಮಾನವನ್ನು ಮಾಡಿದನಂತ?"

"ಮುತ್ತಜ್ಜ ವ್ಯಾಪಾರ ಮಾಡಿಕೊಂಡು ಮಕ್ಕಾಕೆ ಬರದೆ ಆ ಹುಡುಗಿಗಾಗಿ ಯಾಸ್ರಿಬ್‌ನಲ್ಲಿಯೇ ಉಳಿದರೇನು!?" ನಾನು ಆತುರದಿಂದ ಕೇಳಿದೆ.

"ಹೇಳುವುದನ್ನು ಪೂರ್ಣ ಕೇಳು ಮಗು. ಎಲ್ಲರು ಮಕ್ಕಾಕ್ಕೆ ಹೊರಡಲು ಅನುವಾದರು. ಆದರೆ, ನಿಮ್ಮ ತಾತ ಹಾಸಿಮ್ ಮಾತ್ರ ಅವಳು ನನ್ನೊಂದಿಗೆ ಬರುವುದಾದರೇ ಮಾತ್ರ ನಾನು ಮಕ್ಕಾಕ್ಕೆ ಬರುವೆ ಇಲ್ಲದಿದ್ದರೇ ಬರುವದಿಲ್ಲ ಎಂದು ಹಟ ಮಾಡಿದನಂತೆ. ಬೇರೆ ದಾರಿ ಕಾಣದೆ ಆ ಹುಡುಗಿಯ ತಂದೆ 'ಅಮ್ರ್' ಬಳಿ ಇವನ ಗೆಳೆಯರು ಹೋದರಂತೆ?"

"ಆ ಹುಡುಗಿಯ ಹೆಸರು ಹೇಳಲೆ ಇಲ್ಲಾ, ನನಗೆ ಕಥೆ ಹೇಳುವವರು ಸರಿಯಾಗಿ ಹೇಳಬೇಕು. ಪಾತ್ರಗಳು ಮತ್ತು ಅವರ ಹೆಸರುಗಳು ಸರಿಯಾಗಿ ಇಲ್ಲದಿದ್ದಗೇ ನೆನಪಿನಲ್ಲಿ ಉಳಿಯುವುದಾದರು ಹೇಗೆ?" ನಾನೆಂದೆ.

"ಆ ಹುಡುಗಿಯ ಹೆಸರು 'ಸಲ್ಮಾ' ಎಂದು" ಒಂಟೆಗೆ ಬಾಯಿ ಮಾಡಿ 'ನಡಿ ನಡಿ' ಎಂದು ಹೇಳಿದರು. ಅದು ಇನ್ನಷ್ಟು ವೇಗವಾಗಿ ಮುಂದೆ ಚಲಿಸಲಾರಂಭಿಸಿತು. ಸೂರ್ಯ ಇನ್ನಷ್ಟು ಬಾಗಿದ್ದ. ಆಕಾಶ ತಿಳಿ ನೀಲಿಯಾಗಿತ್ತು.

ಮತ್ತೆ ಮುಂದುವರೆದು,

"ಅವಳ ತಂದೆ ಮದುವೆಗೆ ಸಮ್ಮತಿಯೇನು ಸೂಚಿಸಲಿಲ್ಲ. ಏಕೆಂದರೆ ಅವರದು ಖಝ್ರುಜ್ ಬನೀನಜ್ಜಾರ್ ಗೋತ್ರದವರಾಗಿದ್ದರು ನಾವು ಕುರೈಶಿ ಗೋತ್ರದವರು. ಎಂಬ ಕಾರಣ ಕೊಟ್ಟರು. ಆದರೆ, ಆ ಹುಡುಗಿ ಜಾಣೆ. ಗೋತ್ರಕ್ಕಿಂತ ನಮ್ಮ ಕುಟುಂಬದ ಗೌರವ ದೊಡ್ಡದು ಎಂದು ಅವಲೋಕಿಸಿದಳು. ನಮ್ಮ ವಂಶದ ಸೊಸೆಯಾಗುವದು ತನ್ನ ಅದೃಷ್ಟ ಎಂದೇ ತಿಳಿದುಕೊಂಡು ಹಾಸಿಮರನ್ನು ಮದುವೆಯಾಗಲು ಒಪ್ಪಿಗೆ ಸೂಚಿಸಿದಳು. ಮುಂದೆ ಅಲ್ಲಿಯೇ ಮದುವೆಯಾಯಿತ?"

"ಆಮೇಲೇ ನಮ್ಮ ಮುತ್ತಜ್ಜ. ತನ್ನ ಹೆಂಡತಿ ಸಲ್ಮಾಳನ್ನು ಮಕ್ಕಾಕ್ಕೆ ಕರೆದುಕೊಂಡು ಬಂದಾ ಅನ್ನು" ನಾನು ಮಾತಿಗೆ ವಿರಾಮ ಕೊಟ್ಟೆ. ಸೂರ್ಯ ಮುಳುಗಿದ. ಸ್ವಲ್ಪ ಕತ್ತಲಾಯಿತು. ಹತ್ತಿರದಲ್ಲಿಯೇ ಒಂದು ಕಣಿವೆ ಇದ್ದುದ್ದರಿಂದ ಎಲ್ಲರು ಒಂದೆರಡು ಘಳಿಗೆ ವಿಶ್ರಮಿಸಿ ಬೆಳದಿಂಗಳು ಬಂದ ಮೇಲೆ ಹೊರಡುವದು ಎಂದು ನಿಶ್ಚಯಿಸಿದರು. ನಮಗು ಒಂಟೆಯ ಮೇಲೆ ಕುಳಿತು ಕುಳಿತು ಬೆನ್ನು ನೋವು ಬಂದಿತ್ತು. ಒಂಟೆಗಳಿಗು ಪಾಪ ನಡೆದು ನಡೆದು ಕಾಲು ನೋವು ಬಂದಿದ್ದವೆನೋ, ಮೂಕ ಪ್ರಾಣಿಗಳು ತಮ್ಮ ಕಷ್ಟಗಳನ್ನು ಯಾರ ಬಳಿ ಹೇಳಬೇಕು? ನಾವೇ ಅರ್ಥಮಾಡಿಕೊಳ್ಳಬೇಕಷ್ಟೆ.

ಹತ್ತಿರದಲ್ಲಿಯೇ ಒಂದು ಸಣ್ಣ ಕೆರೆ ಇತ್ತು. ಅಲ್ಲಿ ಒಂಟೆ ಕುದುರೆಗಳಿಗೆ ನೀರು ಕುಡಿಸಿದೆವು. ಆಕಾಶದೆತ್ತರಕ್ಕೆ ಬೆಳೆದ ಖರ್ಜೂರದ ಮರಗಳ ಗರಿಗಳು ಒಣಗಿ ಕೆಳಗೆ ಬಿದ್ದಿದ್ದವು. ಅವುಗಳನ್ನು ಆಯ್ದುಕೊಂಡು ಕೆಲವರು ಅಡುಗೆ ಮಾಡಿದರು. ನಾನು ಆ ಗರಿಗಳ ಸಹಾಯದಿಂದ ಬಾಣಗಳನ್ನು ಮಾಡಿಕೊಂಡು ಅರೆ ಘಳಿಗೆ ಅಭ್ಯಾಸ ಮಾಡಿದೆ.

ಎಲ್ಲರು ಸೇರಿ ಊಟ ಮಾಡಿದ ಮೇಲೆ ಚಂದ್ರ ಮೇಲೇಳಲಾರಂಭಿಸಿದ, ಮುಕ್ಕಾಲು ಭಾಗ ಕಾಣುತ್ತಿದ್ದ ಅವನು ಹಾಲಿನಂತಹ ಬೆಳದಿಂಗಳನ್ನು ಚಲ್ಲಲಾರಂಭಿಸಿದ. ದಣಿದಿದ್ದ ಒಂಟೆಗಳಿಗೆ ಹುಮ್ಮಸ್ಸು ಮೂಡಿತು. ಎಲ್ಲರು ಒಕ್ಕೊರಲಿನಿಂದ ಹೊರಡಲು ತಯಾರಾದೆವು.

3

ಬೆಳದಿಂಗಳಿನ ರಾತ್ರಿಯಲ್ಲಿ ನಡೆಯುವದು ಹಿತ ಎನಿಸುತ್ತಿತ್ತು. ತಣ್ಣನೆ ಬೀಸುವ ಸುಳಿಗಾಳಿ, ಆಕಾಶದಲ್ಲಿ ಮೇಕೆಯ ಕಣ್ಣುಗಳಂತೆ ಕಾಣುವ ನಕ್ಷತ್ರಗಳು, ಚಂದ್ರನ ಬೆಳಕಿಗೆ ನುಣ್ಣಗೆ ಕಾಣುವ ದೂರದ ಬೆಟ್ಟಗಳು, ದೋಣಿಯ ಪಯಣದಂತೆ ಅನುಭವ ಕೊಡುವ ಒಂಟೆಯ ಪ್ರಯಾಣ ನನ್ನನ್ನು ಸ್ವರ್ಗಕ್ಕೆ ಕರೆದುಕೊಂಡು ಹೋದಂತೆ ಭಾಸವಾಗುತ್ತಿತ್ತು. ರಾತ್ರಿ ಪ್ರಯಾಣ ಹಗಲಿನ ಬೇಸರವನ್ನು ಕಳೆದು ಜೀವನೋತ್ಸಾಹವನ್ನು ಇಮ್ಮಡಿಗೊಳಿಸುತ್ತಿತ್ತು.

"ಚಿಕ್ಕಪ್ಪ ನೀನು ಮುತ್ತಜ್ಜ ಹಾಸಿಮ್ ಬಗ್ಗೆ ಮಾತ್ರ ಹೇಳಿದೆ. ಅವನ ಮಕ್ಕಳ ಬಗ್ಗೆ ಹೇಳಲೆ ಇಲ್ಲಾ..." ನಾನು ಕೇಳಿದೆ.

ಪ್ರಯಾಣ ಅವನಿಗು ಹಿತವೆನಿಸುತ್ತಿತ್ತು. ಹೇಳಲು ಹುಮ್ಮಸ್ಸು ಬಂದಿತೇನು... ಸ್ವಲ್ಪವು ಬೇಸರಿಸಿಕೊಳ್ಳದೆ,

"ತನ್ನ ಹೆಂಡತಿ ಸಲ್ಮಾಳನ್ನು ಕರೆದುಕೊಂಡು ಮಕ್ಕಾಕ್ಕೆ ಬಂದಮೇಲೆ ಇಲ್ಲಿಯೇ ಸಂಸಾರ ಮಾಡಲಾರಂಭಿಸಿದ. ವರ್ಷ ತುಂಬುವದರಲ್ಲಿ ಅವಳು ಗರ್ಭಿಣಿಯಾದಳು. ಇಲ್ಲಿಯೇ ಹೆರಿಗೆ ಮಾಡಿಸುವ ಆಲೋಚನೆ ಅಜ್ಜನಿಗೆ ಇತ್ತಾದರು ಸಂಪ್ರದಾಯದ ಪ್ರಕಾರ ಅವಳು ತನ್ನ ತವರು ಮನೆ ಯಾಸ್ರಿಬ್‌ಗೆ ಹೊರಟು ಹೋಗಿ ಒಂದು ಗಂಡು ಮಗುವನ್ನು ಹೆತ್ತಳ?"

"ಅವನ ಹೆಸರೆ 'ಶೈಬಾ'... ಅಲ್ಲವೇ?" ಆಸಕ್ತಿಯಿಂದ ಕೇಳುತ್ತಿದ್ದ ನಾನು ಹೇಳಿದೆ. ಚಿಕ್ಕಪ್ಪ ತಲೆ ಮೇಲೆ ಕೆಳಗೆ ಮಾಡಿದ. ಹಿಂದೆ ಕುಳಿತಿದ್ದ ನಾನು ಅವನ ಭುಜಗಳನ್ನು ಒಂದು ಕೈಯಿಂದ ಹಿಡಿದು ಇನ್ನೊಂದು ಕೈಯಿಂದ ಹೊಟ್ಟೆಯನ್ನು ಹಿಡಿದಿದ್ದೆ. ಒಂಟೆ ಮಾತ್ರ ತನ್ನ ಪಾಡಿಗೆ ತಾನು ನಮ್ಮ ಮಾತನ್ನು ಕೇಳಿಸಿಕೊಳ್ಳದೆ ಹೋಗುತ್ತಿತ್ತು.ಅದು ದಾರಿಯಲ್ಲಿ ಆಗಾಗ ನಮ್ಮ ಕಡೆ ಕತ್ತು ತಿರುಗಿಸಿ ನೋಡುತ್ತಿತ್ತು. ಬಹುಶಃ ನಮ್ಮ ಭಾಷೆ ಅದಕ್ಕೆ ಅರ್ಥವಾಗುತ್ತಿತ್ತೇನೋ ಎಂಬ ಅನುಮಾನ ನಮಗೆ.

"ಮಗುವಾದ ಮೇಲೆ ಅವಳು ಮರಳಿ ತವರು ಮನೆಯಿಂದ ಶೈಬಾನನ್ನು ಕರೆತಂದು ಇಲ್ಲಿಯೇ ಬೆಳೆಸಿದಳು. ಇದರ ನಡುವೆ ಇವಳ ಗಂಡ ಹಾಸಿಮ್ ಮತ್ತೆ ವ್ಯಾಪಾರಕ್ಕೆ ಸಿರಿಯಾ ದೇಶದ ಬಳಿ ಇರುವ 'ಗಾಝ್ಝಾ' ಎಂಬ ಪ್ರದೇಶಕ್ಕೆ ಹೋದಾಗ ತೀರಿಕೊಂಡರು. ಇತ್ತ ಶೈಬಾನು ದೊಡ್ಡವನಾಗುವದಕ್ಕಿಂತ ಮುಂಚೆಯೆ ಸತ್ತ. ನನ್ನ ಅಜ್ಜನಿಗೆ ಹಲವು ಪತ್ನಿಯರಿದ್ದರು. ಇವರಲ್ಲಿ ಒಬ್ಬಳ ಮಗನೆ ನನ್ನ ಅಪ್ಪ ಮುತಲಿಬ್ ಎಂದು. ಇವನನ್ನು ಅವನ ಅತ್ತಿಗೆ ಸಲ್ಮಾಳೆ ಸಾಕಿದಳು. ಹಿರಿಯ ಸೊಸೆ ಯಾರನ್ನು ಆಯ್ಕೆ ಮಾಡಿಕೊಳ್ಳುತ್ತಾಳೆಯೋ ಅವನೆ

ವಾರಸುದಾರ. ನನ್ನ ತಂದೆ ದೊಡ್ಡವನಾದ ಮೇಲೆ ಅವನಿಗೆ 'ಸಿಕಾಯ್' ಮತ್ತು 'ರಿಫಾದ' ಹುದ್ದೆಗಳು ಕೈ ಸೇರಿದವ?"

ತನ್ನಪ್ಪನ ಮಾತು ಬಂದಿದ್ದರಿಂದ ಚಿಕ್ಕಪ್ಪ ಭಾವುಕರಾದರು. ನಾನು ಕ್ಷಣ ಕಾಲ ಮಾತನಾಡಲಿಲ್ಲ. ನಮ್ಮ ಪ್ರಯಾಣ ನಡೆದೆ ಇತ್ತು. ಚಂದ್ರ ಆಗಲೇ ನೆತ್ತಿಯ ಮೇಲೆ ಬಂದಿದ್ದ. ಗಾಳಿಯ ಸುಳಿವು ಅಷ್ಟಾಗಿ ಇರದೆ ಇದ್ದುದರಿಂದ ನಮ್ಮ ಮೈ ಬೆವರುತ್ತಿತ್ತು. ನಾನಂತು ಎದೆಯ ಮೇಲೆ ಉಟ್ಟ ಬಟ್ಟೆಯನ್ನು ಬಿಚ್ಚಿದ್ದೆ. ಆಗೊಮ್ಮೆ ಈಗೊಮ್ಮೆ ಬೀಸುವ ಸುಳಿಗಾಳಿ ಮೈಮನವನ್ನು ತಣಿಸಿ ಹೋಗುತ್ತಿತ್ತು.

ಬಹಳ ದೂರ ಕ್ರಮಿಸಿ ಬಂದಿದ್ದರಿಂದ ಒಂಟೆಗಳಿಗೆ ಒಂದಷ್ಟು ವಿಶ್ರಾಂತಿ ನೀಡಲೆಂದು ನಿಲ್ಲಿಸಿದೆವು. ಹತ್ತಿರದಲ್ಲಿಯೇ ನೀರಿನ ಒರತೆ ಇದ್ದರು ಅವು ಕುಡಿಯಲಿಲ್ಲ. ಸಾಮಾನ್ಯವಾಗಿ ಒಂಟೆಗಳು ಪ್ರತಿ ನಿತ್ಯ ನೀರು ಕುಡಿಯುವುದಿಲ್ಲ. ಹದಿನೈದು ಇಪ್ಪತ್ತು ದಿನಕೊಮ್ಮೆ ಕುಡಿದು ಅಷ್ಟು ದಿನ ಯಾವುದೇ ದಾಹವಿಲ್ಲದೆ ಇರಬಲ್ಲವು. ನಾವು ನೀರು ಕುಡಿದು ಅರೆಗಳಿಗೆ ವಿಶ್ರಾಂತಿ ಪಡೆದು ಹೊರಡಲು ಅನುವಾದೆವು.

"ನನ್ನಪ್ಪ ಮುತಲಿಬ್ ಕಅಬಾದ ಮೇಲೆ ವಿಶೇಷ ಪ್ರೀತಿಯನ್ನಿಟ್ಟುಕೊಂಡಿದ್ದ. ಸದಾ ಅದರ ಶುಚಿತ್ವದ ಕುರಿತು ಎಚ್ಚರ ವಹಿಸುತ್ತಿದ್ದ, ಅದನ್ನು ನೋಡಲು ಬರುವ ಯಾತ್ರಿಕರಿಗೆ ಯಾವುದೇ ತೊಂದರೇ ಆಗದಂತೆ ನೋಡುವ ಜವಾಬ್ದಾರಿ ಅವನ ಮೇಲೆ ಇತ್ತು. ಹೀಗಾಗಿ ಯಾತ್ರಿಕರಿಗೆ ನೀರಿನ ಅಭಾವ ತಪ್ಪಿಸಲು 'ಝುಮ್ ಝುಮ್' ಬಾವಿಯ ನೀರನ್ನು ಮೇಲಕ್ಕೆತ್ತಿ ಕಅಬಾದ ಸುತ್ತಮುತ್ತಲಿದ್ದ ನೀರಿನ ಅರವಟ್ಟಿಗೆಗಳಿಗೆ ಹಾಕಿಸುವ ಉಸ್ತುವಾರಿಯನ್ನು ತಪ್ಪದೇ ಮಾಡುತ್ತಿದ್ದ.

ಇದನ್ನವನು ಪುಣ್ಯದ ಕಾರ್ಯವೆಂದೆ ಭಾವಿಸಿದ್ದ. ದುರದೃಷ್ಟವಶಾತ್ ಆ ಬಾವಿಯನ್ನು ಹಿಂದೊಮ್ಮೆ 'ಜುರ್ಹಮ್' ಜನಾಂಗದ ಆಳ್ವಿಕೆಯ ಕೊನೆಯ ಅಧಿಪತಿ 'ಮುಲಾಲ್ ಜುರ್ಹಮಿ' ಎಂಬ ದುಷ್ಟ ತನ್ನ ಜನರೊಡನೆ ಸೇರಿಕೊಂಡು 'ಬನೂ ಖುಝಾಆ' ಜನಾಂಗದೊಂದಿಗೆ ಯುದ್ಧ ಮಾಡುತ್ತಿದ್ದ.

ಪದೇ ಪದೇ ಯುದ್ಧ ಮಾಡುತ್ತ ಒಂದು ಬಾರಿ ಸೋತ. ಬನೂ ಜನರು ಅವನನ್ನು ಮಕ್ಕಾದಿಂದ ಹೊರಗಟ್ಟಲು ತೀರ್ಮಾನಿಸಿದರು. ಅವರು ಹೋಗುವ ಮುನ್ನಾ ದಿನವೇ ತಮ್ಮ ಶಸ್ತ್ರಾಸ್ತ್ರಗಳನ್ನು ಆ 'ಝುಮ್ ಝುಮ್' ಬಾವಿಗೆ ಎಸೆದು ಹೋಗಿದ್ದರು. ಹೀಗಾಗಿ ಆ ಬಾವಿಯ ಅಂತರ್ಜಲ ಅಷ್ಟಾಗಿ ಇರಲಿಲ್ಲ. ಅದನ್ನು ಸರಿಯಾಗಿ ಶುಚಿಗೊಳಿಸಿದರೆ ನೀರು ಬರುವ ಪ್ರಮಾಣವು ಹೆಚ್ಚುತ್ತದೆ ಎಂದು ತಿಳಿದು ನನ್ನಪ್ಪ ಹಗಲು ರಾತ್ರಿ ಎನ್ನದೇ ತನ್ನ ಸಂಗಡಿಗರನ್ನು ಕರೆದುಕೊಂಡು ಶುಚಿ ಮಾಡಿ ಅಂತರ್ಜಲವನ್ನು ಹೆಚ್ಚಿಸಿ ಸಂತೋಷಪಟ್ಟ" ಆನಂದದಿಂದ ಎದೆ ಉಬ್ಬಿಸಿ ಹೇಳಿದ ಚಿಕ್ಕಪ್ಪ. ಧ್ವನಿಯಲ್ಲಿ ಮೆಚ್ಚುಗೆಯಿತ್ತು.

"ಈ ಝುಮ್ ಝುಮ್ ಬಾವಿಯನ್ನು ಮೊದಲು ಯಾರು ಕಟ್ಟಿದ್ದರು ಚಿಕ್ಕಪ್ಪ?" ನಾನು ಕೇಳಿದೊಡನೆ ಹಿಂದೆ ತಿರುಗಿ ನನ್ನನ್ನು ನೋಡಿದ. ಎಂತೆಂತಹ ಪ್ರಶ್ನೆಗಳನ್ನು ಕೇಳುತ್ತಿದ್ದಾನಿವನು ಎಂದು ಮನದಲ್ಲಿಯೇ ಅಂದುಕೊಂಡನೇನೋ... ನಾನು ಅವಲೋಕಿಸಿಕೊಂಡೆ.

"ಅದೊಂದು ದೊಡ್ಡ ಕಥೆ ಮಗು ಅದನ್ನು ಸುಮಾರು ಎರಡುವರೆ ಸಾವಿರ ವರ್ಷಗಳ ಹಿಂದೆ ಇಸ್ಮಾಯಿಲ್ಲ ಎಂಬ ಪ್ರವಾದಿಯಿಂದ ಹುಟ್ಟಿದ್ದು" ನಿಟ್ಟುಸಿರು ಬಿಟ್ಟು ಹೇಳಿದ. ಕೊನೆಯ ಶಬ್ದ ಕಟ್ಟಿದ್ದು ಎಂದಿರದೆ ಹುಟ್ಟಿದ್ದು ಎಂದಿದ್ದರಿಂದ ನನಗೆ ತಿಳಿದುಕೊಳ್ಳುವ ಆಸಕ್ತಿ ಹೆಚ್ಚಿತು.

"ನಮ್ಮ ಮನೆತನದ ಕಥೆ ಹೇಳುವ ಮೊದಲು ಇದನ್ನೆ ಹೇಳಿ ಚಿಕ್ಕಪ್ಪ" ಎಂದು ಗೋಗರದೆ.

ಅವನು ಅನಿವಾರ್ಯವಾಗಿ ನನ್ನ ಬಲವಂತಕ್ಕೆ ಸುಮಾರು ವರ್ಷಗಳ ಹಿಂದೆ ನಡೆದ ಕಥೆಯನ್ನು ಹೇಳಲಾರಂಭಿಸಿದೊಡನೆ, ಹಿಂದಿನಿಂದ ಒಬ್ಬರು

"ಇಲ್ಲಿಯೇ ನಿಲ್ಲಿಸಿ ಒಂದಷ್ಟು ವಿಶ್ರಾಂತಿ ಪಡೆದು ನಿದ್ದೆ ಮಾಡೋಣ" ಎಂದರು. ಚಂದ್ರ ಆಗಲೇ ಮಲಗಲು ಹೊರಟಿದ್ದ. ಸೂರ್ಯ ಮೇಲೆ ಬರಲು ಆತುರ ಪಡುತ್ತಿದ್ದ. ಈ ಸಮಯದಲ್ಲಿ ಹೊರಡುವದು ಒಳ್ಳೆಯದೆ ಎಂದು ಗೊತ್ತಿದ್ದರು ಕೂಡ ನಿತ್ಯ ಕರ್ಮಾದಿಗಳನ್ನು ಮುಗಿಸಿ ಹೋಗುವ ವಿಚಾರವಿದ್ದುದರಿಂದ ನಿಂತೆವು.

ಎಂದಿನಂತೆ ನಿತ್ಯ ಕರ್ಮವನ್ನು ಮುಗಿಸಿ ಒಂದಷ್ಟು ಅಂಗ ಸಾಧನೆ, ಬಾಣಾಭ್ಯಾಸವನ್ನು ಮಾಡುತ್ತಾ... ದೊಡ್ಡ ಗಾತ್ರದ ಕಲ್ಲುಗಳನ್ನು ಹತ್ತಾರು ಬಾರಿ ಎತ್ತಿ ಎತ್ತಿ ಇಟ್ಟೆ.

4

ನಮ್ಮೊಂದಿಗೆ ಬಂದಿದ್ದ ವ್ಯಾಪಾರಿಗಳೆಲ್ಲರು ಒಂದೇ ರೀತಿ ಇರುವದಿಲ್ಲ. ಒಬ್ಬೊಬ್ಬರದು ಒಂದೊಂದು ಗುಣ. ಕೆಲವರಿಗೆ ಬೇರೆ ಬೇರೆ ಹವ್ಯಾಸಗಳಿರುತ್ತವೆ. ಕೆಲವರು ನಿತ್ಯ ಕರ್ಮಕ್ಕೆಂತು ಹೊರಗಡೆ ಹೋಗಿ ಬರುವಷ್ಟರಲ್ಲಿ ಅವರ ದವಸ ಧಾನ್ಯದ ಗಂಟನ್ನು ಎತ್ತಿಕೊಂಡು ಇನ್ನೊಬ್ಬರ ಬಳಿ ಇಟ್ಟು ಬರುವುದು, ಅವರು ಬಂದೊಡನೆ ಇಂತವರು ತೆಗೆದುಕೊಂಡು ಹೋಗಿದ್ದಾರೆ ನೋಡು ಎನ್ನುವುದು. ಇಬ್ಬರಿಗು ಪರಸ್ಪರ ಹೊಡೆದಾಡಲಾರಂಭಿಸಿದೊಡನೆ "ತಮಾಷೆಗೆ ನಾವೇ ಮಾಡಿದೆವು" ಎಂದು ತಪ್ಪೊಪ್ಪಿಕೊಂಡು ಶರಣಾಗುವುದು.

ಮುಂದೆ ಎಲ್ಲಿಯಾದರು ಉಳಿದುಕೊಂಡಾಗ ಇವರು ಅವರ ಚೀಲವನ್ನು ಕದ್ದು ಇವರಿಗೆ ಮಾಡಿದಂತೆಯೇ ಮಾಡಿ ತಮಾಷೆ ನೋಡುತ್ತಿದ್ದರು. ಕೆಲವರು

ರಾತ್ರಿ ಮಲಗಿಕೊಂಡಾಗ ಸಣ್ಣ ಸಣ್ಣ ಕಲ್ಲುಗಳನ್ನು ಮಲಗಿಕೊಂಡು ಗಾಢ ನಿದ್ದೆ ಮಾಡುವವರ ಮೇಲೆ ಎಸೆದು... ಕಣ್ಣು ಮುಚ್ಚಿಕೊಂಡು ಮಲಗಿ ಬಿಡುತ್ತಿದ್ದರು. ಬಡಿಸಿಕೊಂಡವನು ಎದ್ದು ನೋಡಿದರೆ ಯಾರೆಂದು ಗೊತ್ತೇ ಆಗುತ್ತಿರಲಿಲ್ಲ. ಕೆಲವರು ಕೆಲವರನ್ನು ಇದೇ ರೀತಿ ಗೋಳುಹೊಯ್ದುಕೊಳ್ಳುತ್ತಿದ್ದರು. ಈ ರೀತಿ ಮಾಡದಿದ್ದರೇ ತಿಂದ ಆಹಾರ ಸರಿಯಾಗಿ ಜೀರ್ಣವೇ ಆಗುತ್ತಿರಲಿಲ್ಲವೇನೋ ಎಂದು ನನಗೆ ಆಗಾಗ ಅನಿಸುತ್ತಿತ್ತು. ಒಂದೊಂದು ಬಾರಿ ಇಂತಹ ಜಗಳ ವಿಪರೀತಕ್ಕೆ ಹೋಗಿ ಕೊನೆಗೆ ಖಡ್ಗವನ್ನು ತೆಗೆದು ಯುದ್ಧಕ್ಕೆ ನಿಂತು ಬಿಡುತ್ತಿದ್ದರು. ನನ್ನ ಚಿಕ್ಕಪ್ಪ ಮಧ್ಯೆ ಹೋಗಿ ಸಮಸ್ಯೆಯನ್ನು ಸರಿ ಮಾಡುವಷ್ಟಕ್ಕೆ ಸಾಕು ಸಾಕಾಗಿ ಹೋಗುತ್ತಿತ್ತು.

ಬೆಳಗಿನ ಜಾವ ನಾವು ಸಾಮಾನ್ಯವಾಗಿ ಊಟವನ್ನೇನು ಮಾಡುತ್ತಿರಲಿಲ್ಲ. ಕೆಲ ಖರ್ಜೂರವನ್ನು ತಿಂದು ಪ್ರಯಾಣ ಬೆಳಸುತ್ತಿದ್ದೆವು. ಹೊತ್ತು ನೆತ್ತಿಗೆರುತ್ತಿದ್ದಂತೆಯೇ ಒಂದೆಡೆ ನಿಂತು ಅಡುಗೆ ಮಾಡಿ ಉಂಡು ಮಲಗಿಕೊಂಡರೆ ಏಳುವುದು ಸಾಯಂಕಾಲವೇ... ಅಲ್ಲಿಯವರೆಗೂ ಒಂಟೆ ಕುದುರೆಗಳು ನಿದ್ರೆಗೆ ಜಾರುತ್ತಿದ್ದವು.ಅವುಗಳೇನು ನಮ್ಮಂತೆ ನಿದ್ದೆ ಮಾಡದೆ ಸುಮ್ಮನೆ ಕಾಲು ಹೊರಳಾಡಿಸುತ್ತಿದ್ದವು. ನಿಜಕ್ಕೂ ಅವುಗಳದು ದಣಿವರಿಯದ ದೇಹ. ನಮ್ಮ ಪ್ರಯಾಣದ ದೋಣಿಯಂತೆ ಇದ್ದವು.

ನಾವು ಮತ್ತೆ ಹೊರಟೆವು. ಸಿರಿಯಾ ಇನ್ನು ಎರಡು ನೂರು ಮೈಲಿ ಇದೆ ಎಂದು ಚಿಕ್ಕಪ್ಪ ಹೇಳಿದ. ಈಗಾಗಲೇ ನಾವು ಎಂಟು ನೂರ ಮೈಲಿ ನಡೆದು ಬಂದಿದ್ದೆ ಸಾಕಷ್ಟು ದಾರಿ ಆಗಿತ್ತು. ಇನ್ನು ಅದೆಲ್ಲಿದೆಯೋ ಅಲ್ಲಾಹನೇ ಎಂದು ಕೆಲವರು ನಿಟ್ಟುಸಿರು ಬಿಟ್ಟು ಮೇಲೆದ್ದಿದ್ದರು.

ಚಿಕ್ಕಪ್ಪ ಹೇಳುವ ಕಥೆಗಳನ್ನು ಕೇಳುತ್ತಾ ಸಾಗುತ್ತಿದ್ದರಿಂದ ನನಗೆ ಪ್ರಯಾಣದ ಬೇಸರ ಕಳೆಯುವದು ಸರಳವೆನಿಸಲಾರಂಭಿಸಿತು.

"ಸುಮಾರು ವರ್ಷಗಳ ಹಿಂದೆ ಇಬ್ರಾಹೀಮ್ ಎಂಬ ಪ್ರವಾದಿ ಇದ್ದ. ಆತನ ಹೆಂಡತಿಯ ಹೆಸರು 'ಹಾಜಿರಾ' ಎಂದು. ಇಬ್ಬರು ಆದರ್ಶ ದಂಪತಿಗಳಾಗಿದ್ದರು. ಬಹಳ ಸುಂದರ ದಾಂಪತ್ಯ ನಡೆಸಿದರು. ಅವರಿಗೆ ಮಗು ಒಂದು ಹುಟ್ಟಿದ್ದು ಮಾತ್ರ ಮಧ್ಯ ವಯಸ್ಸಿನಲ್ಲಿ. ಆ ಮಗುವಿಗೆ 'ಇಸ್ಮಾಯಿಲ್' ಎಂದು ಹೆಸರಿಟ್ಟರು. ಕೆಂಪು ಕೆಂಪುಗೆ ಮುದ್ದಾಗಿದ್ದ ಮಗುವನ್ನು ಎತ್ತಿಕೊಂಡು ಒಂದು ದಿನ 'ಸಫಾ ಮತ್ತು ಮರ್ವಾ' ಬೆಟ್ಟಗಳ ನಡುವೆ ಹೊರಟಾಗ ನೀರಿನ ಸಮಸ್ಯೆ ಉಂಟಾಯಿತು.

ಮೊದಲೆ ಬಳಲಿದ್ದ ಅವರಿಗೆ ಈ ಮಗುವನ್ನು ಹೊತ್ತು ಸಾಗುವುದು ಕೂಡ ಕಷ್ಟವಾಯಿತು. ಮಗುವನ್ನು ಒಂದೆಡೆ ಮಲಗಿಸಿ ಸುತ್ತಮುತ್ತ ನೀರಿಗಾಗಿ ಅಲೆದು ಮರಳಿ ಬಂದಾಗ ಹಾಜಿರಾಳಿಗೆ ಅಚ್ಚರಿಯೊಂದು ಕಾದಿತ್ತು. ಏಕೆಂದರೆ

ಆ ಮಗುವಿನ ಕಾಲ ಬಳಿಯೇ ನೀರಿನ ಚಿಲುಮೆಯೊಂದು ಪುಟಿಯುತ್ತಿತ್ತು. ಅದನ್ನು ತಡೆಯುವ ಸಲುವಾಗಿ ಸಣ್ಣದೊಂದು ಮರಳಿನ ಕಟ್ಟೆಯನ್ನು ಕಟ್ಟಿದಳು ನೀರು ಹೆಚ್ಚಾಯಿತು.ಹೆಚ್ಚುತ್ತಲೇ ಹೋಯಿತು.

ಕ್ರಮೇಣ ಅಲ್ಲಿಗೆ ಸುತ್ತಮುತ್ತಲಿನ ಜನರು ಬರಲಾರಂಭಿಸಿದರು. ಅದನ್ನು ಒಂದು ಬಾವಿಯಂತೆ ಮಾಡಿ ಅದಕ್ಕೊಂದು ಆರಾಧನಾ ನಿಲಯವನ್ನು ಕಟ್ಟಿದರು.ಇಷ್ಟರೊಳಗೆ ಮಗು ಇಸ್ಮಾಯಿಲ್ ಬೆಳೆದು ದೊಡ್ಡವನಾಗಿದ್ದ. ಆ ನಗರ ಬೆಳೆದು ದೊಡ್ಡದಾಗುತ್ತಾ ಸಾಗಿತು. ಅವನ ತಂದೆ ಇಬ್ರಾಹೀಮರು ಬಹುಶಃ ಇಲ್ಲಿ ನೀರು ಸಿಕ್ಕರೇ ತನ್ನ ಮಗನನ್ನು ದೇವರಿಗೆ ಬಲಿ ಕೊಡುವುದಾಗಿ ಬೇಡಿಕೊಂಡಿದ್ದರೋ ಏನೋ ನನಗು ಸರಿಯಾಗಿ ಗೊತ್ತಿಲ್ಲಾ, ಒಂದು ದಿನ ಇಸ್ಮಾಯಿಲನನ್ನು ಬಲಿ ಕೊಡುವ ಸಂದರ್ಭ ಬಂದಾಗ, ಆ ಸ್ಥಳದಲ್ಲಿ ಕುರಿಯೊಂದು ಪ್ರತ್ಯಕ್ಷವಾಯಿತಂತೆ! ಮಗನ ಬದಲು ಅದನ್ನೆ ಬಲಿ ಕೊಟ್ಟು ತಮ್ಮ ಬೇಡಿಕೆಯನ್ನು ಈಡೇರಿಸಿಕೊಂಡರು, ಅಂದಿನಿಂದ ಆ ದಿನವನ್ನು ನಾವು 'ಬಕ್ರಿದ್ ಹಬ್ಬ'ವನ್ನಾಗಿ ಆಚರಿಸುತ್ತಾ ಬರುತ್ತಿದ್ದೆವೆ" ಇತಿಹಾಸವನ್ನು ಸರಳವಾಗಿ ಹೇಳಿ ಮುಗಿಸಿದ.

ನಾನು ಕುತೂಹಲದಿಂದ ಕೇಳುತ್ತಿದ್ದೆ. ಈ ಹಿಂದೆ ಅಜ್ಜ ಹೇಳುತ್ತಿದ್ದನಾದರು ನನಗೆ ಅಷ್ಟಾಗಿ ನೆನಪಿನಲ್ಲಿ ಇರಲಿಲ್ಲ.ಚಿಕ್ಕಪ್ಪ ಅದನ್ನು ಹೇಳಿ ಮತ್ತೆ ಅಜ್ಜನ ಬಗ್ಗೆ ಅಂದರೆ ತನ್ನ ತಂದೆಯ ಬಗ್ಗೆ ಹೇಳಲಾರಂಭಿಸಿದ.

"ಆ ಬಾವಿಯನ್ನು ಶುಚಿಗೊಳಿಸುವಾಗ ಚಿಕ್ಕಪ್ಪನು ಬೇಡಿಕೊಂಡಿದ್ದನಂತೆ ನನಗೆ ಗಂಡು ಮಕ್ಕಳಾದರೆ. ಅದರಲ್ಲಿ ಒಬ್ಬನನ್ನು ನಿನಗೆ ಬಲಿ ಕೊಡುತ್ತೇನೆ ಎಂದು" ನನಗೆ ಅಚ್ಚರಿಯಾಯಿತು ಪ್ರಾಣಿಗಳನ್ನು ಬಲಿ ಕೊಡುವದನ್ನು ನೋಡಿದ್ದೇನೆ. ಇದೇನು ನಮ್ಮ ಅಜ್ಜ ಈ ರೀತಿ ಮಾಡಿದನಲ್ಲ ಎಂದೆನಿಸಿತು.

"ಆ ದೇವರ ಅನುಗ್ರಹದಿಂದ ಒಂಬತ್ತು ಗಂಡು ಮಕ್ಕಳಾದರು.ಬಲಿ ಕೊಡುವ ಸಮಯ ಬಂತು. ಯಾರನ್ನು ಕೊಡುವುದು ಎಂಬ ಚಿಂತೆ ಕಾಡಿತು ಜ್ಯೋತಿಷ್ಯರು ನಿನ್ನ ತಂದೆ ಅಬ್ದುಲರ ಹೆಸರನ್ನು ಹೇಳಿದರಂತೆ?"

"ಯಾಕಂತೆ? ಅವರಿಗೆ ಬೇರೆ ಯಾರು ಸಿಗಲಿಲ್ಲವೇ!?" ನಾನು ಕೇಳಿದೆ ಚಿಕ್ಕಪ್ಪನನ್ನು ಕುತೂಹಲದ ಕಣ್ಣುಗಳಿಂದ.

ಸೂರ್ಯ ಮೆಲ್ಲನೆ ಮೇಲೆ ಬರಲಾರಂಭಿಸಿದ. ಅವನ ಕಿರಣಗಳು ನಮ್ಮ ಮೈ ಚರ್ಮವನ್ನು ಬಿಸಿ ಮಾಡಲಾರಂಭಿಸಿದವು. ಒಂಟೆಗಳು ಬಾಯಿ ಮಾಡಲಾರಂಭಿಸಿದವು ಇದು ಅವುಗಳಿಗೆ ಸುಸ್ತಾಗಿದೆ ಎಂಬ ಸಂಕೇತ ಎಂದು ನಾವು ಗ್ರಹಿಸುತ್ತಿದ್ದೆವು. ಸಾಮಾನ್ಯವಾಗಿ ಪ್ರಾಣಿಗಳು ಇಂತಹ ಸೂಚನೆಯ ಮೂಲಕವೆ ಮಾತನಾಡುತ್ತವೆ. ಅನುಭವಿಗಳು ಇದರಿಂದಲೆ ಗಮನಿಸಿ ಅವುಗಳಿಗೆ ಸ್ಪಂದಿಸುತ್ತಾರೆ.

5

"ನಮ್ಮ ಕಾಲದಲ್ಲಿ ಮಕ್ಕಾದಲ್ಲೊಂದು ಸಂಪ್ರದಾಯವಿತ್ತು. ಏನಾದರು ದೊಡ್ಡ ಸಮಸ್ಯೆ ತಲೆದೋರಿದರೆ ಜನರು ಜ್ಯೋತಿಷಿಯನ್ನು ಸಂಪರ್ಕಿಸಿ ದೇವತೆಗಳ ಇಷ್ಟಾನಿಷ್ಟಗಳನ್ನು ತಿಳಿದುಕೊಳ್ಳುತ್ತಿದ್ದರು. ಅವರು ನನ್ನಪ್ಪನ ಮಾತುಗಳನ್ನು ಆಲಿಸಿ ಎಲ್ಲ ಮಕ್ಕಳು ಒಂದೊಂದು ಬಾಣದಲ್ಲಿ ತಮ್ಮ ತಮ್ಮ ಹೆಸರುಗಳನ್ನು ಬರೆದುಕೊಂಡು ಬರಲು ತಿಳಿಸಿದರಂತೆ. ಆಮೇಲೆ ಆ ಬಾಣಗಳನ್ನು ದೇವತೆಗಳ ವಿಗ್ರಹದ ಮುಂದೆಯಿರಿಸಿ ಅವುಗಳನ್ನು ವಿಶಿಷ್ಟ ರೀತಿಯಲ್ಲಿ ತಿರುಗಿಸಿದರು. ಯಾವ ಬಾಣದ ಮೊನಚಾದ ಭಾಗವು ವಿಗ್ರಹದತ್ತ ತಿರುಗಿ ನಿಲ್ಲುವುದೋ ಅದೇ ದೇವತೆಯ ಇಚ್ಛೆ ಎಂದು ಭಾವಿಸಬೇಕು. ಎಂದರು. ಅಂದು ಬಾಣಗಳನ್ನು ತಿರುಗಿಸಿದಾಗ ನಿನ್ನಪ್ಪ ಅಬ್ದುಲನದು ಬಂದು ಬಿಟ್ಟಿತ?"

ಮಲಗಿದ್ದ ನಾನು ಎದ್ದು ಕುಳಿತೆ.

ಹೌದು. ಬಿಸಿಲಾಗಿದ್ದರಿಂದ ನಾವೆಲ್ಲರೂ ಒಂದೆಡೆ ವಿಶ್ರಾಂತಿಗೆಂದು ಇಳಿದಿದ್ದೆವು. ಅದೊಂದು ಮರಳು ಪ್ರದೇಶವಾಗಿತ್ತು. ಇಂತಹ ಸ್ಥಳ ಬಂದಾಗ ನಾವು ಸಾಮಾನ್ಯವಾಗಿ ಹತ್ತು ಹೆಜ್ಜೆ ಅಂತರದಲ್ಲಿ ಎರಡು ಕೋಲುಗಳನ್ನು ನೆಟ್ಟು, ಅವುಗಳ ತುದಿಗೆ ಒಂದು ಹಗ್ಗ ಕಟ್ಟಿ ಅದರ ಮೇಲೆ ದೊಡ್ಡ ಬಟ್ಟೆಯನ್ನು ಹಾಕಿ ನಾಲ್ಕು ತುದಿಯನ್ನು ಎಳೆದು ಕಬ್ಬಿಣದ ಸಲಾಕೆಗೆ ಕಟ್ಟಿದರೆ ಅದು ಪಿರಮಿಡ್ ನಂತೆ ಕಾಣುತ್ತಿತ್ತು. ಅದರ ಒಳಗೆ ನಾಲ್ಕಾರು ಜನ ನೆಮ್ಮದಿಯಿಂದ ಮಲಗಬಹುದಿತ್ತು. ಆ ರೀತಿ ನಾವು ಆಹಾರ ಸೇವಿಸಿಯೇ ಮಲಗಿಕೊಂಡಿದ್ದೆವು. ನಿದ್ದೆ ಬರದೆ ಇದ್ದುದರಿಂದ ಚಿಕ್ಕಪ್ಪ ಹಿಂದಿನ ಕತೆಯನ್ನು ಮುಂದುವರೆಸಿದ್ದ.

"ಅಂದರೇ ಮುಂದೆ ಆ ಇಬ್ರಾಹೀಮರು ತನ್ನಮಗ ಇಸ್ಮಾಯಿಲರ ಬದಲಾಗಿ ಒಂದು ಕುರಿಯನ್ನು ಬಲಿ ಕೊಟ್ಟಂತೆ ಅಜ್ಜ ಮುತಲಿಬರು ತನ್ನ ಮಗ ಅಬ್ದುಲ್ ಅಂದರೆ ನನ್ನಪ್ಪನ ಬದಲು ಒಂದು ಕುರಿಯನ್ನು ಬಲಿ ಕೊಟ್ಟಿರಬೇಕಲ್ಲವೇ!?" ಸರಿಯಾದ ಹೋಲಿಕೆಯನ್ನೆ ಮಾಡಿದ್ದೆ.. ನನ್ನಪ್ಪನಮೇಲೆ ಮೊದಲಿನಿಂದಲೂ ಅಭಿಮಾನವಿತ್ತು. ಅಕ್ಕರೆ ತುಂಬಿದ ಪ್ರೀತಿಯಿತ್ತು. ಅವರ ಪ್ರೀತಿ ಸಿಗಲಿಲ್ಲವಲ್ಲ ಎಂಬ ದುಃಖ, ವೇದನೆಯೂ ಇತ್ತು.

"ಆದರೆ, ಇಲ್ಲಿ ಕುರಿಯ ಬದಲಿಗೆ ಒಂಟೆಯನ್ನು ಬಲಿ ಕೊಟ್ಟರಂತೆ. ಅದು ಎರಡನೂರು ಒಂಟೆಗಳನ್ನು ಎಂದು ನನ್ನ ಅಪ್ಪ ಹೇಳಿದ್ದ ಆಗ ನಾನಿನ್ನು ಚಿಕ್ಕವನಿದ್ದೆ. ಅದನ್ನು ನೋಡಿದ್ದೇನಾದರು ಅಷ್ಟಾಗಿ ತಿಳುವಳಿಕೆ ಇರಲಿಲ್ಲ. ಅಪ್ಪ ಸಂಪೂರ್ಣವಾಗಿ ಹೇಳಿದ ನಂತರವೇ ನನಗೆ ಗೊತ್ತಾದದ್ದು" ಚಿಕ್ಕಪ್ಪ ಮಲಗಿಕೊಂಡೆ ಹೇಳಿದ. ನಾನು ಅವರ ಪಕ್ಕ ಮಲಗಿಕೊಂಡೆ. ಮರಳು

ಕಾದಿತ್ತು. ಅದರ ಮೇಲೆ ಹಾಸಿದ್ದ ಬಟ್ಟೆಯು ಕಾದು ಅದರ ಶಾಖ ನಮ್ಮ ಚರ್ಮಕ್ಕೆ ಬಡಿಯುತ್ತಿತ್ತು. ಈ ಮರಳುಗಾಡಿನಲ್ಲಿ ಸಾಗುವುದೆಂದರೇ ಪ್ರಾಣ ಹಿಂಡಿದಂತಾಗುತ್ತಿತ್ತು. ಮೇಲೆ ಸೂರ್ಯ ನೆತ್ತಿ ಸುಡುತ್ತಿದ್ದರೇ ಕೆಳಗೆ ಮರಳು ಚರ್ಮವನ್ನೆ ತಿನ್ನುತ್ತದೆ. ಮತ್ತೊಂದು ಬಟ್ಟೆಯನ್ನು ಅದರ ಮೇಲೆ ಹಾಕಿ ತಂಪು ಮಾಡಿಕೊಂಡು ಮಲಗಿದೆ. ಒಂದಷ್ಟು ಹಿತವೆನಿಸಿತಾದರು ನಿದ್ದೆ ಬರಲಿಲ್ಲ.

"ಅಷ್ಟು ಒಂಟೆಗಳನ್ನು ಕೊಡುವುದರ ಉದ್ದೇಶ ಏನಿತ್ತು? ಅಷ್ಟೊಂದು ಕೊಟ್ಟರೆ ನಿಮಗೆ ಬಡತನ ಬರುವದಿಲ್ಲವೇ?"

"ಮೊದಲು ಒಂದು ಒಂಟೆಯನ್ನೆ ಬಲಿ ಕೊಡುವುದಿತ್ತು ಆದರೆ ಅದರ ಮೊದಲು ಒಂದು ಚೀಟಿ ಹಾಕಿದರಂತೆ. ಅದರಲ್ಲಿ ಯಾರ ಹೆಸರು ಬರುತ್ತದೆಯೋ ಅವರ ಬಲಿ ಎಂದು. ಒಂದು ವೇಳೆ ಅಣ್ಣನ ಹೆಸರು ಬಂದರೇ ಒಂಟೆಯ ಸಂಖ್ಯೆ ಹೆಚ್ಚುತ್ತದೆ ಎಂದು ಮೊದಲೆ ಹೇಳಿದ್ದರಂತೆ ಅವರು. ಹೀಗಾಗಿ ಚೀಟಿ ಹಾಕಿದಾಗ ಪ್ರತಿ ಸಲವು ಅಣ್ಣನ ಹೆಸರು ಬರುತ್ತಿತ್ತಂತೆ! ಕೊನೆಗೆ ಅದು ಇನ್ನೂರು ಒಂಟೆಗೆ ನಿಂತಾಗ ಅನಿವಾರ್ಯವಾಗಿ ಅಪ್ಪ ಎರಡನೂರು ಒಂಟೆಗಳನ್ನು ಅಲ್ಲಾಹನಿಗೆ ಅರ್ಪಿಸಬೇಕಾಯಿತು" ನನಗೆ ಮುಂದೆ ಏನು ಮಾತನಾಡಬೇಕೆಂದು ತಿಳಿಯದೆ,

"ಅಪ್ಪ... ಅಮ್ಮಳನ್ನು ಯಾವಾಗ ಮದುವೆಯಾದ?" ಎಂದೆ ಚಿಕ್ಕಪ್ಪನ ಕಡೆಗೆ ತಿರುಗಿ. ತನ್ನ ಬಲಗೈಯನ್ನು ಹಣೆಯ ಮೇಲೆ ಇಟ್ಟುಕೊಂಡು ಮಲಗಿದ್ದ. ಕಣ್ಣುಗಳು ಮುಚ್ಚಿರಲಿಲ್ಲ ಬಹುಶಃ ನಿದ್ದೆ ಬಂದಿಲ್ಲವೆಂದು ತಿಳಿದು ಕೇಳಿದೆ.

"ನಿನ್ನಪ್ಪ ನನಗಿಂತಲು ಐದಾರು ವರ್ಷಕ್ಕೆ ದೊಡ್ಡವನು. ಹೀಗಾಗಿ ನನಗಿಂತಲೂ ಮೊದಲೆ ಮೊದುವೆಯಾಯಿತು. ಅವನಿಗೆ ಮದುವೆಯಾಗುವಾಗ ಹದಿನಾರೋ ಹದಿನೇಳು ಇರಬೇಕು. ಆಗಲೇ ಇಪ್ಪತ್ತು ವರ್ಷದನಂತೆ ಬೆಳೆದುಬಿಟ್ಟಿದ್ದ ನಿನ್ನ ರೀತಿ" ನನ್ನ ದೇಹವನ್ನು ನೋಡಿ ಹೇಳಿದ. ನನಗೆ ಅಭಿಮಾನ ಎನಿಸಿತು.

"ಅವನು ನಿನ್ನಂತೆ ಪ್ರತಿನಿತ್ಯ ತಪ್ಪದೆ ಅಂಗಸಾಧನೆ ಮಾಡುತ್ತಿದ್ದ. ಕತ್ತಿವರಸೆ, ಬಿಲ್ವಿದ್ಯೆಯಲ್ಲಿ ಪ್ರವೀಣನೆ ಆಗಿದ್ದನಲ್ಲದೇ ನೋಡಲು ಸುಂದರನಾಗಿದ್ದ. ನನ್ನಪ್ಪ ಯಾವಾಗ ಅವನಿಗೆ ಮದುವೆ ಮಾಡಬೇಕು ಎಂದುಕೊಂಡನೋ ಆಗ ಸುತ್ತಮುತ್ತಲಿದ್ದ ಹೆಣ್ಣು ಹೆತ್ತವರು ನಾಮುಂದು ತಾಮುಂದು ಎಂದು ತಮ್ಮ ಮಗಳನ್ನು ಕೊಡಲು ಮುಂದೆ ಬಂದರು.

ನಮ್ಮಪ್ಪ ಎಲ್ಲರನ್ನು ಆಲೋಚಿಸಿಯೇ ಮುಂದೆ ಹೆಜ್ಜೆ ಇಡುತ್ತಿದ್ದ. ಹೀಗಾಗಿ ನಿನ್ನ ತಂದೆಯು ಬನಿಝುಹ್ರಾದ ಸರದಾರನ ಮಗಳು ಮತ್ತು ಕುರೈಶ್ ಗೊತ್ರದ ಪ್ರತಿಷ್ಠಿತ ಹೆಣ್ಣು ಮಗಳು ನನ್ನ ಅತ್ತಿಗೆ ಆಮಿನಾಳನ್ನು ಮದುವೆಯಾದರು" ಹೇಳುತ್ತಾ ಅಣ್ಣ ಅತ್ತಿಗೆಯನ್ನು ನೆನೆದು ಭಾವುಕರಾದರು. ನನಗೆ ಅಪ್ಪ

ಹೇಗೆ ಸತ್ತ ಎಂದು ತಿಳಿದುಕೊಳ್ಳುವ ಕುತೂಹಲವಿತ್ತು. ಹೇಳಲು ಅವರಿಗೆ ಆಸಕ್ತಿ ಇರಲಿಲ್ಲ ಮೇಲಾಗಿ ಚಿಕ್ಕಪ್ಪನಿಗೆ ನಿದ್ದೆ ಬರುವಂತೆ ಕಂಡಿತು ಮುಂದೆ ಪ್ರಯಾಣದಲ್ಲಿ ಕೇಳಿದರಾಯಿತೆಂದು ನಾನು ಅವರ ಪಕ್ಕ ಮಲಗಿದೆ.

ಸಾಯಂಕಾಲ ಎಂದಿನಂತೆ ಎದ್ದು ಒಂದಷ್ಟು ಅಂಗ ಸಾಧನೆ ಮಾಡಿ ಮಧ್ಯಾಹ್ನ ಮಾಡಿ ಉಳಿದಿದ್ದ ಆಹಾರವನ್ನೆ ಸೇವಿಸಿ ಹೊರಡಲನುವಾದೆವು. ಸಾಮಾನ್ಯವಾಗಿ ಪ್ರಯಾಣದಲ್ಲಿ ಇಂತಿಂಥ ಸಮಯದಲ್ಲಿಯೇ ಆಹಾರ ಸೇವಿಸಬೇಕು ಎಂಬ ನಿಯಮವೇನು ಇರುವದಿಲ್ಲ. ಇಟ್ಟುಕೊಂಡರೆ ಆ ಸಮಯಕ್ಕೆ ಸರಿಯಾದ ಸ್ಥಳವು ಸಿಕ್ಕುವದಿಲ್ಲ. ನಮ್ಮ ಅನುಕೂಲಕ್ಕೆ ತಕ್ಕಂತೆ ನೀರು ಎಲ್ಲೆಲ್ಲಿ ಸಿಗುತ್ತದೆಯೋ ಅಲ್ಲಲ್ಲಿ ನಿಂತು ನಮ್ಮ ಕಾರ್ಯಗಳನ್ನು ಮಾಡಿಕೊಳ್ಳುತ್ತಿದ್ದೆವು.

"ಮದುವೆಯಾಗಿ ವರ್ಷ ತುಂಬುವುದರೊಳಗೆ ಅತ್ತಿಗೆ ನಿನ್ನನ್ನು ತನ್ನ ಮಡಿಲಲ್ಲಿ ಹೊತ್ತುಕೊಂಡಿದ್ದಳು. ಆಗ ಅವರು ಆರೊ ಏಳೋ ತಿಂಗಳು ಗರ್ಭಿಣಿ ಇರಬೇಕು. ವ್ಯಾಪಾರದ ನಿಮಿತ್ತವಾಗಿ ಸಿರಿಯಾ ದೇಶಕ್ಕೆ ಹೋಗಲೇ ಬೇಕಾಯಿತು. ನಿನ್ನಪ್ಪ ಹೋಗಲು ನಿರಾಕರಿಸಿದ. 'ಮದುವೆಯಾಗಿ ಇನ್ನೂ ವರ್ಷವು ತುಂಬಿಲ್ಲ ಆಗಲೇ ಹೋಗಬೇಕೇನು? ಈ ರೀತಿ ಕಳುಹಿಸುವದಾದರೇ ನನ್ನ ಮದುವೆಯನ್ನಾದರು ಏತಕ್ಕೆ ಮಾಡಬೇಕಾಗಿತ್ತು?' ಎಂದು ಮರು ಮಾತನಾಡಿದ ಅಪ್ಪನಿಗೆ. 'ನಾನೇ ಹೋಗಬೇಕೆಂದರೆ ವಯಸ್ಸಾಗಿದೆ. ಮೈಯಲ್ಲಿ ಶಕ್ತಿಯು ಇಲ್ಲ. ಧೈರ್ಯಶಾಲಿಯಾದ ನೀನೇ ಹೀಗೆ ಹೇಳಿದರೆ ಹೇಗೆ?' ಎಂದು ಅಣ್ಣನನ್ನು ಹೊಗಳಿದ. 'ನೀನು ಯಾವಾಗಲು ಹೀಗೆ ನನ್ನನ್ನು ಹೊಗಳಿ ಹೊಗಳಿ ನಿನ್ನ ಕೆಲಸವನ್ನು ಮಾಡಿಸಿಕೊಂಡು ಬಿಡುತ್ತಿಯಾ' ಎಂದು ಹೋಗಲು ಅನುವಾದ.

ಅತ್ತಿಗೆಯಂತು 'ಹೋಗಬೇಡಿ, ಮಗು ಹುಟ್ಟುವ ಸಮಯದಲ್ಲಿ ನೀವೇ ಇಲ್ಲದಿದ್ದರೇ ಹೇಗೆ? ಎಂದು ಕೇಳಿದಳಾದರೂ ಅಂದು ಎರಡನೂರು ಒಂಟೆ ಕೊಟ್ಟು ನಮಗೆ ಬಡತನವೇ ಬಂದಿತ್ತು. ಅನಿವಾರ್ಯವಾಗಿ ಹೋಗದೆ ಬೇರೆ ದಾರಿಯೇ ಇರಲಿಲ್ಲ. ಅವನು ಅಂದು ಹೋದ. ಮರಳಿ ಅವನ ಹೆಣವು ಬರಲಿಲ್ಲ" ಮತ್ತೆ ಭಾವುಕರಾದರು. ನಮ್ಮ ಒಂಟೆಯು ಭಾರವಾದ ಹೆಜ್ಜೆಗಳನ್ನು ಹಾಕುತ್ತಾ ನಿಧಾನವಾಗಿ ಹೊರಟಿತ್ತು.

"ದಾರಿಯಲ್ಲಿ ಏನಾಯಿತು... ದರೋಡೆಕೋರರು ಏನಾದರು ಆಕ್ರಮಣ ಮಾಡಿದರೆ!?"

"ಏನಾಯಿತೆಂದು ನಮಗೂ ಸರಿಯಾಗಿ ಗೊತ್ತಿಲ್ಲ. ಅವರೊಂದಿಗೆ ಹೋದವರು ಮಾತ್ರ. ದಾರಿ ಮಧ್ಯದಲ್ಲಿ ಸಾಂಕ್ರಾಮಿಕ ರೋಗವೊಂದು ತಗುಲಿತು. ಹೀಗಾಗಿಸತ್ತ ಅವನ ಹೆಣವನ್ನು ಮರಳಿ ಮಕ್ಕಾಕೆ ತರಲು ನಮಗೆ

ಸಮಯವಿರಲಿಲ್ಲ ಮತ್ತು ಮಕ್ಕಾದಿಂದ ಮುನ್ನುರು ಮೈಲಿ ದೂರದಲ್ಲಿರುವ ಯಾಸ್ರಿಬ್‌ನಲ್ಲಿಯೇ ಸತ್ತಿದ್ದರಿಂದ ತರಲು ಕಷ್ಟವಾಯಿತು. ಅಲ್ಲಿಯೇ ದಫನ್ ಮಾಡಿದೆವುಎಂದರು..." ಆಗ ಅಮ್ಮನ ಸ್ಥಿತಿ ಹೇಗಾಗಿರಬೇಡ ಎಂದು ನೆನೆದು ಕಣ್ಣೀರಾದೆ. ಬಾಲ ವಿಧವೆಯನ್ನಾಗಿ ಮಾಡಿ ಅಪ್ಪನನ್ನು ಆ ಅಲ್ಲಾಹನು ಕಿತ್ತುಕೊಂಡು ಬಿಟ್ಟನಲ್ಲ. ಆ ಅಲ್ಲಾಹನಿಗೆ ಅಮ್ಮನ ಮೇಲೆ ಕರುಣೆಯೇ ಬರಲಿಲ್ಲವೇ? ಎಂದು ಸಿಟ್ಟು ಬಂತು. ಆದರೆ, ಏನು ಮಾಡಲು ನನ್ನಿಂದ ಸಾಧ್ಯವಿರಲಿಲ್ಲ. ಈಗ ಆ ಇಬ್ಬರು ನನ್ನೊಂದಿಗೆ ಇಲ್ಲದಿದ್ದರು ಚಿಕ್ಕಪ್ಪ ಆ ಸ್ಥಾನವನ್ನು ತುಂಬಿದ್ದಕ್ಕಾಗಿ ಆ ಅಲ್ಲಾಹನಿಗೆ ಶರಣು ಎನ್ನಬೇಕಷ್ಟೆ ಎಂದುಕೊಂಡೆ. ನಾವು ಪ್ರಯಾಣ ಮಾಡುತ್ತಾ ಒಂದು ತಿಂಗಳ ನಂತರ ಸಿರಿಯಾದ ಪ್ರಸಿದ್ಧ ನಗರ ಬಸ್ರಾ ತಲುಪಿದೆವು.

ಅಧ್ಯಾಯ: ಎಂಟು

1

ಬಸ್ರಾದಲ್ಲಿ ನಾವು ಕೆಲ ದಿನಗಳವರೆಗೆ ಉಳಿಯುತ್ತಿದ್ದೆವು. ನಮ್ಮೆಲ್ಲ ಸರಕು ಸಾಗಣೆ ಮಾರಾಟ ಮಾಡಿ ಮತ್ತೆ ಮಕ್ಕಾಕ್ಕೆ ತೆಗೆದುಕೊಂಡು ಹೋಗಲು ಮತ್ತು ಸರಕುಗಳನ್ನು ಶೇಕರಿಸಲು ಸಮಯ ಹಿಡಿಯುತ್ತಿತ್ತು. ಈ ಸಮಯದಲ್ಲಿ ನಾವು ಬಸ್ರಾವನ್ನು ಸುತ್ತುದ್ದಿದ್ದೆವು. ಈ ಬಸ್ರಾ ಶಹರು ನಮ್ಮ ಮಕ್ಕಾದಂತೆ ಮರಳುಗಾಡಿನ ನಾಡಲ್ಲ; ಫಲವತ್ತಾದ ಮಣ್ಣಿನಿಂದ ಉಂಟಾದ ಶಹರ. ದೊಡ್ಡ ದೊಡ್ಡ ಮನೆಗಳು, ಅಲ್ಲಿ ಹಲವು ರೀತಿಯ ಶ್ರೀಮಂತರು, ಯಹೂದಿಗಳು, ಕ್ರಿಶ್ಚಿಯನ್ನರು ಮತ್ತು ಅವರ ಶ್ರೀಮಂತ ದೇವಾಲಯಗಳು, ಹಲವಾರು ಕೆರೆ ಕೊಳ್ಳಗಳು ಮುಂತಾದವುಗಳನ್ನು ನನ್ನ ವಾರಗೆಯವರೊಂದಿಗೆ ಹಗಲಿಡಿ ಒಮ್ಮೊಮ್ಮೆ ಸುತ್ತುತ್ತಿದ್ದೆ. ಮತ್ತೊಂದು ದಿನ ವ್ಯಾಪಾರ ಹೇಗೆ? ಏನು? ಎತ್ತ? ಬೆಲೆ? ಇತ್ಯಾದಿಗಳನ್ನು ಗಮನಿಸುತ್ತಿದ್ದೇನಾದರು ವ್ಯಾಪಾರದ ಒಳಮರ್ಮ ಅರಿಯುವುದು ಅಷ್ಟು ಸುಲಭದ ಮಾತಲ್ಲ ಎಂದು ನನ್ನ ಇಷ್ಟು ವರ್ಷದ ಅನುಭವದಲ್ಲಿ ಬಹಳಷ್ಟು ಬಾರಿ ಅನಿಸಿದೆ.

ವ್ಯಾಪಾರ ವಹಿವಾಟು ಮುಗಿದ ನಂತರ ನಾವು ಒಂದು ನಿಗಧಿತ ಸ್ಥಳದಲ್ಲಿ ಉಳಿಯುತ್ತಿದ್ದೆವು. ಅದೊಂದು ಪುರಾತನ ಕಾಲದ ಸ್ಥಳವಾಗಿತ್ತು. ಅಲ್ಲಿಯೇ ನಮ್ಮ ಒಂಟೆ ಕುದುರೆಗಳನ್ನು ಕಟ್ಟಿ ನೋಡಿಕೊಳ್ಳುತ್ತಿದ್ದೆವು. ಹತ್ತಿರದಲ್ಲಿಯೇ ಒಂದು ಕೆರೆಯು ಇತ್ತು. ಒಂದು ದಿನ ಎಂದಿನಂತೆ ಬೇಗನೆ ಎದ್ದು ನಿತ್ಯ ಕರ್ಮಾದಿಗಳನ್ನು ಮುಗಿಸಿಕೊಂಡು ಒಂದಷ್ಟು ಅಂಗ ಸಾಧನೆ ಮಾಡಿ ಆ ಕೆರೆಯ ದಂಡೆಯ ಮೇಲೆ ಒಂದು ಬಂಡೆಯ ಮೇಲೆ ಕುಳಿತಿದ್ದೆ.

ಆಗ ತಾನೆ ಸೂರ್ಯ ಮಂಜಿನಿಂದ ಮುಖತೊಳೆದು ಮೇಲೆ ಬರಲಾರಂಭಿಸಿದ್ದ. ಅರುಣೋದಯದ ಕಿರಣಗಳು ಆಕಾಶದಲ್ಲೆಲ್ಲಾ ಚೆಲ್ಲಿದ್ದವು.

ಸುತ್ತಮುತ್ತ ಹಕ್ಕಿಗಳ ಚಿಲಿಪಿಲಿ ಸಂಗೀತದಂತೆ ಭಾಸವಾಗುತ್ತಿತ್ತು, ದೊಡ್ಡ ಕೆರೆಯಲ್ಲಿ ಸ್ವಲ್ಪವೇ ನೀರಿತ್ತು. ಆ ನೀರಿನಲ್ಲಿ ಬಿಳಿ ಕೊಕ್ಕರೆಯಂತಹ ಹಕ್ಕಿಗಳು ಸಣ್ಣಸಣ್ಣ ಹುಳಗಳನ್ನು ತಿನ್ನುತ್ತಾ ಹಾರಾಡುತ್ತಿದ್ದವು. ಬೇರೆ ಬೇರೆ ಜಾತಿಯ ಪಕ್ಷಿಗಳು ಕೆರೆಯ ಆಸುಪಾಸಿನಲ್ಲಿ ಬೀಡು ಬಿಟ್ಟಿದ್ದವು. ಬಯಲಿಗೆ ಹೋಗುವ ಜನರು ಅಲ್ಲಲ್ಲಿ ಕಾಣುತ್ತಿದ್ದರು.

ಚಳಿಗಾಲವಾದ್ದರಿಂದ ಒಂದಷ್ಟು ಇಬ್ಬನಿಗೆ ಜನರು ನಡುಗುತ್ತಿದ್ದರು. ಹೀಗೆ ನಡುಗುತ್ತಾ ಒಬ್ಬ ಅಪರಿಚಿತ ವ್ಯಕ್ತಿ ನನ್ನ ಬಳಿ ಬಂದು ನಿಂತ. ಸುಮಾರು ಅರವತ್ತು ಮೀರಿದ ವಯಸ್ಸು. ಬೂದು ಬಣ್ಣದ್ದ ಮಾಸಿದ ಬಟ್ಟೆ, ತಲೆಯ ಭಾಗ ಬೊಳಾಗಿದೆ. ಮುಖದಲ್ಲಿರುವ ಸುಕ್ಕುಗಳು ಅಂಗೈ ರೇಖೆಗಳಂತೆ ಎದ್ದು ಕಾಣಿಸುತ್ತಿವೆ. ತೀಡಿದಂತಿದ್ದ ಹುಬ್ಬುಗಳು, ನೀಳ ಮೂಗು, ಇಳಿಬಿದ್ದ ಚೋಟು ಬೆಳ್ಳಿ ಗಡ್ಡ. ದೃಢ ಕಾಯವಿದ್ದರು ಕೈಯಲ್ಲೊಂದು ಕೋಲು ಹಿಡಿದದ್ದು ಆಸರಕ್ಕೊ, ರಕ್ಷಣೆಗೋ ಆಗ ತಿಳಿಯಲಿಲ್ಲ. ಬಂಡೆಯ ಮೇಲೆ ಕುಳಿತಿದ್ದ ನಾನು ಎದ್ದು ನಿಂತು.

"ಏನಾದರು ಸಹಾಯ ಮಾಡಬೇಕಾಗಿತ್ತೆ?" ಅವರ ಮುಖವನ್ನೆ ನೋಡುತ್ತಾ ಕೇಳಿದೆ.

ಅವರ ಕಣ್ಣುಗಳು ಹೊಳೆಯುತ್ತಿದ್ದವು.

ಅವರು ಅರೆ ಕ್ಷಣ ಏನು ಮಾತನಾಡದೆ ನನ್ನನ್ನೆ ತೀಕ್ಷ್ಣವಾಗಿ ನೋಡಿದರು. ಅವರ ನೋಟ ಭಯ ಹುಟ್ಟಿಸುವಂತಿತ್ತಾದರು ನಾನೇನು ಹೆದರಲಿಲ್ಲ.

ಸ್ವಲ್ಪ ಸಮಯ ತಡೆದು.

"ಮಗು ನಿನ್ನ ಹೆಸರೇನು?" ಎಂದರು. ಧ್ವನಿಯಲ್ಲಿ ಸಾತ್ವಿಕತೆ ಇತ್ತು. ಅವರ ಕೊರಳಲ್ಲಿ ಇದ್ದ ಜಪ ಮಾಲೆ ಸೂರ್ಯನ ಕಿರಣಗಳಿಗೆ ಮಿಂಚಲಾರಂಭಿಸಿತು.

"ಮುಹಮ್ಮದ್" ಎಂದೆ.

"ಅಂದರೇ, ಸರ್ವ ರೀತಿಯಲ್ಲಿ ಶ್ಲಾಘನೀಯ. ಎಲ್ಲರ ಮೆಚ್ಚುಗೆ ಪಡೆಯುವವನು ಮತ್ತು ಎಲ್ಲರಿಂದಲೂ ಒಳ್ಳೆಯವನೆನಸಿಕೊಳ್ಳುವವನು" ಎಂದು ನಡುಗುವ ಧ್ವನಿಯಲ್ಲಿ ನಿಧಾನವಾಗಿ ಹೇಳಿದರು. ಆಗ ನನಗೇನು ಅರ್ಥವಾಗದೆ,

"ನಾನು ವಿಶ್ಲೇಷಣೆ ಮಾಡಿ ಹೇಳುವಂತಹ ಪಂಡಿತನಲ್ಲ. ಓದಲು ಬರೆಯಲು ಬರೆಯದ ಒಬ್ಬ ಸಾಧಾರಣ ವ್ಯಕ್ತಿ" ಎಂದೆ.

ಅವರು ತಮ್ಮ ಕೈಯನ್ನು ನನ್ನ ತಲೆಯ ಮೇಲೆ ಇಟ್ಟು ಅರೆ ಘಳಿಗೆ ಬಿಟ್ಟು,

"ನಮ್ಮ ನಗರದಲ್ಲಿ ಪಂಡಿತರು ದಿರಹಮಗೆ ಒಬ್ಬಬ್ಬರು ಸಿಗುತ್ತಾರೆ ಏನೂ ಪ್ರಯೋಜನ ಇಲ್ಲ. ಆದರೆ, ಮುಂದೊಂದು ದಿನ ನೀನು ಅವರಿಗಿಂತಲೂ ಶ್ರೇಷ್ಠನಾಗುವೆ" ಅಚ್ಚರಿಯಾಗುವಂತೆ ನುಡಿದರು ಮತ್ತೆ ಮುಂದುವರೆದು

"ವಜ್ರದ ಬೆಲೆ ನಿಜವಾದ ವ್ಯಾಪಾರಿಗೆ ಮಾತ್ರ ಗೊತ್ತಿರುತ್ತದೆಯೇ ವಿನಃ ಸಾಮಾನ್ಯ ಜನರಿಗಲ್ಲ. ನೀನು ಮರಳಿನಲ್ಲಿ ಅಡಗಿರುವ ಮಾಣಿಕ್ಯ. ಎಂದು ಹೊಳೆಯುತ್ತೀಯೋ ಗೊತ್ತಿಲ್ಲ. ಬಹಳಷ್ಟು ಹುಷಾರಿನಿಂದ ಹೆಜ್ಜೆ ಇಡು ಮಗು, ಕಾಲ ಸರಿಯಿಲ್ಲ" ಎಂದು ಹೇಳಿ ಹೊರಟರು.

ನಾನು ಏನು ಮಾತನಾಡದೇ ಮೂಕನಾಗಿ ನಿಂತು ಬಿಟ್ಟೆ. ಅವರ ಒಗಟಿನ ಮಾತುಗಳು ಇಂದಿಗೂ ನನಗೆ ಅರ್ಥವಾಗದೇ ಉಳಿದಿದೆ, ಮುಂದೆ ನಾನು ದೊಡ್ಡವನಾದಮೇಲೆ ಕೇಳಿ ತಿಳಿದುಕೊಂಡರಾಯಿತು ಎಂದು ಸುಮ್ಮನಾದೆ.

ಒಬ್ಬೊಬ್ಬರೆ ಮೇಲೆಳುತ್ತಾ ಕೆರೆಯ ಕಡೆ ಬರಲಾರಂಭಿಸಿದರು. ನಾನು ಉಳಿದುಕೊಂಡಿದ್ದ ಸ್ಥಳದ ಕಡೆ ಹೋದೆ.

2

ನಮ್ಮ ಗುಂಪಿನ ವ್ಯಾಪಾರದ ಸರಕುಗಳೆಲ್ಲವು ಮಾರಾಟವಾಗಿ ಮರಳಿ ತರುವ ಸರುಕುಗಳನ್ನು ಚಿಕ್ಕಪ್ಪ ಕೊಂಡುಕೊಂಡಿದ್ದ. ಆದರೆ, ನಮ್ಮ ಇತರ ಗುಂಪಿನ ಜನರ ಸರಕುಗಳು ಇನ್ನು ಮಾರಾಟ ಮಾಡುವದು ಬಾಕಿ ಇತ್ತು. 'ಆದಷ್ಟು ಬೇಗ ನಿಮ್ಮ ನಿಮ್ಮ ಸರಕುಗಳನ್ನು ಮಾರಾಟ ಮಾಡಿ' ಎಂದು ಚಿಕ್ಕಪ್ಪ ಎಲ್ಲರಿಗು ಆದೇಶಿಸಿದ. ಬಹಳಷ್ಟು ದಿನ ಅಲ್ಲೆ ಇದ್ದರೆ ನಮ್ಮ ಖರ್ಚು ಹೆಚ್ಚಾಗುವ ಸಂಭವವಿತ್ತು.ಹೊತ್ತು ಮೇಲೆ ಬಂದೊಡನೆ ಕೆಲವರು ತಮ್ಮ ಸರಕುಗಳನ್ನು ತೆಗೆದುಕೊಂಡು ಪೇಟೆಯೆಡೆಗೆ ಹೋದರು. ಕೆಲವರು ಅಲ್ಲಿಯೇ ಉಳಿದರು. ನನ್ನ ವಾರಿಗೆಯ ಹುಡುಗರೇ ಮೂವತ್ತು ಬಾಲಕರಿದ್ದೆವು. ಚಿಕ್ಕಪ್ಪ ಎಲ್ಲರಿಗು ಕೇಳುವಂತೆ,

"ಎಲ್ಲರು ಸೇರಿ ಹತ್ತಿರದಲ್ಲಿಯೇ ಒಂದು ದೇವಾಲಯವಿದೆ. ಅಲ್ಲಿಗೆ ಹೋಗಿಬರೋಣವೇ?" ಎಂದು ಕೇಳಿದ. ಅಲ್ಲಿ ಕುಳಿತು ಕುಳಿತು ಬೇಸರವಾಗಿದ್ದರಿಂದ 'ಹೋಗೋಣ ನಡೆಯಿರಿ' ಎಂದರು.

ಅರೆ ಘಳಿಗೆಯಲ್ಲಿ ಎಲ್ಲರು ಸಮವಸ್ತ್ರ ತೊಟ್ಟ ಯೋಧರಂತೆ ತಯಾರಾದರು. ಎಲ್ಲರು ಸೇರಿ ಚಿಕ್ಕಪ್ಪನ ಹಿಂದೆ ಹೊರಟೆವು. ಸೂರ್ಯ ಮೇಲೆ ಬಂದಿದ್ದರಿಂದ ನೆತ್ತಿ ಸುಡುತ್ತಿತ್ತು. ಭೂಮಿ ನಿಧಾನವಾಗಿ ಬಿಸಿಯಾಗಲಾರಂಭಿಸಿತು. ಒಂದು ಕಿರಿದಾದ ದಾರಿಯಲ್ಲಿ ನುಸುಳಿಕೊಂಡು ಊರು ಹೊರಗೆ ಬಂದಾಗ ಅಲ್ಲೊಂದು ಬಯಲು ಪ್ರದೇಶ. ಸುಮಾರು ಐದುನೂರ ಹೆಜ್ಜೆ ನಡೆದ ಮೇಲೆ ಸ್ವಲ್ಪ ದೊಡ್ಡದೇ ಎನ್ನಬಹುದಾದ ಒಂದು ಪುರಾತನ ಕಾಲದ ದೇವಾಲಯ ಕಣ್ಣಿಗೆ ಬಿತ್ತು.

ಕಲ್ಲಿನಿಂದ ಕಟ್ಟಿದ್ದ ಆ ದೇವಾಲಯ ವಿಶಿಷ್ಟ ರೀತಿಯ ಮನೆಯನ್ನು ನೆನಪಿಸುವಂತಿತ್ತು. ಅದರ ಮುಂದೆ ಹತ್ತಾರು ಬಗೆಯ ಮರಗಳು ಬೆಳೆದು ನಿಂತಿದ್ದವು. ಜನರಿದ್ದದ್ದು ಕಣ್ಣಿಗೆ ಬೀಳಲಿಲ್ಲ. ಎಲ್ಲರು ನಮ್ಮ ನಮ್ಮ ಪಾದರಕ್ಷೆಗಳನ್ನು ಹೊರಗಡೆ ಬಿಟ್ಟು ಒಳ ಬಂದೆವು. ನನಗಿಂತಲು ನಾಲ್ಕಾರು ವಯಸ್ಸು ಹೆಚ್ಚಿರುವ ಒಬ್ಬ ಯುವಕ ಚಿಕ್ಕಪ್ಪನ ಮುಂದೆ ಬಂದ. ಶುಭ್ರ ಬಿಳಿ ಕೌಪಿನ್ನಿನಂತಹ ಬಟ್ಟೆ ಉಟ್ಟು ಕೊರಳಲ್ಲಿ ಮಾಲೆಯೊಂದನ್ನು ಧರಿಸಿದ್ದ ಮುಖ ಶಾಂತವಾಗಿತ್ತು. ಕ್ಷೀಣ ಧ್ವನಿಯಲ್ಲಿ ಚಿಕ್ಕಪ್ಪನೊಂದಿಗೆ ಮಾತನಾಡಿದ.

ನಾವು ಬಂದದ್ದು ಇಲ್ಲಿಯ ರಬ್ಬಾಯಿ ಒಬ್ಬರನ್ನು ನೋಡಲು ಎಂದು ಇಲ್ಲಿಗೆ ಬಂದಾಗ ಗೊತ್ತಾಯಿತು. ಇದೊಂದು ಯಹೂದಿ ದೇವಾಲಯವೆಂದು ಒಳಗಡೆ ಇಟ್ಟಿದ್ದ ಮೋಸೆಸ್ ಮೂರ್ತಿಯನ್ನು ನೋಡಿದಾಗ ತಿಳಿಯಿತು.ಸ್ವಲ್ಪ ಸಮಯ ಅಲ್ಲಿಯೇ ಕುಳಿತೆವು. ಸುಮಾರು ಐದನೂರು ಜನ ಒಂದೇ ಬಾರಿ ಕುಳಿತುಕೊಳ್ಳಬಹುದಾದ ಒಳಾಂಗಣ ಶಾಂತವಾಗಿದ್ದರಿಂದ ವಾತಾವರಣ ತಂಪಾಗಿತ್ತು. ನನ್ನೊಳಗೊಂದು ಗಾಢ ಮೌನ ಹೆಪ್ಪುಗಟ್ಟಿತ್ತು.

ನಾವು ಬಂದು ಅರೆ ಘಳಿಗೆಯ ನಂತರ ಇಸ್ರೇಲ್ ದೇಶದ ಕಡೆ ಮುಖ ಮಾಡಿರುವ ಒಂದು ಕೋಣೆಯಿಂದ ಒಬ್ಬ ಗುರುಗಳು ನಿಧಾನವಾಗಿ ಹೆಜ್ಜೆ ಇಡುತ್ತಾ ನಮ್ಮ ಹತ್ತಿರ ಬಂದಾಗ ನಾನು ಬೆಚ್ಚಿ ಬಿದ್ದು ಎದ್ದು ನಿಂತೆ. ಅವರು ನನ್ನ ಹತ್ತಿರವೆ ಬಂದರು. ನನ್ನ ಮುಖವನ್ನೆ ನೋಡಿ,

"ನನಗೆ ಗೊತ್ತಿತ್ತು ಮಗು. ನೀನಿಂದು ನನ್ನ ಹತ್ತಿರ ಬರುತ್ತಿಯಾ ಎಂದು. ಅದಕ್ಕೆ ನಾನು ಹೆಚ್ಚು ಮಾತನಾಡದೆ ಬಂದು ಬಿಟ್ಟೆ" ಎಂದಾಗ

ಇವರು ಇಷ್ಟೊಂದು ರಹಸ್ಯದರ್ಶಿಗಳಾ ಎಂದು ಅಚ್ಚರಿಪಟ್ಟೆ.

"ಇವನು ನಿಮಗೆ ಪರಿಚಯವೆ?" ಚಿಕ್ಕಪ್ಪ ಕೇಳಿದ.

"ಇಂದು ಬೆಳಿಗ್ಗೆ ಕೆರೆಯ ಬಳಿ ನೋಡಿದೆ?"

"ಇವನು ನನ್ನ ಅಣ್ಣನ ಮಗ" ಎಂದು ಚಿಕ್ಕಪ್ಪ ಹೇಳುತ್ತಾ ನನ್ನ ಕಿರು ಪರಿಚಯ ಮಾಡಿದರು.

ಎಲ್ಲವನ್ನು ಶಾಂತವಾಗಿ ಆಲಿಸಿದ ಅವರು. ಸ್ವಲ್ಪ ಹೊತ್ತು ಹಳೆ ಒಡಂಬಡಿಕೆಯ ಮೋಸಸ್ ಬೋಧನೆಯ 'ಜ್ಞಾನೋಕ್ತಿಗಳನ್ನು' ಉಪದೇಶಿಸಿದರು. ಅವರ ಒಂದೊಂದು ಮಾತು ನೇರವಾಗಿ ನನ್ನ ಹೃದಯ ತಲುಪಿದಂತೆ ಭಾಸವಾಗುತ್ತಿತ್ತು. ಮೊದಲೆ ಖಡ್ಗ ಮತ್ತು ಬಿಲ್ವಿದ್ಯೆ ಕಲಿಯುವಾಗ ಏಕಾಗ್ರವಾಗಿದ್ದ ಮನಸ್ಸು ಇವರು ಹೇಳಿದೊಡನೆ ಬಾಣದಂತೆ ನನ್ನ ಹೃದಯ ಸೇರುತ್ತಿತ್ತು. ಊಟದ ಸಮಯವಾಗಿದ್ದರಿಂದ ನಮ್ಮ ಹೊಟ್ಟೆ ಚುರುಗೂಡಲಾರಂಭಿಸಿತು. ಅವರು ಇದನ್ನು ಮೊದಲೆ ಮನಗಂಡಿದ್ದರೆಂದು ಕಾಣಿಸುತ್ತದೆ. ನಮಗಾಗಿ

ಊಟದ ವ್ಯವಸ್ಥೆಯನ್ನು ಮಾಡಿದ್ದರು. ಸಾಯಂಕಾಲದವರೆಗೆ ಅಲ್ಲಿಯೇ ಇದ್ದು ನಮ್ಮ ದಾರಿ ಹಿಡಿದಾಗ ದಾರಿಯ ಮಧ್ಯದಲ್ಲಿ,

"ಅವರ ಹೆಸರೇನು?" ಎಂದು ಚಿಕ್ಕಪ್ಪನನ್ನು ಕೇಳಿದೆ.

"ರಬ್ಬಾಯಿ 'ಬುಹೈರಾ' ಎಂದು ಅವರ ಹೆಸರು. ಈ ಭಾಗದ ದೊಡ್ಡ ಜ್ಞಾನಿಗಳು ಬಹಳಷ್ಟು ರಹಸ್ಯ ವಿದ್ಯೆಯನ್ನು ಕಲಿತವರು. ನಾನು ಇಲ್ಲಿಗೆ ಬಂದಾಗಲೊಮ್ಮೆ ಅವರನ್ನು ಭೇಟಿಯಾಗಿ ಹೋಗುತ್ತೇನೆ" ಎಂದಾಗ

"ನಾನು ಕೂಡ ಇಲ್ಲಿಗೆ ಬಂದಾಗಲೊಮ್ಮೆ ಅವರನ್ನು ಭೇಟಿಯಾಗಬಹುದೆ?" ಕೂತುಹಲದಿಂದ ಕೇಳಿದಾಗ,

"ಅಗತ್ಯವಾಗಿ" ಎಂದ ಚಿಕ್ಕಪ್ಪ.

ನಾನು ಅಲ್ಲಿಗೆ ಹೋದಾಗಲೊಮ್ಮೆ ಅವರನ್ನು ಭೇಟಿಯಾಗಿ ಒಂದಷ್ಟು ಧರ್ಮಗ್ರಂಥಗಳ ಕುರಿತು ಚಿಂತನೆ ಮಾಡುತ್ತಿದ್ದೆ. ಅವರು ಹೇಳಿದ್ದು ನನ್ನ ಮನಸ್ಸಿನಲ್ಲಿ ಅಚ್ಚೊತ್ತಿ ನಿಲ್ಲುತಿತ್ತು. ಹೀಗಾಗಿ ಕೆಲ ಧರ್ಮಗ್ರಂಥಗಳು ಈಗಲೂ ನನ್ನ ಸ್ಮೃತಿ ಪಟಲದಲ್ಲಿ ಹಾಗೆ ಇವೆ. ಈ ರಬ್ಬಾಯಿಯನ್ನು ನಾನು ನನ್ನ ಜನ್ಮದಲ್ಲಿಯೇ ಮರೆಯಲು ಸಾಧ್ಯವೆ ಇಲ್ಲ. ತಮ್ಮ ಧರ್ಮದ ಆಚಾರ ವಿಚಾರಗಳ ಕುರಿತು ಅವರು ಸದಾ ಹೇಳುತ್ತಿದ್ದರು. ಜೊತೆಗೆ ನಮ್ಮ ಇಬ್ರಾಹೀಮ್ ಇದನ್ನು ಅವರು ತಮ್ಮ ಭಾಷೆಯಲ್ಲಿ ಅಬ್ರಹಾಂ ಎನ್ನುತ್ತಾರೆ. ಅವರ ಕುರಿತು ಹೇಳುತ್ತಿದ್ದರು. ನಾನು ಅವರಿಂದ ತುಂಬಾ ಪ್ರಭಾವಿತನಾದೆ.

3

ನಮ್ಮ ಎಲ್ಲ ವ್ಯಾಪಾರವನ್ನು ಮುಗಿಸಿಕೊಂಡು ಮತ್ತೆ ಮೊದಲಿನಂತೆ ತಯಾರಾಗಿ ಒಂದು ದಿನ ಬಸ್ರಾದಿಂದ ಮಕ್ಕಾದ ಕಡೆ ಹೊರಟೆವು. ಈ ಬಾರಿ ಉತ್ತರ ದಿಕ್ಕಿನಿಂದ ದಕ್ಷಿಣದ ಕಡೆ ಪ್ರಯಾಣವಿದ್ದುದರಿಂದ ದಾರಿ ಸರಳವಾಗಿರಲಿಲ್ಲ. ಆಗಲೇ ಚಳಿಗಾಲದ ಕೊನೆಗೆ ಬಂದಿದ್ದರಿಂದ ಮೂಡಣದ ದಿಕ್ಕಿನಿಂದ ಗಾಳಿ ಬೀಸಿ ಬೀಸಿ ಹೊಡೆಯಲಾರಂಭಿಸಿತು. ಹೀಗಾಗಿ ಸಾಯಂಕಾಲದ ವೇಳೆಯಲ್ಲಿ ಮರಳು ಹಾರಿ ಕಣ್ಣಿಗೆ ಬೀಳುತ್ತಿತ್ತು. ಬೆಳಗಿನ ವೇಳೆ ಬೇಗ ಎದ್ದು ಹೊರಟರೆ ಬಿಸಿಲು ಏರುವ ಹೊತ್ತಿಗೆ ಬಹಳಷ್ಟು ದೂರ ಕ್ರಮಿಸಲು ಸಾಧ್ಯವಾಗುತ್ತಿತ್ತು. ನಾವು ಉತ್ಸಾಹದಿಂದ ಊರಕಡೆ ಹೊರಟೆವು. ಸುಮಾರು ಆರು ನೂರು ಮೈಲಿ ಯಾವುದೇ ಅಡ್ಡಿ ಆತಂಕಗಳಿಲ್ಲದೆ ಬಂದೆವು. ಮತ್ತೆ ಎಂದಿನಂತೆ ಹೊರಟಾಗ ನಮಗೆ ಅಪಾಯವೊಂದು ಕಾದಿತ್ತು. ರಣ ರಣ ಎನ್ನುವ ಬಿಸಿಲಿನಲ್ಲಿ ಒಂಟೆಗಳು ತೇಕುತ್ತಿದ್ದವು. ನೀರಿನ ಪ್ರಮಾಣವು ನಮ್ಮಲ್ಲಿ

ಕಡಿಮೆ ಇತ್ತು. ಪ್ರಯಾಣದಲ್ಲಿ ನಮಗೆ ನೀರಿನ ಸಮಸ್ಯೆಯೆ ಹೆಚ್ಚಾಗುತ್ತಿತ್ತು. ಮೊದಲೆ ಮರಳುಗಾಡು, ಎಷ್ಟು ನೀರು ಕುಡಿದರು ದಾಹ ನೀಗುತ್ತಿರಲಿಲ್ಲ. ಅಲ್ಲಿ ಇಲ್ಲಿ ಸಿಕ್ಕ ನೀರಿನ ಝರಿಗಳಲ್ಲಿ ನಮ್ಮ ಬಳಿ ಇದ್ದ ಪಾತ್ರೆಗಳಲ್ಲಿ ತುಂಬಿಸಿಕೊಂಡು ಹೋಗುತ್ತಿದ್ದೆವು. ಬೆಂಕಿಯನ್ನು ಉಗುಳುವ ಸೂರ್ಯನನ್ನು ನೋಡಿ

"ಇವನಿಗೆ ನಮ್ಮ ಮೇಲೆ ಕರುಣೆಯೆ ಇಲ್ಲ" ಎಂದು ನಮ್ಮವರು ಬಾಯಿಗೆ ಬಂದಂತೆ ತಮಾಷೆಯಾಗಿ ಬೈಯ್ಯುತ್ತಿದ್ದರು.

ಜನರ ಕಷ್ಟ ಬವಣೆಯನ್ನು ನೋಡಿ ನನಗೆ ಒಂದೊಂದು ಬಾರಿ ಅನಾಥ ಪ್ರಜ್ಞೆ ಕಾಡುತ್ತಿತ್ತು. 'ಗೇಣು ಹೊಟ್ಟೆಗಾಗಿ, ತುಂಡು ಬಟ್ಟೆಗಾಗಿ ನಾವು ಇಷ್ಟೆಲ್ಲಾ ಕಷ್ಟ ಪಡಬೇಕಾ?' ಎಂದು ನನ್ನಲ್ಲಿ ನಾನೇ ಕೇಳಿಕೊಳ್ಳುತ್ತಿದ್ದೆ. ಹಲವಾರು ಉತ್ತರಗಳು ನನ್ನ ಮನದಲ್ಲಿ ಬಂದು ಹೋಗುತ್ತಿತ್ತು. ಎಲ್ಲರ ಹೊಟ್ಟೆಯು ಚುರುಗುಡಲಾರಂಭಿಸಿತು. ಎಲ್ಲಿಯಾದರು ಒಂದೇಡೆ ನಿಂತು ಅಡುಗೆ ಮಾಡಿಕೊಂಡು ಊಟ ಮಾಡೋಣ ಎಂದರು. ಇನ್ನೊಂದಿಷ್ಟು ದಾರಿ ಕ್ರಮಿಸಿದರೆ ಒಂದು ಸಣ್ಣ ಕೆರೆ ಇದೆ. ಅಲ್ಲಿ ಉಳಿಯೋಣ ಎಂದು ಚಿಕ್ಕಪ್ಪ ಸಲಹೆ ನೀಡಿದ. ಮನಸ್ಸಿಲ್ಲದ ಮನಸ್ಸಿನಿಂದ ಹೊರಟೆವು.

ಒಂದೆರಡು ಬೆಟ್ಟಗಳು ಕಣ್ಣಿಗೆ ಬಿದ್ದವು. ನಾವು ಸದಾ ಮುಂದೆ ಇರುತ್ತಿದ್ದೆವು. ಇಂತವುಗಳು ಕಣ್ಣಿಗೆ ಬಿದ್ದೊಡನೆ ಚಿಕ್ಕಪ್ಪ ಜಾಗೃತಿ ವಹಿಸಿ ತನ್ನ ಸೊಂಟಕ್ಕೆ ಸಿಕ್ಕಿಸಿಕೊಂಡಿದ್ದ ಉದ್ದನೆಯ ಕೊಳವೆಯ ಸಹಾಯದಿಂದ ದೂರವನ್ನು ಗಮನಿಸುತ್ತಿದ್ದ. ಅವನಿಗೆ ಏನೂ ಅನುಮಾನ ಬರದಿದ್ದರೆ ಹಿಂದೆ ಬರುವ ಎಲ್ಲರಿಗು ಕೈ ಸನ್ನೆ ಮಾಡಿದೊಡನೆ ಹಿಂದೆ ಹಿಂದೆ ಬರುತ್ತಿದ್ದರು.

ಆ ಎರಡು ಬೆಟ್ಟಗಳ ನಡುವೆ ನಮ್ಮ ದಾರಿ ಇದ್ದಿದ್ದರಿಂದ ನಾವು ಇನ್ನಷ್ಟು ಹತ್ತಿರ ಬಂದೊಡನೆ ಒಂಟೆಗಳು ಬೆದರಲಾರಂಭಿಸಿದವು. ವಿಚಿತ್ರವಾದ ಧ್ವನಿಯ ಮೂಲಕ ಕೂಗಿದವು. ಸಂವೇದನಾಶೀಲನಾಗಿದ್ದ ಚಿಕ್ಕಪ್ಪ ಅಷ್ಟರೊಳಗೆ ಜಾಗೃತನಾಗಿ ತನ್ನ ಕೈಯಲ್ಲಿದ್ದ ಕೊಳವೆಯಿಂದ ಸುತ್ತಲು ಗಮನಿಸಿದ ಅನತಿ ದೂರದಲ್ಲಿ ಸುಮಾರು ಇಪ್ಪತ್ತು ಜನರಿರುವುದು ಕಣ್ಣಿಗೆ ಬಿತ್ತು. ನಾಲಿಗೆ ಹೊರಗೆ ತೆಗೆದು ತುಟಿಗಳನ್ನು ಸವರಿ ಹಿಂದಿನವರಿಗೆ ಕೈ ಸನ್ನೆ ಮಾಡಿದ. ಅವರು ಜಾಗೃತರಾದರು.

ಆ ಇಪ್ಪತ್ತು ಜನರ ಹಿಂದೆ ಸುಮಾರು ಇನ್ನೂರು ಜನರಿದ್ದರು. ಮೇಕೆಗಳಂತೆ ನಮ್ಮ ಕಡೆ ಬರಲಾರಂಭಿಸಿದರು. ಅವರಿಗು ನಮಗು ಸುಮಾರು ಐದನೂರು ಹೆಜ್ಜೆ ಅಂತರವಿತ್ತು. ಮುಂದೆ ಬರುತ್ತಿದ್ದವರ ಕೈಗಳಲ್ಲಿ ಯಾವುದೆ ಆಯುಧಗಳು ಇರಲಿಲ್ಲವಾದ್ದರಿಂದ ಅವರೇನು ದರೋಡೆಕೋರರು ಅಲ್ಲ ಎಂಬ ಭಾವನೆ ಚಿಕ್ಕಪ್ಪನ ಮನದಲ್ಲಿ ಮೂಡಿತು. ಬಹುಶಃ ಯಾವುದೋ ಅಲೆಮಾರಿ ಜನರಿರಬೇಕು. ಊರು ಬಿಟ್ಟು ಬೇರೆ ಊರಿಗೆ ಹೊರಟಿರಬೇಕು

ಎಂದುಕೊಂಡೆವು. ಇನ್ನು ಸ್ವಲ್ಪ ಹತ್ತಿರ ಬಂದೊಡನೆ ನಾನು ಚಿಕ್ಕಪ್ಪನ ಕಿವಿಯಲ್ಲಿ ಪಿಸುಗುಟ್ಟಿದೆ.

"ಹಿಂದೆ ಬರುವವರನ್ನು ಗಮನಿಸು" ಎಂದೆ. ಏಕೆಂದರೆ ಅವರು ತಮ್ಮ ಒಂದು ಕೈಯನ್ನು ಹಿಂದೆ ಕಟ್ಟಿದ್ದರು. ಅನುಮಾನ ಬರಲು ಇಷ್ಟು ಸಾಕಿತ್ತು. ಮತ್ತೆ ಚಿಕ್ಕಪ್ಪ ಆ ಕೊಳವೆಯಿಂದ ಅವರ ಮುಖವನ್ನು ಗಮನಿಸಿದ. ಹಸಿವು, ದಾಹ ಎದ್ದು ಕಾಣುತ್ತಿತ್ತು. ಕ್ರೌರ್ಯ ಅವರ ಮುಖದಲ್ಲಿ ಹೆಪ್ಪುಗಟ್ಟಿತ್ತು! ಅನುಮಾನವೇ ಬೇಡ, ಅವರು ದರೋಡೆಕೋರರು ಎಂದು ತಿಳಿದು ಹೋಯಿತು.

ಅವರು ಈಗ ಇನ್ನೂರು ಹೆಜ್ಜೆ ಹತ್ತಿರವಿದ್ದರು.

ಚಿಕ್ಕಪ್ಪ ಸಿಳ್ಳೆ ಹೊಡೆದು ಕೈ ಸನ್ನೆ ಮಾಡಿ ಹಿಂದಿನವರೆಲ್ಲರಿಗು ಸೂಚನೆ ಕೊಟ್ಟ. ನಮ್ಮ ಮುನ್ನೂರು ಸೈನಿಕರು ರಕ್ಷಣಾ ಕವಚವನ್ನು ಧರಿಸಿದ್ದರಿಂದ ಲಗುಬಗನೆ ಮುಂದೆ ಬಂದರು. ಬಿಲ್ವಿದ್ಯೆ ಪ್ರವೀಣರು ಆಗಲೆ ತಮ್ಮ ಬತ್ತಳಿಕೆಯಿಂದ ಬಾಣವನ್ನು ತೆಗೆದುಕೊಂಡು ಗುರಿ ಹಿಡಿದೆ ಬಿಟ್ಟರು. ಮಿಂಚಿನಂತೆ ಬದಲಾದ ಈ ಪರಿವರ್ತನೆಯನ್ನು ನೋಡಿ ದರೋಡೆಕೋರರು ನಮ್ಮನ್ನು ನೋಡಿ ಬೆರಗಾದರೇನೋ... ಹಿಂದೆ ಕಟ್ಟಿದ್ದ ಕೈಯನ್ನು ಮುಂದೆ ತಂದರು. ಅವರ ಕೈಯಲ್ಲಿದ್ದ ಖಡ್ಗಗಳು ಹೊಳೆಯಲಾರಂಭಿಸಿದವು. ನಮಗೂ ಇಷ್ಟೆ ಬೇಕಿತ್ತು.

ಪುಂಖಾನುಪುಂಖವಾಗಿ ಬಾಣದ ಮಳೆಗರೆದರು. ಹತ್ತಿರ ಬರುವಾಗ ವಿಚಿತ್ರವಾಗಿ ಕೇಕೆ ಹೊಡೆದರು. ನಮ್ಮ ಒಂಟೆಗಳು ಬೆದರಿದವು. ದಿಕ್ಕಾಪಾಲಾಗಲು ಅವರು ಈ ರೀತಿ ಮಾಡುತ್ತಿದ್ದಾರೆಂದು ಅರಿತ ನಾವು ಒಂಟೆಗಳ ಮೂಗು ದಾರವನ್ನು ಜಗ್ಗಿ ಹಿಡಿದೆವು. ಇನ್ನಷ್ಟು ಹತ್ತಿರ ಬಂದೊಡನೆ ಅವರ ಅರ್ಧ ಭಾಗದಷ್ಟು ಜನರನ್ನು ಆಗಲೇ ನಮ್ಮ ಬಿಲ್ವಿದ್ಯೆ ಪ್ರವೀಣರು ಹೊಡೆದು ಉರುಳಿಸಿದ್ದರು. ನಮ್ಮ ಸೈನಿಕರು ಮುಂದೆ ನುಗ್ಗಿದರು. ಒಂಟೆಯ ಮೇಲೆ ಕುಳಿತಿದ್ದ ನಾನು ಹೋಗಲು ಮುಂದಾದೆ ಚಿಕ್ಕಪ್ಪ ತಡೆದ. ಹಟ ಮಾಡಿದೆ.

"ಬೇಡ ಮಗು ನಿನ್ನನ್ನು ಸುರಕ್ಷಿತವಾಗಿ ಕರೆದುಕೊಂಡು ಬರುತ್ತೇನೆ ಎಂದು ನಿನ್ನ ಚಿಕ್ಕಮ್ಮನಿಗೆ ಮಾತು ಕೊಟ್ಟಿದ್ದೇನೆ" ಎಂದು ನನ್ನ ಕೈಯನ್ನು ಕಟ್ಟಿ ಹಾಕಿದರು.

ಒಬ್ಬ ದರೋಡೆಕೋರನು ನಮ್ಮ ಬಳಿ ಬರದಂತೆ ಆಗಲೇ ನಮ್ಮ ಸೈನಿಕರು ಅವರನ್ನು ಘಾಸಿಗೊಳಿಸಿದ್ದರು. ಅಳಿದುಳಿದವರು ಕಾಲಿಗೆ ಬುದ್ಧಿ ಹೇಳಿ ದಿಕ್ಕಾಪಾಲಾದರು. ನಮ್ಮವರಲ್ಲಿ ಕೆಲವರಿಗೆ ಮಾತ್ರ ಸಣ್ಣ ಪುಟ್ಟ ಗಾಯಗಳಾದವು. ಬಿಸಿಲು ಇನ್ನು ಹೆಚ್ಚಾಯಿತು. ಗಾಯಾಳುಗಳನ್ನು ಒಂಟೆಯ ಮೇಲೆ ಹಾಕಿಕೊಂಡು ಮುಂದೆ ಬಂದಾಗ ಸ್ವಲ್ಪ ನೀರಿದ್ದ ಕೆರೆಯ ಬಳಿ ವಿಶ್ರಾಂತಿಗಾಗಿ ಇಳಿದೆವು.

ಗಾಯಾಳುಗಳಿಗೆ ನಮ್ಮ ವೈದ್ಯರು ಗಿಡಮೂಲಿಕೆಗಳನ್ನು ಹಚ್ಚಿದರು. ಅವರ ಗಾಯ ವಾಸಿಯಾಗಲು ಒಂದೆರಡು ದಿನದ ವಿಶ್ರಾಂತಿ ಬೇಕಿದ್ದರಿಂದ ನಾವು ಎರಡು ದಿನ ಅಲ್ಲಿಯೇ ಉಳಿದೆವು. ಎಂದಿನಂತೆ ಆಹಾರ ತಯಾರುಮಾಡಿಕೊಂಡು ತಿಂದು ಮಲಗಿದೆವು.

ಆ ಸ್ಥಳ 'ಹುಜಫಾ'ದಿಂದ ಇಪ್ಪತ್ತಮೂರು ಮೈಲಿ ದೂರದಲ್ಲಿರುವ 'ಅಬ್ವಾ' ಎಂಬ ಹಳ್ಳಿಯ ಸಮೀಪವಿತ್ತು.

4

ಎಂದಿನಂತೆ ಬೆಳಗಿನ ಜಾವ ಸೂರ್ಯೋದಯವಾಗುವುದಕ್ಕಿಂತ ಮುಂಚೆ ಎದ್ದೆ. ಆದರೆ, ಅಂಗ ಸಾಧನೆ ಮಾಡಲು ನನಗೆ ಮನಸ್ಸು ಬರಲಿಲ್ಲ, ನಿನ್ನೆ ನಡೆದಿದ್ದ ಯುದ್ಧ ನನ್ನ ಮನಸ್ಸಿನಲ್ಲಿ ಕೆಟ್ಟ ಪರಿಣಾಮ ಬೀರಿತ್ತು. ನಾನು ಯಾವತ್ತು ಯುದ್ಧವನ್ನು ಬಯಸುವವನಲ್ಲ, ಯುದ್ಧದಿಂದ ಅದೆಷ್ಟು, ಸಾವು ನೋವು, ದೈಹಿಕ ನ್ಯೂನ್ಯತೆ, ಅಂಗವೈಕಲ್ಯತೆ ಉಂಟಾಗಿ ಅವರ ಜೀವನವೇ ಹಾಳಾಗಿ ಹೋಗುತ್ತಿತ್ತು. ಇದರ ಹೊರತಾಗಿ ಶಾಂತಿಯಿಂದ ಬದುಕಿದರೆ ಎಷ್ಟು ಚನ್ನ, ಎಂದು ಯಾವಾಗಲೂ ಅನಿಸುತ್ತಿತ್ತು. ಇದರ ಕುರಿತೆ ಯೋಚನೆ ಮಾಡುತ್ತಾ ಕೆರೆಯಲ್ಲಿ ಸ್ನಾನ ಮಾಡಿದಾಗ ನನಗೆ ಏನೇನೋ ನೆನಪು ಬರಲಾರಂಭಿಸಿತು. ನಾನು ಬಾಲ್ಯದಲ್ಲಿದ್ದಾಗ ಈ ಸ್ಥಳಕ್ಕೆ ಬಂದಿದ್ದೆನೇನೋ ಎಂದು ಅನಿಸಲಾರಂಭಿಸಿತು. ಸುತ್ತಮುತ್ತ ನಾಲ್ಕಾರು ಬೆಟ್ಟಗಳು ಸಣ್ಣಪುಟ್ಟ ಕಲ್ಲುಗಳಿಂದ ತುಂಬಿದ್ದವು. ಅಲ್ಲಲ್ಲಿ ಕುರುಚಲು ಹುಲ್ಲುಗಳಲ್ಲಿ ನಮ್ಮ ಒಂಟೆ ಕುದುರೆಗಳು ಮೇಯುತ್ತಿದ್ದವು. ಗಿಡ ಮರಗಳ ಸಂಖ್ಯೆ ತುಂಬಾ ವಿರಳವಾಗಿತ್ತು. ಈ ಹಿಂದೆ ನಾನು ಯಾರೊಂದಿಗೋ ಬಂದು ಹೋಗಿದ್ದೇನೆಂಬ ಮಸುಕು ಮಸುಕಾದ ನೆನಪು ಬಂದಿತಾದರು ಸ್ಪಷ್ಟವಾಗಿ ಗೋಚರಿಸಲಿಲ್ಲ.

"ಮಗು ನನ್ನೊಂದಿಗೆ ಬಾ" ಎಂದು ಚಿಕ್ಕಪ್ಪ ನನ್ನ ಕೈ ಹಿಡಿದುಕೊಂಡು ಹೊರಟ. ಎಲ್ಲಿಗೆ ಎಂದು ನಾನು ಕೇಳಲಿಲ್ಲ. ಅವನು ಅದಾಗಲೇ ಎದ್ದು ಸ್ನಾನ ಮಾಡಿ ತೆಳು ಬಿಳಿ ಬಟ್ಟೆ ಹಾಕಿಕೊಂಡಿದ್ದ, ಸೊಂಟದ ಬಲಬದಿಗೆ ಖಡ್ಗವಂತು ಇದ್ದೇ ಇತ್ತು.

ನಾನು ಸೊಂಟದ ಕೆಳಗೆ ಮಾತ್ರ ಬಿಳಿ ವಸ್ತ್ರವನ್ನು ಸುತ್ತಿಕೊಂಡು ಬರಿಮೈಯಲ್ಲಿದ್ದೆ. ಕೆಳಗೆ ಇಟ್ಟಿದ್ದ ಅಂಗಿಯನ್ನು ಎತ್ತಿಕೊಂಡು ಹೊರಟೆ. ಸೂರ್ಯ ಹೊಳೆಯುತ್ತಾ ಮೇಲೆ ಬರಲಾರಂಭಿಸಿದ. ಮಂಜು ಕರಗಿ ಬಿಸಿಲು ಏರಲಾರಂಭಿಸಿತು. ಹೊಡೆದಾಟದಲ್ಲಿ ಗಾಯಗೊಂಡವರು ಇನ್ನು ನಿದ್ದೆ ಮಾಡುತ್ತಿದ್ದರು. ನಾವಿಬ್ಬರು ಒಂದು ಬೆಟ್ಟದ ಕಡೆ ಹೊರಟೆವು.

ನಡೆದು ನಡೆದು ಅರ್ಧ ಬೆಟ್ಟ ಹತ್ತಿ ಬಂದೆವು. ಅಲ್ಲೊಂದಿಷ್ಟು ಕಲ್ಲುಗಳನ್ನು ಗುಡ್ಡೆಹಾಕಿ ಸಣ್ಣ ಮನೆಯಂತೆ ಮಾಡಿದ್ದರು. ಅದರ ಮೇಲೆ ಸೂರೇನು ಇರಲಿಲ್ಲ. ಅದರ ಒಳಗೆ ಹೋದೆವು. ಒಂದು ಸಣ್ಣ ಕಲ್ಲು ಚಪ್ಪಡಿಯಂತೆ ಇತ್ತು. ಅದು ಸಣ್ಣ ಪುಟ್ಟ ಕಲ್ಲುಗಳಿಂದ ಯಾರನ್ನೊ ದಫನ್ ಮಾಡಿದ ಸ್ಥಳದಂತೆ ಇತ್ತು. ಅದರ ಮುಂದೆ ನಾಲ್ಕು ಜನರು ಕುಳಿತುಕೊಳ್ಳಬಹುದಾದ ಸ್ಥಳವಿದ್ದುದ್ದರಿಂದ ಚಿಕ್ಕಪ್ಪ ಅದರ ಮುಂದೆ ಮಂಡಿಯೂರಿ ಕುಳಿತು.

ತನ್ನ ಪಕ್ಕದಲ್ಲಿ ಬಂದು ಕುಳಿತುಕೋ ಎಂದು ಸನ್ನೆ ಮಾಡಿದ. ಅವನ ಅಣತಿಯಂತೆ ನಾನು ಮಂಡಿಯನ್ನು ಮುಂದೆ ಚಾಚಿ ಪಾದಗಳ ಮೇಲೆ ಭಾರಹಾಕಿ ಕುಳಿತೆ. ಚಿಕ್ಕಪ್ಪ ತನ್ನೆರಡು ಕೈ ಜೋಡಿಸಿ ಭಾವುಕರಾದರು. ಅವರ ಮುಖದಲ್ಲಿ ಮೌನ ಹೆಪ್ಪುಗಟ್ಟಿತ್ತು. ಇಬ್ಬರು ಮೌನವಾಗಿಯೇ ಇದ್ದೆವು. ಕೆಲ ನಿಮಿಷಗಳವರೆಗೆ ಮೌನವೆ ನಮ್ಮಿಬ್ಬರ ಮಧ್ಯೆ ರಾಜ್ಯವಾಳಿತು.

"ಚಿಕ್ಕಪ್ಪ... ಇಲ್ಲಿ ಯಾರನ್ನು ದಫನ್ ಮಾಡಿದ್ದಾರೆಂದು ನನಗೆ ಹೇಳಲೆ ಇಲ್ಲವಲ್ಲ?" ಕುತೂಹಲ ತಡೆಯಲಾರದೆ ಕೇಳಿದೆ. ಅವರ ಕಣ್ಣಂಚಲ್ಲಿ ನೀರಿತ್ತು. ನನ್ನೆಡೆಗೆ ಮತ್ತಷ್ಟು ಭಾವುಕರಾಗಿ ನೋಡಿ, ದೀನ ಸ್ವರದಲ್ಲಿ,

"ಇಲ್ಲಿ ನನ್ನ ಅತ್ತಿಗೆಯನ್ನು ದಫನ್ ಮಾಡಿದ್ದಾರೆ. ಅಂದರೆ, ನಿನ್ನ ಹೆತ್ತ ತಾಯಿ ಅಮಿನಾಳನ್ನು?"

ನನ್ನ ಅನುಮಾನ ನಿಜವಾಯಿತು.

ಹೌದು! ಅಮ್ಮ ತೀರಿಕೊಂಡಾಗ ನಾನು ಅವಳೊಂದಿಗೆ ಇದ್ದೆ. ಆವಾಗ ನನ್ನೊಂದಿಗೆ 'ಉಮ್ಮು ಐಮನ್' ಎಂಬ ಮಹಿಳೆಯು ಇದ್ದಳು.ನನಗಾಗ ಆರೋ ಏಳೋ ವರ್ಷ ಇರಬೇಕು.

ಅಮ್ಮ ಇಲ್ಲೆ ಮಲಗಿದ್ದಳು.

ಏಕೆ ಮಲಗಿದ್ದಾಳೆ ಎಂದರೇ... ಏನೇನೋ ಕಾರಣ ಹೇಳಿ ಕರೆದುಕೊಂಡು ಹೋದರು. ಅಂದಿನಿಂದ 'ಅಮ್ಮ ಅಮ್ಮ' ಎಂದು ಕನವರಿಸಿದೆ. ಅತ್ತೆನಾದರು ಯಾರಿಗು ನನ್ನ ಮೇಲೆ ಕರುಣೆಯೆ ಬರಲಿಲ್ಲ. ನನಗೆ ತಿಳುವಳಿಕೆ ಬಂದ ಮೇಲೆಯೇ ಗೊತ್ತಾಗಿದ್ದು ಅಮ್ಮ ಸತ್ತಿದ್ದಾಳೆ ಎಂದು.

ನನಗೆ ಹೃದಯ ಭಾರವಾದಂತಾಗಿ ಕಂಗಳು ತುಂಬಿ ಬಂದವು. ಕಣ್ಣೀರು ನನಗರಿವಿಲ್ಲದೆಯೇ ಧರೆಗುರುಳಿದ್ದವು. ಹಣೆಯನ್ನು ನೆಲಕ್ಕೆ ಹಚ್ಚಿ ಬಿಕ್ಕಿ ಬಿಕ್ಕಿ ಅತ್ತೆ. ಚಿಕ್ಕಪ್ಪ ಸಮಾಧಾನ ಮಾಡಿದ. ಅರೆ ಘಳಿಗೆ ಬಿಟ್ಟು,

"ಬಾ ಮಗು ಇನ್ನು ಹೋಗೋಣ ಬಿಸಿಲು ನೆತ್ತಿ ಸುಡುತ್ತಿದೆ" ಎಂದ.

"ನೀವು ಹೋಗಿ ಚಿಕ್ಕಪ್ಪ ನಾನು ಒಂದೆರಡು ಘಳಿಗೆ ಬಿಟ್ಟು ಬರುತ್ತೇನೆ" ಎಂದೆ. ಅವರು ನನ್ನ ಮನಸ್ಥಿತಿಯನ್ನು ಅರ್ಥಮಾಡಿಕೊಂಡರೋ ಏನೋ...

ಮುಂದೆ ಏನು ಮಾತನಾಡದೆ ತಮ್ಮ ಸೊಂಟಕ್ಕೆ ಕಟ್ಟಿಕೊಂಡಿದ್ದ ಖಡ್ಗವನ್ನು ತೆಗೆದು ನನ್ನ ಮುಂದೆ ಇಟ್ಟು ಹೋದರು.

ನನಗೆ ಅಮ್ಮನ ನೆನಪು ಒತ್ತೊತ್ತಿ ಬರಲಾರಂಭಿಸಿತು. ಅವಳ ಮುಖ, ಆಡಿದ ಮಾತುಗಳು,ಹೇಳಿದ ಕಥೆಗಳು, ಆದರ್ಶ ಜೀವನದ ಉಪದೇಶಗಳು ಒಂದೊಂದೆ ಸಮುದ್ರದ ಅಲೆಗಳಂತೆ ಬರಲಾರಂಭಿಸಿದವು. ನನಗೆ ಅಷ್ಟಾಗಿ ನೆನಪಿಲ್ಲದಿದ್ದರು, ಕೆಲವುಗಳು ಮಾತ್ರ ಮನದಲ್ಲಿ ಅಚ್ಚೊತ್ತಿದಂತಿವೆ. ಅಷ್ಟು ಬೇಗ ಮರೆಯುವ ಮುಖವಲ್ಲ ಅದು. ನಾನು ಪ್ರತಿ ಬಾರಿ ಸಿರಿಯಾದ ಕಡೆ ಹೋಗುತ್ತಿರುವಾಗ ಇಲ್ಲಿಗೆ ಭೇಟಿಕೊಟ್ಟು ಒಂದಷ್ಟು ಘಳಿಗೆ ಕುಳಿತು

"ಅಮ್ಮಾ ನನ್ನನ್ನು ರಕ್ಷಿಸು" ಎಂದು ಪ್ರಾರ್ಥಿಸುತ್ತಿದ್ದೆ. ಅವಳ ಆಶೀರ್ವಾದದಿಂದ ಪ್ರಯಾಣದಲ್ಲಿ ನನಗೆ ಏನು ತೊಂದರೆ ಆಗುತ್ತಿರಲಿಲ್ಲ.

ಅಧ್ಯಾಯ: ಒಂಬತ್ತು

1

ನಿಮ್ಮ ಸರಕು ತೆಗೆದುಕೊಂಡು ಹೋಗುವಾಗ ನಿಮ್ಮಣ್ಣ ವರಕ್ಕಾ ಹೋಗುವ ಮುನ್ನವೇ ನನ್ನ ಹತ್ತಿರ ಕೆಲವು ದಿರ?ಹಮಗಳನ್ನು ಕೊಡುತ್ತಾ...

"ಇವುಗಳನ್ನು ಬೇಕಾಬಿಟ್ಟಿ ಬಳಸಬೇಡಿ. ಖರ್ಚಿನ ವಿಷಯದಲ್ಲಿ ಜಾಗೃತಿ ಇರಲಿ." ಎಂದಿದ್ದರು. ನಾನು ಎಲ್ಲವನ್ನು ಹಿಡಿತದಿಂದಲೇ ಬಳಸುತ್ತಿದ್ದೆ.

ನಾವು ಪ್ರಯಾಣ ಮಾಡುತ್ತಾ ಮಾಡುತ್ತಾ ನಮ್ಮ ತಾಯಿ ಇದ್ದ ಸ್ಥಳದೆಡೆಗೆ ಬಂದೆವು. ಅದು ಮಕ್ಕಾದಿಂದ ಸುಮಾರು ಇನ್ನೂರು ಮೈಲಿ ದೂರವಿದೆ. ಅಲ್ಲಿಗೆ ತಲುಪಿದಾಗ ಕತ್ತಲಾಗಿತ್ತು. ಅಂದು ಅಮವಾಸ್ಯೆ ಕಳೆದು ನಾಲ್ಕೈದು ದಿನವಾಗಿದ್ದರಿಂದ ಚಂದ್ರ ಮೇಲೆ ಬರುವುದು ತಡವಾಗುತ್ತಿತ್ತು. ಅವನ ಬೆಳಕಿಲ್ಲದೆ ನಮ್ಮ ಪ್ರಯಾಣ ಕಷ್ಟವಾಗಿದ್ದರಿಂದ ಬೆಳಗಿನ ಮೂರು ಘಳಿಗೆ ಮುಂಚಿತವಾಗಿ ಹೊರಡುವದಾಗಿ ಎಲ್ಲರು ಒಕ್ಕೊರಲಿಂದ ಘೋಷಿಸಿದರು. ರಾತ್ರಿಯೇ ಬೇಗ ಬೇಗ ಆಹಾರ ಸೇವಿಸಿ ಎಲ್ಲರು ಮಲಗಿದರು. ನನಗೆ ನಿದ್ದೆ ಬರಲಿಲ್ಲ; ಅಮ್ಮನ ನೆನಪು ಬಂತು.

ಒಂದು ಬಾರಿ ಅವಳ ಬಳಿ ಹೋಗಿ ಆಶೀರ್ವಾದ ಪಡೆದು ಬರಬೇಕು ಎಂಬ ಆಲೋಚನೆ ಮಾಡಿ ಖಡ್ಗವನ್ನು ನಡಕ್ಕೆ ಕಟ್ಟಿಕೊಂಡು ಅತ್ತ ಹೊರಟೆ. ಸುತ್ತಲು ಭಯ ಹುಟ್ಟಿಸುವ ಕತ್ತಲಿದ್ದರು ನನಗೇನು ಹೆದರಿಕೆ ಅನಿಸಲಿಲ್ಲ. ಭಯ ಎನ್ನುವುದು ನನ್ನ ರಕ್ತದಲ್ಲಿಯೇ ಇಲ್ಲದ್ದರಿಂದ ಆ ಬೆಟ್ಟದೆಡೆಗೆ ಹೊರಟೆ. ಕತ್ತಲಿದ್ದರು ಆಕಾಶದಲ್ಲಿರುವ ಸಹಸ್ರ ಸಹಸ್ರ ನಕ್ಷತ್ರಗಳು ಹೊಳೆಯುತ್ತಿದ್ದವು. ಅವುಗಳ ಬೆಳಕಿನಲ್ಲಿಯೇ ನಡೆಯಲಾರಂಭಿಸಿದೆ. ತಂಪು ಗಾಳಿ ನನ್ನ ಮೈ ಮನವನ್ನು ಅಮ್ಮನಿರುವ ಸ್ವರ್ಗಕ್ಕೆ ಕರೆದುಕೊಂಡು ಹೋದಂತೆ ಭಾಸವಾಗುತ್ತಿತ್ತು.

ಅರ್ಧ ಬೆಟ್ಟ ಹತ್ತಿ ಅಮ್ಮನನ್ನು ದಫನ್ ಮಾಡಿದ ಸ್ಥಳ ಇನ್ನು ಇಪ್ಪತ್ತು ಹೆಜ್ಜೆ ಅಂತರವಿರುವಂತೆ ತಟಸ್ಥನಾಗಿ ಬಂಡೆಯಂತೆ ನಿಂತು ಬಿಟ್ಟೆ. ಕೈ ಕಾಲುಗಳು ಒಂದು ಕ್ಷಣ ತಣ್ಣಗಾದವು. ನನ್ನ ಕಣ್ಣುಗಳನ್ನೆ ನಾನು ನಂಬದೆ ಹೋದೆ. ಒಂದು ಮನುಷ್ಯಾಕೃತಿ ಅಮ್ಮನ ಗೋರಿಯ ಮುಂದೆ ಕುಳಿತಿತ್ತು. ಅದರ ಬೆನ್ನು ಮಾತ್ರ ನನಗೆ ಕಾಣಿಸುತ್ತಿದ್ದುದರಿಂದ ನನ್ನ ಉಸಿರು ಅರೆ ಘಳಿಗೆ ನಿಂತು ನಿಧಾನಕ್ಕೆ ತಿರುಗಿತು. ಎದೆ ಒಂದು ಕ್ಷಣ ಕಂಪಿಸಿತಾದರು ಮನಸ್ಸು ಗಟ್ಟಿಯಾಗಿಯೇ ಇತ್ತು. ಸುತ್ತಲು ಗೌವ್ ಎನ್ನುವ ಕಗ್ಗತ್ತಲು, ಬಂಡೆಗಳ ಮರೆಯಲ್ಲಿ ವಿಚಿತ್ರವಾಗಿ ಧ್ವನಿ ಮಾಡುವ ಹುಳ ಹುಪ್ಪಡಿಗಳು. ನನ್ನ ಬಲಗೈ ನನಗರಿವಿಲ್ಲದೆ ಖಡ್ಗದ ಮೇಲೆ ಬಂತು ಆದರೆ, ಹೊರಗೆ ತೆಗೆಯಲಿಲ್ಲ. ಆಗಲೇ ಮಧ್ಯ ರಾತ್ರಿ ಆಗಿದ್ದರಿಂದ ಇಷ್ಟೊತ್ತಲ್ಲಿ ಯಾರಿರಬಹುದು ಎಂಬ ಶಂಕೆಯಿಂದ ಮೆಲ್ಲನೇ ಒಂದೊಂದೆ ಹೆಜ್ಜೆ ಇಡುತ್ತಾ ಅತ್ತ ಹೋಗಲಾರಂಭಿಸಿದೆ.

ಮನದಲ್ಲಿ ನಾನು ಊಟ ಮಾಡದೆ ಇರುವಾಗ ಅಮ್ಮ ಹೇಳುತ್ತಿದ್ದ ಸೈತಾನನ ಕಥೆಗಳು ನೆನಪಿಗೆ ಬರಲಾರಂಭಿಸಿದವು. ಬಾಯಿ ಒಣಗಿತು, ನಾಲಿಗೆಯನ್ನು ಹೊರಗೆ ತೆಗೆದು ತುಟಿಗಳನ್ನು ಸವರಿಕೊಂಡೆ. ತಿರುಗಿ ಹೋಗಿ ಬಿಡಲಾ ಎಂಬ ಯೋಚನೆಯೂ ಬಂತು. ಆದರೆ, ಮುಂದಿಟ್ಟ ಹೆಜ್ಜೆ ಹಿಂದೆ ಇಡುವ ಜಾಯಿಮಾನವಲ್ಲ ನನ್ನದು ಎಂದು ತಿಳಿದು ಮತ್ತೆ ಒಂದೊಂದೆ ಹೆಜ್ಜೆ ಮುಂದೆ ಇಟ್ಟೆ. ಎದೆ ಬಡಿತ ಹೆಚ್ಚಾಯಿತು, ಉಸಿರಾಟವಂತು ನಿಂತೆ ಹೋದಂತೆ ಭಾಸವಾಗುತ್ತಿತ್ತು, ಬೇಟೆಯಾಡುವ ಪ್ರಾಣಿಯಂತೆ ನಿಧಾನವಾಗಿ ಹೆಜ್ಜೆ ಇಡುತ್ತಾ ಹೋದೆ. ಈಗ ಹತ್ತು ಹೆಜ್ಜೆ ಅಂತರವಾಯಿತು. ಹಣೆಯಲ್ಲಿ ಒಂದಷ್ಟು ಬೆವರ ಹನಿಗಳು ಕಾಣಿಸಿಕೊಂಡವು. ಖಡ್ಗವನ್ನು ತೆಗೆದೇ ಮುಂದಡಿಯಿಡುವುದು ಒಳಿತೆಂದು ಬುದ್ಧಿಯು ತನ್ನ ರಹಸ್ಯ ವಿದ್ಯೆಯನ್ನು ಹೇಳಿದೊಡನೆ ಖಡ್ಗವನ್ನು ಹೊರಗೆ ತೆಗೆಯುವ ಪ್ರಯತ್ನದಲ್ಲಿರುವಾಗ,

"ಮುಹಮ್ಮದ್ ಅಷ್ಟೊಂದು ಕಷ್ಟ ಪಡುವ ಅಗತ್ಯವಿಲ್ಲ" ಎಂದು ಗಂಡು ಧ್ವನಿ ಹೇಳಿತು. ನನಗೆ ಅಚ್ಚರಿಯೊಂದಿಗೆ ಕುತೂಹಲವಾಯಿತು. ಮಧ್ಯ ವಯಸ್ಸಿನವನ ಧ್ವನಿಯೆಂದು ಮಾತಿನ ಏರಿಳಿತದಿಂದಲೇ ತಿಳಿದುಕೊಂಡೆ. ಉಟ್ಟ ನೀಲಿ ಮಿಶ್ರಿತ ಬಿಳಿ ಬಟ್ಟೆ ಅಲ್ಪಸ್ವಲ್ಪ ಬೆಳಕಿನಲ್ಲಿ ಹೊಳೆಯುತ್ತಿದ್ದವು. ಧೈರ್ಯದಿಂದ ಅವನ ಬಳಿ ಹೋದೆ. ಅವನ ಅಸ್ಪಷ್ಟ ಮುಖ ಕಣ್ಣಿಗೆ ಬಿತ್ತು.

ಅಗಲವಾದ ಹಣೆ, ನೀಳ ಮೂಗಿನ ಕೆಳಗೆ ಬಿಳಿ ಮೀಸೆ, ಬೆಳ್ಳಿ ಗಡ್ಡ ಎದೆಯವರೆಗೂ ವ್ಯಾಪಿಸಿತ್ತು. ತಲೆಯ ಮೇಲೆ ಕೆಂಪು ರುಮಾಲು ಸುತ್ತಿ ಅದರ ಒಂದು ಚುಂಗು ನೆಲಕ್ಕೆ ತಾಗಿತ್ತು.

ಚಕ್ಕಂಬಕ್ಕಳ ಹಾಕಿ ಕುಳಿತಿದ್ದ ಅವರ ಎಡ ಭಾಗದಲ್ಲಿ ಒಂದು ಕೋಲು ಇತ್ತು ನಾನು ಬಲ ಭಾಗದಲ್ಲಿ ನಿಂತೆ.

"ಕೆಳಗೆ ಕುಳಿತುಕೋ... ನಿನ್ನ ತಾಯಿಯನ್ನು ನೋಡಲು ಬಂದೆಯಾ!? ನಾನು ಕೂಡ ತಾಯಿಯ ದರ್ಶನಕ್ಕಾಗಿಯೇ ಬಂದದ್ದು" ಎಂದು ಹೇಳಿದೊಡನೆ ಇವರ?ಯಾರೋ ನಮ್ಮ ಪರಿಚಯದವರೆ ಇರಬೇಕು ಎಂದುಕೊಂಡು

"ನೀವು ಯಾರು!?" ಎಂದೆ.

ಅವರು ದೀರ್ಘವಾಗಿ ಉಸಿರನ್ನು ಎಳೆದುಕೊಂಡು ನಿಧಾನವಾಗಿ ಬಿಟ್ಟು ತಮ್ಮ ಉದ್ದನೆಯ ಗಡ್ಡವನ್ನು ನಯವಾಗಿ ಸವರಿಕೊಂಡು

"ನಾನೊಬ್ಬ ರಹಸ್ಯದರ್ಶಿ" ಎಂದರು.

ರಹಸ್ಯದರ್ಶಿಗಳು ಅಲ್ಲಲ್ಲಿ ಇರುತ್ತಾರೆ ಎಂದು ಕೇಳಿದ್ದೆ. ನೋಡಿದ್ದೆ, ಮಾತನಾಡಿಸಿದ್ದು ಕಡಿಮೆ. ಈಗ ಕಣ್ಣಾರೆ ಕಂಡು ಕೈ ಮುಗಿದೆ. ಅವರು ನನ್ನನ್ನು ತಬ್ಬಿಕೊಂಡು ಅಲೌಕಿಕವಾಗಿ ಏನೇನೋ ಹೇಳಿ.

"ನಿನ್ನನ್ನು ನೋಡಿದ್ದು ನನ್ನ ಪುಣ್ಯ" ಎಂದರು. ಪ್ರತಿಯಾಗಿ ನಾನು ಅದೇ ಮಾತೆ ಹೇಳಿದೆ. ನನಗೆ ಈ ಗೋರಿಗಳ ಮುಂದೆ ಕುಳಿತು ಪಾರ್ಥಿಸುವವರನ್ನು ಕಂಡರೆ ಕನಿಕರ ಉಂಟಾಗುತ್ತದೆ. ಅದು ಮಹಾತ್ಮರದೆ ಆಗಿರಲಿ, ಇನ್ನಾವುದರದೆ ಆಗಿರಲಿ, ಅದರಿಂದ ಯಾವ ಅಲೌಕಿಕ ಶಕ್ತಿಯೂ ಪ್ರಾಪ್ತವಾಗುವದಿಲ್ಲ, ಏನೋ ನಮ್ಮ ಆತ್ಮಸಂತೋಷಕ್ಕಾಗಿ ಹೋಗುವದು. ಅಷ್ಟೆ. ಕೆಲವರು ಈ ಗೋರಿ ಪೂಜೆ ಮಾಡಿದರೇ ಅಲ್ಲಾಹನನ್ನು ಪೂಜಿಸಿದಷ್ಟಕ್ಕೆ ಸಮ ಎನ್ನುತ್ತಾರೆ, ಆದರೆ ಅಲ್ಲಾಹನಿಗೆ ಸರಿಸಮಾನರಾದವರು ಈ ಜಗತ್ತಿನಲ್ಲಿ ಬೇರೆ ಯಾರು ಇಲ್ಲ, ಅವನೇ ಮಹಾನನು. ಅವನನ್ನು ಹೊರತು ಪಡಿಸಿ ಯಾರು ಪ್ರಾರ್ಥನೆಗೆ ಯೋಗ್ಯರಲ್ಲ ಎಂದು ನನಗೆ ಆಗಾಗ ಅನಿಸುತ್ತಿತ್ತಾದರು ನಮ್ಮ ಜನರ ಮೂಢನಂಬಿಕೆ ನನ್ನ ಬಾಲ್ಯದ ಮೇಲೆ ಪರಿಣಾಮ ಬೀರಿದ್ದರಿಂದ ಅಷ್ಟು ಬೇಗ ಜನರ ಮುಂದೆ ಹೇಳಲು ಹಿಂದೇಟು ಹಾಕುತ್ತಿದ್ದೆ. ಬೆಳ್ಳಿ ಚುಕ್ಕಿಯೊಂದು ಪೂರ್ವದಲ್ಲಿ ಉದಯಿಸಿತು. ಒಂಟೆಗಳ ಸದ್ದು ಕೇಳಲಾರಂಭಿಸಿತು. ಸಮಯವಾಗಿದ್ದರಿಂದ ನಾನು ಮರಳಿ ಹೋಗಬೇಕಾಗಿತ್ತು.

ಅವರ ಅಪ್ಪಣೆ ಪಡೆದು ನೀವು ನನ್ನೊಂದಿಗೆ ಬನ್ನಿ ಎಂದೆ. ಮೊದಲು ನಿರಾಕರಿಸಿದರಾದರು ಅವರು ಲೋಕ ಸಂಚಾರಿಯಾಗಿದ್ದರಿಂದ ಎಲ್ಲಿದ್ದರು ಒಂದೆ ಎಂದು ತಿಳಿದು ನನ್ನೊಂದಿಗೆ ಬಂದರು.

2

ಆ ರಹಸ್ಯ ದರ್ಶಿಗಳು ನಮ್ಮೊಂದಿಗೆ ಹೊರಟಿದ್ದು ನನಗೆ ಎಲ್ಲಿಲ್ಲದ ಸಂತೋಷವನ್ನುಂಟು ಮಾಡಿತ್ತು ನಾವಿಬ್ಬರು ಒಂದೆ ಒಂಟೆಯ ಮೇಲೆ ಕುಳಿತು ದಾರಿ ಕ್ರಮಿಸಲಾರಂಭಿಸಿದೆವು. 'ಸರ್ವರೊಳಗಿದ್ದು ಒಂದೊಂದು

ನುಡಿ ಕಲಿತು ಜಾಣನಾಗು' ಎಂದು ಅಮ್ಮ ಹೇಳಿದ್ದ ಮಾತು ಅವರು ತಮ್ಮ ಲೋಕಾನುಭವವನ್ನು ಸೇರಿಸಿ ಅಲ್ಲಾಹನ ಕುರಿತು ಹೇಳುವಾಗ ನೆನಪಿಗೆ ಬರುತ್ತಿತ್ತು.

ಅವರ ಅನುಭವದ ಜ್ಞಾನ ನನ್ನನ್ನು ಮೂಕನನ್ನಾಗಿ ಮಾಡುತ್ತಿತ್ತು. ಆಗಲೇ ನಾನು ಸತ್ಯ ಚಿಂತನೆ ನಡೆಸಿದ್ದೆ. ಈಗ ಮತ್ತಷ್ಟು ಅದಕ್ಕೆ ಪ್ರೋತ್ಸಾಹ ಸಿಕ್ಕಂತಾಯಿತು. ಸದಾ ಇಂತವರೊಂದಿಗೆ ಇರಬೇಕು ಎಂದು ನನ್ನ ಮನಸ್ಸು ಹಾತೊರೆಯುತ್ತಿತ್ತು. ನಾನು ಪ್ರತಿ ಬಾರಿ ಪ್ರಯಾಣಿಸಿದಾಗಲು ಇಂತಹ ಮಹಾತ್ಮರು ಸಿಕ್ಕೆ ಸಿಗುತ್ತಿದ್ದರು. ಅವರ ಸಹಾಯದಿಂದ ನನ್ನ ಬುದ್ಧಿ, ಜ್ಞಾನ, ವಿವೇಕ, ಅರಿವು ಹೆಚ್ಚಾಯಿತು.

ಇಂತಹ ಸಂತರಿಗೆ ಒಂದು ಗೌರವಾನ್ವಿತ ಸ್ಥಾನಮಾನ ಸಿಗುವಂತೆ ಮಾಡುವುದು ನನ್ನ ಕನಸಾಗಿತ್ತು. ಅದು ಎಂದು ಸಫಲವಾಗುವುದೋ ನಾನರಿಯೇ. ಆದರೆ, ಇವರು ನಿಶ್ಚಯವಾಗಿಯೂ ಅಲ್ಲಾಹನ ಸಂದೇಶವಾಹಕರಾಗಿದ್ದನ್ನು ನಾನು ಅಲ್ಲಗಳೆಯಲಾರೆ. ಅವರೊಂದಿಗೆ ಸಿರಿಯಾ ತಲುಪಿ ರಬ್ಬಾಯಿ ಬುಹೈರಾರನ್ನು ಭೇಟಿಯಾಗಿ ಮಾತನಾಡಿಸಿದೆ. ಅವರೊಂದಿಗೆ ಇವರು ಬಹಳ ಹೊತ್ತು ಮಾತನಾಡಿದರು. ನಮ್ಮ ವ್ಯಾಪಾರ ವಹಿವಾಟು ಬೇಗನೆ ಮುಗಿದದ್ದರಿಂದ ಒಂದಷ್ಟು ಸಮಯ ಸಿಕ್ಕಿತು. ಹೀಗಾಗಿ ಅವರೊಂದಿಗೆ ಒಂದು ವಾರ ನಾವು ಮೂವರೆ ಇದ್ದು ಸತ್ಯಚಿಂತನೆ ಮಾಡಿದ್ದು ನನಗೀಗಲೂ ನೆನಪಿದೆ. ವ್ಯಾಪಾರ ಮಾಡಿಕೊಂಡು ಬರುವಾಗ ಯಾಸ್ರಿಬ್‌ನಲ್ಲಿ ಬೀಡು ಬಿಟ್ಟೆವು. ಅವರು ಅಲ್ಲಿಯೇ ಉಳಿಯುವುದಾಗಿ ತಿಳಿಸಿದರು. ನಾನು ಭಾರ ಹೊತ್ತ ಹೃದಯದಿಂದ ಮಕ್ಕಾದ ಕಡೆ ಬಂದ?"

ಹೇಳುತ್ತಾ ಹೇಳುತ್ತಾ ಅವರು ಭಾವುಕರಾದರು.

"ನೀವು, ಇಲ್ಲಿಗೆ ಕರೆದುಕೊಂಡು ಬರಬೇಕಿತ್ತು. ಹೋಗಲಿ ಬಿಡಿ ಅವರ ದರ್ಶನ ಭಾಗ್ಯವನ್ನು ಪಡೆದುಕೊಂಡು ಬಂದಿರುವಿರಲ್ಲ ನೀವೇ ಧನ್ಯರು" ಎಂದೆ. ಆಗಲೇ ಚಂದ್ರ ಪಶ್ಚಿಮಕ್ಕೆ ಬಾಗಿದ್ದ. ಪೂರ್ವದಲ್ಲಿ ಬೆಳ್ಳಿ ಚುಕ್ಕಿಯೊಂದು ಹೊಳೆಯುತ್ತಿತ್ತು. ನಕ್ಷತ್ರಗಳು ಮರೆಯಾಗಲಾರಂಭಿಸಿದವು. ಬೆಳಕು ಮೂಡುವ ಮುನ್ಸೂಚನೆಯಲ್ಲಿತ್ತು. ಅಲ್ಲಲ್ಲಿ ಹಕ್ಕಿಗಳ ಚಿಲಿಪಿಲಿ ಸಣ್ಣಗೆ ಕೇಳಿ ಬರಲಾರಂಭಿಸಿತು. ಅವರ ಮಾತು ಮಹಾನ್ ಗಾಯಕನಂತೆ ನಾನು ಕೇಳುತ್ತಾ ರಾತ್ರಿ ಕಳೆದದ್ದೆ ಗೊತ್ತಾಗಿರಲಿಲ್ಲ. ಅವರು ಕುಳಿತ ಭಂಗಿಯಲ್ಲಿಯೇ ಇದ್ದರು.

"ನೀವು ನಿಮ್ಮ ತಾಯಿಯ ಬಗ್ಗೆ ಹೇಳಲೆ ಇಲ್ಲಾ?" ಎಂದೆ. ಮುಂದುವರೆದು,

"ಗರ್ಭಿಣಿ ಹೆಂಗಸು ಹೀಗೆ ನಿದ್ದೆಗೆಟ್ಟು ನನ್ನ ಕಥೆ ಕೇಳಿದರೇ ನಾಳೆ ಹುಟ್ಟುವ ಮಗುಗೆ ತೊಂದರೆ ಆಗುತ್ತೆ, ಏಳಿ ಏಳಿ ಮುಂದೊಂದು ದಿನ ಹೇಳುತ್ತೇನೆ" ಎಂದರು.

ನಾನು ಮನಸ್ಸಿಲ್ಲದ ಮನಸ್ಸಿನಿಂದ ಮೌನವಹಿಸಿ ಸುಮ್ಮನಾದೆ. ಬೆಳಕು ಹರಿಯಲಾರಂಭಿಸಿದ್ದರಿಂದ ಅವರು ಎಂದಿನಂತೆ ಅಂಗ ಸಾಧನೆಯಲ್ಲಿ ತೊಡಗಿದರು. ನಾನು ನನ್ನ ಕೆಲಸದ ಕಡೆ ಗಮನ ಹರಿಸಿದೆ.

3

"ನಿಮ್ಮನ್ನು ಹುಡುಕಿಕೊಂಡು ಯಾರೋ ಬಂದಿದ್ದಾರೆ" ಕೋಣೆಯಲ್ಲಿ ಕುಳಿತಿದ್ದ ಇಬ್ಬರನ್ನು ನೋಡಿ ನಫೀಸಾಳು ಹೇಳಿದಳು.

"ನನ್ನನ್ನು ಹುಡುಕಿಕೊಂಡೆ...!!!" ಅವರು ತಮ್ಮ ಕೈಯನ್ನು ಎದೆಗೆ ಮುಟ್ಟಿಕೊಂಡು ಕೇಳಿದರು.

"ಹೌದು ನಿಮ್ಮನ್ನು ಹುಡುಕಿಕೊಂಡು ಒಬ್ಬ ಹೆಂಗಸು ಬಂದಿದ್ದಾಳೆ" ಅವಳು ಒತ್ತಿ ಹೇಳಿದಳು. ಅವರು ಮೇಲೆದ್ದರು. ನನ್ನ ಕಿವಿಗಳು ಚುರುಕಾದವು. ಬೆಳಗ್ಗೆ ಬೆಳಿಗ್ಗೆ ಯಾರಿರಬಹುದು ಎಂಬ ಕುತೂಹಲದಿಂದ ಅವರ ಹಿಂದೆಯೇ ಹೆಜ್ಜೆ ಹಾಕಿದೆ.

ಹಜಾರದಲ್ಲಿ ನಿಂತಿದ್ದ ಅವಳು ಸುಮಾರು ಐವತ್ತೈದು ಅರವತ್ತು ವರ್ಷ ವಯಸ್ಸಿನ ಹೆಂಗಸಾಗಿದ್ದಳು. ತಲೆಯ ಕೂದಲುಗಳೆಲ್ಲವು ಬೆಳ್ಳಗಾಗಿದ್ದವು. ದೊಡ್ಡ ತಲೆ, ಅಗಲವಾದ ಹಣೆ, ದಪ್ಪ ಮೂಗು, ಅಗಲ ಕಿವಿಗಳು, ಐದು ಅಡಿ ಎತ್ತರವಾಗಿರುವ ಸ್ಥೂಲ ಶರೀರ, ತುಂಬಿದೆದೆ, ಮಾಸಿದ ಬಟ್ಟೆಯನ್ನು ಉಟ್ಟು ಅಲೆಮಾರಿ ಹೆಂಗಸರಂತೆ ಕಾಣುತ್ತಿದ್ದಳು. ಇವರನ್ನು ನೋಡಿದೊಡನೆ ಮುಖ ಅರಳಿತು.

"ಮಗು" ಎಂದು ಕೂಗಿದಳು.

ಇವರು "ಅಮ್ಮಾ" ಎಂದು ಅವಳ ಹತ್ತಿರ ಹೋದೊಡನೆ ಅವಳು ತಬ್ಬಿಕೊಂಡಳು.

ಇವರ ಹಣೆಗೆ ಮುತ್ತು ಕೊಟ್ಟು

"ಹೇಗಿದ್ದಿಯಾ ಮಗು?" ಎಂದಳು.

ನನಗೆ ಅಚ್ಚರಿಯೋ ಅಚ್ಚರಿ. ಇವರು ಆರು ವರ್ಷದವರಿರುವಾಗಲೇ ನನ್ನ ತಾಯಿ ತೀರಿಕೊಂಡಳು ಎಂದಿದ್ದರಲ್ಲವೇ!? ಈಗ ನೋಡಿದರೇ ಈ ತಾಯಿ ಎಲ್ಲಿಂದ ಬಂದಳು? ಹೇಗೆ ಬಂದಳು? ಇಷ್ಟು ದಿನ ಎಲ್ಲಿದ್ದಳು? ಹೇಗಿದ್ದಳು? ಎಂಬ ಹಲವಾರು ಪ್ರಶ್ನೆಗಳು ನನ್ನ ತಲೆಯಲ್ಲಿ ಗಿರಕಿ ಹೊಡೆಯಲಾರಂಭಿಸಿದವು.

ನಾನು ಹತ್ತು ಹೆಜ್ಜೆ ದೂರ ನಿಂತು ಅವರನ್ನೆ ಗಮನಿಸುತ್ತಿದ್ದೆ. ಉತ್ಸಾಹ ತುಂಬಿದ ಧ್ವನಿಯಲ್ಲಿ ಪರಸ್ಪರ ಮಾತನಾಡಲಾರಂಭಿಸಿದರು. ಕಟ್ಟಿಗೆಯ ಮಂಚದ ಮೇಲೆ ಕುಳಿತು ಉಭಯ ಕುಶಲೋಪರಿ ಮಾತಾದ ಮೇಲೆ ನನ್ನೆಡೆ

ಅವರು ನೋಡಿ ಹತ್ತಿರ ಬರುವಂತೆ ಕೈ ಸನ್ನೆ ಮಾಡಿದರು. ನಾನು ಚೊಚ್ಚಲು ಗರ್ಭಿಣಿಯಾಗಿದ್ದರಿಂದ ಮೆಲ್ಲನೆ ಅವರತ್ತ ಹೋದೆ.

"ಅಮ್ಮಾ ಇವಳೆ ನಿನ್ನ ಸೊಸೆ" ಎಂದು ಪರಿಚಯಿಸಿದರು.

ಕುಳಿತಿದ್ದ ಅವಳು ಎದ್ದುನಿಂತು.

ತನ್ನೆರಡು ಕೈಯನ್ನು ನನ್ನ ಕಿವಿಯ ಬಳಿ ತಂದು ಲಟಿಕೆ ಹೊಡೆದು ತನ್ನ ತಲೆಗೆ ಮುರಿದುಕೊಂಡು

"ನನ್ನ ಸೊಸೆ ಎಷ್ಟು ಚಂದ ಅದಾಳೋ..." ಎಂದಳು. ಅವಳಾಡುವ ಭಾಷೆ ಸಂಪೂರ್ಣ ಗ್ರಾಮ್ಯ ಅರೇಬಿಕ್ ಆಗಿತ್ತು. ನನ್ನ ಅನುಮಾನವು ನಿಜವಾಯಿತು. ಇವಳು ಇವರಿಗೆ ಹೇಗೆ ಪರಿಚಯ ಎಂಬ ಅನುಮಾನವನ್ನು ತೋರಗೊಡದೆ ನಯವಾಗಿ ನಾಚಿ ನಕ್ಕೆ.

"ಎಷ್ಟು ತಿಂಗಳು?"

"ಎಂಟು" ಎಂದರು ಅವರು.

ನಾನು ಬಾಯಿ ತೆರೆಯುವ ಮೊದಲೆ.

"ನಿನ್ನ ತಾಯಿನ ಮತ್ತೆ ಹುಟ್ಟುತ್ತಾಳೆ ತಗೋ..." ಎಂದು ಅವಳು ಅವರ ತಲೆಯ ಮೇಲೆ ಕೈಯಿಟ್ಟು ಹೇಳಿದಳು. ಅವರು ನಕ್ಕರು.

ನನಗೆ ಒಳಗೊಳಗೆ ಸಿಟ್ಟು ಬಂತು. 'ಇಬ್ಬರು ಹೆಣ್ಣು ಹೆಣ್ಣು ಎಂದು ಬಡೆದುಕೊಳ್ಳುತ್ತಾರೆ. ಗಂಡು ಹುಟ್ಟಲಿ ಎಂದರೇನು ಇವರ ಗಂಟು ಹೋಗುತ್ತಿತ್ತು ಎಂದು ಮನಸ್ಸು ನುಡಿಯಿತಾದರು ಮತ್ತೆ ಎಚ್ಚರಾದವಳಂತೆ ಹೆಣ್ಣು ಮಕ್ಕಳ ಮೇಲೆ ಇವರಿಗೆಷ್ಟು ಪ್ರೇಮ ಎಂದು ಅಭಿಮಾನ ಪಟ್ಟೆ. ಎಷ್ಟೇಯಾಗಲಿ ನಾನು ಹೆಣ್ಣೆ ಅಲ್ಲವೇ!' ಎಂದು ಸಮಾಧಾನ ಪಟ್ಟುಕೊಂಡೆ.

ನಿಜ ಹೇಳಬೇಕೆಂದರೆ ನನಗಾಗಲಿ ಅವರಿಗಾಗಲಿ ಈ ಜನ್ಮ, ಪುನರ್ ಜನ್ಮದಲ್ಲಿ ನಂಬಿಕೆಯೇನು ಇಲ್ಲ. ಇದೊಂದು ನಮ್ಮ ಜನರ ಮೂಢನಂಬಿಕೆ ಎಂದು ನನಗು ಗೊತ್ತು. ಇದರ ಬಗ್ಗೆ ಹೇಳುವವರು ತಮಾಷೆ ಮಾಡುತ್ತಾರೆ ಎಂದು ತಿಳಿದು ನಾನು ಸುಮ್ಮನಾಗುತ್ತೇನೆ. ಅಷ್ಟಕ್ಕು ಇವರು ಹೇಳಿದೊಡನೆ ಅದು ನಿಜವಾಗುವದೇ!?

ನಫೀಸಾಳು ಹಾಲು ತೆಗೆದುಕೊಂಡು ಬಂದಳು. ನಾನು ಕುಡಿಯಲಿಲ್ಲ ಅವರು ಕುಳಿತು ಕುಡಿದರು.

"ನನ್ನ ತಾಯಿಯ ಬಗ್ಗೆ ನೀನು ಕೇಳುತ್ತಿದ್ದೇಯಲ್ಲಾ? ಇವರೆ ನಮ್ಮ ತಾಯಿ" ಎಂದರು.

ನಾನು ಅವರೆಡೆಗೆ ನೋಡಿ,

"ನಿಮ್ಮ ತಾಯಿ ಅಮೀನಾ ಎಂದರೇ ಇವರೇನಾ?!" ಅವಳ ಮುಖವನ್ನೆ ನೋಡುತ್ತಾ ಕೇಳಿದೆ.

"ಇವಳ ಹೆಸರು 'ಹಲೀಮಾ' ಎಂದು. ಅಮೀನಾ ನನ್ನ ಹೆತ್ತಮ್ಮ, ಇವಳು ತನ್ನ ಎದೆಹಾಲು ಕುಡಿಸಿ ಬೆಳೆಸಿದ ಸಾಕು ತಾಯಿ.ಒಂದು ರೀತಿ ತಾಯಿಗಿಂತಲು ಹೆಚ್ಚೆ ಅಂದುಕೋ..." ಎಂದ ಅವರ ಮಾತಿಗೆ.

"ಆ ರೀತಿ ಹೇಳಬೇಡ, ಹೆತ್ತ ತಾಯಿ ಹೆತ್ತತಾಯಿನೇ, ಸಾಕು ತಾಯಿ ಸಾಕುತಾಯಿಯೇ..." ಎಂದಳು ಹಲೀಮಾ.

ಸ್ವಲ್ಪ ಸಮಯ ಲೋಕಾರೂಢಿಯಾಗಿ ಮಾತನಾಡಿದ ನಂತರ

"ಬನ್ನಿ ಎಲ್ಲರು ಸೇರಿ ಬೆಳಗಿನ ಆಹಾರ ಸೇವಿಸೋಣ" ಎಂದು ಮೇಲೆ ಎದ್ದರು. ನನಗೆ ಬೇಡ ಎಂದು ಹಲೀಮಾ ಹಟ ಮಾಡಿದರು ಇವರು ಬಿಡಲಿಲ್ಲ. ಒಂದೆರಡು ದಿನಗಳಾದ ಮೇಲೆ ಅವಳು ಹೋಗುವುದಾಗಿ ಹೇಳಿದಳು. ಇವರು ಕಳುಹಿಸಿ ಕೊಡಲಿಲ್ಲ. ನಿನ್ನ ಸೊಸೆಯ ಬಾಣಂತನವನ್ನು ಮಾಡಿಯೇ ಹೋಗು. ನಿನ್ನ ಮನೆಯ ಬಗ್ಗೆ ತಲೆ ಕೆಡಿಸಿಕೊಳ್ಳಬೇಡ ನಾನೆಲ್ಲ ನೋಡಿಕೊಳ್ಳುತ್ತೇನೆ ಎಂದರು.

ನನಗೂ ಸಂತೋಷವಾಯಿತು. ತಾಯಿ ಇಲ್ಲದ ಕೊರಗು ಸ್ವಲ್ಪ ಕಡಿಮೆಯಾಗುತ್ತದೆ ಎಂದು ನಾನು ಎಣಿಸಿದೆ. ಅವರು ಹೊರಗಡೆಗೆ ನಮ್ಮ ವ್ಯಾಪಾರದ ವ್ಯವಹಾರಗಳನ್ನು ನೋಡಿಕೊಳ್ಳಲು ಹೋದಾಗ ನಾವು ಪರಸ್ಪರ ಮಾತನಾಡಿಕೊಳ್ಳುತ್ತಿದ್ದೆವು.

4

ಅವಳು ಅಲೆಮಾರಿ ಹೆಂಗಸಾಗಿದ್ದರೂ ಕೂಡ ನಯ ವಿನಯವಿತ್ತು. ಎಲ್ಲಿ ಬೇಕು ಅಲ್ಲಿ ಹೊಲಸು ಮಾಡುತ್ತಿರಲಿಲ್ಲ. ಅವಳೊಂದಿಗೆ ಸದಾ ಮಾತನಾಡುತ್ತಾ, ಅವಳ ಗಂಡ ಮಕ್ಕಳ ಕುರಿತು ಇವರು ವಿಚಾರಿಸುತ್ತಿದ್ದರು. ತಮ್ಮ ಬಾಲ್ಯದ ಕುರಿತು ಹೇಳಿ ತಮಾಷೆ ಮಾಡುತ್ತಿದ್ದರು. ಆಡು ಮೇಯಿಸುವಾಗ ಇವರು ಮಾಡುವ ತುಂಟಾಟಗಳನ್ನು ಹೇಳಿ ಮನೆ ನಡುಗುವಂತೆ ನಗುತ್ತಿದ್ದರು. ಎರಡೆ ದಿನಗಳಲ್ಲಿ ನನಗು ಹೊಂದಿಕೊಂಡು ಬಿಟ್ಟಿಳು.

ಒಂದು ದಿನ ನಾನು ಹಲಿಮಾಳ ಮುಂದೆ ಕುಳಿತು ಬೀಸಣಿಕೆಯಿಂದ ಗಾಳಿ ಬೀಸುತ್ತಾ...

"ಅತ್ತೆ ಇವರು ನಿಮಗೆ ಹೇಗೆ ಪರಿಚಯ?" ಪೀಠಿಕೆ ಹಾಕಿದೆ.

"ನನಗೇಕವ್ವ ಗಾಳಿ ಬಿಸುತ್ತಿಯಾ? ಇದನ್ನು ನಾನೇ ಬೀಸುತ್ತೇನೆ" ಎಂದು ಬೀಸಣಿಗೆ ಕಸಿದುಕೊಂಡು ಮರಳಿ ನನಗೆ ಬೀಸಲಾರಂಭಿಸಿದಳು. ಮಟಮಟ ಮಧ್ಯಾಹ್ನ ಬಿಸಿಲು ಹೊರಗಡೆ ಚುರುಗುಡುತ್ತಿತ್ತು. ಮೊದಲೇ ನಾನು

ಗರ್ಭಿಣಿಯಾಗಿದ್ದರಿಂದ ಹೊಟ್ಟೆಯಲ್ಲಿ ತಳಮಳ ಎನ್ನುತ್ತಿತ್ತು. ನನ್ನ ಸ್ಥಿತಿಯನ್ನು ಬೇಗ ಗ್ರಹಿಸಿದಳು ಎಂದು ಕಾಣಿಸುತ್ತೆ.

"ಅವರು ನಿಮ್ಮ ಬಗ್ಗೆ ಆಗಾಗ ಹೇಳುತ್ತಿದ್ದರು. ಆದರೆ, ನನಗೆ ಸರಿಯಾಗಿ ಗೊತ್ತಿರಲಿಲ್ಲ. ಇಷ್ಟು ಹೇಳುವವರು ಒಂದು ಬಾರಿ ಕರೆದುಕೊಂಡು ಬನ್ನಿ ಎಂದರೆ ವ್ಯಾಪಾರದ ಗಡಿಬಿಡಿಯಲ್ಲಿ ಹೋಗಲು ಸಮಯ ಸಿಗುತ್ತಿಲ್ಲ ಎನ್ನುತ್ತಿದ್ದರು. ಈಗ ನೀವೇ ಬಂದದ್ದು ನಮಗೆ ಸಂತೋಷವಾಯಿತು" ನಾನು ಮತ್ತೆ ಪೀಠಿಕೆ ಮುಂದುವರೆಸಿದೆ. ನಾವು ಕಿಡಕಿಯ ಪಕ್ಕದ ಮಂಚದ ಮೇಲೆ ಕುಳಿತಿದ್ದೆವು. ಹೊರಗಿನಿಂದ ಗಾಳಿ ಏನು ಬರುತ್ತಿರಲಿಲ್ಲ. ಉಟ್ಟ ಬಟ್ಟೆಯ ಒಳಗೆ ಬೆವರ ಹನಿಗಳು ಇಳಿಯುತ್ತಿದ್ದವು. ಹೊರಗಡೆ ಬಿಸಿಲಿತ್ತು. ಅವಳು ಹಣೆಯ ಮೇಲೆ ಮೂಡಿದ್ದ ಬೆವರ ಹನಿಗಳನ್ನು ಒರೆಸಿಕೊಂಡು,

"ತಾಯಿ ಅಮೀನಾ ಹಡೆದಾಗ ಹದಿನಾಲ್ಕು ವರ್ಷದವಳಿದ್ದಳು. ಅವಳ ಗಂಡ ಇವಳು ಆರು ತಿಂಗಳು ಗರ್ಭಿಣಿ ಇರುವಾಗಲೇ ತೀರಿಕೊಂಡ. ಪಾಪ ಅವಳ ಗಂಡ ವ್ಯಾಪಾರದ ನಿಮಿತ್ಯ ಹೋದವನು ಸತ್ತೆ ಹೋದನಂತೆ. ಎಲ್ಲಾ ಅಲ್ಲಾಹನ ಇಚ್ಛೆ, ಆಗ ಅವನಿಗೆ ಹದಿನೇಳರ ಪ್ರಾಯ. ಅವನ ಚಿಂತೆಯಲ್ಲಿಯೇ ಕೊರಗಿ ಕೊರಗಿ ಇವನ ತಾಯಿ ಎಲುಬಿನ ಗೂಡಾಗಿದ್ದಳು. ನೋಡಿದವರು 'ಹಡೆಯುವ ಮುನ್ನವೆ ಇವಳು ಎಲ್ಲಿ ಸಾಯುತ್ತಾಳೋ' ಎಂದು ಹೇಳುತ್ತಿದ್ದರು. ಆದರೆ, ಅಲ್ಲಾಹನು ದೊಡ್ಡವನು, ಒಂಬತ್ತು ತಿಂಗಳು ತುಂಬಿದ ಮೇಲೆ. ಮುಹಮ್ಮದನನ್ನು ಹೆತ್ತಳು. ಆಗ ಮಗುಗೆ ಹಾಲು ಕುಡಿಸಲು ಅವಳ ಎದೆಯಲ್ಲಿ ಹಾಲು ಬರಲಿಲ್ಲ. ಅಷ್ಟು ಸೊರಗಿ ಹೋಗಿದ್ದಳು. ನಾವು ಅಲೆಮಾರಿ ಜನಾ ಕುರಿ ಆಡುಗಳನ್ನು ಮೇಯಿಸುವವರು ಅಂದು ಅಲ್ಲಿಗೆ ಬಂದಿದ್ದೆವು. ನಾನೇ ಎರಡು ವರ್ಷ ಮಗುಗೆ ಹಾಲು ಕುಡಿಸಿ ಬೆಳೆಸಿದೆ. ಅವಳು ಮಾತ್ರ ಸುಧಾರಿಸಲೆ ಇಲಾ?"

ಅವಳನ್ನು ನೆನೆದು ಕಣ್ಣೀರಾದಳು.

"ಬಹುಶಃ ಇನ್ನೊಂದು ಮದುವೆ ಮಾಡಿದ್ದರೇ ಸುಧಾರಿಸಿ ಕೋಳ್ಳುತ್ತಿದ್ದಳೇನೋ..." ನಾನು ಥಟ್ಟನೇ ನುಡಿದೆ. ಮಾತು ಅದಾಗಲೇ ಜಾರಿ ಹೋಗಿತ್ತು. ಇದನ್ನು ಹೇಳಬಾರದಿತ್ತೇನೋ ಎಂದು ಆಡಿದ ಮೇಲೆ ಹೊಳೆಯಿತು. ಎಷ್ಟೇಯಾಗಲಿ ನಾನು ಅದೇ ಆಗಿದ್ದವಳಲ್ಲವೇ... ಈ ಮಾತು ಸಹಜವಾಗಿಯೇ ಹೊರಬಂತು.

"ಇದೆಂತ ಮಾತು ಅಂತಾ ಆಡುತ್ತಿಯಾ!? ನೋಡಿದ ಗಂಡುಗಳು ಇವಳನ್ನು ಮದುವೆಯಾಗಲು ಮುಂದೆ ಬಂದರೇ ತಾನೇ ಇನ್ನೊಂದು ಮದುವೆ ಮಾಡುವುದು. ಇಂದೋ ನಾಳೆ ಸಾಯುವ ಮುದುಕಿಯಂತೆ ಕಾಣುತಿದ್ದ ಅವಳನ್ನು ಯಾವ ಗಂಡು ಇಷ್ಟಪಡಲಿಲ್ಲ. ಅವಳ ಅಪ್ಪ ಬಂದು

ತವರು ಮನೆಗೆ ಕರೆದುಕೊಂಡು ಹೋದರು ಸುಧಾರಿಸಲಿಲ್ಲ. ದಾರಿ ಕಾಣದೆ ಎಲ್ಲರು ಇನ್ನೊಂದು ಮದುವೆ ಮಾಡಿಸುವ ಆಸೆಯನ್ನೆ ಬಿಟ್ಟು ಬಿಟ್ಟರು. ನಾನು ಅವಳೊಂದಿಗೆ ಇರದೆ ಮಗುವನ್ನು ಕರೆದುಕೊಂಡು ಹೋಗಿ ಬಿಟ್ಟಿದ್ದೆ. ಮರಳಿ ಬಂದಾಗ ತವರು ಮನೆಯಲ್ಲಿ ಇದ್ದಾಳೆಂದು ತಿಳಿಯಿತು. ಅಲ್ಲಿಗೆ ಹೋಗಿ 'ಮಗುವಿನ ಮುಖ ನೋಡಿ ಬದುಕು' ಎಂದು ಒಂದಷ್ಟು ಬುದ್ಧಿವಾದ ಹೇಳಿದೆ. ಆಮೇಲೆ..." ಮುಂದೆ ಹಲೀಮಾ ಏನೋ ಹೇಳಲು ಮುಂದಾದಳು... ಅಷ್ಟರಲ್ಲಿ ನಫೀಸಾಳು,

"ಮೊದಲು ಆಹಾರ ಸೇವಿಸಿ ಆಮೇಲೆ ಮಾತನಾಡುವಿರಂತೆ ಮೇಲೇಳಿ" ಎಂದಳು. ನನಗೆ ಮುಂದಿನದನ್ನು ಕೇಳಬೇಕು ಎಂಬ ಕುತೂಹಲ ಇದ್ದರು ಸುಮ್ಮನಾದೆ.

"ಹೌದು! ಬಸಿರಾದ ಹೆಂಗಸು ಹಾಗೆಲ್ಲಾ ಉಪವಾಸ ಇರಬಾರದು" ಎಂದು ನಾನು ತಿಂಗಳಾನುಗಟ್ಟಲೆ ಉಪವಾಸ ಇದ್ದವಳಂತೆ ಹೇಳಿದಳು. ಅವಳ ಮನಸ್ಥಿತಿ ಮೆಚ್ಚುವಂತಹುದಿತ್ತು. ಎಷ್ಟೆಯಾಗಲಿ ಅನುಭವಸ್ಥೆ ಎಂದು ಮೇಲೆದ್ದೆ.

ಹೊತ್ತು ಕಳೆಯಿತು. ಸೂರ್ಯ ಪಡುವಣ ದಿಕ್ಕಿಗೆ ವಾಲಿದ. ಕಿಡಕಿಗಳಿಂದ ತಣ್ಣನೆಯ ಗಾಳಿ ಬೀಸಲಾರಂಭಿಸಿತು. ಹದ್ದುಗಳ ಸಿಳ್ಳೆ ಕೇಳುತ್ತಿತ್ತು. ಹೊರಗಡೆ ಹೋಗಿದ್ದ ಅವರಿನ್ನೂ ಬಂದಿರಲಿಲ್ಲ. ಮತ್ತೆ ಮಾತನಾಡುತ್ತಾ ಕುಳಿತೆವು.

"ಆಗಲೇ ಅದೇನೋ ಹೇಳುತ್ತಿದ್ದಿರಿ ನೀವು?"

"ಓ ಅದಾ... ಮಗುವಿನ ಮುಖವನ್ನು ನೋಡಿ ಬದುಕಮ್ಮ ಎಂದೆನಲ್ಲ... ಎರಡು ವರ್ಷದ ಮುಹಮ್ಮದನನ್ನು ನೋಡಿ ಕಳೆದು ಹೋದ ತನ್ನ ಗಂಡ ನೆನಪಿಗೆ ಬಂದನೆಂದು ಕಾಣಿಸುತ್ತೆ. ಮೇಲಾಗಿ ಇವನು ಅವರಪ್ಪನಂತೆ ಇದ್ದ. ಹುಣ್ಣಿಮೆ ಚಂದ್ರನನ್ನು ನಾಚಿಸುವ ದುಂಡನೆಯ ಮುಖ, ಹಾಲಿನಂತಹ ಗಲ್ಲಗಳು, ಪುಟ್ಟ ಬಾಯಿ, ಸಣ್ಣ ಮೂಗು, ತೀಕ್ಷ್ಣ ಕಣ್ಣುಗಳು, ಕಾಮನಬಿಲ್ಲಿನಂತಹ ಹುಬ್ಬುಗಳು, ಗಟ್ಟಿಮುಟ್ಟಾದ ಕೈ ಕಾಲು ದೇಹ, ಒಮ್ಮೆ ನೋಡಿದರೇ ಮತ್ತೊಮ್ಮೆ, ಮತ್ತೊಮ್ಮೆ ನೋಡಿದರೇ ಮಗದೊಮ್ಮೆ ನೋಡುವಂತಹ ಮಗುವಿನ ಚೆಲುವು ನೋಡಿ ಬದುಕುವ ಆಸೆ ಚಿಗುರಿತು. ಮಗುವನ್ನು ಎತ್ತಿಕೊಂಡು ತವರು ಮನೆಗೆ ಬಂದಳ?"

"ಛಲ ಹುಟ್ಟಿತು ಎನ್ನಿ" ನಾನು ಕಣ್ಣು ಅರಳಿಸಿದೆ.

"ಹ್ಞಾಂ, ಬಂದವಳೆ ತನ್ನ ಗಂಡನಿಂದ ಬರಬೇಕಾಗಿದ್ದ ಹದಿನಾರು ಕುರಿಗಳನ್ನು ಮತ್ತು ಒಂದು ಒಂಟೆಯನ್ನು ತೆಗೆದುಕೊಂಡು ತನ್ನ ಪುಟ್ಟ ಗುಡಿಸಿಲಿನ ಸುತ್ತಲು ಬೇಲಿ ಕಟ್ಟಿ ಸ್ವತಂತ್ರವಾಗಿ ಬದುಕಲಾರಂಭಿಸಿದಳು. ಪ್ರತಿನಿತ್ಯ ಕುರಿ ಕಾಯುತ್ತಾ ಮಗುವನ್ನು ಲಕ್ಷಣವಾಗಿ ಬೆಳೆಸಿದಳು. ದಿನದಿಂದ ದಿನಕ್ಕೆ ಮೈ ಕೈ ತುಂಬಿಕೊಂಡು ಮೊದಲಿನಂತಾದಳು. ಎಲ್ಲಾ ಮಗುವಿನ ಪ್ರಭಾವ, ಅವಳು

ಎಷ್ಟು ಸ್ವಾಭಿಮಾನಿ ಹೆಣ್ಣೆಂದರೇ ದುಡಿದೆ ತಿನ್ನಬೇಕೆಂದು ಅವರ ಗಂಡನ ಮತ್ತು ತವರು ಮನೆಯಲ್ಲಿ ಕೈ ಚಾಚಬಾರದೆಂದು ದುಡಿಯುತ್ತಿದ್ದಳು. ಅವಳ ಗುಣವೇ ಇವನಿಗೆ ಬಂದಿರುವುದು. ಅವರ ಅಪ್ಪನು ಹಾಗೇ ಇದ್ದನಂತೆ ನನಗೆ ಅಷ್ಟಾಗಿ ಗೊತ್ತಿಲ್ಲ" ವಿವರಿಸಿದಳು.

"ಹೀಗಿದ್ದರು ಅಷ್ಟು ಬೇಗ ಹೇಗೆ ಸತ್ತಳು!?"

ಸಹಜ ಕುತೂಹಲದಿಂದ ಕೇಳಿದೆ.

ನಫೀಸಾಳು ಅಡುಗೆ ಮನೆಯಿಂದ ಒಂಟೆಯ ಬಿಸಿ ಬಿಸಿ ಹಾಲನ್ನು ತಂದು ಕೊಟ್ಟಳು. ಇಬ್ಬರು ಕುಡಿದು ಒಂದಷ್ಟು ವಿಶ್ರಮಿಸಿಕೊಂಡೆವು. ಸೂರ್ಯ ಹೊಂಬಣ್ಣಕ್ಕೆ ತಿರುಗಿದ್ದು ಕಿಡಕಿಯ ಖಾಲಿ ಸ್ಥಳದಿಂದ ಕಾಣುತ್ತಿತ್ತು.ಅಲ್ಲಲ್ಲಿ ಹಾರುವ ಪಕ್ಷಿಗಳ ಕಲರವ ಕೇಳುತ್ತಿತ್ತು.

"ಅವಳ ಗಂಡ ಸತ್ತಿದ್ದು ಯಾಸ್ರಿಬನಲ್ಲಿ. ಅದೇನು ತಿಳಿಯಿತೋ ಏನೋ ತನ್ನ ಗಂಡನ ದಫನ್ ಮಾಡಿದ ಸ್ಥಳವನ್ನು ನೋಡುವ ಆಸೆಯಾಗಿ ಒಂದು ದಿನ ಆರು ವರ್ಷದ ತನ್ನ ಮಗನನ್ನು ಎತ್ತಿಕೊಂಡು ಜೊತೆಗೆ 'ಉಮ್ಮು ಐಮನ್' ಎಂಬ ಅವಳ ಸ್ನೇಹಿತೆಯನ್ನು ಕರೆದುಕೊಂಡು ಹೊರಟಳು. ಅದು ನಿನಗೆ ಗೊತ್ತಿರುವಂತೆ ಮುನ್ನೂರು ಮೈಲಿ ದೂರದಲ್ಲಿದೆ. ದಾರಿಯಲ್ಲಿ ಒಂಟೆಯ ಮೇಲೆ ಪ್ರಯಾಣಿಸಿ ಸುಸ್ತಾದಳು. ಆಗ ತಾನೇ ಸುಧಾರಿಸಿದ್ದ ಅವಳ ಶರೀರ ಮತ್ತೇ ಬಳಲಿತು. ಸಾಂಕ್ರಾಮಿಕ ರೋಗ ಒಂದು ತಗುಲಿತು. ದಾರಿಯಲ್ಲಿ ಸರಿಯಾದ ಚಿಕಿತ್ಸೆ ಇಲ್ಲದೇ ರೋಗಿಯಾದಳು. ಅದರಲ್ಲಿಯೇ ಏದುಸಿರು ಬಿಡುತ್ತಾ ನಡೆದು ಯಾಸ್ರಿಬ್ ತಲುಪಿ ಗಂಡನ ದಫನ್ ಮಾಡಿದ ಸ್ಥಳವನ್ನು ನೋಡಿದಳು.

ಬಹುಶಃ ಅವಳಿಗೆ ಆಗ ಏನು ಎನಿಸಿತೋ ಏನೋ... ನಾನು ನನ್ನ ಗಂಡನಲ್ಲಿಗೆ ಹೋಗುತ್ತೇನೆ ಎನ್ನುತ್ತಿದ್ದಳಂತೆ. ಇವಳ ಸ್ಥಿತಿ ನೋಡಿ ಅವಳ ಗೆಳತಿ, ಇಲ್ಲಿಗೆ ಮರಳಿ ಕರೆದುಕೊಂಡು ಬರುವಾಗ 'ಅಬ್ವಾ' ಎಂಬ ಹಳ್ಳಿಯ ಹತ್ತಿರ ಇರುವ ಬೆಟ್ಟದಲ್ಲಿ ಕೊನೆ ಉಸಿರೆಳೆದಳು" ಹೇಳುತ್ತಾ ಕಣ್ಣೀರಾದಳು.

ನನ್ನತ್ತೆಯನ್ನು ನೆನೆದು ನನಗು ಕಣ್ಣೀರು ಬಂತು.

"ಏಕೆ ಅಳುತ್ತಿದ್ದೀರಿ?!" ಹೊರಗೆ ಹೋಗಿದ್ದ ಅವರು ನಮ್ಮ ಮುಖವನ್ನು ನೋಡಿ ಹೇಳಿದರು. ಮಾತಿನ ಭರದಲ್ಲಿ ಅವರು ಬಂದಿದ್ದನ್ನು ನಾವು ಗಮನಿಸಿರಲೆ ಇಲ್ಲಾ.

"ಏನು ಇಲ್ಲಪ್ಪ ನಿನ್ನ ತಾಯಿಯ ನೆನಪು ಬಂತು, ಅಷೆ?"

ಎಂದು ಅವರ ಕಡೆ ತಿರುಗಿ ಹೇಳಿದಳು.

"ಅಲ್ಲಾಹನು ದೊಡ್ಡವನು ಅವಳು ಹೋದ ಮೇಲೆ ನಿನ್ನನ್ನು ಕಳುಹಿಸಿದ" ಅವರು ಎಂದಿನಂತೆ ಅಲ್ಲಾಹನನ್ನು ಬೈಯಲಿಲ್ಲ, ಪ್ರತಿ ತಪ್ಪಿನಲ್ಲಿಯೂ

ಒಳ್ಳೆಯದನ್ನೆ ಹುಡುಕುತ್ತಿದ್ದರು. ಅವರ ಮನಸ್ಸು ಕೂಡ ಹಾಗೆ ಇದ್ದದ್ದು ನನಗೆ ತಿಳಿದ ವಿಚಾರವಾಗಿತ್ತು.

ಮುಂದೆ ಒಂದು ತಿಂಗಳಿನಲ್ಲಿ ಅವರ ಬಾಯಿ ಮಾತಿನಂತೆ ಝೈನಬಳು ಹುಟ್ಟಿದಳು. ನಾಲ್ಕೈದು ತಿಂಗಳು ನನ್ನ ಬಾಣಂತನವನ್ನು ತುಂಬು ಹೃದಯದಿಂದ ಮಾಡಿ ಹೋಗುವಾಗ ಅವಳಿಗೆ ಒಂದು ಒಂಟೆಯ ಮೇಲೆ ಕಾಳು ಕಡಿ, ದವಸ ಧಾನ್ಯಗಳನ್ನು ಹೇರಿ ಜೊತೆಗೆ ಒಂದಷ್ಟು ದಿರ?ಹಮಗಳನ್ನು ಕೊಟ್ಟು ಕಳುಹಿಸಿದರು.

ಅಧ್ಯಾಯ: ಹತ್ತು

1

ದಿನಗಳು ಉರುಳಿದವು. ಫಾತಿಮಾ ಈಗ ಓಡಾಡುವುದು ಅಷ್ಟೇ ಅಲ್ಲಾ; ಸರಾಗವಾಗಿ ಮಾತು ಕೂಡ ಆಡುತ್ತಾಳೆ. ಮನೆಯಲ್ಲಿರುವವರೊಂದಿಗೆ ಪಟಪಟನೆ ಮಾತನಾಡುವದನ್ನು ನೋಡಿದರೆ ನನಗೆ ನನ್ನ ತಾಯಿ 'ಫಾತಿಮಾ'ಳ ನೆನಪು ಬರುತ್ತದೆ. ಹೌದು ಅವಳ ಹೆಸರು ಕೂಡ ಇದೇ ಆಗಿತ್ತು. ನೋಡುವುದಕ್ಕೆ ಅವರಂತೆ ಇದ್ದರು ಧ್ವನಿ ಮಾತ್ರ ಅಮ್ಮನನ್ನು ನೆನಪಿಸುತ್ತದೆ. ಮನೆಯ ಮುಂದಿರುವ ಒಂಟೆಯ ಮರಿಗಳನ್ನು ಎಷ್ಟು ಹಚ್ಚಿಕೊಂಡಿದ್ದಾಳೆಂದರೇ...

ಅವುಗಳು ಕೂಡ ಇವಳನ್ನು ಕಂಡರೆ ಓಡಿ ಬರುತ್ತವೆ. ಅವುಗಳಿಗೆ ಹುಲ್ಲು ಹಾಕುತ್ತಾಳೆ. ಓಡಾಡುವ ಮರಿಗಳನ್ನು ತನ್ನ ಪುಟ್ಟ ಕೈಗಳಿಂದ ಮುಟ್ಟಿ ಮನೆಯ ತುಂಬಾ ಓಡಾಡುತ್ತಾಳೆ. ಇವಳೊಂದಿಗೆ ಅವಳ ಇಬ್ಬರು ಅಕ್ಕಂದಿರು ಸೇರಿದರಂತು ಮುಗಿದೇ ಹೋಯಿತು ಮನೆಯನ್ನು ಯುದ್ಧ ಭೂಮಿಯನ್ನಾಗಿ ಮಾಡಿಕೊಂಡು ಜಗಿದಾಡುತ್ತಾರೆ. ಮೂವರು ಒಂದು ಕಡೆ ಸೇರಿಕೊಂಡು ಮಾತನಾಡುವಾಗಂತು ಹೊರಗಿನ ಪ್ರಪಂಚವನ್ನೇ ಮರೆತು ಊಟ ಮಾಡುವುದಕ್ಕೂ ಬರುವುದಿಲ್ಲ. ಪರಸ್ಪರ ಎಷ್ಟೊಂದು ಆತ್ಮೀಯತೆ ಬೆಳೆದು ಬಿಟ್ಟಿದೆ.ಎರಡನೆಯ ಮಗಳು ರುಖಿಯಾ ಇಂದೋ ನಾಳೆಗೋ ದೊಡ್ಡವಳಾಗುವಷ್ಟು ಮೈ ಕೈ ತುಂಬಿಕೊಂಡಿದ್ದಾಳೆ. ಮೂರನೆಯವಳೇನು ಹಿಂದೆ ಬಿದ್ದಿಲ್ಲ; ತನ್ನಕ್ಕನಿಗಿಂತ ಒಂದು ಕೈ ಹೆಚ್ಚೇ ಇದ್ದಾಳೆ. ಎಷ್ಟೇ ಆಗಲಿ ತಿಂದುಂಡು ಬೆಳೆಯಲು ಆ ಅಲ್ಲಾಹನು ನಮಗೆ ಏನು ಕಡಿಮೆ ಮಾಡಿಲ್ಲವಲ್ಲ.

ನನಗೆ ಅವರದೆ ಚಿಂತೆಯಾಗಿಬಿಟ್ಟಿದೆ. ಹೊರಗೆ ಹೋದವರು ಯಾವಾಗ ಬರುತ್ತಾರೋ ಏನೋ ಎಂಬ ಆತಂಕ. ಇವತ್ತು ನಮ್ಮ ಹಿರಿಯ ಮಗಳು

ಝೈನಬಳನ್ನು ಕರೆದುಕೊಂಡು ಬರುತ್ತೇನೆ ಎಂದು ಹೋದವರು ಇನ್ನೂ ಬಂದಿಲ್ಲ. ಬಹುಶಃ ಅವರೊಂದಿಗೆ ನಾನು ಹೋದರೆ ಚನ್ನವಿತ್ತೇನೋ... ಹೋದರೇ ಈ ಮಕ್ಕಳನ್ನು ಇಲ್ಲಿ ಹಿಡಿಯುವವರಾರು! ಎಂಬ ಚಿಂತೆ ಬೇರೆ.

ಈಗ ಹಿರಿಯ ಮಗಳ ಬಾಣಂತನವನ್ನು ಅವರೆ ಮಾಡಿಕೊಂಡರು. ನಾನು ಬೇಡ ಎಂದು ಎಷ್ಟೊಂದು ಹೇಳಿದೆ. ಮೊದಲಹೆರಿಗೆ ತವರು ಮನೆಯಲ್ಲಿಯೇ ಆಗಲಿ ಎಂದೆ. ನಾಮಕಾವಸ್ತೆಗೆ ಎರಡು ದಿನ ಬಂದು ಬಿಟ್ಟು ಮತ್ತೆ ಕರೆದುಕೊಂಡು ಹೋಗಿಯೇ ಬಿಟ್ಟಳು. ಕಾರಣ ಕೇಳಿದರೇ...

"ಫಾತಿಮಾಳು ಇನ್ನು ಚಿಕ್ಕವಳು. ಅವಳನ್ನು ನೋಡಿಕೊಳ್ಳಲು ಎರಡು ಜನ ಬೇಕು. ಮೇಲಾಗಿ ಮತ್ತೆರೆಡು ಮಕ್ಕಳನ್ನು ನೋಡಿಕೊಳ್ಳಬೇಕು. ಇವರೊಂದಿಗೆ ನನ್ನ ಸೊಸೆಯ ಬಾಣಂತನವನ್ನು ಯಾವಾಗ ಮಾಡುತ್ತೀಯಾ?" ಎಂದು ಕೇಳಿದಾಗ ನನಗಾದರು ಬಾಯಿ ಎಲ್ಲಿತ್ತು! ಇವರು ಉತ್ತರಿಸುತ್ತಾರೆ ಎಂದರೇ... ಮೂಗರಂತೆ ಸುಮ್ಮನೆ ಇದ್ದರು. ಇತ್ತೀಚೆಗಂತೂ ಅವರು ಮೂಗರೆ ಆಗಿ ಬಿಟ್ಟಿದ್ದಾರೆ. ಅಣ್ಣ ವರಕ್ಕಾ ಅಂದು ಹೇಳಿದ್ದು ಸರಿಯಾಗಿಯೇ ಇದೆ. ಅವನ ಮಾತನ್ನು ನಾನು ಮೊದಲು ನಂಬಿರಲಿಲ್ಲ. ಇತ್ತೀಚೆಗೆ ಅವರ ವರ್ತನೆ ನೋಡಿದರೇ ನನಗೆ ನಂಬದೆ ಇರಲಾಗುತ್ತಿಲ್ಲ.

"ಅಂದು ಧಾರಾಕಾರವಾಗಿ ಮಳೆ ಸುರಿದಂದು ಗಡಗಡ ನಡುಗಿದಿರಲ್ಲ! ಏಕೆ?" ಎಂದು ಕೇಳಿದಾಗ ಮುಂದೊಂದು ದಿನ ಹೇಳುವರೆಂದರು. ಅದೇನು? ಎಂದು ನಾನು ಪದೇ ಪದೇ ನೆನಪು ಆದಾಗಲೊಮ್ಮೆ ಕೇಳುತ್ತಲೇ ಇದ್ದೇನೆ. ಅವರು ಮಾತ್ರ ಮುಂದೆ ಹಾಕುತ್ತಲೇ ಇದ್ದಾರೆ. ಇವರಿಗೆ ಏನೋ ಒಂದು ಅಲೌಕಿಕ ಶಕ್ತಿ ಒಲಿದಿದೆ ಎಂಬ ಅನುಮಾನ ನನಗೆ.

ಹೌದು! ಅವತ್ತು ಕೋಣೆಯ ಒಳಗೆ ಒಬ್ಬರೆ ಬಾಗಿಲು ಹಾಕಿಕೊಂಡು ಕಅಬಾದ ಕಡೆ ಮುಖ ಮಾಡಿ ಎರಡು ಕೈಗಳನ್ನು ಕಿವಿಗಳ ಬಳಿ ತಂದು ನಂತರ ಹೊಟ್ಟೆಯ ಬಳಿ ತಂದರು. ಆಮೇಲೆ ಮಂಡಿಯ ಮೇಲೆ ಕೈಯಿಟ್ಟು ಬಗ್ಗಿದರು. ಕೆಳಗೆ ವಸ್ತ್ರವನ್ನು ಹಾಸಿದ್ದರಿಂದ ಅದರ ಮೇಲೆ ಕುಳಿತರು. ಅದರ ಭಂಗಿಯು ಭಿನ್ನವಾಗಿತ್ತು. ತಮ್ಮ ಸಂಪೂರ್ಣ ದೇಹದ ಭಾಗ ಪಾದ ಮತ್ತು ಮಂಡಿಯ ಮೇಲೆ ಇತ್ತು. ಕೈಗಳನ್ನು ಜೋಡಿಸಿ ಮುಖದ ಮುಂದೆ ಹಿಡಿದು ಏನನ್ನೋ ಪ್ರಾರ್ಥಿಸುತ್ತಿದ್ದರು. ಆಮೇಲೆ ಅಲ್ಲಾ ಹು ಅಕ್ಬರ್ ಎಂದರು.

ಇದನ್ನೆಲ್ಲಾ ನಾನು ಕಿಡಕಿಯ ಖಾಲಿ ಭಾಗದಲ್ಲಿ ನೋಡಿದೆ. ಅಂದೇ ಕೇಳಬೇಕೆಂದೆ

'ಇದೆಲ್ಲಾ ಏನು!?' ಎಂದು.

ಅಂದು ರುಖಿಯಾಳ ಮೈ ಬಿಸಿಯಾಗಿತ್ತು. ನನ್ನ ಮನಸ್ಸು ಸಂಪೂರ್ಣವಾಗಿ ಅವಳ ಆರೈಕೆಯಲ್ಲಿ ತೊಡಗಿತ್ತು. ಬಹುಶಃ ಅವರಂದು ರುಖಿಯಾಳಿಗೆ ಬೇಗ

ಗುಣಮುಖವಾಗಲಿ ಎಂದು ಪ್ರಾರ್ಥನೆ ಮಾಡಿರಬಹುದು ಎಂದು ಸುಮ್ಮಳಾದೆ.

ಇದೆಲ್ಲಾ ನನ್ನ ಸಮರ್ಥನೆಯೇ ವಿನಃ ಅಂತಿಮವಲ್ಲ ಎಂದು ನನಗೂ ಗೊತ್ತು.

ಏಕೆಂದರೆ ಇವರು ಹಿರಾ ಗುಹೆಗೆ ಹೋಗಿ ಏನೇನೋ ಮಾತನಾಡುತ್ತಾರೆ. ಒಂದೊಂದು ಬಾರಿ ಒಬ್ಬರೇ ಮಾತನಾಡುತ್ತಾರೆ ಎಂದು ಮರೆಯಲ್ಲಿ ನಿಂತು ನೋಡಿಕೊಂಡು ಬಂದ ಮಗ ಝೈದ ನನಗೆ ಹಲವು ಬಾರಿ ಹೇಳಿದ್ದಾನೆ. ಇದರ ಬಗ್ಗೆ ಕೇಳಿದಾಗಲೂ 'ಅದರ ಬಗ್ಗೆ ಕಾಲ ಬಂದಾಗ ಹೇಳುತ್ತೇನೆ' ಎಂದು ಜಾರಿಕೊಂಡರು.

ಒಟ್ಟಿನಲ್ಲಿ ಅವರ ಜೀವನವೇ ನನಗೆ ಇತ್ತೀಚೆಗೆ ವಿಚಿತ್ರವಾಗಿ ಕಾಣುತ್ತಿದೆ. ಅಂದು ಅಣ್ಣ ಹೇಳಿದ್ದ ಭವಿಷ್ಯ ವಾಣಿ ನಿಜವಾಗಿಯೂ ನಡೆದದ್ದೆ ಆದರೆ, ಅವರು ತುಂಬಾನೆ ಕಷ್ಟ ಅನುಭವಿಸಬೇಕಾಗುತ್ತದೆ. ನಾನು ಇದನ್ನು ನಂಬುವುದಿಲ್ಲವಾದರು ಇವರ ವರ್ತನೆ ಮತ್ತು ಅಣ್ಣನಮೇಲೆ ನನಗಿರುವ ನಂಬಿಕೆಯಿಂದಾಗಿ ನಂಬದೆ ಇರಲು ಸಾಧ್ಯವಾಗುತ್ತಿಲ್ಲ.

ಅಬ್ಬಾ...!! ಹಿರಿಯ ಮಗಳನ್ನು ಕರೆದುಕೊಂಡು ಬಂದೇ ಬಿಟ್ಟರು.

"ಅಮ್ಮ ಹೇಗಿದ್ದಿಯಾ?" ಅವಳ ಮಾತು ಒಂಟೆಯ ಹಾಲಿನ ಬೆಣ್ಣೆಯಂತೆ ಮೃದು.

"ನೀನು ಒಬ್ಬಳೆ ಬಂದೆಯಲ್ಲ, ನಿನ್ನ ಹಿರಿಯ ಮಗ 'ಅಲಿ' ಎಲ್ಲಿ?" ಬಿಟ್ಟು ಬಂದಿದ್ದಳು.

"ಅವನ ಅಪ್ಪನನ್ನು ಬಿಟ್ಟು ಬರುವುದಿಲ್ಲ ಎಂದು ಹಟ ಮಾಡಿದ. ನಾನೇನು ಮಾಡಲಿ?" ಎಂದು ಎರಡು ಕೈಗಳನ್ನು ಎರಡು ದಿಕ್ಕಿಗು ತಿರುಗಿಸಿ ಹೇಳಿದಳು.

"ಇರಲಿ ಬಿಡು ಇಲ್ಲೆ ಹತ್ತಿರದಲ್ಲಿಯೇ ತಾನೇ ಇರೋದು, ನೆನಪಾದಾಗ ಬರುತ್ತಾನೆ" ಎನ್ನುತ್ತಿರುವಾಗಲೇ ಹತ್ತಿರ ಬಂದಳು. ಎಷ್ಟೆತ್ತರ ಬೆಳೆದು ಬಿಟ್ಟಿದ್ದಾಳೆ ಎನಿಸಿತು.

ಹಾಲಿನಂತ ಬಣ್ಣ. ಮೈತುಂಬ ಬಟ್ಟೆಯುಟ್ಟು ಕೊರಳಲ್ಲಿ ಬಂಗಾರದ ಸರವನ್ನು ಹಾಕಿಕೊಂಡಿದ್ದಾಳೆ.ಇದನ್ನು ಮದುವೆಯ ಸಮಯದಲ್ಲಿ ನಾವೇ ಕೊಟ್ಟಿದ್ದೆವು.ತವರು ಮನೆಯ ಕಾಣಿಕೆಯಾಗಿ. ಮೈ ಕೈ ತುಂಬಿದ ಹೆಂಗಸು ಹೇಗಿರಬೇಕೋ ಹಾಗೇ ಇದ್ದಾಳೆ. ಗಂಡನ ಮನೆಯಲ್ಲಿ ತಿಂದುಣ್ಣುವುದಕ್ಕೆ ಕೊರತೆಯೇನು ಇಲ್ಲ ಎಂಬ ನಿಶ್ಚಿಂತೆ ನನಗಿದೆ. ಇವರ ಅಪ್ಪನು ಇವಳ ಹಿಂದೆಯೇ ಬಂದಿದ್ದು ನನಗೆ ಇಮ್ಮಡಿ ಸಂತೋಷ ಎನಿಸಿತು.

"ಎಲ್ಲಿಗೆ ಹೋರಟಿರಿ?" ಬಂದವರು ಹೊರಟೆ ಬಿಟ್ಟರು. ಅದೇನು ಕೆಲಸವಿದೆಯೋ ಏನೋ..

"ನೀವು ತಾಯಿ ಮಗಳು ಮಾತನಾಡಿಕೊಳ್ಳಿ, ನಾನು ಒಂದಷ್ಟು ಕಅಬಾದ ಕಡೆ ಹೋಗಿ ಬರುತ್ತೇನೆ. ನಾಳೆಯಿಂದ ಒಂದು ತಿಂಗಳು ಹಬ್ಬ ಇದೆಯಲ್ಲ, ಅಲ್ಲಿ ಒಂದಷ್ಟು ಕೆಲಸವಿದೆ. ಮೇಲಾಗಿ ನಮ್ಮ ಮಳಿಗೆಗಳು ಅಲ್ಲಿಯೇ ಇವೆಯಲ್ಲವೇ, ವ್ಯಾಪಾರವನ್ನು ನೋಡಿಕೊಂಡು ಬರುವೆ" ಎಂದು ಹೇಳಿ ಹೋಗಿಯೇ ಬಿಟ್ಟರು.

ಕಅಬಾದ ಜಾತ್ರೆಗೆ ಬರುವ ಯಾತ್ರಿಕರು ವರ್ಷದಿಂದ ವರ್ಷಕ್ಕೆ ಹೆಚ್ಚುತ್ತಲೇ ಇದೆ. ಈ ವರ್ಷ ಅದೆಷ್ಟು ಜನರು ಬರುತ್ತಾರೋ ಏನೋ!? ಎಲ್ಲರಿಗು ಕುಡಿಯುವ ನೀರಿನ ಸಮಸ್ಯೆ. ಆ ಝಮ್ ಝಮ್ ಬಾವಿಯ ನೀರು ಯಾವುದಕ್ಕೂ ಸಾಲುವುದಿಲ್ಲವೇನೋ ಎಂಬ ಅನುಮಾನ ನಮಗೆ ಕಾಡುತ್ತದೆ. ಆದರೆ, ಅಲ್ಲಾಹನು ದೊಡ್ಡವನು. ಎಲ್ಲವನ್ನು ಸರಿಯಾಗಿ ನೋಡಿಕೊಳ್ಳುತ್ತಾನೆ.

"ಅಕ್ಕಾ ಹೇಗಿದ್ದಿಯಾ?" ರುಖಿಯಾ ಕೇಳಿದಳು.

"ಚನ್ನಾಗಿದ್ದಿನಿ" ಎಂದಳು ತನ್ನ ಹೊಟ್ಟೆಯ ಮೇಲೆ ಕೈ ಇಟ್ಟುಕೊಂಡು.

ಹೊಟ್ಟೆ ಮುಂದೆ ಬಂದಿದೆ.ಎರಡನೆಯ ಮಗು ಆರೋಗ್ಯವಾಗಿ ಹುಟ್ಟುವುದಕ್ಕೆ ಏನು ತೊಂದರೆ ಇಲ್ಲವೆಂದು ಅನಿಸುತ್ತದೆ.ಪರಸ್ಪರ ಸಹೋದರಿಯರು ಮಾತನಾಡಿಕೊಳ್ಳಲಾರಂಭಿಸಿದರು. ನೋಡುತ್ತಾ ಕುಳಿತರೆ ಹೊತ್ತು ಹೋಗುವುದೆ ಗೊತ್ತಾಗುವುದಿಲ್ಲ.

2

ನಾನು ಚಿಕ್ಕವಳಿದ್ದಾಗ ನನ್ನ ಗೆಳತಿಯರೊಂದಿಗೆ ಕಅಬಾದ ಹಬ್ಬಕ್ಕೆ ಹೋಗುತ್ತಿದ್ದೆ. ಮದುವೆಯಾದ ಮೇಲೆ ಹೋಗುವುದೊಂದು ಕಡೆ ಇರಲಿ ಅತ್ತ ಕಡೆ ಮುಖ ಮಾಡಿ ಮಲಗಲು ಸಮಯ ಸಿಗಲಿಲ್ಲ. ಅಬ್ಬಾ! ಅದೆಂತ ಹಬ್ಬ ಅಂತಿನಿ... ಸಾವಿರ ಸಾವಿರ ಜನರು ದೇಶ ವಿದೇಶದಿಂದ ಸಮುದ್ರದ ಅಲೆಗಳಂತೆ ನುಗ್ಗಿ ಬರುತ್ತಾರೆ. ಮಕ್ಕಾ ನಗರವಂತು ಈ ವಾರ ಹದಿನೈದು ದಿನ ಜನರಿಂದ ತುಂಬಿ ತುಳುಕುತ್ತದೆ. ಸಾಯಂಕಾಲ ಆದರಂತು ಹಿಡಿ ಗೋಧಿ ಕಾಳುಗಳನ್ನು ಎಸೆದರು ಕೆಳಗೆ ಬೀಳದಷ್ಟು ಜನರು ಕೂಡುತ್ತಾರೆ.

ಮಜಿನ್ನಾ,ಮಜಾಝ್, ಉಕಾಝು, ಝುಲ್ ಪೇಟೆ ಬೀದಿಗಳಲ್ಲಿ ವ್ಯಾಪಾರಗಾರರು ಬಗೆಬಗೆ ಬಣ್ಣದ ಬಟ್ಟೆಗಳನ್ನು, ಆಭರಣಗಳನ್ನು, ಮನೆಯ ಅಲಂಕಾರಿಕ ವಸ್ತುಗಳನ್ನು, ಸುಗಂಧ ದ್ರವ್ಯಗಳನ್ನು ತಂದಿರುತ್ತಾರೆ. ನಾನು ಚಿಕ್ಕವಳಿದ್ದಾಗ ಅಪ್ಪ ಒಂದಷ್ಟು ದಿರ?ಹಮಗಳನ್ನು ಕೊಟ್ಟು 'ನಿನಗೆ ಬೇಕಾಗಿರುವುದನ್ನು ತೆಗೆದುಕೊ ಮಗಳೆ' ಎಂದು ಸಂತೋಷದಿಂದಲೇ ಕೊಟ್ಟಾಗ ಎಲ್ಲವನ್ನು ದಂಡಿಯಾಗಿ ತೆಗೆದುಕೊಂಡು ಬರುತ್ತಿದ್ದೆ.

"ಇಷ್ಟೊಂದು ಏತಕ್ಕೆ ತಂದೆ?" ಎಂದು ಅಮ್ಮ ಗದರುತ್ತಿದ್ದಳು.

"ತಂದರೆ ಏನಾಯಿತು ಬಿಡು. ಮಗಳ ಸಂತೋಷಕ್ಕಿಂತ ಇದು ಹೆಚ್ಚೇ!?" ಎಂದು ಅಪ್ಪ ನನ್ನ ಪರವಾಗಿಯೇ ಮಾತನಾಡುತ್ತಿದ್ದ. ಇವುಗಳನ್ನು ತರುವಾಗಲೇ ಪೇಟೆಗಳಲ್ಲಿ ನಡೆಯುವ ಗಾಯಕರ ಗಾಯನವನ್ನು, ಧರ್ಮ ಪ್ರಚಾರಕರ ಭಾಷಣಗಳನ್ನು ಕೇಳಿಕೊಂಡೆ ಬರುತ್ತಿದ್ದೆ.

ಈ ವರ್ಷ ಮಕ್ಕಳನ್ನು ಕರೆದುಕೊಂಡು ಅವರು ಕಅಬಾದ ಕಡೆ ಹೋಗಿದ್ದಾರೆ. ಎಲ್ಲರ ಮುಖದಲ್ಲಿ ಸಂತೋಷ ತುಂಬಿ ತುಳುಕುತ್ತಿದೆ. ನಾನು ಮತ್ತು ಝ್ಯೆನಬಳು ಮಾತ್ರ ಮನೆಯಲ್ಲಿದ್ದೇವೆ. ಅವಳೀಗ ತುಂಬು ಗರ್ಭಿಣಿ.

"ಮಗಳನ್ನು ಕರೆದುಕೊಂಡು ನೀನು ಬಾ" ಎಂದು ಅವರೇನೋ ಹೇಳಿದರು.

"ಆ ಜನಸಂದಣಿಯಲ್ಲಿ ಮಗಳಿಗೆ ಏನಾದರು ತೊಂದರೆ ಆದರೇನು ಗತಿ..." ಎಂದು ನಾನೇ ನಿರಾಕರಿಸಿದೆ.

ಹೊತ್ತು ನೆತ್ತಿಗೇರಿತು. ಎಂದಿನಂತೆ ರಣ ರಣ ಎನ್ನುವ ಬಿಸಿಲಿದ್ದರು ಜನರ ಉತ್ಸಾಹಕ್ಕೇನು ಬರವಿಲ್ಲ. ಕಅಬಾ ಇಲ್ಲಿಂದ ಅನತಿ ದೂರದಲ್ಲಿದ್ದರು ಅಲ್ಲಿ ಬಾರಿಸುವ ನಗಾರಿಯ ಪ್ರತಿಧ್ವನಿ ಇಲ್ಲಿಯೂ ಕೇಳಿಸುತ್ತಿದೆ. ಜನರ ಕೂಗಾಟ ಇಲ್ಲಿಗೂ ಅಪ್ಪಳಿಸುತ್ತಿದೆ. ಜನರು ಯಾವಾಗಲೂ ಶಾಂತ ರೀತಿಯಿಂದ ಹಬ್ಬವನ್ನು ಮಾಡುವದೇ ಇಲ್ಲವೇನೋ... ಯಾವಾಗಲು ಕೇಕೇ ಹೊಡೆಯುತ್ತಾ ಸಿಳ್ಳೆ ಹೊಡೆಯುತ್ತಾ. ಬಂದ ಯಾತ್ರಿಕರೊಂದಿಗೆ ಒಂದಷ್ಟು ಕೀಟಲೆ ಮಾಡಿ ತಮಾಷೆ ನೋಡುವುದು.ಹರೆಯದ ಹೆಣ್ಣು ಮಕ್ಕಳನ್ನು ರೇಗಿಸುವುದು ಇದ್ದದ್ದೆ.

ಈ ವರ್ಷವಂತು ಭಯಂಕರ ಧ್ವನಿಯೊಂದು ಅತ್ತ ಕಡೆಯಿಂದ ಕೇಳಿ ಬರುತ್ತಿದೆ. ಬಹುಶಃ ಎಂದಿಗಿಂತಲೂ ಈ ವರ್ಷ ಜನರ ಹರ್ಷ ಮುಗಿಲು ಮುಟ್ಟಿದೆಯೋ ಏನೋ. ನಾವು ಹೋಗದೆ ಇದ್ದದ್ದೇ ಒಳ್ಳೆಯದಾಯಿತು. ಅಷ್ಟೊಂದು ಜನರಿದ್ದರೆ ನಮಗೆ ಎಲ್ಲವನ್ನು ಸುತ್ತಿ ನೋಡಲಾಗುವುದಿಲ್ಲ.

ಮಗಳು ಹೊಟ್ಟೆಗೆ ಒಂದಷ್ಟು ತಿಂದು ಮಲಗಿದ್ದಾಳೆ. ಆಯಾಸವಾಗಿರಬೇಕು. ಬಿಸಿಲು ಬೇರೆ ಹೆಚ್ಚಿದೆ. ಬೀಸಣಿಕೆ ಬೀಸುತ್ತಿದ್ದರೇ ಅವಳಿಗು ಒಂದಷ್ಟು ಹಿತವಾಗುತ್ತದೆ. ಈಗ ಸೂರ್ಯ ಪಶ್ಚಿಮಕ್ಕೆ ವಾಲಿದ. ತಂಪು ಗಾಳಿ ನಿಧಾನವಾಗಿ ಬೀಸಲಾರಂಭಿಸಿತು. ದೂರದಲ್ಲಿ ಜನರ ಗದ್ದಲ ಇನ್ನಷ್ಟು ಹೆಚ್ಚಿತೆಂದು ಅವರ ಧ್ವನಿಯೇ ಹೇಳುತ್ತಿದೆ.ಸಾಯಂಕಾಲದ ವೇಳೆಯಾಯಿತಲ್ಲವೇ... ಜನರು ಈಗ ಮನೆಯಿಂದ ಹೊರಗೆ ಬರುವವರ ಸಂಖ್ಯೆಯು ಹೆಚ್ಚಾಗಿರಬೇಕು.

ಕಅಬಾದಲ್ಲಿ ಅದೇಷ್ಟು ದೇವರುಗಳಿವೆ. ಬೆರಳು ಹಿಡಿದು ಎಣಿಸಿದರು ಲೆಕ್ಕ ಸಿಗುವದಿಲ್ಲ. ಸುಮಾರು ಎರಡು ಮೂರು ಸಾವಿರ ವರ್ಷಗಳ ಹಿಂದೆ ಪ್ರವಾದಿಗಳಾದ ಇಬ್ರಾಹೀಮ್ ಮತ್ತು ಇಸ್ಮಾಯಿಲ್ಲರು ಈ ಪವಿತ್ರ ಕಅಬಾವನ್ನು ತಮ್ಮ ಬೆವರು ಸುರಿಸಿ ಪ್ರೇಮದಿಂದ ಕಟ್ಟಿದ್ದರು ಮತ್ತು ಅವರು

ಏಕ ದೇವೋಪಾಸಕರಾಗಿದ್ದರು. ಆಗ ಜನರು ಕೂಡ ಅದಕಷ್ಟೆ ಪ್ರಾರ್ಥನೆ ಸಲ್ಲಿಸುತ್ತಿದ್ದರು. ಕಾಲ ಕ್ರಮೇಣ ಬಹಳಷ್ಟು ಜನರು ಬಂದರು. ಅವರು ಬಂದಂತೆ ದೇವರ ಸಂಖ್ಯೆಯು ಹೆಚ್ಚಿತು!

ಮೊದಲು ಒಬ್ಬ ಅವನ ಹೆಸರು 'ಅಮ್ರ ಬಿನ್ ಲಹ್ಯಿ' ಅಂತಾ ಕಾಣಿಸುತ್ತೆ. ವ್ಯಾಪಾರದ ನಿಮಿತ್ತವಾಗಿ ಪ್ರಯಾಣ ಮಾಡುತ್ತಾ ಅದೆಲ್ಲಿಗೋ ಹೋಗಿದ್ದನಂತೆ. ಬರುವಾಗ 'ಹುಬಲ್' ಎಂಬ ವಿಗ್ರಹವನ್ನು ತಂದು ಈ ಮಕ್ಕಾದಲ್ಲಿ ಸ್ಥಾಪಿಸಿದ. ಕಾರಣ ಕೇಳಿದ್ದಕ್ಕೆ. "ನಾನೊಂದು ಊರಿಗೆ ಹೋಗಿದ್ದೆ. ಅಲ್ಲಿಯ ಜನರು ಇದನ್ನು ಭಕ್ತಿಯಿಂದ ಪೂಜಿಸುತ್ತಿದ್ದರು. ನನಗದು ಇಷ್ಟವಾಯಿತು ತಂದೆ." ಎಂದರು. ಅವನ ನಾಯಕ ಅವನು ಹೇಳಿದಂತೆ ಜನರು ಕೇಳಿದ್ದರಿಂದ ಈಗಲೂ ಅದಕ್ಕೆ ಪೂಜೆ ನಡೆಯುತ್ತಿದ್ದೆ.

'ಲಾತ್' ಎಂಬ ದೇವತೆಯನ್ನು 'ಸಕೀಫ್' ಎಂಬ ಗೋತ್ರದ ನಾಯಕರು ತಂದರು. ಅದಕ್ಕಾಗಿ ಒಂದು ದೇವಾಲಯವನ್ನು ಕಟ್ಟಿದ್ದರು. ಅವರು ಬೇರೆಯವರಂತೆ ನಡೆದುಕೊಳ್ಳಲಾರಂಭಿಸಿದರು.

ಇನ್ನೂ ನಮ್ಮ ಕುರೈಶಿಯವರು ಏನು ಕಡಿಮೆಯೆ? ನಮ್ಮದು ಒಂದು ಸ್ವಂತ ದೇವರು ಇರಲೆಂದು 'ಉಝ್ಝಾ' ಎಂಬ ದೇವತೆಯನ್ನು ಅದೆಲ್ಲಿಂದ ಹಿಡಿದುಕೊಂಡು ಬಂದರೋ ನನಗೀಗಲೂ ಸರಿಯಾಗಿ ಗೊತ್ತಿಲ್ಲ. ಅದಕ್ಕೊಂದು ನಿಲಯವನ್ನು ಕಟ್ಟಿ ಪೂಜಿಸಲಾರಂಭಿಸಿದರು. ಮತ್ತೆ ಮತ್ತೆ ಕಾಲಕ್ರಮೇಣ ಬಂದ ನಾಯಕರು, ಜನಾಂಗದವರು ಹಲವಾರು ದೇವರುಗಳ ಮೂರ್ತಿ ಮಾಡಿಕೊಂಡು ತಂದಿಲ್ಲಿ ಪೂಜಿಸಲಾರಂಭಿಸಿದರು.

ಇನ್ನು ಯಾಸ್ರಿಬನಿಂದ ಬಂದ ಔಸ್ ಮತ್ತು ಖಝ್ರಜ್ ಗೊತ್ರದವರು 'ಮನಾತ್' ಎಂಬ ವಿಗ್ರಹವನ್ನು ತಂದ ಮೇಲಂತು ಸುತ್ತಮುತ್ತಲಿಂದ ಬರುವವರ ಸಂಖ್ಯೆ ಇನ್ನೂ ಹೆಚ್ಚಿತು.

ಹೆಚ್ಚು ಕಡಿಮೆ ಇಲ್ಲಿರುವ ವಿಗ್ರಹಗಳನ್ನು ಲೆಕ್ಕ ಹಾಕುತ್ತಾ ಹೋದರೇ ಮೂನ್ನೂರರ ಗಡಿ ದಾಟುತ್ತದೆ. ಪ್ರತಿ ವಿಗ್ರಹಕ್ಕು ಅಂದಾಜು ಸಾವಿರಾರು ಜನರು ಬರುತ್ತಾರೆ ಎಂದು ಅವಲೋಕನ ಮಾಡಿಕೊಂಡರು ಲಕ್ಷ ಲಕ್ಷ ಜನರು ಈಗಾಗಲೇ ಇಲ್ಲಿಗೆ ಬಂದದ್ದನ್ನು ನೆನಸಿಕೊಂಡರೆ ಅಚ್ಚರಿಯಾಗುತ್ತದೆ.

"ಅಮ್ಮಾ..." ಎಂದು ಎದ್ದಳು ಹಿರಿಯ ಮಗಳು.

ಮನೆಯಲ್ಲಿ ಇಬ್ಬರೆ ಇರುವದರಿಂದ ಶಾಂತವಾಗಿದೆ. ಒಂದಷ್ಟು ಮುಖ ತೊಳೆದುಕೊಂಡ ಮೇಲೆ ಒಂಟೆಯ ಹಾಲು ಕೊಡಬೇಕು ಎಂದರೇ ನಫೀಸಾಳು ಮಕ್ಕಳೊಂದಿಗೆ ಹಬ್ಬಕ್ಕೆ ಹೋಗಿದ್ದಾಳೆ. ತೊಂದರೆ ಏನು ಇಲ್ಲಾ. ಎಂದು ಕುಳಿತವಳು ಮೇಲೆದ್ದು ಹಾಲು ತಂದು ಕೊಟ್ಟೆ. ಕುಡಿದು ಮಾತನಾಡುತ್ತಾ ಕುಳಿತೆವು.

ಕಅಬಾದ ಕಡೆಯಿಂದ ಗದ್ದಲವೊಂದು ಕೇಳಿ ಬರುತ್ತಲೇ ಇದೆ. ಹಬ್ಬವಲ್ಲವೇ... ಜನರ ಸದ್ದು ಸರ್ವೇಸಾಮಾನ್ಯ ಎಂದು ತಿಳಿದು ನಮ್ಮ ಪಾಡಿಗೆ ನಾವು ಮಾತನಾಡಲಾರಂಭಿಸಿದೆವು.

3

"ಅಮ್ಮಾ, ಅಕ್ಕಾ..." ಎಂದು ಕೂಗುತ್ತಾ ರುಖಿಯಾ ಮತ್ತು ಕುಲ್ಸೂಮಳು ಮನೆಯೊಳಗೆ ಓಡಿ ಬಂದರು. ಅವರ ಹಿಂದೆ ನಫೀಸಾಳು ಫಾತಿಮಾಳನ್ನು ಕಂಕುಳಲ್ಲಿ ಎತ್ತಿಕೊಂಡು ಓಡಿ ಬಂದಳು.

ಮುಖದಲ್ಲಿ ಆತಂಕವಿದೆ. ಧ್ವನಿಯಲ್ಲಿ ಭಯವಿದೆ. ನಡಿಗೆಯಲ್ಲಿ ಪ್ರಾಣಭಯವಿದೆ.

"ಏಕೇ ಏನಾಯಿತು!?" ಕುಳಿತಿದ್ದ ನಾನು ಎದ್ದು ನಿಂತು ಕೇಳಿದೆ.

ಮಕ್ಕಳಿಬ್ಬರು ಅವರ ಅಕ್ಕನ ಬಳಿ ಕುಳಿತರೆ ಫಾತಿಮಾ ನನ್ನ ಬಳಿ ಬಂದು ಅಳಲಾರಂಭಿಸಿದಳು. ಈಗ ಅವಳಿಗು ತಿಳುವಳಿಕೆ ಬಂದಿದೆ. ಹಾಗೆ ಅವರಿಬ್ಬರೂ ಝೈನಬಳನ್ನು ತಬ್ಬಿಕೊಂಡು ಅಳಲಾರಂಭಿಸಿದರು.

ನಾನು ನಫೀಸಾಳ ಕಡೆ ತಿರುಗಿ,

"ಯಾಕೆ ಮಕ್ಕಳು ಅಳುತ್ತಿದ್ದಾರಲ್ಲ!?" ನನ್ನ ಧ್ವನಿಯಲ್ಲಿಯೂ ಗಾಬರಿ ಬೆರೆತಿದೆ.

"ಇವರು ಇಂದು ಕಅಬಾದ ಹಬ್ಬದಲ್ಲಿ ಬದುಕಿ ಬಂದದ್ದೆ ಹೆಚ್ಚು!" ಅಚ್ಚರಿಯಾಗುವಂತೆ ನುಡಿದಳು. ನನಗೆ ಭಯವಾಗಲಾರಂಭಿಸಿತು. ಆವಾಗಿನಿಂದ ಅತ್ತಕಡೆ ಗಲಾಟೆಯ ಧ್ವನಿ ಕೇಳಿಸಿದ್ದು ನೆನಪಿಗೆ ಬಂತು.

"ಏಕೆ ಅಂತಹುದು ಏನಾಯಿತಲ್ಲಿ? ಬೇರೆ ಊರಿನಿಂದ ಯಾರಾದರು ಸೈನಿಕರು ದಾಳಿ ಮಾಡಿದರೇ!?" ಕೆಲವರು ಇಂತಹ ಸಮಯವನ್ನೆ ಕಾಯುತ್ತಲಿರುತ್ತಾರೆ. ಆದರೆ ಇಂತಹ ಸಂದರ್ಭದಲ್ಲಿ ಯುದ್ಧ ನಿಷಿದ್ಧ ಎಂದು ಎಲ್ಲರಿಗು ಗೊತ್ತು. ಆದರೂ... ಅಲ್ಲೇನಾಯಿತು ಎಂದು ತಿಳಿದುಕೊಳ್ಳುವ ಆತಂಕ ಮಾತ್ರ ಕಡಿಮೆಯಾಗಲಿಲ್ಲ.

ನಫೀಸಾಳು ಒಳಗೆ ಹೋಗಿ ನೀರು ಕುಡಿದು ಮಕ್ಕಳಿಗು ನೀರು ತಂದು ಕುಡಿಸಿದಳು. ಅವಳಿನ್ನು ಏದುಸಿರು ಬಿಡುತ್ತಲೆ ಇದ್ದಳು. ಒಂದಷ್ಟು ವಿಶ್ರಮಿಸಿ,

"ಅಲ್ಲಿ ಪರಸ್ಪರ ದೇವರ ಸಂಬಂಧವಾಗಿ ಹೊಡೆದಾಟವಾಯಿತು... ಎಂದು ಹೇಳುತ್ತಿದ್ದಾರೆ. ನಮಗು ಅಷ್ಟಾಗಿ ಗೊತ್ತಿಲ್ಲ. ಜನರ ಸಂಖ್ಯೆ ಬಹಳಷ್ಟು ಇದ್ದುದರಿಂದ ನಾವು ಕಅಬಾದಿಂದ ದೂರವೆ ಇದ್ದೆವು. ಅದೇನಾಯಿತೋ ಏನೋ ದೊಡ್ಡ ಗಲಾಟೆ ಪ್ರಾರಂಭವಾಗಿ ಜನರು ಪರಸ್ಪರ ಜಗಳ

ಮಾಡಲಾರಂಭಿಸಿದರು. ಬಹುಶಃ ತಮಾಷೆ ಮಾಡುತ್ತಿರಬಹುದು ಎಂದೇ ನಾನು ಮೊದಲು ಅಂದುಕೊಂಡೆ. ಆಮೇಲೆ ಅದು ಹೆಚ್ಚಾಗಿ... ಖಡ್ಗಗಳು ಕಾಣಲಾರಂಭಿಸಿದವು...!! ಮುಂದೇನಾಯಿತು ಎಂದು ನೋಡುವ ಗೊಡವೆಗೆ ಹೋಗದೆ, ಮಕ್ಕಳನ್ನು ಕರೆದುಕೊಂಡು ಬಂದು ಬಿಟ್ಟೆ..." ನಫೀಸಾಳು ಹೇಳಿದ್ದನ್ನು ಕೇಳಿ ನನಗೆ ತಲೆ ಸುತ್ತು ಬಂದಂತಾಯಿತು.

"ಅಪ್ಪಾ.. ಅಪ್ಪಾ.." ಕೊನೆಯವಳು ಅಳಲಾರಂಭಿಸಿದಳು. ಅವಳೊಂದಿಗೆ ಇನ್ನುಳಿದವರು ಧ್ವನಿ ಗೂಡಿಸಿದರು.

ನನಗು ಅವರ ನೆನಪು ಬಂತು. ಹೋಗುವಾಗ ಎಲ್ಲರು ಸೇರಿಯೇ ಹೋಗಿದ್ದರು. ಆದರೆ, ಅವರೇಕೆ ಇನ್ನು ಬಂದಿಲ್ಲ.

"ಅವರೆಲ್ಲಿ?!" ನಫೀಸಾಳನ್ನೆ ಕೇಳಿದೆ.

"ಏನೋ ನಮಗೂ ಗೊತ್ತಿಲ್ಲ. ಅತ್ತ ಹೋದೆವಲ್ಲ... ಇನ್ನು ಗಲಾಟೆ ಪ್ರಾರಂಭವಾಗುವದಕ್ಕಿಂತ ಮುನ್ನವೆ ಅವರು ಮಕ್ಕಳನ್ನು ನನಗೆ ಒಪ್ಪಿಸಿ 'ನೀವು ಹಬ್ಬವನ್ನು ನೋಡಿಕೊಂಡು ಹೋಗಿ. ನಾನು ಆಮೇಲೆ ಬರುತ್ತೇನೆ' ಎಂದು ಹೇಳಿ ಕಅಬಾ ನಿಲಯದ ಒಳಗೆ ಹೋದರು. ಅವರು ಹೋದ ಅರೆಗಳಿಗೆಯಲ್ಲಿಯೇ ಈ ಗಲಾಟೆ ಪ್ರಾರಂಭವಾಗಿದ್ದು" ನನಗಂತು ನಿಂತ ನೆಲ ಬಾಯಿ ತೆರೆದಂತಾಯಿತು. ತಲೆ ಸಿಡಿದು ಹೋಳಾದಂತೆ ಭಾಸವಾಯಿತು! ಖಡ್ಗಗಳು ಕಣ್ಣಿಗೆ ಕಾಣಿಸಿಕೊಂಡವು ಎಂದು ಬೇರೆ ಇವಳು ಹೇಳುತ್ತಿದ್ದಾಳೆ. ಅವರಿಗೇನಾಯಿತೆಂದು ತಿಳಿಯುತ್ತಿಲ್ಲ. ಎದೆ ಬಡಿತ ಹೆಚ್ಚಾಯಿತು. ಉಸಿರಿನ ವೇಗವು ಹೆಚ್ಚಿತು. ಕೈ ಕಾಲು ತರ ತರ ನಡುಗಲಾರಂಭಿಸುತ್ತಿದೆ. ಮೈ ಬೆವರೊಡೆದು ಕಂಪಿಸಲಾರಂಭಿಸಿತು!

"ಓ ಅಲ್ಲಾಹನೆ ಇದೇನು ಮಾಡಿದೆ ನೀನು!?" ಎಂದು ಮನದಲ್ಲಿ ದೇವರನ್ನು ನೆನೆಯುತ್ತಾ ಅವರಿಗೆ ಏನು ಆಗದಂತೆ ನೋಡಿಕೋ ಎಂದು ಪ್ರಾರ್ಥಿಸಿದೆನಾದರು ನನ್ನ ಆತಂಕ ಕಡಿಮೆಯಾಗದೆ, ಅಲ್ಲಿಯೇ ಕುಸಿದು ಕುಳಿತೆ.

ಫಾತಿಮಾಳ ಅಳು ಇನ್ನು ಮುಂದುವರಿದೇ ಇತ್ತು.

ಅವಳು ಬಾಯಿ ತೆರೆದು ಅಳುತ್ತಿದ್ದರೆ ನಾನು ಬಾಯಿ ಮುಚ್ಚಿಕೊಂಡು ಒಳಗೊಳಗೆ ರೋದಿಸುತ್ತಿದ್ದೆ. ಮನೆಯ ಆಳುಗಳು ಇನ್ನು ಬಂದಿಲ್ಲ. ಅವರಿಗು ಏನಾಯಿತೋ!? ಒಂದೂ ತಿಳಿಯುತ್ತಿಲ್ಲ. ಒಂಟೆ ಕುದುರೆಗಳು ವಿಚಿತ್ರವಾಗಿ ಕೂಗುತ್ತಿವೆ.

ಇತ್ತೀಚೆಗೆ ಅವರು ಬಹಳಷ್ಟು ಮೌನವಾಗಿದ್ದರು. ಮೊದಲೆಲ್ಲಾ ಎಷ್ಟೊಂದು ಚಟುವಟಿಕೆಯಿಂದ ಇರುತ್ತಿದ್ದರು. ಈಗ ಅವರ ಮನಸ್ಸು ಮೊದಲಿನಂತಿಲ್ಲ. ಹಾಗಾದರೇ ಅವರೆ ದೇವರ ಸಂಬಂಧವಾಗಿ ಅಲ್ಲಿ ಗಲಾಟೆ ಮಾಡಿದರೆ?!

ವಿಗ್ರಹಗಳು ಸತ್ಯವಲ್ಲ ಎಂದು ಟೀಕಿಸಿದರೆ!? ಇಷ್ಟೊಂದು ದೇವರನ್ನು ಪೂಜಿಸುವದರಿಂದ ಯಾವ ಲಾಭವು ಇಲ್ಲ ಎಂದು ತಿಳಿಸಿದರೇ!? ಅಲ್ಲಾಹನು ಒಬ್ಬನೇ ಎಂದು ಹೇಳಿದರೇ!? ಎಂಬ ನೂರಾರು ಆಲೋಚನೆಗಳು ಬರುತ್ತಿವೆಯಾದರು ಒಂದಕ್ಕು ಸರಿಯಾದ ಉತ್ತರ ಕಾಣುತ್ತಿಲ್ಲ.

ಇಲ್ಲ ಅವರು ತುಂಬಿದ ಜನರ ಮುಂದೆ ಬಾಯಿ ತೆರೆಯುವವರಲ್ಲ. ಏಕೆಂದರೆ ಜನರ ಮನಸ್ಸು ಒಂದೊಂದು ಸಂದರ್ಭದಲ್ಲಿ ಒಂದೊಂದು ರೀತಿ ಇರುತ್ತದೆ ಎಂದು ಅವರಿಗು ಗೊತ್ತು. ಮೇಲಾಗಿ ಅವರೊಬ್ಬ ದೊಡ್ಡ ವ್ಯಾಪಾರಿಗಳು. ಯಾರ ಮನಸ್ಸು ಹೇಗಿರುತ್ತದೆ, ಎಂತವರು ನಮ್ಮ ಸರಕುಗಳನ್ನು ಕೊಳ್ಳುತ್ತಾರೆ? ಎಂತವರು ಇಲ್ಲ, ಎಂದು ನಿಖರವಾಗಿ ಹೇಳುವವರು. ಇಂತವರು ಮಾತನಾಡುವಾಗ ಎಚ್ಚರ ವಹಿಸದೆ ಇರುವರೇ!?

ಅದು ಅಲ್ಲಾಹನ ವಿಷಯದಲ್ಲಿ. ಇಲ್ಲ. ಇಲ್ಲ. ವಿಗ್ರಹಗಳ ಸಂಬಂಧವಾಗಿ ಅವರಿಂದ ಈ ಗಲಾಟೆ ಆಗಿರಲಿಕ್ಕಿಲ್ಲವೆಂಬ ಸಮಾಧಾನ ಮೂಡಿತಾದರು, ಅವರು ಇನ್ನೂ ಬರದೆ ಇರುವದರಿಂದ ಆತಂಕವಂತು ಇದ್ದೆ ಇದೆ.

ಪದೇ ಪದೇ ಬಾಗಿಲ ಕಡೆ ಮುಖ ಮಾಡಿದರು ಅವರ ದರ್ಶನವಿಲ್ಲ. ಸೂರ್ಯ ಮುಳುಗಿದ. ಕಿರಣಗಳು ಮರೆಯಾಗಲಾರಂಭಿಸಿದವು. ಇಂದು ಹುಣ್ಣಿಮೆ. ಇನ್ನೇನು ಚಂದ್ರ ನಿಧಾನವಾಗಿ ಮೇಲೆ ಬರಬಹುದು... ಹಳದಿ ಬಣ್ಣಕ್ಕೆ ತಿರುಗಿದ್ದ ಆಕಾಶವು ನಿಧಾನವಾಗಿ ಕಪ್ಪು ಬಣ್ಣಕ್ಕೆ ತಿರುಗಿತು. ಚಂದ್ರ ಮೆಲ್ಲನೆ ಮೇಲೆ ಬರುತ್ತಿರುವುದು ಕಿಡಕಿಯ ಖಾಲಿ ಭಾಗದಿಂದ ಕಾಣುತ್ತಿದೆ.

4

"ಅಪ್ಪ ಬಂದಾ..." ಬಾಗಿಲು ಕಡೆ ಅವರು ಬರುವುದನ್ನು ನೋಡಿದೊಡನೆ ಫಾತಿಮಾ ಅತ್ತ ಓಡಿದಳು.

ಉಳಿದ ಮಕ್ಕಳು ಅತ್ತ ಕಡೆ ನೋಡಿದರು. ಅವರು ಮಗಳನ್ನು ತಮ್ಮ ಬಲಗೈಯಲ್ಲಿ ಎತ್ತಿಕೊಂಡು ನಮ್ಮ ಹತ್ತಿರ ಬಂದೊಡನೆ ನನ್ನ ಕಣ್ಣುಗಳನ್ನೆ ನಂಬಲಾಗುತ್ತಿಲ್ಲ. ಅವರ ಬಟ್ಟೆಗಳು ರಕ್ತಮಯವಾಗಿವೆ! ಹಣೆಯಲ್ಲಿ ರಕ್ತ ಹೆಪ್ಪುಗಟ್ಟಿದೆ. ತಲೆಗೂದಲು ಅಸ್ತವ್ಯಸ್ತವಾಗಿವೆ. ಯಾವುದೋ ಅನಾಹುತಕ್ಕೆ ತುತ್ತಾದವರಂತೆ ಕಂಡರು ಮುಖ ಮಾತ್ರ ಶಾಂತವಾಗಿದೆ. ಯಾವುದೆ ಆತಂಕವಿಲ್ಲದೆ, ಏನು ಆಗೇ ಇಲ್ಲವೇನೋ ಎಂಬ ಸ್ಥಿತಿಯಲ್ಲಿದ್ದಾರೆ.

"ಏನಿದೆಲ್ಲ!?" ಅವರ ಆಕಾರವನ್ನು ನೋಡಿ ಕೇಳಿದೆ.

"ಎಲ್ಲವನ್ನು ವಿವರಿಸಿ ಹೇಳುತ್ತೇನೆ.ಒಂದಷ್ಟು ಮುಖ ತೊಳೆದುಕೊಂಡು ಬಟ್ಟೆ ಬದಲಾಯಿಸುವೆ" ಎಂದು ಹೇಳಿ ಮಗಳನ್ನು ನನ್ನ ಕೈಯಿಗೆ ಕೊಟ್ಟು

ಮನೆಯ ಹಿಂದೆ ಹೋಗಿ ಕೈ ಕಾಲು ಮುಖ ತೊಳೆದುಕೊಂಡು ಬಂದು ನಮ್ಮ ಕೋಣೆಗೆ ಬಟ್ಟೆ ಬದಲಾಯಿಸಲು ಹೋದರು.

ನನಗೆ ಅವರು ಬಂದರು ಎಂಬ ನಿಶ್ಚಿಂತೆ ಒಂದೆಡೆಯಾದರೆ... ನಮ್ಮ ಸಂಬಂಧಿಕರು ಮತ್ತು ಅವರ ಸಂಬಂಧಿಕರಿಗೆ ಏನೇನಾಗಿರಬಹುದು ಎಂಬ ಚಿಂತೆ ಕಾಡುತ್ತಲೇ ಇದೆ. ಇವರಿಗೆ ಇಷ್ಟು ನೋವಾಗಿದೆ. ಬಟ್ಟೆಯಲ್ಲಾ ಕೆಂಪು ಬಣ್ಣಕ್ಕೆ ತಿರುಗಿರಬೇಕಾದರೆ ಇನ್ನು ಯಾರು ಯಾರಿಗೆ ಏನೇನಾಗಿದಿಯೋ ಆ ಅಲ್ಲಾಹನಿಗೆ ಗೊತ್ತು. ಎಲ್ಲವನ್ನು ಕೇಳಬೇಕೆಂದುಕೊಂಡೆ.

ಅವರು ಹೊರಗೆ ಬರಲೆ ಇಲ್ಲಾ... ಹೊರಗಡೆ ಬೆಳದಿಂಗಳು ಇದೆಯಾದರು ಯಾರ ಮನಸ್ಸಿನಲ್ಲಿಯೂ ನಗು ಮಾತ್ರ ಇಲ್ಲ. ಫಾತಿಮಾಳನ್ನು ಕರೆದುಕೊಂಡು ಕೋಣೆಯ ಬಳಿ ಬಂದೆ. ಅವರು ಹಣೆಯ ಮೇಲೆ ಕೈಯಿಟ್ಟು ಮುಖ ಮೇಲೆ ಮಾಡಿಕೊಂಡು ಮಂಚದ ಮೇಲೆ ಮಲಗಿದ್ದಾರೆ. ಕಣ್ಣುಗಳು ಮುಚ್ಚಿವೆಯಾದರು ಅವರಿಗೆ ನಿದ್ದೆ ಬಂದಿಲ್ಲವೆಂದು ಉಸಿರಿನ ಏರಿಳಿತದಿಂದ ಗೊತ್ತಾಯಿತು. ಮಾತನಾಡಿಸಲಾ ಎಂಬ ಯೋಚನೆ ಬರುತ್ತಿದೆ. ಈಗ ಬೇಡ ಮಕ್ಕಳು ಮಲಗಿಕೊಂಡಮೇಲೆ ಕೇಳಿದರಾಯಿತು ಎಂದು ಆಲೋಚಿಸಿ

"ಬನ್ನಿ ಎಲ್ಲರು ಊಟ ಮಾಡೋಣ" ಎಂದೇ... ಅವರು ಬರಲಿಲ್ಲ. ನಾನು ಹೆಚ್ಚಿಗೆ ಏನು ಹೇಳುವ ಪರಿಸ್ಥಿತಿಯಲ್ಲಿರಲಿಲ್ಲ. ಇನ್ನುಳಿದವರು ಆತಂಕದಲ್ಲಿಯೇ ಇದ್ದುದರಿಂದ ತಮಗೆ ಹೋದಷ್ಟು ಉಂಡು ಮಲಗಲು ಕೋಣೆಗೆ ಹೋದರು. ಈ ಬಾರಿ ಎಲ್ಲ ಮಕ್ಕಳು ಝೈನಬಳ ಕೋಣೆಯಲ್ಲಿ ಮಲಗಿಕೊಂಡರು. ಫಾತಿಮಾಳು ಹಟ ಮಾಡಿದಳಾದರೂ, ಅವರಿಗೆ ತೊಂದರೆ ಆಗುತ್ತದೆ ಎಂದು ಇವಳೊಂದಿಗೆ ಬಿಟ್ಟು ನಮ್ಮ ಕೋಣೆಗೆ ಬಂದೆ.

ಅವರಿಗಿನ್ನು ನಿದ್ದೆ ಬಂದಿರಲಿಲ್ಲ. ಬರಲು ಸಾಧ್ಯವು ಇಲ್ಲ. ಹೊಟ್ಟೆಯಲ್ಲಿ ಆಹಾರವಿಲ್ಲ. ಮನಸ್ಸಿನಲ್ಲಿ ನೂರೆಂಟು ಆಲೋಚನೆಗಳು ಇದ್ದರೇ ನಿದ್ದೇ ಬರಲು ಹೇಗೆ ಸಾಧ್ಯ?

"ಈ ಹಾಲನ್ನಾದರು ಕುಡಿಯಿರಿ" ಬರುವಾಗ ಹಿಡಿದುಕೊಂಡೆ ಬಂದಿದ್ದೆ. ಸಮಯವಾಗಿದ್ದರಿಂದ ಎಲ್ಲರು ನಿದ್ರೆಗೆ ಜಾರಿದ್ದರು. ಮಕ್ಕಳಿಗೆ ನಿದ್ದೆ ಬಂದಿದೆಯೋ ಇಲ್ಲವೋ ನನಗು ಸರಿಯಾಗಿ ಗೊತ್ತಾಗುತ್ತಿಲ್ಲ. ಆದರೆ ಹಿರಿಯ ಮಗಳಿಗೆ ಜೀವನವೆಂದರೆ ಏನು ಎಂದು ತಿಳಿದಿದೆ. ಗಂಡನೊಂದಿಗೆ ಸಂಸಾರ ಮಾಡಿದ ಅನುಭವ ಇದೆ. ನನ್ನ ಸ್ಥಾನದಲ್ಲಿ ನಿಂತು ತನ್ನ ತಂಗಿಯರನ್ನು ನೋಡಿಕೊಳ್ಳುತ್ತಾಳೆ. ಎಂಬ ನಂಬಿಕೆ.

ಇವರು ನಿಧಾನವಾಗಿ ಎದ್ದು ಕುಳಿತು ತಮ್ಮ ತಲೆಯನ್ನು ಒಂದು ಬಾರಿ ಎರಡು ಕೈಯಿಂದ ಮುಟ್ಟಿಕೊಂಡು ನನ್ನತ್ತ ನೋಡಿ ಕೈಯಲ್ಲಿದ್ದ ಹಾಲನ್ನು ತೆಗೆದುಕೊಂಡು ಕುಡಿದು ಅರೆ ಘಳಿಗೆ ವಿಶ್ರಾಂತಿ ಪಡೆದರು ನಾನು ಪೆಟ್ಟಾದ ತಲೆಗೆ

ಮನೆಯಲ್ಲಿಯೇ ಇದ್ದ ಒಂದಷ್ಟು ಗಿಡಮೂಲಿಕೆಯನ್ನು ಹಚ್ಚಿ ಬಟ್ಟೆ ಕಟ್ಟಿದ್ದೆ. ಮತ್ತೆ ಅವರು ಎಂದಿನ ಭಂಗಿಯಲ್ಲಿಯೇ ಮಲಗಿದರು. ನಾನು ಅವರ ಪಕ್ಕ ಬಂದು

"ಏನಾಯಿತು ಅಲ್ಲಿ!?"

ನನ್ನೊಂದು ಕೈ ಅವರಎದೆಯ ಮೇಲೆ ಇತ್ತು.

ಅವರು ಎದ್ದು ಕುಳಿತರು. ನಾನು ಪಕ್ಕವೆ ಕುಳಿತಿದ್ದೆ. ನನ್ನನ್ನು ಒಂದು ಬಾರಿ ನೋಡಿದರು. ಅವರ ಮುಖದಲ್ಲಿ ವಿಷಾದ ಹೆಪ್ಪುಗಟ್ಟಿತ್ತು. ದುಃಖ ಉಮ್ಮಳಿಸಿ ಬಂದಂತಾಗಿ ನನ್ನನ್ನು ತಬ್ಬಿಕೊಂಡು ಅಳಲಾರಂಭಿಸಿದರು. ಅವರ ಕಣ್ಣಲ್ಲಿ ನೀರು ನೋಡಿ ನನಗೆ ದುಃಖವಾಯಿತು. ಸಮಾಧಾನ ಪಡಿಸಿದೆನಾದರು, ಮಾತನಾಡಲು ಅವರ ಗಂಟಲು ಕಟ್ಟಿದಂತಾಯಿತೆನೋ ನನಗೆ ಸರಿಯಾಗಿ ಅರ್ಥವಾಗುತ್ತಿಲ್ಲ. ಮತ್ತೆ ಸುಧಾರಿಸಿಕೊಂಡು,

"ಏನೆಂದು ಹೇಳಲಿ, ಕಣ್ಣ ಮುಂದೆ ನಡೆದ ಮಾರಣಹೋಮ ನೋಡುವದಕ್ಕೆ ನಾನಲ್ಲಿಗೆ ಹೋಗಿದ್ದೆನಾ!? ನಮ್ಮ ನಮ್ಮವರೆ ಸಣ್ಣ ಕಾರಣಕ್ಕಾಗಿ ಹೊಡೆದಾಡಿದರು. ಬಿಡಿಸಲು ಹೋದ ನನ್ನ ಮತ್ತು ಸ್ನೇಹಿತರ ಸ್ಥಿತಿ ಹೀಗಾಯಿತು. ಕೆಲವರಂತು ಸತ್ತೇ ಹೋದರು! ತಬ್ಬಿಕೊಂಡಿದ್ದ ನನ್ನನ್ನು ಬಿಟ್ಟು ಹೇಳಿದರು.

"ಅಷ್ಟಕ್ಕು ಹೊಡೆದಾಡುವದಕ್ಕೆ ಕಾರಣವಾದರು ಏನಿತ್ತು!?"

"ಪ್ರತಿ ವಿಗ್ರಹವನ್ನು ತೆಗೆದುಕೊಂಡು ಕಅಬಾದ ಸುತ್ತಲು ಒಂದೆರಡು ಸುತ್ತು ಹಾಕುವ ವಾಡಿಕೆ ಪ್ರತಿ ವರ್ಷವು ಇದೆ. ಅದು ನಿಮಗು ಗೊತ್ತಿರುವಂತಹುದೆ. ಪ್ರತಿ ವರ್ಷ ಮೊದಲು 'ಹುಬುಲ್' ದೇವತೆಯ ವಿಗ್ರಹ ಮೊದಲು ಸುತ್ತು ಹೊಡೆಯುತ್ತಿತ್ತು. ಈ ವರ್ಷ ಅದರ ಆರಾಧಕರು ಸ್ವಲ್ಪ ತಡಮಾಡಿದರು. ಅದಕ್ಕೆ 'ಲಾತ್' ದೇವತೆಯ ವಿಗ್ರಹವನ್ನು ತೆಗೆದುಕೊಂಡು ಕಅಬಾದ ಸುತ್ತಲು ಇದರ ಜನರು ಸುತ್ತಲಾರಂಭಿಸಿದರು. ಅವರ ಹಿಂದೆ ಮತ್ತೊಂದೆರಡು ವಿಗ್ರಹಗಳು ಸುತ್ತಿದವೆನ್ನಿ.

ಇದನ್ನು ನೋಡಿದ್ದೆ ತಡ ಹುಬುಲ್ ದೇವತೆಯ ಆರಾಧಕರು ನಮಗಿಂತಲು ಮೊದಲು ನೀವು ಅದು ಹೇಗೆ ಸುತ್ತು ಹೊಡೆದಿರಿ? ಎಂದು ಗಲಾಟೆ ಮಾಡಲಾರಂಭಿಸಿದರು. ಅದನ್ನು ನೀನು ಕೇಳಲು ಯಾರಲೇ!? ಎಂದು ಒರಟು ಮಾತನೊಬ್ಬ ಹೇಳಿದ. ಅವರು ಮೊದಲೆ ಕೋಪದಲ್ಲಿ ಕುದಿಯುತ್ತಿದ್ದರು. ನಮಗೆ ಲೇ ಅನ್ನುತ್ತಿಯಾ!? ಎಂದು ಹೊಲಸು ಭಾಷೆಯನ್ನು ಬಳಸಲಾರಂಭಿಸಿದರು... ಎದುರಿಗಿದ್ದವರಿಗು ಸಮಾಧಾನವಿರಲಿಲ್ಲ. ಇವರಿಗಂತು ಮೊದಲೇ ಇರಲಿಲ್ಲ.

'ಕೇವಲ ವಿಗ್ರಹಗಳಿಗಾಗಿ ಅಷ್ಟೇಕೆ ವಾದ ಮಾಡುತ್ತಿರಿ... ಸುಮ್ಮನೆ ಇರಬಾರದೆ' ಎಂದು ನಾನು ಬುದ್ಧಿವಾದ ಹೇಳಿದ್ದು ಯಾರ ಕಿವಿಗು ಬೀಳಲೇ ಇಲ್ಲ. ಹೊಡೆದಾಡಲು ಪ್ರಾರಂಭಿಸಿದರು. ಅದನ್ನು ತಡೆಯಲು ನಾನು ನನ್ನ

ಸ್ನೇಹಿತರು ಬಹಳಷ್ಟು ಕಷ್ಟಪಟ್ಟೆವು. ಆದರೆ ಅದು ಸಾಧ್ಯವೆ ಆಗಲಿಲ್ಲ. ಕೊನೆಗೆ ಕೆಲವರು ಹತ್ತಿರದ ಮನೆಗೆ ನುಗ್ಗಿ ಖಡ್ಗಗಳನ್ನು ತಂದು ತಮಗಾಗದವರನ್ನು ಮನಬಂದಂತೆ ಕತ್ತರಿಸಲಾರಂಭಿಸಿದರು.ಅಲ್ಲಿಂದ ಪ್ರಾಣ ಉಳಿಸಿಕೊಂಡು ಬರುವಷ್ಟರಲ್ಲಿ ನನ್ನ ಸ್ಥಿತಿ ಹೀಗಾಯಿತು!" ಹೇಳುತ್ತಾ ಭಾವುಕರಾದರು. ಕಣ್ಣುಗಳಲ್ಲಿ ಮತ್ತೆ ನೀರು ಹರಿಯಲಾರಂಭಿಸಿತು.

ಕೇಳಿದ ನನ್ನ ಮನಸ್ಸಿಗೆ ನೋವಾಗುತ್ತಿದೆ. ನೇರವಾಗಿ ನೋಡಿದ ಇವರಿಗೆ ಹೇಗಾಗಿರಬೇಡಾ ಎಂದೆನಿಸಿ ಮುಂದೆ ಏನು ಕೇಳದೆ ಸುಮ್ಮನಾದೆ.

ಅವರು ಮಲಗಿದರು. ಅವರ ಪಕ್ಕ ಮಲಗಿದೆನಾದರು ಇಬ್ಬರಿಗು ನಿದ್ದೆ ಬರಲಿಲ್ಲ.

ಮನಸ್ಸು ಆಲೋಚನೆಗೆ ತೊಡಗುತ್ತಿದೆ.

ಕಅಬಾದಲ್ಲಿ ನೂರಾರು ವಿಗ್ರಹಗಳಿವೆ. ಅವುಗಳಿಗೆ ಸಣ್ಣ ಪುಟ್ಟ ಜಗಳಗಳು ಮೊದಲಿನಿಂದಲು ಇದೆ ಎಂದು ಆಗಾಗ ಅಲ್ಲಿ ಗಲಾಟೆಯಾದಾಗ ಇವರು ಬಂದು ಹೇಳುತ್ತಿದ್ದರು. ಆದರೆ, ಇಷ್ಟೊಂದು ಹೊಡೆದಾಡಿದರಲ್ಲ... ಒಂದು ವೇಳೆ ಅಲ್ಲಿ ವಿಗ್ರಹಗಳೆ ಇಲ್ಲದಿದ್ದರೇ ಈ ಮಾರಣಹೋಮ ನಡೆಯುತ್ತಿರಲಿಲ್ಲವೇನೋ!? ಅಥವಾ ಇಬ್ರಾಹೀಮರು ಸ್ಥಾಪಿಸಿದ ಅದೊಂದೆ ಕಅಬಾ ಇದ್ದಿದ್ದರೆ ಈ ರಕ್ತದೋಕುಳಿ ನಡೆಯುತ್ತಿರಲಿಲ್ಲವೇನೋ!?

ಇಂತಹುದನ್ನು ಮನಗಂಡು ಇಬ್ರಾಹೀಮರು ಅಂದು ಏಕೋಪಾಸನೆ ಇರಲಿ. ಎಲ್ಲರು ಒಂದೆ ದೇವರನ್ನು ಆರಾಧಿಸಿ ಎಂದು ಆ ಕಅಬಾ ನಿಲಯವನ್ನು ಸ್ಥಾಪಿಸಿದರು. ಆದರೆ, ಅವರು ಹೋಗಿ ಇಲ್ಲಿಗೆ ಹೆಚ್ಚು ಕಡಿಮೆ ಎರಡು ಮೂರು ಸಾವಿರ ವರ್ಷಗಳಾದವು. ಈ ಅಂತರದಲ್ಲಿ ಮುನ್ನೂರು ದೇವರುಗಳು ಹುಟ್ಟಿಕೊಂಡಿವೆ. ಈಗ ಅವುಗಳೆಲ್ಲವನ್ನು ತೆಗೆದುಹಾಕಿ ಒಂದೇ ದೇವರನ್ನು ಸ್ಥಾಪಿಸಲು ಮತ್ತೆ ಅದೇ ಪ್ರವಾದಿ ಇಬ್ರಾಹೀಮರೇ ಬರಬೇಕು.

ಅದು ಸಾಧ್ಯವೆ!?

ನಮ್ಮ ಜನಾಂಗವನ್ನು ಈ ಗಲಾಟೆಯಿಂದ, ರಕ್ತದೋಕುಳಿಯಿಂದ ಬಿಡುಗಡೆ ಮಾಡಲು ಅವರಿಂದ ಮಾತ್ರ ಸಾಧ್ಯ.

ಮನಸ್ಸು ಏನೇನೋ ಆಲೋಚನೆ ಮಾಡುತ್ತಿದೆ. ಚಂದ್ರ ಆಗಲೇ ಮೇಲೆ ಬಂದನೆಂದು ಕಾಣಿಸುತ್ತೆ. ಮಧ್ಯ ರಾತ್ರಿಯಾದರು ನಿದ್ದೆ ಬರುತ್ತಿಲ್ಲ. ಅವರಿಗೂ ನಿದ್ದೆ ಬರುತ್ತಿಲ್ಲ. ಊಟ ಮಾಡದೆ ಮಲಗಿದ್ದರಿಂದ ಅವರ ಹೊಟ್ಟೆ ಒಂದು ರೀತಿ ಧ್ವನಿ ಮಾಡುತ್ತಿದೆ.

"ಏಳಿ, ಊಟವನ್ನಾದರು ಮಾಡಿ..." ಅವರ ಸಮಾಧಾನಕ್ಕಾಗಿ ಹೇಳಿದೆ.

"ಊಟ ಮಾಡಲು ಮನಸ್ಸು ಬರುತ್ತಿಲ್ಲಾ. ಹೊಟ್ಟೆ ಏನೋ ಹಸಿದಿದೆ. ಮನಸ್ಸಿನಲ್ಲಿ ನೂರಾರು ಆಲೋಚನೆಗಳು. ಕಣ್ಣು ಮುಚ್ಚಿದರು ತೆರೆದರೂ ಅಲ್ಲಿಯ

ಮಾರಣಹೋಮವೆ ಕಣ್ಣ ಮುಂದೆ ಬಂದಂತಾಗುತ್ತದೆ. ಕೇವಲ ವಿಗ್ರಹಗಳಿಗಾಗಿ ಎಷ್ಟೊಂದು ಜನ ತಮ್ಮ ಅಮೂಲ್ಯವಾದ ಪ್ರಾಣವನ್ನೇ ಕಳೆದುಕೊಂಡರಲ್ಲ ಎಂದು ನನ್ನ ಮನಸ್ಸು ರೋದಿಸುತ್ತಿದೆ" ಅವರು ಮತ್ತೆ ದುಃಖತಪ್ತರಾದರು. ನಾನು ಆಲೋಚಿಸಿದಂತೆ ಅವರು ಮೊದಲೇ ಆಲೋಚಿಸಿದ್ದಾರೆ.

ಎಷ್ಟೆಯಾಗಲಿ ಅವರು ಜನರನ್ನು ಪ್ರೀತಿಸುತ್ತಿದ್ದರು. ಮಕ್ಕಾದ ಜನರು ಶಾಂತಿಯಿಂದ ಬದುಕಬೇಕು ಎಂದು ಹಗಲಿರುಳು ಹೇಳುತ್ತಿದ್ದರು. ಯಾರಿಗಾದರು ತೊಂದರೆಯಾಗಿದ್ದು ಕಿವಿಗೆ ಬಿದ್ದರೇ ಸಾಕು ಅತ್ತ ಧಾವಿಸಿ ಸಹಾಯ ಮಾಡುತ್ತಿದ್ದರು. ಅಂತದರಲ್ಲಿ ಇವರ ಕಣ್ಣ ಮುಂದೆಯೇ ಈ ರೀತಿ ಆದರೆ, ಇವರಿಗೆ ಹೇಗಾಗಬೇಡ...!!

ಕುಳಿತಿದ್ದ ನನ್ನ ತೊಡೆಯ ಮೇಲೆ ತಮ್ಮ ತಲೆಯನ್ನಿಟ್ಟರು. ನಾನು ಅವರ ತಲೆಯ ಮೇಲೆ ಕೈಗಳನ್ನು ಸಮಾಧಾನ ಪಡಿಸುವ ರೀತಿಯಲ್ಲಿ ಇಟ್ಟೆ. ಅವರ ಕಣ್ಣುಗಳಿಂದ ನೀರು ಹರಿಯುತ್ತಲೇ ಇತ್ತು.

5

ರಾತ್ರಿ ಇಡೀ ಕನವರಿಸುತ್ತಲೇ ಇದ್ದರು ಅದೆಷ್ಟು ಹೊತ್ತಿಗೆ ಮಲಗಿಕೊಂಡರೋ ನನಗಂತು ತಿಳಿಯಲಿಲ್ಲ. ಬೆಳಗಿನ ಸೂರ್ಯೋದಯವಾಗುವದಕ್ಕಿಂತ ಪೂರ್ವದಲ್ಲಿ ನೋಡಿದರೆ ಪಕ್ಕದಲ್ಲಿಲ್ಲದ್ದನ್ನು ಕಂಡು ಗಾಬರಿಗೊಂಡು ನಫೀಸಾಳನ್ನು ಕೇಳಿದೆ. ಹತ್ತಿರದಲ್ಲಿಯೇ ಇರುವ ನಮ್ಮ ಕೈ ತೋಟಕ್ಕೆ ಹೋಗಿದ್ದಾಳೆಂದು ಹೇಳಿದಾಗ ಸಮಾಧಾನವಾಯಿತು. ಅವಳು ಸದಾ ನನಗಿಂತ ಮೊದಲೇ ಏಳುತ್ತಿದ್ದಳು.

ಒಂದಷ್ಟು ಮಕ್ಕಳನ್ನು ನೋಡಿ ಸಮಾಧಾನ ಮಾಡಿ, ಸೂರ್ಯ ಒಂದಷ್ಟು ಮೇಲೆ ಬಂದೊಡನೆ ಅವರಲ್ಲಿದ್ದಲ್ಲಿಗೆ ಒಬ್ಬಳೆ ಹೋದೆ. ಅವರು ಏನೋ ಒಂದು ಗಹನವಾದ ಆಲೋಚನೆಯಲ್ಲಿ ತೊಡಗಿದ ಮುಖ ಭಾವ ಮಾಡಿಕೊಂಡು ಒಂದು ಖರ್ಜೂರದ ಮರದ ಕೆಳಗೆ ಅದಕ್ಕೆ ಒರಗಿಕೊಂಡೆ ಕುಳಿತಿದ್ದಾರೆ. ತಲೆಗೆ ಪೆಟ್ಟಾಗಿದ್ದರಿಂದ ನಾನೇ ನಿನ್ನೆ ಒಂದು ಬಟ್ಟೆಯನ್ನು ಕಟ್ಟಿದ್ದನ್ನು ಈಗ ಬದಲಾಯಿಸಿಕೊಂಡು ಒಂದಷ್ಟು ಗಿಡಮೂಲಿಕೆಯನ್ನು ಹಚ್ಚಿಕೊಂಡು ಚಿಂತಾಕ್ರಾಂತರಾಗಿ ಕುಳಿತಿದ್ದಾರೆ. ಹತ್ತಿರ ಬಂದೆ.

ಅವರ ಮುಖ ನಿಜಕ್ಕೂ ಕಳಾಹೀನವಾಗಿತ್ತು. ಯಾವಾಗಲು ಉಲ್ಲಾಸದಿಂದ ಇರುವ ಇವರು ಇವತ್ತು ಹೀಗೇಕಾದರು ಎಂದು ವಿವರಿಸಿ ತಿಳಿಯುವ ಅವಶ್ಯಕತೆ ಏನು ಇರಲಿಲ್ಲ. ಅವರ ಹತ್ತಿರ ಬಂದು ಕುಳಿತೆ. ನನ್ನ ತೊಡೆಯ ಮೇಲೆ ಮಲಗಿದರು; ಮಾತನಾಡಲಿಲ್ಲ. ಅಂತರಂಗದಲ್ಲಿ

ದುಃಖವಾದಾಗ ಮಾತಾದರು ಹೇಗೆ ಬಂದಿತು!? ನಾನೂ ಮಾತಾಡಲಿಲ್ಲ. ಅವರ ತಲೆಯ ಮೇಲೆ ಸಾಂತ್ವನ ಹೇಳುವ ಕೈಗಳಂತೆ ಇಟ್ಟೆ. ಸೂರ್ಯ ಮೇಲೆ ಬಂದಿದ್ದನಾದರು ಕಳಾಹೀನನಾಗಿದ್ದ. ಮರದ ನೆರಳು ನಮ್ಮ ಮೇಲೆ ಬಿದ್ದಿದ್ದರಿಂದ ಬಿಸಿಲು ನಮಗೆ ತಾಗುತ್ತಿರಲಿಲ್ಲ. ಸುತ್ತಮುತ್ತಲಿನ ಬೆಟ್ಟಗಳು ಎಂದಿನ ತಮ್ಮ ಚೆಲುವನ್ನು ಕಳೆದುಕೊಂಡು ರೋದಿಸುವಂತೆ ಕಾಣುತ್ತಿದ್ದವು. ನಮ್ಮ ಮನೆಯ ಅಂಗಳದಲ್ಲಿ ಕಟ್ಟಿದ್ದ ಒಂಟೆಗಳು ಕೂಡ ದುಃಖಿಸುವಂತೆ ಕಾಣುತ್ತಿದ್ದವು.

ದಿನಗಳು ಕಳೆದವು. ಇವರು ದಿನದಿಂದ ದಿನಕ್ಕೆ ಆ ಘಟನೆಯನ್ನು ಹಚ್ಚಿಕೊಂಡು ಕೊರಗಲಾರಂಭಿಸಿದರು. ಸರಿಯಾಗಿ ಆಹಾರ ಸೇವಿಸದೆ ಹೋದರು. ಒಂದಷ್ಟು ಹಾಲು ಹಣ್ಣು ಜೇನು ತುಪ್ಪವನ್ನಷ್ಟೆ ತೆಗೆದುಕೊಳ್ಳುತ್ತಿದ್ದರು. ಅದು ನಮ್ಮ ಬಲವಂತಕ್ಕೆ, ವೈದ್ಯರನ್ನು ಬರ ಹೇಳಿ ಗಿಡಮೂಲಿಕೆಗಳ ಲಸಿಕೆ ಕೊಟ್ಟು ನೋಡಿದೆವು 'ಇದು ಮಾನಸಿಕ ಸಮಸ್ಯೆ' ಎಂದು ಕೈ ಚೆಲ್ಲಿದರು.

ಹೊಟ್ಟೆ ತೊಳಸಿದಂತಾಗುತ್ತಿದೆ.ಎಂದು ಹಲವಾರು ಬಾರಿ ಹೊಟ್ಟೆಯನ್ನು ಹಿಡಿದೇ ಮಲಗಿದರು. ವಾಂತಿ ಭೇದಿ ಹೆಚ್ಚಾಗಿ ದೇಹ ಸ್ಥಿತಿ ಕರಗಿತು. ಹೇಗಿದ್ದವರು ಹೇಗಾದರಲ್ಲ ಎಂಬ ಚಿಂತೆ ಕಾಡಲಾರಂಭಿಸಿತು. ವಾರ ಹದಿನೈದು ದಿನ ಕಳೆಯುವಷ್ಟರಲ್ಲಿ ಬಹಳಷ್ಟು ಇಳಿದು ಹೋದರು. ನಾನು ಎಷ್ಟು ಸಾಧ್ಯವೋ ಅಷ್ಟು ಸೇವೆ ಮಾಡಿದೆ. ಮಕ್ಕಳ ಮುಖವನ್ನು ನೋಡಿ ಚೇತರಿಸಿಕೊಳ್ಳಿ ಎಂದೆ. ಅವರು ಮುಖವನ್ನು ನೋಡಿ ನಕ್ಕು ಒಂದಷ್ಟು ಹಣ್ಣು ಹಾಲನ್ನು ಕುಡಿಯುತ್ತಿದ್ದರೇ ವಿನಃ ಮಾನಸಿಕ ಕಾಯಿಲೇ ವಾಸಿ ಆಗಲೇ ಇಲ್ಲಾ. ಏನೋ ಒಂದು ಗಹನವಾದ ಆಲೋಚನೆಯಲ್ಲಿ ಇರುತ್ತಿದ್ದರು.

ಹದಿನೈದು ದಿನ ಕಳೆದಾದ ಮೇಲೆ ಎಂದಿನಂತೆ ಬೆಳಗಿನ ಜಾವ ಅವರು ಹತ್ತಿರದಲ್ಲಿಯೇ ಇರುವ ನಮ್ಮ ಕೈ ತೋಟದಲ್ಲಿ ಕುಳಿತಿದ್ದರು. ಅಲ್ಲಿ ಒಂದು ಸಣ್ಣ ಗುಡಿಸಿಲಿನಂತೆ ಮಾಡಿದ್ದೆವು ಅದರೊಳಗೆ ಕುಳಿತಿದ್ದರು. ಈಗ ಒಂದಷ್ಟು ಗೆಲುವಾಗಿದ್ದರು ಎಂದು ಅನಿಸುತ್ತಿತ್ತಾದರು ಅದು ನನ್ನ ಊಹೆ ಮಾತ್ರ ಎಂದು ತಿಳಿದು ಅತ್ತ ಹೋದೆ. ಸೂರ್ಯ ಮೆಲ್ಲನೆ ಮೇಲೆ ಬರುತ್ತಿದ್ದ. ಆಕಾಶ ತಿಳಿ ನೀಲಿಯಾಗಿತ್ತಾದರು ಅಲ್ಲಲ್ಲಿದ್ದ ಬೆಳ್ಳಿ ಮೋಡಗಳು ಹೊಳೆಯುತ್ತಿದ್ದವು. ಮಕ್ಕಾದ ಸುತ್ತಮುತ್ತಲಿನ ನಾಲ್ಕು ಬೆಟ್ಟಗಳು ಮಂಕು ಬಡಿದಂತೆಯೇ ಕಾಣುತ್ತಿವೆ. ಒಂದು ವಾರ ತಿಂಗಳು ನಡೆಯುವ ಹಬ್ಬ ಒಂದೇ ದಿನದಲ್ಲಿ ಯುದ್ಧಭೂಮಿಯಾಗಿ ಮಾರ್ಪಾಡಾಗಿದ್ದರಿಂದ ಹಬ್ಬದ ವಾತಾವರಣ ಕಳೆಗುಂದಿದಂತಾಗಿ ಹೋಗಿತ್ತು. ಮೊದಲಿನ ಸಂತೋಷ ಇವರ ಮುಖದಲ್ಲಿ ಎಂದೋ ಮಾಯವಾಗಿದೆ.

"ಬೆಳಗಿನ ಆಹಾರವನ್ನು ಸೇವಿಸದೇ ಬಂದಿದ್ದಿರಲ್ಲ..." ಎಂದು ಹೇಳುತ್ತಾ ಮನೆಯಿಂದ ತಂದ ಖರ್ಜೂರ ಮತ್ತು ಕೆಲ ಹಣ್ಣುಗಳನ್ನು ಅವರ ಮುಂದೆ

ಹಿಡಿದೆ. ಸಾಮಾನ್ಯವಾಗಿ ಅವರು ಬೆಳಗಿನ ವೇಳೆಯಲ್ಲಿ ಇದನ್ನೆ ಸೇವಿಸುತ್ತಿದ್ದುದು ನನಗೆ ಗೊತ್ತಿದ್ದ ವಿಷಯವೆ.

ಅವರು ತಿನ್ನಲು ನಿರಾಕರಿಸಿದರು. ಹಳೆಯ ಘಟನೆಯನ್ನು ಅವರಿಂದ ಸಹಿಸಿಕೊಳ್ಳಲು ಆಗುತ್ತಿಲ್ಲವೆಂದು ನನಗನಿಸಿತು.

"ನೀವು ಅದನ್ನೆ ಆಲೋಚಿಸುತ್ತಾ ಕುಳಿತರೆ ಹೇಗೆ? ನಿಮ್ಮ ಆರೋಗ್ಯದ ಗತಿ ಏನಾಗಬೇಡ..." ನನ್ನ ಮಾತಿಗೆ ಪ್ರತಿಕ್ರಿಯೆಯನ್ನು ಕೊಡದೆ, ನೂರ್ ಬೆಟ್ಟದೆಡೆಗೆ ಮುಖ ಮಾಡಿದರು.

"ನೀವು ಅಲ್ಲಿಗೆ ಹೋಗಿ ಏನು ಮಾಡುತ್ತೀರಿ? ಪದೇ ಪದೇ ಹಿರಾ ಗುಹೆಗೆ ಹೋಗುತ್ತಿರಲ್ಲ.. ಅಲ್ಲೇನು ಮಾಡುವಿರಿ?" ಅಲ್ಲೇನು ಮಾಡುತ್ತಾರೆ ಎಂದು ಮಗನಿಂದ ತಿಳಿದುಕೊಂಡಿದ್ದೆನಾದರು, ಇವರ ಬಾಯಿಂದ ತಿಳಿದುಕೊಂಡಿರಲಿಲ್ಲ. ಹೀಗಾಗಿ ವಿಷಯ ಬದಲಿಸಿ ಕೇಳಿದೆ.

ಅವರು ಈಗ ಎಚ್ಚರಗೊಂಡವರಂತೆ ನನ್ನೆಡೆಗೆ ನೋಡಿದರು. ಅವರ ಮುಖದಲ್ಲಿ ಏನೋ ಹೇಳಬೇಕೆಂಬ ಆಸೆ ಇತ್ತು.ತಿಳಿದುಕೊಳ್ಳುವ ಕುತೂಹಲ ನನಗು ಇತ್ತು.

"ನೀವು ಪದೇ ಪದೇ ಕೇಳುತ್ತಿದ್ದಿರಲ್ಲ... ಅದೇನಾಗಿದೆ ನಿಮಗೆ ಎಂದು... ಆಗ ನಾನು ಕಾಲ ಬಂದಾಗ ಹೇಳುತ್ತೇನೆ ಎಂದು ಹೇಳುತ್ತಿದ್ದೆ. ಈಗ ಆ ಕಾಲ ಬಂದಿದೆಯೇನೋ ಎಂದು ಕಾಣಿಸುತ್ತಿದೆ. ಈಗ ಅದನ್ನು ಹೇಳಲಾ?"

ಅವರ ಕಣ್ಣುಗಳಲ್ಲಿ ಏನೋ ಒಂದನ್ನು ಸಾಧಿಸಿ, ಸಿದ್ದಿಸಿಕೊಂಡಂತಹ ಶಕ್ತಿ ಇತ್ತು.

"ಖಂಡಿತ ಹೇಳಿ. ಈ ದಿನಕ್ಕಾಗಿಯೇ ನಾನು ಎದುರು ನೋಡುತ್ತಿದ್ದೆ?"

"ಆದರೆ ನನಗೊಂದು ಅನುಮಾನ. ನಾನು ಅದನ್ನು ಹೇಳಿದರೇ ನೀವು ನಂಬುತ್ತೀರೋ ಇಲ್ಲವೆಂದು!?"

"ಈ ಅನುಮಾನವನ್ನು ಯಾರ ಮೇಲಾದರು ಪಡಿ, ನನ್ನ ಮೇಲಲ್ಲ" ಕಡ್ಡಿ ತುಂಡು ಮಾಡಿದವಳಂತೆ ನೇರವಾಗಿ ಹೇಳಿದೆ. ನನಗೆ ಇವರ ಮೇಲೆ ನಂಬಿಕೆ ಇತ್ತು. ಸುಳ್ಳು ಹೇಳುವವರಲ್ಲ ಎಂದು.

ಅವರು ಮೌನವಾಗಿ ಆಕಾಶದ ಕಡೆ ಮುಖ ಮಾಡಿ ತಮ್ಮೆರಡು ಕೈಗಳನ್ನು ಮುಖದ ಮುಂದೆ ಹಿಡಿದು ಏನೋ ಒಂದನ್ನು ಮೌನವಾಗಿ ನುಡಿದು ಆ ಕೈಗಳನ್ನು ತಮ್ಮ ಮುಖಕ್ಕೆ ಸವರಿಕೊಂಡರು. ಸೂರ್ಯ ಇನ್ನಷ್ಟು ಮೇಲೆ ಬಂದಿದ್ದರು ಬಿಸಿಲಿನ ಪ್ರಖರತೆ ಹೆಚ್ಚಿರಲಿಲ್ಲ. ಮೇಲೆ ಹದ್ದುಗಳು ಹಾರಾಡುತ್ತಿದ್ದವು.

"ಅಂದು ಹಗಲು ರಾತ್ರಿಯಿಡಿ ಮಳೆ ಸುರಿಯಿತಲ್ಲ... ಆ ದಿನ ನಿಮಗೆ ನೆನಪಿದೆಯೇ?"

"ಹ್ಞಾಂ ನೆನಪಿದೆ, ಅವತ್ತು ನೀವು ರಾತ್ರಿ ಇಡೀ ನಡುಗುತ್ತಿದ್ದಿರಿ... ಆ ದಿನವನ್ನು ನಾನು ಮರೆಯುವುದಾದರು ಹೇಗೆ!? ಆವತ್ತಿನಿಂದಲೇ ಈ ಮಾತನ್ನು ನಿಮಗೆ ಕೇಳುತ್ತಾ ಬರುತ್ತಿದ್ದೀನಿ. ನೀವು ಹೇಳುತ್ತಿಲ್ಲ?"

"ಆವತ್ತು ನಾನು ಹಿರಾ ಗುಹೆಯಿಂದ ಬಂದು ನಡುಗುತ್ತಾ ಮಲಗಿದೆ. ಕಾರಣವೇನು ಗೊತ್ತಾ!? ಅಂದು ನಾನೊಬ್ಬ ದೇವದೂತನನ್ನು ಆ ಗುಹೆಯಲ್ಲಿ ಕಂಡೆ ಅವನ ಹೆಸರು 'ಜೆಬ್ರಿಯಲ್' ಎಂದು. ಅವನು ನನಗೆ ಅಲ್ಲಾಹನ ಕುರಿತು ಧರ್ಮೋಪದೇಶವನ್ನು ಹೇಳಿ ಮರೆಯಾದ. ಬಹುಶಃ ಅಲ್ಲಿ ನನ್ನಹೊರತು ಬೇರೆ ಯಾರಾದರೂ ಇದ್ದಿದ್ದರೇ ಅವನು ಕಾಣಿಸುತ್ತಿರಲಿಲ್ಲವೇನೋ... ಅವನ ಉಪದೇಶವು ಕೇಳುತ್ತಿರಲಿಲ್ಲವೇನೋ.. ಕೇವಲ ನನಗೆ ಮಾತ್ರ ಕೇಳಿಸುತ್ತಿತ್ತು. ನನಗೆ ಮಾತ್ರ ಕಾಣುತಿದ್ದ. ನನಗೆ ಮೊದಮೊದಲು ಭಯವಾಗಿ ಮನೆಗೆ ಬಂದು ಮಲಗಿದೆ. ರಾತ್ರಿಯಿಡೀ ಮಳೆ ಸುರಿಯಿತಲ್ಲ, ಕನಸಿನಲ್ಲಿ ಮತ್ತೇ ಅವನು ಕಾಣಿಸಿಕೊಂಡು,

'ನೋಡು ಮುಹಮ್ಮದ್ ಈ ಮಳೆಯನ್ನು ನಾನು ಸುರಿಸುತ್ತಿರುವುದು ನಿನಗಾಗಿ. ಕೇವಲ ನಿನಗಾಗಿ ಮಾತ್ರ. ಇಂದಿನಿಂದ ನೀನು ಸಾಮಾನ್ಯ ವ್ಯಕ್ತಿಯಲ್ಲ. ನನಗೆ ಪ್ರಿಯನಾದವನು. ನನ್ನ ಸಂದೇಶವಾಹಕನಾದ ಪ್ರವಾದಿ ಆಗಿದ್ದಿಯಾ ಅಲ್ಲಾಹನ ನಾಮದಿಂದ ಧರ್ಮ ಪ್ರಸಾರ ಮಾಡು. ನೀನು ಪ್ರವಾದಿಗಳಲ್ಲಿಯೇ ಅಂತಿಮ ಪ್ರವಾದಿ ಆಗಿದ್ದಿಯಾ, ದಾರಿ ತಪ್ಪಿದ ಈ ಜನರನ್ನು ಸರಿ ದಾರಿಯಲ್ಲಿ ನಡೆಸು. ನಿನ್ನ ಜೊತೆ ನಾನು ಯಾವಾಗಲು ಇರುತ್ತೇನೆ' ಎಂದು ರಾತ್ರಿಯಿಡೀ ಏನೇನೋ.. ಹೇಳುತ್ತಲೇ ಇದ್ದ. ನನಗೆ ದಿಕ್ಕೆ ತೋಚಲಿಲ್ಲ.ತಲೆ ಸಿಡಿದಂತಾಗುತ್ತಿತ್ತು. ಮನಸ್ಸು ಸ್ಥಿಮಿತ ಕಳೆದುಕೊಂಡಂತಾಗಿ ಹುಚ್ಚು ಹಿಡಿದಂತಾಗುತ್ತಿತ್ತು. ಬೆಳಿಗ್ಗೆ ಎದ್ದಾಗ ನನ್ನಲ್ಲೊಂದು ಅದ್ಭುತ ಶಕ್ತಿಯೇ ಮೈಮೇಲೆ ಬಂದಂತಾಗಿತ್ತು. ನನ್ನ ಕೈ ಕಾಲುಗಳು ನನಗರಿವಿಲ್ಲದೆಯೇ ನಡೆದು ಮತ್ತೆ ಹಿರಾ ಗುಹೆ ತಲುಪಿದೆ. ಏಕಾಂತದಲ್ಲಿ ಅವನು ಮತ್ತೇ ಮತ್ತೇ ಕಾಣಿಸಿಕೊಂಡು ನನ್ನ ಮುಂದಿನ ಯೋಜನೆಯನ್ನು ಹೇಳಿದ. ನಾನು ಮೊದಮೊದಲು ಯಾವುದನ್ನು ನಂಬಬೇಕು, ಯಾವುದನ್ನು ಬಿಡಬೇಕು ಎಂಬ ಗೊಂದಲದಲ್ಲಿ ಬಿದ್ದೆ. ಹಗಲಿರುಳು ಅಲ್ಲಾಹನ ಕುರಿತು ಚಿಂತಿಸಿದೆ. ಕೊನೆಗೆ ಒಂದು ತೀರ್ಮಾನಕ್ಕೆ ಬಂದಿದ್ದೇನೆ. ಈಗ ಅದನ್ನು ಕಾರ್ಯ ರೂಪಕ್ಕೆ ತರಬೇಕಾಗಿದೆ. ಖದೀಜಾ..." ಅವರ ಮಾತು ಕೇಳಿ ಒಂದು ಕ್ಷಣ ಬೆಚ್ಚಿ ನಿಂತೆ.

ಇದನ್ನು ನಂಬಬೇಕೋ ಬಿಡಬೇಕೋ ತಿಳಿಯುತ್ತಿಲ್ಲ. ಈ ಮಾತನ್ನು ಇವರು ಅಂದು ಹೇಳಿದ್ದರೇ ಬಹುಶಃ ನಾನಂತು ನಂಬುತ್ತಿದ್ದೆನೋ! ಇಲ್ಲವೋ! ಈಗ ನಂಬಲೇ ಬೇಕು ಏಕೆಂದರೆ ಅಂದಿನಿಂದ ಇವರ ವರ್ತನೆಯಲ್ಲಿ ಬದಲಾವಣೆ ಆಗಿದ್ದನ್ನು ನಾನು ಬಹಳಷ್ಟು ಬಾರಿ ಗಮನಿಸಿದ್ದೇನೆ. ಅಷ್ಟೇ

ಏಕೆ... ಇವರಿಗೇನಾದರು ಬಡಿದುಕೊಂಡಿದೆಯೇ ಎಂದು ನನ್ನನ್ನು ನಾನೇ ಕೇಳಿಕೊಂಡದ್ದೂ ಉಂಟು.

"ಅಪ್ಪಾ..." ಎಂದು ಕೂಗುತ್ತಾ ಫಾತಿಮಾ ನಮ್ಮೆಡೆಗೆ ಓಡಿ ಬಂದಳು.

ಅವಳನ್ನು ಮುದ್ದಿಸಿ ಅವರು ಮೌನವಾದರು. ಅವರು ಏನೋ ಹೇಳುವ ಆತುರದಲ್ಲಿದ್ದರು. ಅಷ್ಟರಲ್ಲಿ ಮಗಳು ಬಂದಿದ್ದರಿಂದ ಮೌನವಾದರು. ಅವರು ಮಗಳೊಂದಿಗೆ ಮಾತನಾಡಲಾರಂಭಿಸಿದರು. ಅವಳು ಮನೆಯಲ್ಲಿ ಮಾಡಿದ ತುಂಟಾಟವನ್ನು ನಗುನಗುತ್ತಾ ಹೇಳಲಾರಂಭಿಸಿದಳು.

"ಹಾಗೆಲ್ಲಾ ನಿನ್ನ ಅಕ್ಕಂದಿರನ್ನು ಗೋಳು ಹೊಡೆದುಕೊಳ್ಳಬಾರದು ಮಗಳೆ" ಎಂದು ಇವರು ನಾಜುಕಾಗಿ ಬುದ್ಧಿವಾದ ಹೇಳಿದರು.

ಹಿರಿಯ ಮಗಳು ನಮ್ಮೆಡೆಗೆ ಬಂದಳು.

"ಬಿಸಿಲು ಹೆಚ್ಚಾಗುತ್ತಿದೆ. ನೀನೇಕಮ್ಮ ಬರಲು ಹೋದೆ?" ನಾನೆಂದೆ.

"ಫಾತಿಮಾಳನ್ನು ಕರೆದುಕೊಂಡು ಹೋಗಲು ಬಂದೆ. ಅವಳು ನನ್ನನ್ನು ಬಿಟ್ಟು ಅಪ್ಪನನ್ನು ನೋಡಿ ಬರುತ್ತೇನೆ ಎಂದು ಓಡಿ ಬಂದಳು..." ಜೊತೆಯಲ್ಲಿಯೇ ಆಡುತ್ತಿದ್ದವಳಿಗೆ ಅಪ್ಪನ ನೆನಪು ಬಂದಿರಬೇಕು. ಅದಕ್ಕೆ ಬಂದಿದ್ದಾಳೆ ಎಂದುಕೊಂಡೆ.

"ನೀನು ಹೋಗು ಮಗಳೆ. ನಾನು ಆಮೇಲೆ ಬರುತ್ತೇನೆ..." ನೀನು ಮನೆಗೆ ಬಾ ಎಂಬ ಫಾತಿಮಾಳ ಮಾತಿಗೆ ಅವರು ಪ್ರತಿಕ್ರಿಯಿಸಿದರು.

ಬಂದವರಿಬ್ಬರು ಹೋದರು. ನಾವು ಮೊದಲಿನಂತೆಯೇ ಕುಳಿತೆವು. ಅರೆಗಳಿಗೆ ಕಳೆದರೂ ಅವರು ಮಾತನಾಡಲಿಲ್ಲ. ಕೆಲ ಕಾಲ ನಮ್ಮಿಬ್ಬರ ಮಧ್ಯೆ ಮೌನವೇ ರಾಜ್ಯವಾಳಿತು. ಆಕಾಶದಲ್ಲಿ ಹಾರುವ ಹದ್ದುಗಳ ಸಂಖ್ಯೆ ಹೆಚ್ಚಾದವು, ಆಕಾಶ ಹೊಂಬಣ್ಣಕ್ಕೆ ತಿರುಗಿತು, ಕಿರಣಗಳು ಓರೆಯಾಗಿದ್ದರಿಂದ ಬಿಸಿಲಿನ ಪ್ರಖರತೆ ಕಡಿಮೆಯಾಯಿತು.

"ಅವರು ನಿಮಗೆ ಏನು ಸಂದೇಶ ನೀಡಿದರು... ಮುಂದೆ ನೀವು ಏನು ಮಾಡಬೇಕೆಂದಿದ್ದಿರಿ!?" ನಾನೇ ಕೇಳಿದೆ.

"ನಮ್ಮ ಊರ ಹಬ್ಬದಲ್ಲಿ ನಡೆದ ಹೊಡೆದಾಟವನ್ನು ಕೇಳಿದೆಯಲ್ಲ ನಿಮಗೆ ಏನೆನಿಸಿತು?"

ಅವರು ನನ್ನನ್ನೆ ಕೇಳಿದರು.

"ಅದನ್ನು ವಿವರಿಸಿದರೇ ಏನು ಪ್ರಯೋಜನವಿಲ್ಲ. ಅದು ಮುಗಿದುಹೋದ ಕಥ?"

"ಅಂತಹ ಘಟನೆ ಮತ್ತೇ ಆಗದಂತೆ ನೋಡಿಕೊಳ್ಳಬೇಕಲ್ಲವೇ?" ನ್ಯಾಯಾಧೀಶರಂತೆ ನುಡಿದರು.

ಅವರ ಮಾತಿನಲ್ಲಿ ತೂಕವಿತ್ತು, ಅದನ್ನು ಸರಿಯಾಗಿ ಗ್ರಹಿಸಲು ನಾನು ಎಡವುತ್ತಿದ್ದೀನೆನೋ ಎಂದೆನಿಸಿ.

"ಅಂದಗೇ ನಿಮ್ಮ ಮಾತಿನ ಅರ್ಥ?"

"ನಾವು ಕೇವಲ ವಿಗ್ರಹಗಳಿಗಾಗಿ ಬಡಿದಾಡದೆ, ಮೊದಲು ಇಬ್ರಾಹೀಮರು ಇದ್ದಾಗ ಇತ್ತಲ್ಲ ಏಕದೇವೋಪಾಸನೆ ಆ ರೀತಿ ನಮ್ಮಲ್ಲಿ ಒಂದೇ ಧರ್ಮ, ಒಂದೇ ದೇವರು ಇದ್ದರೇ.. ಎಷ್ಟು ಚನ್ನವಲ್ಲವಲ್ಲವೇ? ಎಲ್ಲರು ಅಲ್ಲಾಹನ ಆರಾಧಿಸಿದರೆ... ನಾವು ಶಾಂತಿಯಿಂದ ಬದುಕಬಹುದು. ಅದಕ್ಕಾಗಿ ನಾನು ಇಸ್ಲಾಂ (ಶಾಂತಿ)ಧರ್ಮವನ್ನು ಸ್ಥಾಪಿಸಬೇಕು ಎಂದುಕೊಂಡಿದ್ದೇನೆ. ಇದು ನನ್ನ ಅಭಿಪ್ರಾಯವಲ್ಲ; ಆ ಅಲ್ಲಾಹನ ಅಭಿಪ್ರಾಯ. ನಾನು ಕೇವಲ ಅವನ ಸಂದೇಶವಾಹಕನಷ್ಟೆ. ಅವನ ಅಂತಿಮ ಪ್ರವಾದಿಯಾಗಿ ಅವನು ಹೇಳುವ ಸಂದೇಶಗಳನ್ನು ಜನರಿಗೆ ತಲುಪಿಸುವ ಪ್ರಯತ್ನ ಮಾಡುತ್ತೇನೆ. ಈ ಕಾರ್ಯಕ್ಕೆ ನೀನು ನನ್ನ ಜೊತೆ ಸೇರಬೇಕು. ಇದೊಂದು ಮಹಾನ್ ಕಾರ್ಯ ಮತ್ತು ಪುಣ್ಯದ ಕೆಲಸ" ನಾನು ಮತ್ತಷ್ಟು ಅಚ್ಚರಿ ಪಟ್ಟೆ.

ಒಂದು ಧರ್ಮ ಕಟ್ಟುವುದು ಸಾಮಾನ್ಯ ಕೆಲಸವಲ್ಲ ಎಂದು ನನಗೆ ಗೊತ್ತಿತ್ತು. ಹಿಂದಿನ ಮಹಾತ್ಮರ ಜೀವನ ಚರಿತ್ರೆಯನ್ನು ಓದಿದ್ದೆ. ಅವರು ಪಟ್ಟ ಕಷ್ಟಗಳನ್ನು ಓದಿ ಕಣ್ಣೀರಾಗಿದ್ದೆ. ಇವರು ಆ ಪ್ರವಾದಿಗಳ ದಾರಿಯಲ್ಲಿ ನಡೆಯುತ್ತಾರೆ ಎಂದರೇ... ಅದೆಂತ ಕಲ್ಲು ಮುಳ್ಳಿನ ದಾರಿ ಆಗಿರಬೇಕು ಎಂದು ಊಹಿಸಿ ಒಂದು ಕ್ಷಣ ನಡುಗಿದೆ. ಬಾಯಿಂದ ಮಾತೇ ಹೊರಡಲಿಲ್ಲ. ದೀರ್ಘ ಆಲೋಚನೆಯಲ್ಲಿ ತೊಡಗಿದೆ. ಅವರು ಮೌನವಾಗಿಯೇ ಕುಳಿತಿದ್ದರು. ನಾನು ಯೋಚನೆ ಮಾಡುತ್ತಿದ್ದೇನೆಂದು ಅವರಿಗೆ ತಿಳಿದಿತ್ತು.

"ನಾನು ಹೇಳಿದ್ದು ನಿಮಗೆ ನಂಬಲು ಈಗ ಕಷ್ಟವಾಗುತ್ತಿರಬಹುದು... ಆದರು ಇದು ಸತ್ಯ. ನಾನು ಕೊನೆಯವರೆಗು ಸತ್ಯ ಮಾರ್ಗದಲ್ಲಿಯೇ ನಡೆಯುತ್ತೇನೆ. ನನ್ನ ಪ್ರಾಣ ಹೋಗುವ ಸಮಯ ಬಂದರು ಸತ್ಯವನ್ನು ಬಿಟ್ಟು ಹಿಂದೆ ಸರಿಯುವದಿಲ್ಲ. ಈ ಧರ್ಮದ ವಿಚಾರವನ್ನು ನಾನು ಇದುವರೆಗು ಯಾರ ಬಳಿಯು ಹೇಳಿಲ್ಲ. ಎಲ್ಲದಕ್ಕೂ ಕಾಲ ಕೂಡಿ ಬರಬೇಕು ಎಂದು ಸುಮ್ಮನಿದ್ದೆ. ಈಗ ಕಾಲ ಕೂಡಿ ಬಂದಿದೆ. ನೀವೇ ನನ್ನ ಈ ಧರ್ಮಕ್ಕೆ ಮೊದಲಿಗರಾಗುತ್ತೀರೆಂದು ನಂಬಿದ್ದೇನೆ. ನೀವು ತಿಳುವಳಿಕೆ ಉಳ್ಳವರು. ನನಗಿಂತಲು ಹೆಚ್ಚು ತಿಳಿದುಕೊಂಡವರು... ಒಂದಲ್ಲಾ ಹಲವಾರು ಬಾರಿ ಯೋಚನೆ ಮಾಡಿ. ನಾನಿನ್ನು ಬರುತ್ತೇನೆ. ನನಗೆ ನಮಾಜ್ ಮಾಡಲು ಸಮಯವಾಯಿತ?"

ಎಂದು ಹೇಳಿ ಎದ್ದು ಹೋದರು.

ನನಗೆ ಮಾತೇ ಹೊರಡಲಿಲ್ಲ. ಅವರ ಕುರಿತು ಆಲೋಚಿಸುತ್ತಾ ಕುಳಿತೆ.

6

ಸಾಯಂಕಾಲವಾಗುತ್ತಾ ಬಂದರು ಮನೆಗೆ ಹೋಗಲು ಮನಸ್ಸಾಗುತ್ತಿಲ್ಲ. ನೆತ್ತಿ ಸುಡುವ ಬಿಸಿಲು ಕರಗಿ ಇಳೆ ತಣ್ಣಗಾದರು, ಖರ್ಜೂರದ ಮರದ ಕೆಳಗೆ ಇರುವ ಸಣ್ಣ ಬಂಡೆಯ ಮೇಲೆ ಕುಳಿತೆ ಇದ್ದೆ. ಮನಸ್ಸಿನಲ್ಲಿ ಗತಕಾಲದ ಆಲೋಚನೆಗಳು ಸಮುದ್ರದ ಅಲೆಗಳಂತೆ ಬರಲಾರಂಭಿಸಿದವು. ಇವರು ಬಸ್ರಾಕ್ಕೆ ಹೋದಾಗ ಅಲ್ಲಿ ಭೇಟಿಯಾದ 'ಬುಹೈರಾ' ಸಂನ್ಯಾಸಿ ಹೇಳಿದ ಮಾತನ್ನು ಅಂದು ನನ್ನ ಬಳಿ ಹೇಳಿದ್ದರು. ಅವರು ಅಂದು ಹೇಳಿದ್ದಾದರು ಏನು!? ಮರಳಿನಲ್ಲಿ ಅಡಗಿದ ಮಾಣಿಕ್ಯ ಎಂದಲ್ಲವೇ!? ಇವರು ಈಗ ಹೋಳೆಯಲು ಆರಂಭಿಸಿದರೇನೋ ಎಂದೆನಿಸುತ್ತದೆ. ಇವರ ನಡೆ ನುಡಿಯನ್ನು ನಾನು ಕಳೆದ ಇಪ್ಪತ್ತು ವರ್ಷಗಳಿಂದ ನೋಡುತ್ತಿದ್ದೇನೆ. ಎಲ್ಲದರಲ್ಲಿಯೂ ಪರಿಶುದ್ಧರಾಗಿಯೇ ಇದ್ದಾರೆ. ಅದಕ್ಕಾಗಿಯೇ ಆ ಜೆಬ್ರಿಯಲ್ ಒಲಿದನಾ!?

'ಅಲ್ಲಾಹನು ಒಳ್ಳೆಯವರಿಗೆ ಮಾತ್ರ ಕಾಣಿಸಿಕೊಳ್ಳುತ್ತಾನೆ ಕಣಮ್ಮ' ಎಂದು ಅಪ್ಪ ನಾನು ಚಿಕ್ಕವಳಿದ್ದಾಗ ಹೇಳುತ್ತಿದ್ದ.

ಇವರು ಒಳ್ಳೆಯವರು, ಪ್ರಾಮಾಣಿಕರು, ಸತ್ಯಸಂಧರಾಗಿದ್ದರಿಂದ ಆ ಅಲ್ಲಾಹನು ಕಾಣಿಸಿಕೊಂಡಿರಬೇಕು.

ಅಲ್ಲಾಹನ ಅನುಗ್ರಹ ಸಾಮಾನ್ಯರ ಮೇಲೆ ಆಗಲು ಸಾಧ್ಯವೆ ಇಲ್ಲಾ. ಇವರು ಸಾಮಾನ್ಯರಲ್ಲ ಎಂದು ನನ್ನಣ್ಣ ಒಂದು ಬಾರಿ ಹೇಳಿದ್ದ.

ಹೌದು. ಅಂದು ಮೊದಲ ದಿನ ಕೆಲಸಕ್ಕಾಗಿ ಇವರು ನಮ್ಮ ಮನೆಗೆ ಬಂದಿದ್ದರು. ನಮ್ಮದಿನ್ನು ಮದುವೆಯಾಗಿರಲಿಲ್ಲ.ಅಂದು ಮಧ್ಯಾಹ್ನ ಊಟ ಮಾಡುವ ಸಮಯದಲ್ಲಿ ಆಕಸ್ಮಿಕವಾಗಿ ಮೊಸಸ್ ಕುರಿತು ಮಾತನಾಡಿ ಇವರು ಹೋದ ಮೇಲೆ ಅಣ್ಣ ವರಕ್ಕಾ ಬಂದು ನನ್ನ ಮುಂದೆ,

"ಈ ಮುಹಮ್ಮದ್ ಈ ವಯಸ್ಸಿನಲ್ಲಿಯೇ ನಮ್ಮ ಬೈಬಲ್‌ನ್ನು ಓದದೆ ತಿಳಿದುಕೊಂಡಿದ್ದಾನೆಂದರೇ ಮುಂದೊಂದು ದಿನ ಆ ದೇವರನ್ನು ತಿಳಿದುಕೊಳ್ಳದೆ ಬಿಡುವದಿಲ್ಲ." ಎಂದಿದ್ದ. ಅಷ್ಟೆ ಏಕೆ, ಅಂದು ಇವರು ನಡುಗುತ್ತಾ ಮಲಗಿದಾಗ, ನಾನು ಅಣ್ಣನನ್ನು ಕರೆ ಕಳುಹಿಸಿದೆ. ಊರಲ್ಲಿರಲಿಲ್ಲ. ಒಂದು ವಾರದ ನಂತರ ಬಂದ. ನಡೆದ ಘಟನೆಯನ್ನು ವಿವರಿಸಿ ಹೇಳಿದೆ. ಅವನು ಕಾಲಜ್ಞಾನಿಯೂ ಆಗಿದ್ದರಿಂದ ಎಲ್ಲವನ್ನು ಅವಲೋಕನ ಮಾಡಿ,

"ಮುಹಮ್ಮದ್ ಅಲ್ಲಾಹನ ಅಂತಿಮ ಪ್ರವಾದಿಯಾಗಿದ್ದಾನೆ" ಎಂದು ಹೇಳಿದಾಗ ನನಗೆ ನಂಬಲಾಗಲಿಲ್ಲ! ಏನೊ ತಮಾಷೆಗೆ ಹೇಳುತ್ತಿದ್ದಾರೆ ಎಂದು ಸುಮ್ಮನಾಗಿದ್ದೆ. ಇಂದು ಇವರು ಆಡಿದ ಮಾತು, ಇರುವ ಸ್ಥಿತಿಯನ್ನು ನೋಡಿದರೇ ನಂಬದಿರಲು ಸಾಧ್ಯವೇ ಆಗುತ್ತಿಲ್ಲ.

ಇತ್ತೀಚೆಗೆ ಇವರು ಮೌನವಾಗಿ ಗುಪ್ತವಾಗಿ ನಮಾಜ್ ಕೂಡ ಮಾಡುತ್ತಿದ್ದಾರೆ. ಮಕ್ಕಳ ಲಾಲನೆ ಪಾಲನೆಯಲ್ಲಿ ನಾನದನ್ನು ಸರಿಯಾಗಿ ಗ್ರಹಿಸಿರಲಿಲ್ಲ. ಏನೋ ಮಾಡಿಕೊಂಡು ನನ್ನೊಂದಿಗೆ ಚನ್ನಾಗಿದ್ದಾರಲ್ಲ ಅಷ್ಟು ಸಾಕೆಂದು ತಿಳಿದು ಅವರನ್ನು ಕೇಳಿರಲಿಲ್ಲ. ಆದರೆ ಇಂದು!?

ಇವರು ಸ್ಥಾಪಿಸಲು ಹೊರಟಿದ್ದು ಶಾಂತಿ ಅಥವಾ ಇಸ್ಲಾಂ ಧರ್ಮವನ್ನು... ಈಗಾಗಲೇ ಜನರ ಮನಸ್ಸಿನಲ್ಲಿ ಕ್ರಾಂತಿಯ ಕಿಡಿ ಹೊತ್ತಿ ಉರಿಯುತ್ತಿದೆ. ಅಂತವರ ಮುಂದೆ ಹೋಗಿ ಇವರು ಶಾಂತಿ ಶಾಂತಿ ಎಂದರೇ... ಅವರು ಏನಾಗಬೇಡ!? ನಮ್ಮ ಕುರೈಶಿ ಕುಟುಂಬದವರೆ ಇವರನ್ನು ಸುಮ್ಮನೆ ಬಿಟ್ಟಾರೆಯೆ!? ಹಬ್ಬದ ಗಲಾಟೆಯಲ್ಲಿ ಹೊಡೆದಾಟವಾಗಿದ್ದು ಎಲ್ಲರಿಗು ಗೊತ್ತಿದೆ. ಅದು ದೇವರ ವಿಗ್ರಹಗಳ ವಿಷಯವಾಗಿ. ಈಗ ಇವರು ಎಲ್ಲ ವಿಗ್ರಹಗಳನ್ನು ನಿಷೇಧಿಸಿ ಏಕದೇವೋಪಾಸನೆಯನ್ನು ಜಾರಿಗೆ ತರಲು ಹೋದರೇ... ಉರಿಯುವ ಬೆಂಕಿಗೆ ತೈಲವನ್ನು ಹಾಕಿದಂತಾಗುವದಿಲ್ಲವೇ!? ಇವರ ಆಲೋಚನೆ, ಚಿಂತನೆ, ಜನರಿಗೆ ಒಳ್ಳೆಯದು ಮಾಡಬೇಕೆಂಬ ಮನೋಭಾವ, ಎಲ್ಲರು ಒಗ್ಗಟ್ಟಿನಿಂದ ಬದುಕುವ ಕಲೆಯನ್ನು ಹೇಳುವ ರೀತಿ ಏನೋ ಚನ್ನಾಗಿದೆ. ಆದರೆ, ಜನರು ಅದನ್ನು ಹೇಗೆ ಸ್ವೀಕರಿಸುತ್ತಾರೋ ಯಾರಿಗೆ ಗೊತ್ತು. ಏಕೆಂದರೆ ಎಲ್ಲರ ಮನಸ್ಸು ಒಂದೇ ರೀತಿಯಾಗಿಯೇ ಇರುವುದಿಲ್ಲವಲ್ಲ.

ಭವಿಷ್ಯವನ್ನು ನೆನೆದು ಮನಸ್ಸು ಏನೇನೋ ಆಲೋಚನೆ ಮಾಡಿತು. ಇದರಿಂದ ಇವರ ಪ್ರಾಣಕ್ಕೆ ಆಪತ್ತು ಬಂದರೂ ಬರಬಹುದು. ಆದರೆ, ಏನೇ ಆದರು ಇವರು ಮುಂದೆ ಇಟ್ಟ ಹೆಜ್ಜೆಯನ್ನು ಹಿಂದೆ ತೆಗೆದವರೆ ಅಲ್ಲ. ಏನು ಮಾಡುವದು? ಒಂದೂ ಸರಿಯಾಗಿ ತಿಳಿಯುತ್ತಲೆ ಇಲ್ಲ. ಏನೆಯಾದರು ಪತಿಯೇ ನನಗೆ ಸರ್ವಸ್ವ ಅವರ ದಾರಿಯೇ ನನ್ನ ದಾರಿ. ಅವರು ಯಾವತ್ತು ತಪ್ಪು ದಾರಿಗೆ ಹೋದವರಲ್ಲ ಎಂಬ ಸತ್ಯ ನನಗೆ ಗೊತ್ತಿದೆ. ಅಷ್ಟು ಸಾಕು ನನಗೆ.

ಅಧ್ಯಾಯ: ಹನ್ನೊಂದು

1

ಹಿರಾ ಗುಹೆಯಲ್ಲಿ ನಮಾಜು ಮಾಡಿದ್ದು ದೊಡ್ಡ ಅಪರಾಧ ಎಂದು ಬೊಬ್ಬೆ ಹೊಡೆದು ಅವರನ್ನು ಕೆಲವರು ತಪ್ಪು ತಿಳಿಯುತ್ತಿದ್ದಾರೆ ಎಂದು ಮೈಸರ್ ಹೇಳುತ್ತಿದ್ದಾನೆ. ಇದನ್ನು ಕೇಳಿದಾಗಿನಿಂದ ನನಗೇಕೋ ತುಂಬಾನೆ ಹೆದರಿಕೆ ಆಗುತ್ತಿದೆ. ಇಸ್ಲಾಂ ಧರ್ಮಕ್ಕಾಗಿ ಇವರು ಹಗಲಿರುಳು ನಮಾಜ್ ಮಾಡುತ್ತಾ ಅಲ್ಲಾಹನ ಧ್ಯಾನದಲ್ಲಿಯೇ ಇರುತ್ತಾರೆ.ಇತ್ತ ನಮ್ಮ ಗತಿ ಏನು! ಆರ್ಥಿಕವಾಗಿ ನಮಗೇನು ತೊಂದರೆ ಇಲ್ಲಾ... ಆದರೆ, ಬೆಳೆದು ನಿಂತ ಮಕ್ಕಳ ಗತಿ ಏನು.

ಬಾಣಂತನಕ್ಕೆ ಬಂದಿದ್ದ ಝೈನಬಳು ಮಗುವನ್ನು ಹೆತ್ತು ಸುಖವಾಗಿ ತನ್ನ ಗಂಡನ ಮನೆಗೆ ಹೋದಳು. ಝೈದನದೇನು ಚಿಂತೆಯಿಲ್ಲ. ಅವನು ಗಂಡು ಮಗ. ಕಣ್ಣು ಮುಚ್ಚಿ ಅವನಿಗೆ ಹೆಣ್ಣು ಕೊಡುತ್ತಾರೆ. ಇನ್ನು ರುಖಿಯಾ ಮತ್ತು ಕುಲ್ಸೂಮಳ ಗತಿ ಏನು!

ರುಖಿಯಾಳಿಗೆ ಹನ್ನೆರಡು ತುಂಬಿ ಹದಿಮೂರು ನಡೆಯುತ್ತಿವೆ. ಮೈನೆರದು ವರ್ಷ ಕಳೆಯಲು ಬಂತು ಇನ್ನು ಅವಳಿಗೆ ಮದುವೆ ಮಾಡಿಲ್ಲವೆಂದರೇ ನೋಡಿದವರು ಏನೆಂದುಕೊಂಡಾರು?

“ಇಬ್ಬರ ಮದುವೆಯನ್ನು ಒಂದೇ ಬಾರಿ ಮಾಡೋಣ ಬಿಡು. ಹೇಗು ಕುಲ್ಸೂಮಳು ರುಖಿಯಾಳಂತೆ ಬೆಳೆದುಬಿಟ್ಟಿದ್ದಾಳೆ. ಅವಳಿಗಿಂತ ಇವಳೆ ದೊಡ್ಡವಳಂತೆ ಕಾಣುತ್ತಿದ್ದಾಳೆ” ಎಂದು ನಫೀಸಾಳು ಹೇಳುವುದು ಸರಿಯಾದುದೆ.

ನನಗೂ ಮೊದಲಿನಿಂದಲು ಇಬ್ಬರನ್ನು ಒಂದೆ ಮನೆಗೆ ಕೊಡಬೇಕು ಎಂಬ ಆಸೆ ಇದೆ. ಹೇಗು ಅವರಿಬ್ಬರು ನಮ್ಮ ಮನೆಯಲ್ಲಿ ಸ್ನೇಹಿತೆಯರಂತೆ ಇದ್ದಾರೆ.

ಕೊಟ್ಟ ಮನೆಯಲ್ಲೂ ಇದೇ ರೀತಿ ಇದ್ದರೇ ಆ ಮನೆ ಸ್ವರ್ಗದಂತಾಗುವುದರಲ್ಲಿ ಎರಡು ಮಾತಿಲ್ಲ.

ಮೊನ್ನೆ...ನಮ್ಮ ಮನೆಯ ಹತ್ತಿರದಲ್ಲಿಯೇ ಇರುವ... ಅಬುಲಹಬರ ಧರ್ಮಪತ್ನಿ ಉಮ್ಮು ಜಮೀಲಾಳು ಭೇಟಿಯಾದಾಗ ಇದೇ ಮಾತು ತೆಗೆದು,

"ನಿಮ್ಮ ಮಗಳನ್ನು ನಮ್ಮ ಮನೆಗೆ ಯಾವಾಗ ಕಳುಹಿಸುವೆ?" ಎಂದಳಲ್ಲ. ಅವರು ನಮ್ಮಂತೆ ಶ್ರೀಮಂತರೆ. ತಿಂದುಣ್ಣುವದಕ್ಕೆ ಯಾವ ತೊಂದರೆಯೂ ಇಲ್ಲ. ಅಲ್ಲಿ ಇವರು ಮಹಾರಾಣಿಯರಂತೆ ಇರುತ್ತಾರೆ. ಈಗ ನಾವು ತಡ ಮಾಡುವುದು ಸರಿಯಲ್ಲ. ಹೆಣ್ಣು ಹೆತ್ತವರಿಗೆ ಸಂಕಟ ಇದ್ದೆ ಇರುತ್ತದೆ. ಅವಳ ಮಕ್ಕಳಾದ ಉತ್ಬಾ ಮತ್ತು ಉತೈಬ ನನ್ನ ಕಣ್ಣ ಮುಂದೆ ಬೆಳೆದವರು.

ಎಷ್ಟೊಂದು ಮುದ್ದಾಗಿ ಬೆಳೆದಿದ್ದಾರೆ. ಈಗ ಅವರಿಗಿನ್ನು ಹದಿನಾರು ಹದಿನೆಂಟು ತುಂಬಿದ್ದರು ದೈಹಿಕವಾಗಿ ಸದೃಢವಾಗಿ ಬೆಳೆದು ಬಿಟ್ಟಿದ್ದಾರೆ. ನಮ್ಮ ಮಕ್ಕಳಿಗೆ ಹೇಳಿ ಮಾಡಿಸಿದ ಜೋಡಿ ಆಗುತ್ತಾರೆ. ಅವರ ಅಪ್ಪ ನಮ್ಮ ಮನೆಗೆ ಬಂದಾಗಲೊಮ್ಮೆ ಹೇಳುತ್ತಿದ್ದ. 'ನಿಮ್ಮ ಮಕ್ಕಳೆ ನಮ್ಮ ಸೊಸೆಯಂದಿರು' ಎಂದು. ಇಷ್ಟು ಬೇಗ ನಾವು ಮದುವೆ ಮಾಡಿ ಕೊಡುವುದಿಲ್ಲ ಎಂದು ಇವರು ಹೇಳುತ್ತಿದ್ದರು. ಆದರೆ ಈಗ ಕಾಲ ಸರಿಯಿಲ್ಲ. ನಮ್ಮ ಬಗ್ಗೆ ಆಗದ ಜನ ಇಲ್ಲಸಲ್ಲದ ಅಪಪ್ರಚಾರ ಮಾಡಿ... ಅವರ ಕಿವಿಯಲ್ಲಿ ಏನೇನೊ ಊದಿ, ಈ ಮದುವೆಯನ್ನೆ ತಿರಸ್ಕರಿಸುವಂತೆ ಮಾಡಿದರೇ... ನಮ್ಮ ಮಕ್ಕಳ ಗತಿ ಏನು!?

ಫಾತಿಮಾಳಿನ್ನು ಚಿಕ್ಕವಳು. ಅವಳ ಚಿಂತೆ ಸಧ್ಯಕ್ಕೆ ಏನು ಇಲ್ಲಾ. ಆದರೆ ಇನ್ನಿಬ್ಬರು ಬೆಳೆದು ನಿಂತಿದ್ದನ್ನು ನೋಡಿದರೆ... ನನಗೆ ಚಿಂತೆಯಾಗುತ್ತಿದೆ. ಮನೆಗೆ ಬಂದ ಸಂಬಂಧಿಕರು ಇನ್ನೂ ಮದುವೆ ಮಾಡಿಲ್ಲವೇ ಎಂದು ಕೊಂಕು ನುಡಿಯುತ್ತಾರೆ. ಏನೆ ಆದರು ಹತ್ತಿರದಲ್ಲಿ ಒಂದು ಒಳ್ಳೆಯ ದಿನ ನೋಡಿ ಮದುವೆ ಮಾಡಿ ಮುಗಿಸಿ ಬಿಡಬೇಕು. ಅವರಿಗಂತು ಮಕ್ಕಳ ಚಿಂತೆ ಆಗಲಿ, ನನ್ನ ಬಗ್ಗೆ ಯಾಗಲಿ ಮೊದಲಿನಂತೆ ಆಲೋಚನೆಯೇ ಇಲ್ಲಾ. ಬರೀ ಮೂರು ಹೊತ್ತು...

ಅಲ್ಲಾ. ಅಲ್ಲಾ.. ಅಲ್ಲಾ... ಎಂದು ಅವರು ಅಲ್ಲಾಹನ ಧ್ಯಾನವೇ ಮಾಡುತ್ತಿರುತ್ತಾರೆ. ಏನಾದರು ಕೇಳಿದರೇ...

"ಅಲ್ಲಾಹನೇ ಎಲ್ಲಾ ನೋಡಿಕೊಳ್ಳುತ್ತಾನೆ?" ಎನ್ನುತ್ತಾರೆ.

ಅವರಿಗಿರುವ ನಂಬಿಕೆ ನನಗಿರಬೇಕಲ್ಲಾ? ಅವರು ಎಷ್ಟೇಯಾಗಲಿ ಗಂಡಸು. ಏನೇಯಾದರು ತಡೆದುಕೊಳ್ಳುವ ಶಕ್ತಿ ಇರುತ್ತದೆ. ನಮ್ಮಂತ ಹೆಣ್ಣಿಗೆ ಆ ಶಕ್ತಿ ಇರುತ್ತದೆಯೇ? ವಯಸ್ಸಿಗೆ ಬಂದ ಹೆಣ್ಣು ಮಕ್ಕಳು ಮನೆಯಲ್ಲಿದ್ದರೇನೆ ಚಿಂತೆ ಕಾಡುತ್ತದೆ. ಇವರು ಯಾವಾಗ ಮದುವೆಯಾಗಿ ಗಂಡನ ಮನೆಗೆ ಹೋದಾರು ಎಂದು.

ಇವತ್ತು ಇವರು ಬಂದೊಡನೆ ಉಮ್ಮು ಜಮಿಳಲ ಮನೆಗೆ ಹೋಗಿ ಒಂದು ಬಾರಿ ಮದುವೆಯ ಬಗ್ಗೆ ಮಾತನಾಡಿಕೊಂಡೆ ಬರುತ್ತೇನೆ. ದೃಢ ನಿರ್ಧಾರ ಮಾಡಿ ಕುಳಿತೆ ಅವರ ದಾರಿ ಕಾಯುತ್ತಾ. ಹೊತ್ತು ಮೇಲೇರಿತು. ಇವರು ನಾನು ಏಳುವದಕ್ಕೆ ಮುಂಚೆನೆ ಹೊರಟು ಹೋಗಿಬಿಡುತ್ತಾರೆ. ಸೂರ್ಯೋದಯ ಆದ ಮೇಲೆನೆ ಬರುವುದು. 'ನನಗೆ ಸರಿ ಎನಿಸಿದ ಸ್ಥಳದಲ್ಲಿ ನಮಾಜ್ ಮಾಡಿ ಬರುತ್ತೇನೆ' ಎಂದು ಬಂದಾಗ ಹೇಳುತ್ತಾರೆ. ಒಂದೊಂದು ಬಾರಿ ಮನೆಯಲ್ಲಿ ಮಾಡಿದ್ದೂ ಇದೆ. ಎಲ್ಲಿಯೇ ಇರಲಿ, ಐದು ಹೊತ್ತು ನಮಾಜು ಮಾಡುವದು ಮಾತ್ರ ತಪ್ಪಿಸುವುದಿಲ್ಲ.

"ಐದು ಹೊತ್ತು ಏಕೆ, ಎರಡು ಹೊತ್ತು ಮಾಡಿದರೇ ಸಾಲದೆ!?" ಎಂದರೇ...

"ನಿಜ ಹೇಳಬೇಕೆಂದರೆ ದಿನಕ್ಕೆ ಐವತ್ತು ಬಾರಿ ನಮಾಜ್ ಮಾಡಬೇಕು ಎಂದು ಅಲ್ಲಾಹನು ಆದೇಶಿಸಿದ್ದಾನೆ. ನಾನು ಮೊದಲು ಐವತ್ತು ಬಾರಿಯೇ ಮಾಡುತ್ತಿದೆ. ಇಷ್ಟು ಬಾರಿ ಮಾಡಿದರೇ ದುಡಿಯುವುದಕ್ಕೆ ಸಮಯ ಸಿಕ್ಕುವುದಿಲ್ಲವೆಂದು ತಿಳಿದು ಐದೇ ಬಾರಿ ಮಾಡು ಎಂದಿದ್ದಕ್ಕೆ ನಾನು ಐದು ಬಾರಿ ಮಾಡುತ್ತಿದ್ದೆನೆ" ಎನ್ನುತ್ತಾರೆ. ಇವತ್ತು ಮೊದಲಿನಂತೆ ಐವತ್ತು ಬಾರಿ ನಮಾಜ್ ಮಾಡುತ್ತಾ ನೂರ್ ಬೆಟ್ಟದಲ್ಲೋ ಸಫಾ ಪರ್ವತದಲ್ಲಿಯೋ ಕುಳಿತರೆಂದು ಕಾಣಿಸುತ್ತೆ.

"ಅಮ್ಮಾ... ಅಲ್ಲಿ ನೋಡು..." ಫಾತಿಮಾ ಕೂಗಿ ಹೇಳಿದಳು ಅವರೆಡೆಗೆ ಕೈ ತೋರಿಸಿ.

ಈ ದಿನ ಅವರು ಮೊದಲಿನಂತೆ ಕಾಣುತ್ತಿಲ್ಲ; ಸ್ವರ್ಗದಿಂದ ಇಳಿದು ಬಂದ ಪ್ರವಾದಿಯಂತೆ ನನ್ನ ಕಣ್ಣಿಗೆ ಕಾಣುತ್ತಿದ್ದಾರೆ. ಹಾಲು ಮುಖದಲ್ಲಿ ಶಾಂತಿ ಸೂಸುವ ಬೆಳದಿಂಗಳು. ಗುಂಗುರು ಕೂದಲು, ಅಗಲವಾದ ಹಣೆ, ಪರಸ್ಪರ ದೂರದಲ್ಲಿ ಸಪೂರವಾಗಿ ತಿದ್ದಿದಂತಿರುವ ಹುಬ್ಬುಗಳು. ಮೋಹಕ ಕಣ್ಣುಗಳಲ್ಲಿ ಕೂದಲಿನಷ್ಟು ಸಪೂರವಾದ ಕೆಂಪು ನರಗಳು, ಅಗಲವಾದ ಕಪ್ಪು ಕಣ್ಣಾಲಿಗಳನ್ನು ಒಮ್ಮೆ ತೊರುತ್ತಾ ಮತ್ತೊಮ್ಮೆ ಅಡಗಿಸುತ್ತಿರುವ ಆಕರ್ಷಕ ರೆಪ್ಪೆಗಳು. ತೆಳುವಾಗಿ ಸುರ್ಮ ಲೇಪಿಸಿದ ರೆಪ್ಪೆಗೂದಲುಗಳು. ಉದ್ದವಾದ ಮೂಗು, ಮುತ್ತಿಡಬೇಕೆನ್ನುವ ತುಟಿಗಳ ಮೇಲೆ ಆಕರ್ಷಕ ಮೀಸೆ. ಕೆನ್ನೆ, ಗಲ್ಲಗಳಿಗೆ ಒಪ್ಪವಾಗಿ ಅಂಟಿಕೊಂಡ ಉದ್ದನೇಯ ಗಡ್ಡ, ಎತ್ತರವಾದ ಕತ್ತು, ಅಗಲವಾದ ಕಿವಿಗಳು, ಹದವಾದ ಎದೆ, ಅದಕ್ಕಂಟಿಕೊಂಡು ವಿರುದ್ಧ ದಿಕ್ಕುಗಳಲ್ಲಿ ವಿಸ್ತಾರವಾಗಿ ಚಾಚಿರುವ ಭುಜಗಳು, ಅಗಲವಾದ ಅಂಗೈಗಳು, ಉದ್ದದ ಬೆರಳುಗಳು, ಬಲವಾದ ಕಾಲುಗಳು, ಈಗಷ್ಟೇ ತೊಳೆದು ಮಡಿ

ಮಾಡಿದ ದೇಹಕ್ಕೊಪ್ಪುವ ದಿರಿಸು. ಬಿಳಿ ಬಣ್ಣದ ಉದ್ದ ನಿಲುವಂಗಿ, ತಲೆಗೆ ಹಾಕಿಕೊಂಡ ಟೋಪಿ..

"ನಿಮ್ಮ ಮುಖದಲ್ಲಿ ಏನೋ ಸಾಧಿಸಿದವರಂತೆ ಕಾಣುತ್ತೀರಿ..." ನನಗನಿಸಿದ್ದನ್ನು ಹೇಳಿದೆ.

"ನಿಮ್ಮ ಮಾತು ನಿಜ?"

ಅದೇನು ಎಂಬ ಕುತೂಹಲಭರಿತ ಕಣ್ಣುಗಳಿಂದ ಅವರ ಮುಖವನ್ನೆ ನೋಡಿದೆ. ಮಾತನಾಡಲಿಲ್ಲ.

"ಇಷ್ಟು ವರ್ಷ ನಾನು ಮೌನವಾಗಿ ಇಸ್ಲಾಂ ಧರ್ಮವನ್ನು ಬೋಧನೆ ಮಾಡುತ್ತಾ ನನ್ನ ಪಾಡಿಗೆ ನಾನು ನಮಾಜ್ ಮಾಡುತ್ತಾ... ಇದ್ದೆನಲ್ಲ.. ಇದನ್ನು ತಿಳಿದ ಮೇಲೆ ನೀವು ಮೊದಲ ಮುಸ್ಲಿಂ ಮಹಿಳೆಯಾಗಿ ಬಂದಿರಿ. ಆಮೇಲೆ ಇದರ ಸಂಖ್ಯೆ ಹೆಚ್ಚುತ್ತಲೇ ಹೋಯಿತು?"

"ಹೂವು ಇದ್ದೆಡೆ ಮಕರಂದವನ್ನು ಹುಡುಕಿಕೊಂಡು ದುಂಬಿಗಳು ಬರುವುದು ಸಹಜ, ಸತ್ಯವಿರುವೆಡೆ ಜನರು ಬರುವುದು ಕೂಡ. ಇದರಲ್ಲಿ ಅಚ್ಚರಿ ಪಡುವಂತಹುದೇನಿದೆ. ನೀವು ಸತ್ಯವನ್ನು ಬೊಧಿಸಿದಿರಿ. ಇದನ್ನು ಮೆಚ್ಚಿ ಉಸ್ಮಾನ್ ಬಿನ್ ಅಫ್ಘಾನ್, ಝುಭೈರ್ ಬಿನ್ ಅವ್ವಾಮ್, ಅಬ್ದುರ್ರಹ್ಮಾನ್ ಬಿನ್ ಔಫ್, ಸಾಅದ್ ಬಿನ್ ಅಬೀವಕ್ಕಾಸ್ ಮತ್ತು ತಲ್ಹಾ ಬಿನ್ ಉಬೈದುಲ್ಲಾ

ಅನಂತರ ಜರ್ರಾಹರ ಪುತ್ರ ಅಬೂ ಉಬೈದಾ, ಅಬೂ ಅರ್ಕಮರ ಪುತ್ರ ಅರ್ಕಮರು ಮುಸ್ಲಿಮರಾದರು. ಇತರ ಅನೇಕರು ನಮ್ಮ ಪ್ರೀತಿಯ ಇಸ್ಲಾಂ ಧರ್ಮದನ್ನು ಸ್ವೀಕರಿಸಿದರು ಎಂದು ನೀವೆ ಅಂದು ನನಗೆ ಹೇಳಿದ್ದಿರಿ. ಕೇಳಿ ಎಷ್ಟೊಂದು ಸಂತೋಷಪಟ್ಟೆ,

ಇವತ್ತು ಮತ್ತೇ ಬಹಳಷ್ಟು ಜನರು ಇಸ್ಲಾಂ ಸ್ವೀಕರಿಸಿದರೇನು?" ನಾನು ಕೇಳಿದೆ ಸಂತೋಷದ ಮುಖ ಮಾಡಿ. ಮನದಲ್ಲಿ ತೃಪ್ತಿಯ ಭಾವವಿತ್ತು.

ಮಗಳು ಫಾತಿಮಾ ಒಳಗೆ ಹೋಗಿ ಹಾಲು ತೆಗೆದುಕೊಂಡು ಬಂದು ಕೊಟ್ಟಳು. ಹಜಾರದ ಮೇಲೆ ಒಂದು ಚಾಪೆ ಹಾಸಿಕೊಂಡು ಕುಳಿತು ಕುಡಿದು, ತೃಪ್ತಿಯ ನಗೆ ಬೀರಿ ನನ್ನೆಡೆಗೆ ನೋಡಿ,

"ನಾಳೆಯಿಂದ ನಾವು ಇಸ್ಲಾಂ ಧರ್ಮದ ಬೋಧನೆಯನ್ನು ಅಂದರೆ, ಪವಿತ್ರ ಕುರಾನ್ ಬೋಧನೆಯನ್ನು ಬಹಿರಂಗವಾಗಿ ಹೇಳಬೇಕು ಎಂದು ತಿರ್ಮಾನಿಸಿದ್ದೇವೆ. ಇದು ಜನರ ಆಸೆಯೂ ಆಗಿದೆ. ಇಸ್ಲಾಂ ಧರ್ಮವು ಪ್ರತಿಯೊಬ್ಬರಿಗು ಅವಶ್ಯಕತೆ ಇದೆ ಎಂಬುವುದು ನಮಗೂ ಗೊತ್ತು. ಹೀಗಾಗಿ ಈ ನಿರ್ಧಾರಕ್ಕೆ ಬಂದಿದ್ದೇವೆ" ಅವರು ಹೇಳಿದೊಡನೆ ನಾನು ಭಯ ಪಟ್ಟೆ.

ಹೌದು! ಇಲ್ಲಿಯವರೆಗೂ ಅವರು ಮೌನವಾಗಿ ತಮ್ಮ ಪಾಡಿಗೆ ತಾವು ನೂರ್ ಬೆಟ್ಟದ ಗುಹೆಯಲ್ಲೋ, ನಮ್ಮ ಮನೆಯಲ್ಲೋ, ಸಫಾದ

ಪರ್ವತದಲ್ಲಿಯೋ ನಮಾಜ್ ಮಾಡುತ್ತಿದ್ದರು. ಆಗ ಯಾರಾದರು ಬಂದು ಇದೇನು ಎಂದು ಕೇಳಿದರೆ ಮಾತ್ರ ನಮ್ಮ ಇಸ್ಲಾಂ ಧರ್ಮದ ಬಗ್ಗೆ ಹೇಳುತ್ತಿದ್ದರು. ಇದರ ತತ್ವ ಸಿದ್ಧಾಂತಗಳ ಬಗ್ಗೆ ವಿವರಿಸುತ್ತಿದ್ದರು. ಮೆಚ್ಚುಗೆ ಆದವರು ನಮ್ಮ ಧರ್ಮವನ್ನು ಸ್ವೀಕರಿಸಿ ಆಚರಿಸಲಾರಂಭಿಸಿದರು. ಇದನ್ನೆಲ್ಲವನ್ನು ಅಂದಂದು ಬಂದು ಹೇಳುತ್ತಿದ್ದರು. ಕೇಳಿ ನಾನು ಸಂತೋಷ ಪಡುತ್ತಿದ್ದೆ. ಇದು ಬಹಳಷ್ಟು ಜನಕ್ಕೆ ತಿಳಿದಿರಲೂ ಇಲ್ಲ. ಕೆಲವರಿಗೆ ತಿಳಿದು ಒಂದಷ್ಟು ಸಿಟ್ಟು ಮಾಡಿಕೊಂಡಿದ್ದಾರೆ ಎಂದು ಮೈಸರ್ ಹೇಳಿದ್ದನಾದರು ಇದರಿಂದ ಅವರಿಗೇನು ತೊಂದರೆ ಆಗಿರಲಿಲ್ಲ. ಆದರೆ ನಾಳೆಯಿಂದ ಇವರು ಬಹಿರಂಗ ಬೋಧನೆ ಪ್ರಾರಂಭಿಸಿದರೇ ನಮಗೆ ಅಣ್ಣ ಹೇಳಿದಂತೆ ತೊಂದರೆ ಆಗುವದರಲ್ಲಿ ಎರಡು ಮಾತಿಲ್ಲ.

"ನೀವು ನಾಳೆಯಿಂದ ಬಹಿರಂಗ ಬೋಧನೆ ಪ್ರಾರಂಭಿಸುವ ಮುನ್ನ ನನ್ನದೊಂದು ಸಣ್ಣ ಆಸೆ ಇದೆ ಈಡೇರಿಸಬೇಕು?" ಕೇಳಿದೆ.

ಅದೇನೆಂಬ ಕುತೂಹಲದ ಕಣ್ಣುಗಳಿಂದ ನೋಡಿದರು. ಮಾತನಾಡಲಿಲ್ಲ. ಮಕ್ಕಳಿಬ್ಬರ ಮುಖವನ್ನು ನೋಡಿದೆ. ಅವರು ಹತ್ತಿರದಲ್ಲಿಯೇ ಕುಳಿತಿದ್ದರು.

"ಬೆಳೆದು ನಿಂತ ಇಬ್ಬರು ಮಕ್ಕಳ ಮದುವೆ ಮಾಡಿದ ಮೇಲೆ ಬೇಕಾದರೇ ಈ ಕಾರ್ಯಕ್ಕೆ ಸಿದ್ಧರಾಗಿ ಅಲ್ಲಿಯವರೆಗು ನಮ್ಮ ಧರ್ಮ ಬೋಧನೆ ಮೌನವಾಗಿಯೇ ಇರಲಿ..." ನನ್ನ ಮಾತಿನ ಇಂಗಿತವನ್ನು ಅರ್ಥಮಾಡಿಕೊಳ್ಳುತ್ತಾರೆಯೋ ಇಲ್ಲವೋ ತಿಳಿಯಲು ಅವರ ಮುಖವನ್ನೆ ನೋಡುತ್ತಾ ಕುಳಿತೆ. ಅರೆಗಳಿಗೆ ತಮ್ಮ ನೀಳವಾದ ಗಡ್ಡವನ್ನು ಸವರಿಕೊಳ್ಳುತ್ತಾ ಯೋಚನೆ ಮಾಡಲಾರಂಭಿಸಿದರು. ಅವರು ಮಾತನಾಡಲಿಲ್ಲ.

ಕೆಲ ಘಳಿಗೆ ಮೌನವೆ ನಮ್ಮ ನಡುವೆ ಸಾಮ್ರಾಜ್ಯ ಸ್ಥಾಪಿಸಿತು.

"ನಾನು ಈಗಾಗಲೇ ನಮ್ಮ ಮಕ್ಕಳಿಗೆ ಗಂಡು ಹುಡುಕಿ ಇಟ್ಟಿದ್ದೀನಿ ನೀವು ಸಮ್ಮತಿ ಸೂಚಿಸಿ, ಅವರ ಮದುವೆಯಾಗುವವರೆಗು ಬಹಿರಂಗ ಬೋಧನೆ ಮಾಡುವಂತಿಲ್ಲ" ನಾನೇ ಮೌನ ಮುರಿದೆ.

ಅವರು ಮತ್ತೇ ದೀರ್ಘ ಆಲೋಚನೆಯಲ್ಲಿ ತೊಡಗಿದರು. ಧರ್ಮ ಕರ್ಮದ ಆಲೋಚನೆಯಲ್ಲಿ ತೊಡಗಿರಬೇಕು.

"ನಾನಾಗಲೇ ತೀರ್ಮಾನಿಸಿ ಆಗಿದೆ..." ಅವರ ಮಾತಿಗೆ ನನಗೆ ಸಿಟ್ಟು ಬಂತು.

"ನನ್ನ ತೀರ್ಮಾನಕ್ಕೆ ಬೆಲೆಯಿಲ್ಲವೇ? ಮಕ್ಕಳ ಭವಿಷ್ಯದ ಚಿಂತೆಯೇ ನಿಮಗಿಲ್ಲವೇ!? ಹೆಣ್ಣು ಹೆತ್ತ ತಾಯಿಯ ಸಂಕಟ ನಿಮಗರ್ಥವಾಗುವುದಿಲ್ಲವೇ!? ಮೂರು ಹೊತ್ತು ಅಲ್ಲಾಹನ ಧ್ಯಾನದಲ್ಲಿಯೇ ಇರುವ ನಿಮಗೆ ಜನರ

ಸೇವೆಯೇ ಮುಖ್ಯವಾಗುತ್ತದೆಯೇ ವಿನಃ ಹೆಂಡತಿ ಮಕ್ಕಳು ಕಾಣುವುದೇ ಇಲ್ಲಾ..." ಕಟುವಾಗಿಯೇ ನುಡಿದೆ. ನನ್ನ ಮಾತಲ್ಲಿ ಅಕ್ರೋಶವಿತ್ತು ಮಕ್ಕಳ ಭವಿಷ್ಯದ ಕಲ್ಪನೆಯಿತ್ತು. ಅವರು ಮಾತನಾಡಲಿಲ್ಲ.

"ಅಷ್ಟಕು ನಾನು ಜನರಿಗೆ ಭೋದನೆ ಮಾಡಬೇಡಿ ಎನ್ನಲಿಲ್ಲವಲ್ಲ. ಬಹಿರಂಗ ಬೋಧನೆ ಈಗ ಬೇಡ. ನಿಮ್ಮ ಪಾಡಿಗೆ ನೀವು ನಿಮ್ಮ ಬಳಿ ಬಂದವರಿಗೆ ಮೌನವಾಗಿ ಬೋಧಿಸಿ. ಕಲಬಾದ ಬಳಿ ಹೋಗಿ ಬಹಿರಂಗವಾಗಿ ಸಧ್ಯಕ್ಕೆ ಬೇಡ, ಎನ್ನುತ್ತಿದ್ದೀನಷ್ಟೆ..." ವಿನಂತಿಸಿದೆ. ನನ್ನ ಧ್ವನಿಯಲ್ಲಿ ಭಯ, ಆತಂಕ ಹೆಪ್ಪುಗಟ್ಟಿತ್ತು. ಅದನ್ನು ಗಮನಿಸಿದ ಅವರು ನನ್ನ ಎರಡು ಕೈಗಳನ್ನು ತಮ್ಮ ಕೈಗಳಿಂದ ಹಿಡಿದು,

"ಆತಂಕ ಪಡಬೇಡಿ, ನಿಮ್ಮ ಮನಸ್ಸು ಎಂತಹುದು ಎಂದು ನನಗೆ ಗೊತ್ತು. ಮಕ್ಕಳ ಯೋಗಕ್ಷೇಮದಲ್ಲಿ ನಿಮಗೆಷ್ಟು ಆಸಕ್ತಿ ಇದೆಯೋ ಅವರ ಬಗ್ಗೆ ಕಾಳಜಿ ನನಗೂ ಇದೆ. ನಾಳೆಯೇ ನಮ್ಮ ಮಕ್ಕಳ ಮದುವೆಯ ಕಾರ್ಯವನ್ನು ಮಾಡಲು ಮುಂದಾಗೋಣ" ನನ್ನ ಹೃದಯ ತುಂಬಿ ಬಂತು. ಹತ್ತಿರದಲ್ಲಿಯೇ ಕುಳಿತಿದ್ದ ಮಕ್ಕಳ ಮುಖ ಅರಳಿತು. ನನ್ನ ಕಣ್ಣುಗಳಲ್ಲಿ ಆನಂದಬಾಷ್ಪ ಸುರಿಯುತ್ತಿತ್ತು. ನಾನು ಬದುಕಿರುವಾಗಲೇ ನಮ್ಮ ಮಕ್ಕಳ ಮದುವೆಯನ್ನು ನೋಡಿಯೇ ಸಾಯಬೇಕೆಂಬ ಆಸೆ ಈಡೇರುವ ಎಲ್ಲ ಲಕ್ಷಣಗಳು ಕಾಣಿಸುತ್ತಿವೆ ಎಂಬ ಆಸೆ ಚಿಗುರಿತು.

2

ಕುರೈಶಿ ವಂಶದ ಮನೆತನದ ಮದುವೆ ಎಂದರೆ ಕೇಳಬೇಕೆ... ಹಬ್ಬದ ವಾತಾವರಣ ನಗರದ ತುಂಬಾ ತುಂಬಿರುತ್ತದೆ. ನಮ್ಮ ಮನೆಯ ಆಳು ಕಾಳುಗಳೆ ನೂರಾರು ಸಂಖ್ಯೆಯಲ್ಲಿ ಇರುವಾಗ ಮನೆಯು ಕಳೆ ಕಟ್ಟಿದಂತಿರುತ್ತದೆ. ಖರ್ಜೂರ ಮರದ ಗರಿಗಳನ್ನು ಕಡಿದುಕೊಂಡು ಬಂದು ಮನೆಯ ಸುತ್ತ ಮುತ್ತ ಕಟ್ಟಿದ್ದಾರೆ. ಸುತ್ತಮುತ್ತಲಿನ ಬೆಟ್ಟಗಳಲ್ಲಿ ಬೆಳೆಯುವ ಬೇರೆ ಬೇರೆ ಜಾತಿಯ ಹೂವುಗಳು ಬಾಗಿಲುಗಳಿಗೆ ಕಟ್ಟಿ ಮನೆಯನ್ನು ಸಿಂಗಾರ ಮಾಡಿದ್ದಾರೆ. ಹತ್ತಾರು ಒಂಟೆಗಳ ಮಾಂಸದ ಊಟ ಬಂದವರ ಮೂಗಿಗೆ ಬಡಿಯುತ್ತಿದೆ. ಇದರೊಂದಿಗೆ ಕೆಲ ಸಿಹಿ ತಿನಿಸುಗಳನ್ನು ಮಾಡಿದ್ದೆವು.

ಕೆಲ ತಿಂಗಳ ಹಿಂದೆ ನಾವು ರುಖಿಯಾಳಿಗೆ ಮದುವೆ ಮಾತುಕತೆ ಮಾತನಾಡಲು ಉಮ್ಮು ಜಮೀಳ ದಂಪತಿಗಳ ಮನೆಗೆ ಹೋದೆವು. ಅವರು ಮದುವೆ ಮಾಡುವುದಾದರೇ ನಿಮ್ಮ ಇಬ್ಬರು ಪುತ್ರಿಯರನ್ನು ನಮ್ಮ ಮಕ್ಕಳಾದ ಉತ್ಬಾ ಮತ್ತು ಉತೈಬರಿಗೆ ಕೊಡಿ ಎಂದು ಕೇಳಿದರು.

ನಮಗೆ ಕುಲ್ಸೂಮಳನ್ನು ಇಷ್ಟು ಬೇಗ ಕೊಟ್ಟು ಮದುವೆ ಮಾಡುವ ಆಸೆ ಇರಲಿಲ್ಲ. ಮೊದಲು ರುಖಿಯಾಳನ್ನು ಮದುವೆಮಾಡಿದ ಮೇಲೆ ವರ್ಷ ಎರಡು ವರ್ಷ ಬಿಟ್ಟು ಅದೇ ಮನೆಗೆ ಇವಳನ್ನು ಕೊಟ್ಟರಾಯಿತು ಎಂದುಕೊಂಡೆವು.

'ನಿಮ್ಮ ಮಗಳು ಎಂದಿದ್ದರು ನಮ್ಮ ಮನೆ ಸೊಸೆ ಆಗುವವಳಲ್ಲವೇ... ಈಗ ಮದುವೆ ಮಾಡಿಬಿಡೋಣ... ಅವಳು ದೊಡ್ಡವಳಾದ ಮೇಲೆಯೇ ನಮ್ಮ ಮನೆಗೆ ಕಳುಹಿಸಿ' ಎಂದು ವಿನಂತಿಸಿಕೊಂಡರು. ನಮಗೂ ಇದು ಸರಿ ಎನಿಸಿತು. ಮೇಲಾಗಿ ಖರ್ಚು ಕೂಡ ಕಡಿಮೆಯಾಗುತ್ತದೆ. ದಿರಹಮಗಳ ಬಗ್ಗೆ ನಾವು ತಲೆ ಕೆಡಿಸಿಕೊಳ್ಳುವದಿಲ್ಲ. ಆದರೆ ಇಂತಹ ಮನೆತನ ಮತ್ತು ಅಳಿಯಂದಿರು ಸಿಗಬೇಕಲ್ಲ. ಇವರು ನಮಗೆ ಬಹಳ ವರ್ಷಗಳಿಂದ ಆತ್ಮೀಯರಾಗಿದ್ದವರು. ನಮ್ಮ ಮನೆಯ ಮಕ್ಕಳ ನಡತೆಯನ್ನು ಚಿಕ್ಕವರಿಂದಲೇ ಗಮನಿಸುತ್ತಾ ಬಂದವರು. ಒಂದು ದಿನವು ಜಗಳವಾಡದ ಇವರು ಆ ಮನೆಯನ್ನು ಸ್ವರ್ಗವನ್ನಾಗಿ ಮಾಡುತ್ತಾರೆಂಬ ನಂಬಿಕೆ ನನಗಿದೆ.

ಇಂದು ಮದುವೆ ಮಾಡಿ ಇವರು ದೊಡ್ಡವರಾದ ಮೇಲೆ ಅವರ ಮನೆ ತುಂಬಿ ಅವರ ವಂಶ ಬೆಳಗುವ ಸೊಸೆಯಂದಿರಾದರೆ ನನಗಷ್ಟೆ ಸಾಕು. ಕಣ್ಣ ಮುಂದೆ ಮಕ್ಕಳು ಇರುತ್ತಾರೆ. ಅವರನ್ನು ಆಗಾಗ ನೋಡುತ್ತಾ ನನ್ನ ಜೀವನವನ್ನು ಕಳೆಯುತ್ತೇನೆ.

"ಮದುಮಕ್ಕಳು ಬಂದರು" ಫಾತಿಮಾ ಅವಳ ಅಕ್ಕಂದಿರಿಗೆ ತಮಾಷೆ ಮಾಡಿದಳು. ಅವಳು ಹಾಗೇ ಎಲ್ಲರನ್ನು ನಗಿಸುತ್ತಾ ತಾನು ನಗುತ್ತಾ ಮನೆಯ ತುಂಬಾ ಓಡಾಡುತ್ತಾಳೆ. ಈಗಾಗಲೇ ಅವಳಿಗೆ ಐದು ಮುಗಿದು ಆರು ವರ್ಷ ತುಂಬಲು ಬಂತು. ಹಾಲು ಬಣ್ಣದ ಹುಡುಗಿ ಪಟ ಪಟ ಮಾತನಾಡುತ್ತಾ... ಅವಳ ಅಕ್ಕಂದಿರನ್ನು ಗೋಳು ಹೊಡೆದುಕೊಳ್ಳುತ್ತಾ ರೇಗಿಸುತ್ತಾಳೆ.

ಅವರಿಬ್ಬರು ಮದುವೆಯಾಗಿ ಹೋದ ಮೇಲೆ ಇವಳು ಹೇಗೆ ಮಾಡುತ್ತಾಳೋ ಏನೋ. ನನಗಂತು ವಯಸ್ಸಾಯಿತು. ಮತ್ತೆ ಮಕ್ಕಳಾಗಲಿಲ್ಲ. ಇವಳ ನಂತರ ಇನ್ನೊಂದೆರಡು ಮಕ್ಕಳು ಆಗಿದ್ದರೇ ಇವಳೆ ನೋಡಿಕೊಳ್ಳುತ್ತಿದ್ದಳೇನೋ ಎಲ್ಲವು ಅಲ್ಲಾಹನ ಇಚ್ಛೆ.

ಹಿರಿಯ ಮಗಳು ಝೈನಬಳಿಗೆ ಎರಡು ಮಕ್ಕಳಾಗಿವೆ. ಅವಳ ಹಿರಿಯ ಮಗ ಪುಟ್ಟ ಪುಟ್ಟ ಹೆಜ್ಜೆ ಇಡುತ್ತಾ 'ಅಜ್ಜಿ ಅಜ್ಜಿ' ಎಂದು ನನ್ನೊಂದಿಗೆ ಆಡಿ ಈಗ ಅವರಜ್ಜನ ಬಳಿ ಓಡಿದ್ದಾನೆ. ಅವರನಂತು ಗೋಳು ಹೊಯ್ದುಕೊಳ್ಳುತ್ತಾನೆ. ತಮ್ಮ ಕೋಣೆಯಲ್ಲಿ ನಮಾಜ್ ಮಾಡುವಾಗಲು ಅವನು ಸುಮ್ಮನಿರುವದಿಲ್ಲ. ಅವರ ಮೈಮೇಲೆ ಹತ್ತಿ ಕುಣಿಯುತ್ತಾನೆ. ಅವನನ್ನು ಹಿಡಿಯಲು ಎರಡು ಆಳು ಬೇಕು. ಎರಡನೆಯವನು ಇನ್ನು ಎದೆಹಾಲು ಕುಡಿಯುತ್ತಿದ್ದಾನೆ.

ಅವನು ದೊಡ್ಡವನಾದರೇ ಮುಗಿದೆ ಹೋಯಿತು. ನಮ್ಮ ಮನೆಯನ್ನು ಹಾಳು ಮಾಡುತ್ತಾ ಓಡಾಡುತ್ತಾನೇನೋ...

ಎಲ್ಲವು ನಮ್ಮ ಸಂಪ್ರದಾಯದ ಪ್ರಕಾರವೆ ನಡೆಯುತ್ತಿದೆ. ನನಗೆ ಸಂತೋಷ ಒಂದು ಕಡೆ ಆದರೆ,... ಇನ್ನೊಂದು ಕಡೆ ಮಕ್ಕಳನ್ನು ಕಳಿಸಿಕೊಡಬೇಕಲ್ಲ ಎಂದು ದುಃಖ ಆಗುತ್ತಿದೆ. ಹೆಣ್ಣು ಹೆತ್ತವಳು ಇದನ್ನು ಅನುಭವಿಸಲೇ ಬೇಕೆಂದು ಆ ಅಲ್ಲಹನೇ ಮಾಡಿದನಾ... ಒಂದೂ ತಿಳಿಯುತ್ತಿಲ್ಲ.

ಮದುವೆಗೆ ಬಂದವರೆಲ್ಲರು ಶಾಂತರಾಗಿಯೇ ಇದ್ದಾರೆ. ನಮ್ಮ ಇಸ್ಲಾಂ ಧರ್ಮದ ಬಗ್ಗೆ ಬಹಳಷ್ಟು ಜನರಿಗೆ ಈಗ ಗೊತ್ತಾಗಿದೆ. ಆದರೂ, ಇದರಿಂದ ನಮಗೇನು ತೊಂದರೆ ಇಲ್ಲ. ಅವರ ಪಾಡಿಗೆ ಅವರು ಇದ್ದಾರೆ ಎಂಬ ವಿಶ್ವಾಸದಿಂದಲೇ ಬಂದಿದ್ದಾರೆ. ನಾಳೆ ಮದುವೆ ಮುಗಿದ ಮೇಲೆ ಏನಾಗುತ್ತದೆಯೋ ಎಂಬ ಭಯ ಆತಂಕ ನನ್ನೊಳಗೆ ಇದ್ದೇ ಇದೆ. ಅಲ್ಲಾಹನ ದಯದಿಂದ ಏನು ಆಗದೆ ಇರಲಿ. ಎಂಬುವದಷ್ಟೆ ನನ್ನ ಕೋರಿಕೆ. ಅವನು ದಯಾಳು, ನಂಬಿದವರನ್ನು ಕೈ ಬಿಡುವವನಲ್ಲ. ಅವನ ಕರುಣೆಯಿಂದಲೇ ನಮ್ಮಿಬ್ಬರ ಮಕ್ಕಳ ಮದುವೆ ಮಾಡಿಸುತ್ತಿದ್ದಾನೆ.

"ಅಮ್ಮ ಭಾವಂದಿರು ಎಷ್ಟು ಚನ್ನಾಗಿದ್ದಾರಲ್ಲ... ನಾನು ಹೊರಗಡೆ ಹೋಗಿ ನೋಡಿ ಬಂದೆ, ಅಕ್ಕಂದಿರಿಗೆ ಹೇಳಿ ಮಾಡಿಸಿದ ಜೋಡಿ" ಫಾತಿಮಾ ಮನೆಯ ತುಂಬಾ ಓಡಾಡುತ್ತಾ ಎಲ್ಲರನ್ನು ಒಂದು ಸುತ್ತು ನೋಡಿಕೊಂಡು ಬಂದು ನನಗೆ ವರದಿ ನೀಡುತ್ತಿದ್ದಾಳೆ. ಅವಳಿಗೆ ಇದೆಲ್ಲಾ ನಿಜವಾಗಿಯೂ ಅರ್ಥವಾಗುತ್ತಿದೆಯೇ!

"ಹಾಗೆಲ್ಲಾ ಓಡಾಡಬಾರದು. ಒಂದು ಕಡೆ ಕುಳಿತುಕೋ..." ಹುಡುಗಿ ನನ್ನ ಮಾತು ಕೇಳುವುದೆ ಇಲ್ಲ. ಅವಳ ಅಕ್ಕಂದಿರು ಎಷ್ಟು ಚಂದ ಸಿಂಗಾರಗೊಂಡಿದ್ದಾರೆ. ನೋಡಲು ಎರಡು ಕಣ್ಣು ಸಾಲದು. ಕೊರಳ ತುಂಬಾ ಒಡವೆಗಳನ್ನು ತೊಟ್ಟು ಮೈತುಂಬ ರತ್ನ ಖಚಿತ ಬಟ್ಟೆಯನ್ನು ಹಾಕಿಕೊಂಡು ಮಿರಿ ಮಿರಿ ಮಿಂಚುತ್ತಿದ್ದಾರೆ. ಹೊರಗಡೆ ಕುಳಿತಿರುವ ಅಳಿಯಂದಿರು ಅಷ್ಟೇ; ನಮ್ಮ ಸಂಪ್ರದಾಯದ ಶ್ರೀಮಂತ ಬಟ್ಟೆಗಳನ್ನು ತೊಟ್ಟು ಎಲ್ಲರ ಕಣ್ಣು ಕುಕ್ಕುವಂತೆ ಕಾಣುತ್ತಿದ್ದಾರೆ.

ಅದೃಷ್ಟವಶಾತ್ ಯಾರು ಕೂಡ ನಮ್ಮವರ ಮೇಲೆ ಪಿತೂರಿ ಮಾಡಿ ಈ ನಿಮ್ಮ ಮಕ್ಕಳನ್ನು ಇವರ ಮಕ್ಕಳಿಗೆ ಮದುವೆ ಮಾಡಿ ಕೊಡಬೇಡಿ ಎಂದು ಗಲಾಟೆ ಮಾಡುತ್ತಿಲ್ಲ. ನಮ್ಮನಮ್ಮಲ್ಲೆ ಎಷ್ಟೆ ತೊಂದರೆಗಳಿದ್ದರು ಅವು ಮಕ್ಕಳ ಭವಿಷ್ಯಕ್ಕೆ ಕಂಟಕವಾಗಬಾರದು ಎಂಬ ಭಾವನೆ ಇವರಲ್ಲಿ ಇದ್ದಿರಬಹುದು. ಮದುವೆ ಯಾವುದೇ ಅಡ್ಡಿ ಆತಂಕವಿಲ್ಲದೆ ನಡೆಯಿತು.

3

ಝೈನಬಳು ಅವಳಪ್ಪಳಂತೆ ದಿನವು ತಪ್ಪದೇ ನಮಾಜ್ ಮಾಡುತ್ತಾಳೆ. ಅವಳು ಯಾವಾಗ ಇಸ್ಲಾಂ ಧರ್ಮದ ಬಗ್ಗೆ ಅವರಿಂದ ಕೇಳಿ ತಿಳಿದುಕೊಂಡಳೋ... ಅಂದಿನಿಂದ ತಪ್ಪದೇ ನಮಾಜ್ ಮಾಡಲು ಪ್ರಾರಂಭಿಸಿದಳು. ಇವಳ ಹಿಂದೆಯೇ ಉಳಿದ್ದಿಬ್ಬರು ಕಲಿತು ಬಿಟ್ಟರು. ನನ್ನೊಂದಿಗೆ ಇವರೆಲ್ಲರು ನಮಾಜ್ ಮಾಡುವುದನ್ನು ಮರೆಯಲ್ಲಿ ನಿಂತು ನೋಡುವ ಪುಟ್ಟ ಹುಡುಗಿ ಫಾತಿಮಾಳು ಕೂಡ ಮುಂದೊಂದು ದಿನ ದೊಡ್ಡವಳಾದ ಮೇಲೆ ಕಲಿಯುತ್ತಾಳೆ. ಈಗಲೇ ಅವಳಿಗೆ ಆಸಕ್ತಿ ಹುಟ್ಟಿದೆ. ಇನ್ನೂ ಮಗ ಝೈದನಂತು ಹೇಳುವದೆ ಬೇಡ, ಬೆಳಗಿನ ಜಾವ ಸೂರ್ಯ ಹುಟ್ಟುವ ಮುಂಚೆನೆ ಎದ್ದು ನಿತ್ಯ ಕರ್ಮವನ್ನು ಮುಗಿಸಿ, ಸ್ನಾನ ಮಾಡಿದ್ದಲ್ಲದೆ ನಮಾಜ್ ಮಾಡುವ ಮುನ್ನ...

ಎರಡು ಮುಂಗೈಗಳನ್ನು ಮೂರು ಬಾರಿ ತೊಳೆದುಕೊಂಡು, ಮೂರು ಸಲ ಬಾಯಿ ಮುಕ್ಕಳಿಸಿ, ಮೂಗಲ್ಲಿ ನೀರು ಸೇದಿ ಹೊರಬಿಟ್ಟು ಶುಚಿಗೊಳಿಸಿ, ಆ ಬಳಿಕ ಮೂರು ಸಲ ಮುಖ ತೊಳೆದುಕೊಂಡು, ಮೂರು ಸಲ ಬಲಗೈಯನ್ನು, ಮೂರು ಸಲ ಎಡಗೈಯನ್ನು ಮೊಣಗಂಟಿನ ತನಕ ತೊಳೆದು ತಲೆಯನ್ನು ಸಂಪೂರ್ಣವಾಗಿ ಸವರಿಕೊಂಡು, ಆನಂತರ ಕಿವಿಗಳನ್ನು, ಮೊಣಗಂಟಿನತನಕ ಎರಡು ಕಾಲುಗಳನ್ನು ಮೂರು ಬಾರಿ ತೊಳೆದುಕೊಂಡು, ಅಂಗಶುದ್ಧಿಯಾದ ಬಳಿಕ, ಮನೆಯ ಹಜಾರದ ನಡುವೆ ಬಂದು

ವಿಧೇಯ ಸೈನಿಕನಂತೆ ಎದೆ, ಹೊಕ್ಕಳ ನಡುವೆ ಕೈಕಟ್ಟಿಕೊಂಡು ನಿಲ್ಲುತ್ತಾನೆ. ಮತ್ತೊಮ್ಮೆ ಎರಡು ಕೈಗಳನ್ನು ಮಂಡಿಯ ಮೇಲಿರಿಸಿ ತಲೆ ಬಾಗುತ್ತಾನೆ. ಪುನಃ ಎದ್ದು ನಿಂತು ಎರಡು ತೋಳುಗಳನ್ನು ಭುಜದವರೆಗು ಎತ್ತಿಸಿ, ಇನ್ನೊಮ್ಮೆ ಎರಡೂ ಕೈಗಳನ್ನು ತೊಡೆಯ ಮೇಲೆ ಊರುತ್ತಾನೆ. ಬಳಿಕ ಮುಂದಕ್ಕೆ ಬಾಗಿ ಕೈಗಳನ್ನು ನೆಲದ ಮೇಲಿರಿಸಿ, ಮಂಡಿಗಳನ್ನು ನೆಲಕ್ಕೆ ಊರುತ್ತಾನೆ. ಮತ್ತೆ ಹಣೆ ಮತ್ತು ಮೂಗನ್ನು ನೆಲಕ್ಕೆ ಮುತ್ತಿಡುವಂತೆ ತಾಗಿಸಿ ಬಳಿಕ ಎದ್ದು ತೊಡೆಗಳ ಮೇಲೆ ಬಾಗಿ ಕೈಗಳನ್ನಿರಿಸಿ ಅಲ್ಲಾಹನ ಸ್ತುತಿ ಮಾಡಿ ಬಳಿಕ ಎದ್ದು ಮೊದಲಿನಂತೆ ಕೈಗಳನ್ನು ಕಟ್ಟಿಕೊಂಡು ನಿಂತು ನಮಾಜ್ ಮಾಡುತ್ತಾನೆ.

ಒಂದು ದಿನ ಒಂದೇ ಹೊತ್ತು ಮಾತ್ರ ಅಲ್ಲ. ಸೂರ್ಯೋದಯಕ್ಕೆ ಮುನ್ನ ಒಮ್ಮೆ ಮಾಡಿದರೆ(ಫಜ್ರ್), ಮಧ್ಯಾಹ್ನ ಒಮ್ಮೆ (ಝುಹ್ರ್) ಮಾಡಿ ಆಹಾರ ಸೇವಿಸುತ್ತಾನೆ. ಮತ್ತೆ ಸ್ವಲ್ಪ ಹೊತ್ತು ಬಿಟ್ಟು ಮಾಡುತ್ತಾನೆ(ಅಸ್ರ್). ತದನಂತರ ಸಾಯಂಕಾಲ ವೇಳೆಯಲ್ಲಿ (ಮಗ್ ರಿಬ್) ಒಮ್ಮೆ ಮಾಡಿ ರಾತ್ರಿ

ಆಹಾರ ಸೇವಿಸುವ ಮುನ್ನ ತಪ್ಪದೇ (ಇಶಾ) ನಮಾಜ್ ಮಾಡಿಯೇ ಊಟ ಮಾಡುತ್ತಾನೆ.

ಇದೆಲ್ಲಾ ಅವರಿಂದ ಎಷ್ಟು ಚನ್ನಾಗಿ ಕಲಿತಿದ್ದಾನೆ. ಮುಂದೊಂದು ದಿನ ಅವರಿಗೆ ಬೆನ್ನೆಲುಬಾಗಿ ಸಹಾಯಕನಂತೆ ಇರಬಲ್ಲ ಎಂಬ ನಂಬಿಕೆ ನನಗಿದೆ. ನನಗು ವಯಸ್ಸಾಗುತ್ತಾ ಬಂತು. ಇನ್ನೆಷ್ಟು ದಿನ ಬದುಕುತ್ತೇನೆಂದು ಯಾರಿಗೆ ಗೊತ್ತು. ಆ ಅಲ್ಲಾಹನಿಗೆ ಗೊತ್ತು.

"ನಮ್ಮ ಇಸ್ಲಾಂ ಧರ್ಮ ನಿಧಾನವಾಗಿ ವಿಸ್ತಾರವಾಗುತ್ತಿದೆ. ಜನರು ಹೆಚ್ಚು ಹೆಚ್ಚು ನಮ್ಮ ಧರ್ಮದೆಡೆಗೆ ದುಂಬಿಗಳು ಮಕರಂದವನ್ನು ಹುಡುಕಿಕೊಂಡು ಬರುವಂತೆ ಇವರನ್ನು ಹುಡುಕಿಕೊಂಡು ಬಂದು ನಮಗೂ ನಮಾಜ್ ಮಾಡುವುದನ್ನು ಹೇಳಿಕೊಡಿ. ನಿಮ್ಮ ಪವಿತ್ರ ಕುರಾನ್ ಬೋಧನೆಯನ್ನು ನಮಗೂ ತಿಳಿಸಿ ಎಂದು ಹೇಳುವದನ್ನು ಕೇಳಿದರೆ ಎಷ್ಟು ಸಂತೋಷವಾಗುತ್ತದೆ" ಎಂದು ಅವರು ಆಗಾಗ ಹೇಳುತ್ತಲೆ ಇರುತ್ತಾರೆ.

"ಸತ್ಯವಾದದ್ದು ಮಾತ್ರ ಉಳಿಯುತ್ತದೆ. ಅಸತ್ಯವಾದದ್ದು ಹೆಚ್ಚು ದಿನ ಉಳಿಯುವುದಿಲ್ಲ. ನಮ್ಮಲ್ಲಿ, ನೀವು ಸ್ಥಾಪಿಸಿದ ಈ ಇಸ್ಲಾಂ ಧರ್ಮದಲ್ಲಿ ಸತ್ಯವಿದೆ. ಹೀಗಾಗಿ ನಿಮ್ಮ ಬೋಧನೆ ಕೇಳಲು ಮತ್ತು ಈ ಧರ್ಮವನ್ನು ಸೇರಲು ಬರುತ್ತಾರೆ" ಎಂದು ನಾನು ಹೇಳಿದಾಗ ಅವರು ತೃಪ್ತಿಯ ನಗೆ ಬೀರುತ್ತಾರೆ.

ಅವರ ಈ ನಗು ಯಾವಾಗಲು ಹೀಗೆ ಇರಲಿ ಎಂಬುವುದೆ ನನ್ನಾಸೆ.

ಅಧ್ಯಾಯ: ಹನ್ನೆರಡು

1

"ಅಲ್ಲಾಹು ಅಕ್ಬರ್ ಅಶ್ಹದು ಅಲ್ಲಾ ಇಲಾಹ ಇಲ್ಲಲ್ಲಾಹ್ ಆಶ್ಹದು ಅನ್ನ ಮುಹಮ್ಮದುರ್‍ರಸೂಲುಲ್ಲಾಹ್ ಹಯ್ಯ ಅಲಸ್ಸಲಾಹ್ ಹಯ್ಯ ಅಲಲ್ ಫಲಾಹ್ ಅಲ್ಲಾಹು ಅಕ್ಬರ್ ಲಾ ಇಲಾಹ ಇಲ್ಲಲ್ಲಾಹ?"

"ಮೊದಲ ಬಾರಿಗೆ ಮುಹಮ್ಮದರು ನೂರ್ ಬೆಟ್ಟದ ಮೇಲೆ ನಿಂತು ಎಲ್ಲರಿಗೂ ಕೇಳಿಸುವಂತೆ ಎತ್ತರ ಧ್ವನಿಯಲ್ಲಿ ನಮಾಜ್ ಮಾಡಿದರು. ಇದುವರೆಗು ಅವರು ಮೌನವಾಗಿ ತಮ್ಮ ಪಾಡಿಗೆ ತಾವು ಹಿರಾ ಗುಹೆಯಲ್ಲಿ ಅಲ್ಲಾಹನ ಧ್ಯಾನ ಮಾಡುತ್ತಾ ಇದ್ದರಲ್ಲ, ಇವತ್ತು ಬಹಿರಂಗವಾಗಿಯೇ ಇಸ್ಲಾಂ ಧರ್ಮದ ಕುರಿತು ಬೋಧನೆ ಮಾಡಿದ್ದರಿಂದ ಸುತ್ತಮುತ್ತ ಸೇರಿದ್ದ ಸಾವಿರಾರು ಜನರಲ್ಲಿ ಅರ್ಧ ಜನರು ಸಿಟ್ಟು ಮಾಡಿಕೊಂಡರು. ಕೆಲವರು ಅವರನ್ನು ಹಳಿದರು. ಕೆಲವರು ಅವರನ್ನು ಇನ್ನೇನೋ ಮಾಡಲು ಮುಂದಾದರು. ಆದರೆ, ನಮ್ಮ ಮಕ್ಕಾದ ಸಿಂಹ ಎಂದೆ ಖ್ಯಾತವಾಗಿರುವ ಹಂಝಾರವರು ಮುಹಮ್ಮದರ ರಕ್ಷಣೆಗೆ ನಿಂತಿದ್ದರಿಂದ ಅವರ ತಂಟೆಗೆ ಯಾರೂ ಬರಲಿಲ್ಲ" ಮನೆ ಆಳು ಮೈಸರ್ ನನ್ನ ಬಳಿ ಬಂದು ಹೇಳಿದಾಗಲೇ ಗೊತ್ತಾಗಿದ್ದು.

"ಈಗ ಅವರೆಲ್ಲಿರುವರು!?" ನಾನು ಕೇಳಿದೆ. "ಹಂಝಾರ ಮನೆಯಲ್ಲಿಯೇ ಇದ್ದಾರೆ. ಅವರೊಂದಿಗೆ ಬಹಳಷ್ಟು ಜನರು ಇದ್ದಾರೆ. ಅವರಿಗೆ ಏನು ತೊಂದರೆ ಇಲ್ಲಾ?"

ಹಂಝಾ ಅವರ ಸ್ನೇಹಿತ, ವಯಸ್ಸಿನಲ್ಲಿ ನನಗಿಂತಲು ಚಿಕ್ಕವ. ಆಗಾಗ ನಮ್ಮ ಮನೆಗೆ ಬಂದು ನನ್ನನ್ನು 'ಅತ್ತಿಗೆ, ಅತ್ತಿಗೆ' ಎಂದು ಬಾಯಿ ತುಂಬಾ ಮಾತನಾಡಿಸಿ ಮಕ್ಕಳನ್ನು ನೋಡಿಕೊಂಡು ಹೋಗುತ್ತಿದ್ದ. ಕೆಲ ದಿನಗಳ ಹಿಂದೆ ಮಕ್ಕಳ ಮದುವೆಗೆ ಬಂದವನು ಮತ್ತೆ ಮನೆಯ ಕಡೆಗೆ ಬಂದಿಲ್ಲ.

ನಿಜಕ್ಕೂ ಅವನದು ದೈತ್ಯ ಶರೀರ! ಅಸಾಮಾನ್ಯ ಎತ್ತರ, ಅಗಲವಾದ ಭುಜಗಳು, ನಡದಲ್ಲಿ ಸದಾ ಒಂದು ಖಡ್ಗವನ್ನು ಇಟ್ಟುಕೊಂಡೆ ಬಂದಿರುತ್ತಿದ್ದ. ಕಪ್ಪು ಕಣ್ಣುಗಳು, ದೊಡ್ಡ ಮುಖ, ಉದ್ದ ಕಿವಿಗಳು, ಸೌಮ್ಯ ಧ್ವನಿಯಿಂದಲೇ ನಮ್ಮವರನ್ನು ಮಾತನಾಡಿಸುತ್ತಾ...

"ಅತ್ತಿಗೆ, ನಿಮಗೆ ಯಾರಾದರು ಏನಾದರು ತೊಂದರೆ ಮಾಡಿದರೇ ನನಗೆ ಹೇಳಿ ಕಳುಹಿಸಿ. ಅವರನ್ನು ಸೀಳಿ ಬಿಡುತ್ತೇನೆ" ಎಂದು ಎದೆಯುಬ್ಬಿಸಿ ಹುಮ್ಮಸ್ಸಿನಿಂದ ಹೇಳುತ್ತಿದ್ದ.

ಅಂತವರ ಮನೆಯಲ್ಲಿ ಇದ್ದಾರೆಂದರೆ ಸುರಕ್ಷಿತವಾಗಿಯೇ ಇರುತ್ತಾರೆ. ಎಂದು ನಿಶ್ಚಿಂತಳಾದೆ.

"ಅಲ್ಲಿ ಇನ್ನು ಏನೇನಾಯಿತು?" ಮೈಸರನನ್ನು ಕೇಳಿದೆ. ಆಗಲೆ ಕತ್ತಲಾಗಿತ್ತು. ಅವನು ಕಳಗಡೆ ಕುಳಿತಿದ್ದ. ನಾನು ಹತ್ತು ಹೆಜ್ಜೆ ದೂರದಲ್ಲಿ ಹಜಾರದಲ್ಲಿ ಒಂದು ತೂಗು ಮಂಚದ ಮೇಲೆ ಕುಳಿತಿದ್ದೆ. ನನ್ನ ಪಕ್ಕ ಫಾತಿಮಾ. ಅನತಿ ದೂರದಲ್ಲಿ ನಫೀಸಾ ಬೆನ್ನು ಬಾಗಿಸಿಕೊಂಡು ಕುಳಿತಿದ್ದಾಳೆ. ಅವಳ ಶಕ್ತಿ ಈಗ ಮೊದಲಿನಂತೆ ಇಲ್ಲ... ವಯಸ್ಸಾಗಿದ್ದರಿಂದ ದೈಹಿಕ ಆರೋಗ್ಯ ಅಷ್ಟಕಷ್ಟೆ. ಮನೆಯ ಕೆಲಸ ಮಾಡಬೇಡ ಅಂದರೂ ಕೇಳುವುದಿಲ್ಲ. ಮುದುಕಿ ಮೊದಲಿನಿಂದಲು ಕೆಲಸ ಮಾಡಿಕೊಂಡೆ ಬಂದಿದ್ದರಿಂದ ಈಗ ಕುಳಿತುಕೊಳ್ಳುವುದೆಂದರೆ ಆಗಿ ಬರುವುದಿಲ್ಲ. ನನ್ನ ಮಾತಿಗೆ ಮೈಸರ್ ಹಿಂದಿನದನ್ನು ನೆನಪು ಮಾಡಿಕೊಂಡ.

"ಬೆಳಗಿನ ಜಾವ ಅವರು ಇಲ್ಲಿಂದ ಹೋದರಲ್ಲ... ಆಗ ನಾನು ಅವರ ಹಿಂದೆಯೇ ಹೋದೆ. ನಿಮ್ಮ ಸಾಕು ಮಗ ಝೈಧನು ಕೂಡ ಅವರೊಂದಿಗೆ ಇದ್ದ?"

"ಅವನನ್ನು ಸಾಕುಮಗ ಅನ್ನಬೇಡ ಎಂದು ನಿನಗೆ ಎಷ್ಟು ಬಾರಿ ಹೇಳಿದ್ದಿನಿ..." ಏರು ಧ್ವನಿಯಲ್ಲಿ ಹೇಳಿದೆ.

"ಕ್ಷಮಿಸಿ, ನಿಮ್ಮ ಮಗನು ಅವರೊಂದಿಗೆ ಇದ್ದ ನಾವು ಕಅಬಾದ ಮುಂದೆ ಹಾದು ನೂರ್ ಬೆಟ್ಟಕ್ಕೆ ಹೋದೇವು. ಅಲ್ಲಿ ಅವರು ಒಂದಷ್ಟು ಸಮತಟ್ಟಾದ ಸ್ಥಳದ ಮೇಲೆವಸ್ತ್ರವನ್ನು ಹಾಸಿ ನಮಾಜ್ ಮಾಡಿದರು, ಅವರೊಂದಿಗೆ ಇದ್ದ ಕೆಲವರು ಅಂದರೇ ಅವರ ಮೇಲೆ ನಂಬಿಕೆ ಇರುವವರು ಕೂಡ ನಮಾಜ್ ಮಾಡಿದರು. ಸೂರ್ಯ ಆಗ ಇನ್ನೂ ಮೇಲೆ ಬಂದಿರಲಿಲ?"

"ಅದಕ್ಕಿಂತಲೂ ಮುಂಚೆ ಕೈ ಕಾಲು ಮುಖ ತೊಳೆದುಕೊಂಡಿರಬೇಕಲ್ಲವೇ?"

"ಅದನ್ನು ನಾವು ಕಅಬಾದಲ್ಲಿಯೇ ಮುಗಿಸಿಕೊಂಡು ಹೋಗಿದ್ದೇವು. ನಿಜ ಹೇಳಬೇಕೆಂದರೆ ಅವರು ನಮಾಜನ್ನು ಕಅಬಾದಲ್ಲಿಯೇ ಮಾಡುವವರಿದ್ದರು.

ನಮ್ಮ ಕುರೈಶಿ ಜನರೆ ವಿರೋಧ ಮಾಡಿದರು.ಸುಮ್ಮನೇ ಅವರೊಂದಿಗೆ ಜಗಳವೇಕೆಂದು ಅವರು ನೂರ್ ಬೆಟ್ಟಕ್ಕೆ ಹೋದರು?"

ಕುಳಿತಿದ್ದ ನಫೀಸಾಳು ಎದ್ದು ಒಳಗೆ ಹೋಗಿ ಒಂಟೆಯ ಹಾಲನ್ನು ಬಿಸಿ ಮಾಡಿಕೊಂಡು ತಂದಳು. ಮೈಸರನಿಗೂ ಕೊಡು ಎಂದಾಗ ಅವಳು ಕೊಟ್ಟಳು. ಅವನು ಬೇಡ ಎಂದು ನಾಚಿಕೊಂಡ. ನಾನು ಬಲವಂತ ಮಾಡಿದ ಮೇಲೆ,

"ಬಹಳಷ್ಟು ಬಿಸಿ ಇದೆ" ಎನ್ನುತ್ತಾ ನಿಧಾನವಾಗಿ ಕುಡಿಯಲಾರಂಭಿಸಿದ.

ಹೊರಗಡೆ ಮತ್ತಷ್ಟು ಕತ್ತಲಾಯಿತು. ತೈಲದ ದೀಪವನ್ನು ಅಲ್ಲಲ್ಲಿ ನಫೀಸಾ ಮತ್ತು ಫಾತಿಮಾಳು ಬೆಳಗಿಸಿದರು.

"ಮುಂದೆನಾಯಿತು!?" ಹಾಲು ಕುಡಿದ ಮೇಲೆ ಕೇಳಿದೆ.

"ಅವರು ಅಲ್ಲಾಹನ ಬಗ್ಗೆ ಬೋಧಿಸಲಾರಂಭಿಸಿದರು. ಎರಡು ಮೂರು ಘಳಿಗೆ ಬೋಧಿಸಿದ ಮೇಲೆ... ಅಬುಲಹಬರು ಅವರನ್ನು 'ನೀನೇನು ದೇವ ಪುತ್ರನೆ?' ಎಂದು ಏಸುಕ್ರಿಸ್ತನನ್ನು ಕೇಳಿದಂತೆ ಕೇಳಿದಾಗ, 'ನಾನು ದೇವರಲ್ಲ, ದೇವ ಪುತ್ರನೂ ಅಲ್ಲ. ಆ ಅಲ್ಲಾಹನ ಸಂದೇಶವಾಹಕನು. ಅವರ ಅಂತಿಮ ಪ್ರವಾದಿ ಅಷ್ಟೆ' ಎಂದರು. ಅವರ ಮಾತಿನಲ್ಲಿ ನಯ ವಿನಯ ಇತ್ತೆ ವಿನಃ ಅಹಂಕಾರ ಇರಲಿಲ್ಲ. ಇದನ್ನು ಸರಿಯಾಗಿ ಗ್ರಹಿಸದ ಅಬುಲಹಬರು ಏನೇನೋ ಹೇಳುತ್ತಾ... ತಮ್ಮ ಕುರೈಶಿಯವರ ಕಿವಿಯಲ್ಲಿ ಅದೇನು ಒದರಿದರೋ ಏನೋ ಮುಂದೆ ಸಮಸ್ಯೆಯಾಯಿತು. ಮನೆಗೆ ಬರುವುದು ತೊಂದರೆಯಾಗಬಹುದು ಎಂದು ತಿಳಿದು ನನ್ನನ್ನು ಕಳುಹಿಸಿ ಕೊಟ್ಟರು" ಮೈಸರ್ ತನ್ನ ಕೆಲಸವನ್ನು ಪೂರ್ಣಗೊಳಿಸಿದ.

ಅದಾಗಲೇ ಇಶಾ ನಮಾಜಿಗೆ ಸಮಯವಾಗಿದ್ದರಿಂದ ನಾನು ಮೇಲೆದ್ದೆ. ಅವರಿಗೂ ಹೇಳಿದೆ. ಅವರು ನಿರ್ದಿಷ್ಟ ಸ್ಥಳದಲ್ಲಿ ಎಂದಿನ ನಿಯಮಗಳನ್ನು ಪಾಲಿಸಿಕೊಂಡು ಕಅಬಾದ ಕಡೆ ಮುಖ ಮಾಡಿ ನಮಾಜು ಮಾಡಿ, ಅರೆಘಳಿಗೆ ಬಿಟ್ಟು ಎಲ್ಲರು ಊಟ ಮಾಡಿ ಮತ್ತೆ ಒಂದಷ್ಟು ಮಾತುಕತೆಗೆ ಕುಳಿತಾಗ,

ಮೈಸರ್ ಮತ್ತೆ ಬಾಯಿ ತೆರೆದ.

"ಅಮ್ಮಾ... ನೀವು ಇನ್ನು ಮುಂದೆ ಹುಷಾರಾಗಿ ಇರಬೇಕು. ಜನರ ಮನಸ್ಸು ಯಾವತ್ತು ಒಂದೇ ರೀತಿ ಇರುವುದಿಲ್ಲ. ಮೊದಲೆ ವಿಗ್ರಹಗಳ ವಿಷಯವಾಗಿ ಕೆಲ ವರ್ಷಗಳ ಹಿಂದೆ ಕೊಲೆಗಳಾಗಿದ್ದು ನಿಮಗೆ ಗೊತ್ತೇ ಇದೆ. ಈ ಜನ ಆ ನಶ್ವರ, ಜೀವವಿಲ್ಲದ ಮೂರ್ತಿಗಳಿಗಾಗಿ ತಮ್ಮ ಅಮೂಲ್ಯ ಪ್ರಾಣವನ್ನೇ ಕಳೆದುಕೊಳ್ಳಲು ಹಿಂದು ಮುಂದು ನೋಡುವುದಿಲ್ಲ. ಅದಕ್ಕಾಗಿ ಹೇಳುತ್ತಿದ್ದಿನಿ" ಅವನ ಮಾತಿನಲ್ಲಿ ತೂಕವಿದೆ ಎಂದು ಅನಿಸುತ್ತಿದೆ. ಆದರೆ, ಸತ್ಯಧರ್ಮದ ಹಾದಿಯಲ್ಲಿ ನಡೆಯುವವರಿಗೆ ಇಂತಹ ಕಷ್ಟಗಳು ಸರ್ವೆ ಸಾಮಾನ್ಯ ಎಂಬ ಸತ್ಯ ನನಗೆ ತಿಳಿದದ್ದೆ ಆಗಿದೆ. ನಾನು ತಲೆಯನ್ನು

ನಿಧಾನವಾಗಿ ಮೇಲೆ ಕೆಳಗೆ ಮಾಡಿ ಮೌನ ವಹಿಸಿದೆ. ಮಾತನಾಡಲು ಪದಗಳೇ ಸಿಗಲಿಲ್ಲ.

"ವಿರೋಧಿಗಳ ಕಾಟ ಹೆಚ್ಚಾದರೇ ನಾವು ಮುಂದೊಂದು ದಿನ ಅವರೊಂದಿಗೆ 'ಜಿಹಾದ್' ಮಾಡೋಣ ಎಂದು ಪ್ರವಾದಿಯವರು ಹೇಳಿದರು" ತಲೆ ಕೆರೆದುಕೊಳ್ಳುತ್ತಾ ಹೇಳಿದನು.

"ಜಿ..ಹಾ..ದ್...!!?"

"ಹ್ಞಾಂ, ಜಿಹಾದ್?"

"ಹಾಗೆಂದರೆ ಯುದ್ಧವಲ್ಲವೇ!?"

"ಸಾಮಾನ್ಯ ಭಾಷೆಯಲ್ಲಿ ಇದಕ್ಕೆ ಯುದ್ದ ಎನ್ನುವ ಅರ್ಥವೇ ಬರುತ್ತದೆಯಂತೆ. ಆದರೆ ಪ್ರವಾದಿ ಮುಹಮ್ಮದರವರು ಅಲ್ಲಿ ಹೇಳಿದ್ದೇನೆಂದರೇ... ಜಿಹಾದ್ ಎಂದರೇ 'ಪರಿಶ್ರಮ' ಅಂತೆ. ಅಂದರೆ, ವ್ಯಕ್ತಿಯೊಬ್ಬ ಯಾವುದಾದರೊಂದು ಕೆಲಸಕ್ಕೆ ತನ್ನಿಂದಾಗುವ ಗರಿಷ್ಠ ಶ್ರಮವನ್ನು ವ್ಯಯಿಸುವದು. ಸರಳವಾಗಿ ಹೇಳಬೇಕೆಂದರೆ ಜಿಹಾದ್ ಎಂದರೆ ವ್ಯಕ್ತಿಯೊಬ್ಬ ಒಳ್ಳೆಯ ಮತ್ತು ಪಾವನ ಉದ್ದೇಶವಿಟ್ಟುಕೊಂಡು ನಡೆಸುವ ಪರಿಶ್ರಮ, ಶೋಷಣೆ, ಅನ್ಯಾಯ ಮತ್ತು ಕೆಡುಕನ್ನು ತನ್ನ ಮನಸ್ಸಿನಿಂದಲೂ, ಸಮಾಜದಿಂದಲೂ ಅಳಿಸಿ ಹಾಕುವ ನಿಟ್ಟಿನಲ್ಲಿ ನಡೆಸುವ ಹೋರಾಟ. ಎಲ್ಲ ಬಗೆಯ ಆಕ್ರಮಣ, ಅತಿರೇಕ ಮತ್ತು ಅನ್ಯಾಯಗಳನ್ನು ಹೋಗಲಾಡಿಸಿ ಸಮಾಜದಲ್ಲಿ ಒಳಿತು, ಶಾಂತಿ ಮತ್ತು ನ್ಯಾಯವನ್ನು ಸಂಸ್ಥಾಪಿಸುವುದು ಜಿಹಾದ್ ನ ಉದ್ದೇಶವಂತೆ. ಈ ಜಿಹಾದ್ ಬೌದ್ಧಿಕ, ಆಧ್ಯಾತ್ಮಿಕ, ಸಾಮಾಜಿಕ, ಆರ್ಥಿಕ ಅಥವಾ ರಾಜಕೀಯ ಸ್ವರೂಪದ್ದಾಗಿರಬಹುದು. ಇದು ದೈಹಿಕವಾಗಿ ನಡೆಸುವ ಪರಿಶ್ರಮಕ್ಕೂ ಅನ್ವಯವಂತೆ. ಇಸ್ಲಾಂ ಎಂದರೆ ಶಾಂತಿ, ಜಿಹಾದ್ ಅದನ್ನು ಪಡೆಯಲಿಕ್ಕಿರುವ ಮಾರ್ಗ ಎಂದು ಇನ್ನಷ್ಟು ವಿವರಣೆ ನೀಡಿದರ?"

ಆತ ಇನ್ನೂ ಹೇಳುವವನಿದ್ದ ಎಂದು ಆತನ ಮಾತಿನಲ್ಲಿಯೇ ವ್ಯಕ್ತವಾಗಿದ್ದನ್ನು ಕಂಡು,

"ಈ ಜಿಹಾದ್ ಬಗ್ಗೆ ಇನ್ನೂ ಏನೇನು ಹೇಳಿದರು?" ಕುತೂಹಲ ಹೆಚ್ಚಿತು.

ರಾತ್ರಿಯಾಯಿತಾದರು ಅವರು ಬರುವ ಲಕ್ಷಣಗಳು ಕಾಣಿಸಲಿಲ್ಲ. ಬರುವುದಿಲ್ಲ ಎಂದು ಹೇಳಿಯೇ ಕಳುಹಿಸಿರುವುದರಿಂದ ನಾವು ದಾರಿ ಕಾಯುವ ಅವಶ್ಯಕತೆ ಇಲ್ಲವೆಂದು ತಿಳಿದು ನಿದ್ದೆ ಮಾಡೋಣವೆಂದರೇ... ಅದರ ಅವಶ್ಯಕತೆ ಇಲ್ಲ. ಇವನ ಬಾಯಿಂದ ಎಲ್ಲವನ್ನು ತಿಳಿದುಕೊಳ್ಳುವ ಆತುರ. ಹೀಗಾಗಿ ನಫೀಸಾ ನಾನು ಇನ್ನೊಂದಿಷ್ಟು ಮನೆ ಕೆಲಸದವರೆಲ್ಲರು ಅವನ ಮಾತನ್ನು ಕೇಳುತ್ತಾ ಕುಳಿತೆವು. ಅವರಿಗೂ ನಿದ್ದೆ ಬಂದಂತೆ ಕಾಣಲಿಲ್ಲ.

ಪ್ರವಾದಿವರ್ಯರು ಜನರನ್ನು ನೋಡಿ,

"ಮುಂದೊಂದು ದಿನ ಯುದ್ಧ ಮಾಡುವ ಅನಿವಾರ್ಯ ಬಂದರೇ... ನೀವು ಅಲ್ಲಾಹನ ಮಾರ್ಗದಲ್ಲಿ ಯುದ್ಧ ಮಾಡಿ, ಆದರೆ ಅತಿರೇಕವೆಸಗಬೇಡಿ. ಖಂಡಿತವಾಗಿಯೂ ಅಲ್ಲಾಹನು ಅತಿರೇಕವೆಸುಗುವವರನ್ನು ಮೆಚ್ಚುವುದಿಲ್ಲ (ಪವಿತ್ರ ಕುರಾನ್, ಅಲ್ ಬಕರಃ 2:190)' ಎಂದು ಹೇಳಿ

'ಒಬ್ಬ ವ್ಯಕ್ತಿಯನ್ನು ಅನ್ಯಾಯವಾಗಿ ಕೊಲ್ಲುವುದು ಇಡೀ ಮಾನವ ಕುಲದ ಹತ್ಯೆಗೆ ಸಮಾನ. ಅಂತೆಯೇ ಒಬ್ಬ ವ್ಯಕ್ತಿಯನ್ನು ರಕ್ಷಿಸುವದು ಇಡೀ ಮಾನವ ಕುಲಕ್ಕೆ ರಕ್ಷಣೆ ಒದಗಿಸಿದಂತೆ (ಪವಿತ್ರ ಕುರಾನ್, ಅಲ್ ಮಾಇದಃ, 5:32)' ಎಂದು ಜನರಿಗೆ ಜಿಹಾದ್ ಬಗ್ಗೆ ಹೇಳಿ ಮುಂದೆ ಧರ್ಮ ಬೋಧನೆ ಮಾಡಿದರು."

ನಾವು ಮಧ್ಯೆ ರಾತ್ರಿಯವರೆಗೂ ಕೇಳುತ್ತಲೇ ಇದ್ದೆವು.

"ಅಂದರೆ, ಜಿಹಾದ್ ಎಂದರೇ ಒಬ್ಬ ವ್ಯಕ್ತಿಯನ್ನು ರಕ್ಷಿಸುವದೇ ಹೊರತು ಕೊಲ್ಲುವದಲ್ಲ ಎಂದಂತಾಯಿತು..." ನಾನು ಒಂದು ಕಣ್ಣು ಮೇಲೆ ಮಾಡಿ ಊಹೆ ಮಾಡಿ ಹೇಳಿದೆ.

ಎಲ್ಲರೂ ತಲೆ ಅಲ್ಲಾಡಿಸಿದರು, ಸರಿ ಎನ್ನುವಂತೆ.

2

ಎಂದಿನಂತೆ ಸೂರ್ಯೋದಯಕ್ಕೆ ಮುನ್ನ ಎದ್ದು ಸ್ನಾನಾದಿಗಳನ್ನು ಮುಗಿಸಿ ಬೆಳಗಿನ ನಮಾಜ್ ಮಾಡಿದೊಡನೆ ಇವರು ಬಂದೆ ಬಿಟ್ಟರು. ಏನೂ ತೊಂದರೆ ಆಗಲಿಲ್ಲವೆಂದು ಅವರ ಮುಖ ಲಕ್ಷಣಗಳೇ ಹೇಳುತ್ತಿವೆ. ಆದರೂ ಕಣ್ಣುಗಳು ಕೆಂಪಾಗಾಗಿದ್ದವು. ಅವರ ಹಿಂದೆನೆ ಝೈದ್ ಮತ್ತು ಅವರ ಗೆಳೆಯರ ಮಗ ಅಲಿ ಕೂಡ ಇದ್ದಾನೆ. ಸೂರ್ಯ ಒಂದಷ್ಟು ಕಣ್ಣುಜ್ಜಿಕೊಂಡು ಮೇಲೆ ಬರುತ್ತಿದ್ದಾನೆ. ಮನೆಯ ಮುಂದಿರುವ ಒಂಟೆಗಳು ಕುದುರೆಗಳ ಮುಖದಲ್ಲಿ ಎಂದಿನ ಉಲ್ಲಾಸವಿದೆ.

ಝೈದನಿಗೆ ಈಗ ಇಪ್ಪತ್ತೈದು ವಯಸ್ಸು ನಡೆಯುತ್ತಿವೆಯೋ ಇನ್ನು ಹೆಚ್ಚಾಯಿತೆನೋ ಮದುವೆ ಮಾಡಿಕೋ ಅಂದರು ಕೇಳುತ್ತಿಲ್ಲ.

"ನಾನು ಅಪ್ಪನೊಂದಿಗೆ ಹಾಗೇ ಇದ್ದು ಬಿಡುತ್ತೇನೆ. ಅವರ ಬಾಯಿಂದ ಪವಿತ್ರ ಕುರಾನ್ ಕೇಳುತ್ತಲಿದ್ದರೇ... ನನಗೆ ಏನೂ ಬೇಡ ಅನಿಸುತ್ತದೆ" ಎನ್ನುತ್ತಾನೆ.

ಅವನಿಗೆ ಏನು ಹೇಳಬೇಕೋ ತಿಳಿಯುತ್ತಿಲ್ಲ.

"ಏಕೆ ಕಣ್ಣುಗಳು ಕೆಂಪಾಗಿವೆಯಲ್ಲ?" ಅನುಮಾನದಿಂದಲೇ ಕೇಳಿದೆ ಅವರನ್ನು.

"ಅದನ್ನು ನಾನು ಹೇಳುತ್ತೇನೆ" ಅಲಿ ಮುಂದೆ ಬಂದ. ಅವರು ಅವನೆಡೆಗೆ ಮೆಚ್ಚುಗೆಯ ನೋಟ ನೋಡಿ ನಮ್ಮ ಕೋಣೆಯ ಕಡೆ ಹೋದರು.

ಅಲಿಗೆ ಈಗ ಹದಿನೈದು ತುಂಬಿ ಹದಿನಾರು ವರ್ಷ ನಡೆಯುತ್ತಿದೆ. ಕೆಲ ವರ್ಷಗಳ ಹಿಂದೆ ಮನೆಯಲ್ಲಿ ಬಡತನ ಎಂದು ಅವರು ಕರೆದುಕೊಂಡು ಬಂದರು. ಆಮೇಲೆ ಇವನು ಅವರನ್ನು ಹಚ್ಚಿಕೊಂಡು ಬಿಟ್ಟ, ಅವರನ್ನು ಇಷ್ಟಪಡದವರು ಈ ಭೂಮಿಯ ಮೇಲೆ ಯಾರಿದ್ದಾರೆ!?

ನಿನಗೆ ಅವರೆಂದರೇ... ಏಕೆ ಇಷ್ಟು ಇಷ್ಟ ಎಂದು ಒಂದು ಬಾರಿ ನಾನು ಈ ಅಲಿಯನ್ನು ಕೇಳಿದಾಗ,

"ಅವರನ್ನು ಪ್ರಥಮ ಬಾರಿಗೆ ನೋಡುವಾತನು ಅವರತ್ತ ತೀವ್ರವಾಗಿ ಆಕರ್ಷಿತನಾಗುತ್ತಾನೆ, ಅವರ ಸಂಗದಲ್ಲಿರುವವನಿಗೆ ಅವರ ಮೇಲೆ ಪ್ರೀತಿಯುದ್ಭವಿಸುತ್ತದೆ. ಅವರ ವೈಶಿಷ್ಟ್ಯಗಳನ್ನು ಅರ್ಣಿಸುವಾಗಲಂತು ನಾನು ಅವರಂತಹ ವ್ಯಕ್ತಿಯನ್ನು ಅವರಿಗಿಂತ ಮುಂಚೆ ಕಂಡಿಲ್ಲ ಎಂದು ತಿಳಿದಿದ್ದೇನೆ. ಅದಕ್ಕೆ ಅವರ ಬಳಿ ಇದ್ದೇನೆ." ಎಂದು ಮುಕ್ತಕಂಠದಿಂದ ಹೇಳಿದ್ದ. ಅವರನ್ನು ಇವನು ನನಗಿಂತಲೂ ಹೆಚ್ಚು ಅರ್ಥಮಾಡಿಕೊಂಡಿದ್ದಾನೇನೋ ಎಂದೆನಿಸಿತ್ತು. ಇಷ್ಟು ಸಣ್ಣ ವಯಸ್ಸಿನಲ್ಲಿ ಅದೆಷ್ಟು ಪ್ರೌಢತೆ ಬೆಳೆದು ಬಿಟ್ಟಿದೆಯಲ್ಲ! ಅಂತಾ ಅನಿಸುತ್ತಿತ್ತು.

"ನಾವು ರಾತ್ರಿಯಿಡೀ ಹಂಝೂರವರ ಮನೆಯಲ್ಲಿ ಇದ್ದೆವ?"

"ಅದನ್ನು ಮೈಸರ್ ಹೇಳಿದ" ನಾನಂದೆ.

"ನಾವು ರಾತ್ರಿಯಿಡೀ ಪವಿತ್ರ ಕುರಾನ್ ಬೋಧನೆಯನ್ನು ಕೇಳುತ್ತಲೆ ಇದ್ದೆವು. ಯಾರೋ ಹೇಳಿದರು, ಬೆಳಗಿನ ನಮಾಜ್ ಮಾಡುವದಿಲ್ಲವೇ? ಎಂದು. ಆಗಲೇ ನಮಗೆ ಗೊತ್ತಾದದ್ದು ಇನ್ನು ಸೂರ್ಯೋದಯಕ್ಕೆ ಸಮಯವಾಗುತ್ತಿದೆ ಎಂದು!" ಅವನು ಮುಂದೆ ಏನು ಹೇಳುವ ಅವಶ್ಯಕತೆ ಇರಲಿಲ್ಲ.

ಅಲ್ಲಿಯ ಬೋಧನೆಯ ಕುರಿತು ಪಟಪಟ ಎಂದು ಫಾತಿಮಾಳ ಬಳಿ ಹೇಳುತ್ತಿದ್ದಾನೆ. ಈಗ ಅವಳಿಗೆ ಹತ್ತು ವರ್ಷ ನಡೆಯುತ್ತಿದೆ. ಬುದ್ಧಿ ಬೆಳೆದಿದೆ. ಮನೆಯಲ್ಲಿ ತಪ್ಪದೇ ನಮಾಜು ಮಾಡುತ್ತಾಳೆ. ಅಲಿ ಎಂದರೆ ಅವಳಿಗೆ ಅದೆಷ್ಟೋ ಇಷ್ಟವೋ ಏನೋ. ಮೂವ್ವರು ಅಕ್ಕಂದಿರು ಮದುವೆಯಾಗಿ ಗಂಡನ ಮನೆಗೆ ಹೋದಾಗ ಎಲ್ಲಿ ಏಕಾಂಗಿಯಾಗಿ ಬಿಡುತ್ತಾಳೋ ಎಂದು ಹೆದರಿದ್ದೆ. ಆದರೆ, ಅಲಿಯೊಂದಿಗೆ ಎಷ್ಟು ಚನ್ನಾಗಿ ಹೊಂದಿಕೊಂಡಿದ್ದಾಳೆ.

ಅವರಿಬ್ಬರನ್ನು ನೋಡುತ್ತಿದ್ದರೇ... ಮಧ್ಯೆ ಹೋಗಿ ಮಾತು ಮುರಿಯಲು ಮನಸ್ಸೆ ಬರುವುದಿಲ್ಲ.

"ಇವರಿಬ್ಬರಿಗು ಮದುವೆ ಮಾಡಿದರೇ ಒಳ್ಳೆಯದು" ಎಂದು ನಫೀಸಾಳು ಆಗಾಗ ಹೇಳುತ್ತಿರುತ್ತಾಳೆ. ಇಂತಹ ವಿಚಾರ ಅವಳಿಗಲ್ಲದೇ ಇನ್ನಾರಿಗೆ ಬರಲು

ಸಾಧ್ಯ. ಅವಳಿನ್ನು ಚಿಕ್ಕವಳು. ಅವನೂ ಚಿಕ್ಕವನೆ. ಇನ್ನೊಂದಿಷ್ಟು ದೇಹ, ಬುದ್ಧಿ, ಮನಸ್ಸು ಪಕ್ವವಾಗಲಿ. ಆಗ ನಾವೇ ನಿಂತು ಮದುವೆ ಮಾಡಿದರೆ ಕೊನೆಯವರೆಗೂ ನಮಗೆ ಜೊತೆಯಾಗಿ ಇರುತ್ತಾರೆ. ಮನೆ ಮಕ್ಕಳಂತೆ ನಮ್ಮಕಣ್ಣ ಮುಂದೆ ಇದ್ದರೆ ಎಷ್ಟು ಚೆನ್ನ.

ಕೊನೆಗಾಲದಲ್ಲಿ ನಾನು ನೆಮ್ಮದಿಯಿಂದ ಕಣ್ಣು ಮುಚ್ಚಬಹುದು.

ಅವರಿಬ್ಬರ ಜೋಡಿ ನೋಡಿದರೇ ನನ್ನ ದೃಷ್ಟಿಯೇ ತಗುಲತ್ತದೆಯೋ ಏನೋ...

ಒಳಗೆ ಹೋಗಿದ್ದ ಅವರು ಹೊರಗೆ ಬಂದರು. ರಾತ್ರಿ ಎಷ್ಟೆ ನಿದ್ದೆಗೆಟ್ಟರು ಹಗಲು ನಿದ್ದೆ ಮಾಡುವ ಆಸಕ್ತಿ ಅವರಿಗೆ ಮೊದಲಿನಿಂದಲೂ ಇಲ್ಲ.

"ಒಂದಷ್ಟು ವಿಶ್ರಾಂತಿ ತೆಗೆದುಕೊಳ್ಳುವುದನ್ನು ಬಿಟ್ಟು ಹೊರಗೆ ಬಂದಿರಲ್ಲಾ..," ನನ್ನ ಮಾತಿಗೆ ಅವರು...

"ನನಗೇಕೋ ಅನುಮಾನ ಬರುತ್ತಿದೆ ಸುತ್ತಮುತ್ತಲಿನ ಜನರು ನಮ್ಮ ಮಕ್ಕಾದ ಮೇಲೆ ದಂಡೆತ್ತಿ ಬರಬಹುದು ಎಂದು?"

"ಅದು ಹೇಗೆ ಹೇಳುವಿರಿ?"

"ನಮ್ಮನಮ್ಮಲ್ಲಿಯೇ ಒಗ್ಗಟ್ಟು ಇಲ್ಲದಿದ್ದರೇ... ಮೂರನೆಯವರಿಗೆ ಅದು ಲಾಭವೆ ಅಲ್ಲವೇ?"

"ನಿಮ್ಮ ಮಾತು ನನಗರ್ಥವಾಗಲಿಲ್ಲ" ನಾವು ಹಜಾರದ ಮೇಲೆ ನಿಂತಿದ್ದೇವೆ. ಹತ್ತಿರದಲ್ಲಿ ಝೈದ್, ಅಲಿ, ಮೈಸರ್ ಮತ್ತು ಅವರ ಹಿಂದೆಯೇ ಬಂದಿದ್ದ ನೂರಾರು ಜನರಿದ್ದಾರೆ. ಈಗ ಇವರು ಅವರ ಬಳಿ ಹೋಗಿ.

"ನೋಡಿ, ನಾವು ಕಅಬಾದಲ್ಲಿರು ವಿಗ್ರಹಗಳ ಸಂಬಂಧವಾಗಿ ಹೊಡೆದಾಡಿ ಬೇರೆಬೇರೆಯಾಗಿದ್ದೇವೆ. ಇದು ಸುತ್ತಮುತ್ತಲಿನ ಜನಕ್ಕು ತಿಳಿದ ವಿಚಾರವೇ ಆಗಿದೆ. ಇದನ್ನೆ ಬಂಡವಾಳ ಮಾಡಿಕೊಂಡು ನಾಳೆ ಇಲ್ಲವೇ ನಾಡಿದ್ದು ಅವರು ನಮ್ಮ ಮೇಲೆ ದಂಡೆತ್ತಿ ಬಂದು ನಮ್ಮನ್ನು ನಾಶ ಮಾಡುತ್ತಾರೆ. ಅದಕ್ಕಾಗಿ ನಾವೆಲ್ಲರು ಒಗ್ಗಟ್ಟಾಗಬೇಕು. ಕೇವಲ ವಿಗ್ರಹಗಳಿಗಾಗಿ ನಮ್ಮ ಅಮೂಲ್ಯ ಪ್ರಾಣವನ್ನು ಹಾಳು ಮಾಡಿಕೊಳ್ಳದೆ. ಏಕ ದೇವೋಪಾಸಕರಾಗಿ ಒಬ್ಬ ದೇವನನ್ನೆ ಆರಾಧಿಸುತ್ತಾ ಒಗ್ಗಟ್ಟಾದರೆ ನಮ್ಮ ತಂಟೆಗೆ ಯಾರು ಬರಲಾರರು. ನೀವು ಯೋಚನೆ ಮಾಡಿ ನಾನು ಎಂದೆಂದಿಗೂ ನಿಮ್ಮೊಂದಿಗೆ ಇರುವವನು. ನಿಮಗೆ ಒಳಿತನ್ನೆ ಬಯಸುವವನು... ಮತ್ತೊಮ್ಮೆ ಮೊಗದೊಮ್ಮೆ ಆಲೋಚನೆ ಮಾಡಿ" ಎಂದು ಹೇಳಿ ಮೌನವಾದರು.

ಕೇಳಿದವರೆಲ್ಲರು ಶಾಂತರಾದರು ಮತ್ತೇ ತಮ್ಮ ತಮ್ಮಲ್ಲೆ ಗುಸುಗುಸು ಮಾತನಾಡುತ್ತಿದ್ದರಾದರು... ಅವರ ಮಾತು ಕೇಳಿಸುವಂತಿತ್ತು.

"ಹೌದು ಪ್ರವಾದಿಯವರು ಹೇಳುವ ಮಾತು ಸರಿಯಾಗಿದೆ. ಕೇವಲ ವಿಗ್ರಹಗಳಿಗಾಗಿ ನಾವು ಹೊಡೆದಾಡಿ ಸಾಯಬಾರದು. ಏಕ ದೇವೋಪಾಸನಾದ ಅಲ್ಲಾಹನ್ನು ನೆನೆದು ಒಗ್ಗಟ್ಟಾದರೆ ನಾವು ಉಳಿಯುತ್ತೇವೆ. ಮಕ್ಕಾ ನಗರವು ಉಳಿಯುತ್ತದೆ. ನಾವು ನೆಮ್ಮದಿಯಿಂದ ಬದುಕಬಹುದು" ಎಂದು ಮಾತನಾಡುತ್ತಿದ್ದು ಕೇಳುತ್ತಲೇ ಇತ್ತು.

ಅವರು ಎರಡು ಘಳಿಗೆಯ ನಂತರ "ನೀವು ಹೇಳಿದ್ದು ಸರಿ, ನಿಮ್ಮ ಮಾತಿನ ಮೇಲೆ ನಮಗೆ ನಂಬಿಕೆ ಇದೆ" ಎಂದು ಹೇಳಿ ಹೋದರು. ನನಗೆ ತೃಪ್ತಿ ಏನಿಸಿತು.

3

ಪ್ರತಿದಿನ ಪವಿತ್ರ ಕುರಾನ್ ಪಠಣ ಮಾಡದೆ ಇದ್ದರೇ ಏನೋ ಕಳೆದುಕೊಂಡವಳಂತೆ ಭಾಸವಾಗುತ್ತದೆ. ಐದು ಹೊತ್ತು ನಮಾಜ್ ಮಾಡುವುದರಲ್ಲಿ ಸ್ವಲ್ಪ ಸಮಯ ಹೆಚ್ಚು ಕಡಿಮೆಯಾದರು ಪಾಪ ಪ್ರಜ್ಞೆ ಕಾಡುತ್ತದೆ. ಅವರಿಗೆ ಇರುವ ಶ್ರದ್ಧೆ ನನಗೆ ಇಲ್ಲವೇನೋ ಎಂದು ಒಮ್ಮೊಮ್ಮೆ ನನಗನಿಸುತ್ತದೆ. ದೇಹ ಸ್ಥಿತಿ ಮೊದಲಿನಂತೆ ಇಲ್ಲ. ಏನೋ... ನಿಯಮಿತವಾಗಿ ನಮಾಜ್ ಮಾಡುತ್ತಲಿರುವದರಿಂದ ಕೈ ಕಾಲು ಗಟ್ಟಿಯಾಗಿದೆ ಮತ್ತು ಮನಸ್ಸು ಸದೃಢವಾಗಿದೆ. ಅವರ ಈ ಪ್ರಾರ್ಥನಾ ವಿಧಾನ ಎಲ್ಲರಿಗು ಸರಳವಾಗಿದೆ. ಈಗ ಮಗಳು ಫಾತಿಮಾಳು ತಪ್ಪದೇ ಐದು ಹೊತ್ತು ನಮಾಜು ಮಾಡುವುದನ್ನು ನೋಡಿದರೇ ನನ್ನ ಹೃದಯ ತುಂಬಿ ಬರುತ್ತದೆ.

ಅವಳೆ ನನಗೆ ಒಂದೊಂದು ಬಾರಿ ಪವಿತ್ರ ಕುರಾನ್ ಓದಿ ಹೇಳುತ್ತಾಳೆ. ಅವಳ ಮಧುರ ಕಂಠದಿಂದ ಕೇಳುತ್ತಿದ್ದರೇ ಕೇಳುತ್ತಲೇ ಇರಬೇಕು ಏನಿಸುತ್ತದೆ. ಬಹಳಷ್ಟು ಜನರಿಗೆ ಈ ಧರ್ಮ ಮನಶಾಂತಿಯನ್ನು ಕೊಟ್ಟಿದೆ. ಜೂಜುಕೋರರು, ಮದ್ಯ ಸೇವಿಸುವವರು, ಕೊಲೆ ಮಾಡಿ ಬಂಗಾರ ದೋಚುವವರು, ಮಹಿಳೆಯರನ್ನು ಹಾಳು ಮಾಡುವವರು ಮುಂತಾದವರು ತಮ್ಮ ಕೆಟ್ಟ ಚಟಗಳನ್ನು ಬಿಟ್ಟು ತಮಗೆ ಅನುಕೂಲವಾದ ಸ್ಥಳಗಳಲ್ಲಿ ಸರಿಯಾದ ಸಮಯಕ್ಕೆ ನಮಾಜು ಮಾಡುತ್ತಾರೆ. ಇದರಿಂದ ನಮ್ಮ ಜೀವನದಲ್ಲಿ ಅಗಾಧವಾದ ಪರಿವರ್ತನೆ ಆಗಿದೆ ಎಂದು ಆಗಾಗ ಮಕ್ಕಾದ ಸುತ್ತಲು ಸುತ್ತುವ ಝೈದ್ ಮತ್ತು ಅಲಿ ಬಂದು ನನ್ನ ಬಳಿ ಹೇಳುವಾಗ ಎಷ್ಟೊಂದು ಸಂತೋಷವಾಗುತ್ತೆ.

ಇವರಂತೆ ಎಲ್ಲರು ನಮಾಜು ಮಾಡುವದು ಕಲಿತರೆ ನಮ್ಮ ಮಕ್ಕಾ ನಗರದಲ್ಲಿ ಜಗಳಗಳೆ ಇರುವುದಿಲ್ಲ. ಆದರೆ, ಎಲ್ಲರು ಸೇರಿ ನಮಾಜು

ಮಾಡುವ ಕಾಲ ಅದು ಯಾವಾಗ ಬರುತ್ತದೆಯೋ... ನನಗೆ ತಿಳಿಯದು. ಅಲ್ಲಿಯವರೆಗು ನಾನು ಬದುಕಿರುತ್ತೇನೆಯೇ...

"ಒಂದಲ್ಲಾ ಒಂದು ದಿನಇಡೀ ಮಕ್ಕಾ ನಗರವೇ ನಮಾಜು ಮಾಡುತ್ತದೆ ನೋಡುತ್ತಿರು" ಎಂದು ಅವರು ವಿಶ್ವಾಸದಿಂದಲೇ ಹೇಳುತ್ತಾರಾದರು ಇತ್ತೀಚೆಗೆ ನಮ್ಮ ಕುರೈಶಿ ಜನರ ಮನಸ್ಥಿತಿ ನೋಡಿದರೆ ಭಯವಾಗುತ್ತದೆ.

ಇದರ ಕುರಿತು ಹೇಳಿದರೆ ಕಾಲ ಬಂದಾಗ ಎಲ್ಲವು ಸರಿ ಹೋಗುತ್ತದೆ ಎಂದು ಸೌಮ್ಯವಾಗಿ ನುಡಿದು ಹೋಗುತ್ತಾರೆ. ಎಲ್ಲ ಕಷ್ಟಗಳು ಆದಷ್ಟು ಬೇಗ ಪರಿಹಾರ ಆಗಲಿ ಎಂದಷ್ಟೇ ಆ ಅಲ್ಲಾಹನಲ್ಲಿ ಬೇಡಿಕೊಳ್ಳುವುದು.

ಅಧ್ಯಾಯ: ಹದಿಮೂರು

1

ಎಂದಿನಂತೆ ಬೆಳಗಿನ ನಮಾಜ್ ಮಾಡಿ ಕುಳಿತರು ದೇಹದಲ್ಲಿ ಏಕೋ ನೋವು ಕಾಣಿಸಿಕೊಂಡಿತು. ಹಲವಾರು ದಿನಗಳಿಂದ ಈ ರೀತಿ ಆಗುತ್ತಿದೆಯಾದರು ಇಂದು ಏಕೋ ಹೆಚ್ಚು ನೋವು ಕಾಣಿಸಿಕೊಳ್ಳುತ್ತಿದೆ. ನಡೆಯಲು ಕೂಡ ಶಕ್ತಿ ಸಾಲುತ್ತಿಲ್ಲ. ಕೋಣೆಯಲ್ಲಿ ಚಾಪೆ ಹಾಸಿಕೊಂಡು ಮಲಗಿದರು ಸಮಾಧಾನವಾಗುತ್ತಿಲ್ಲ. ಮೊದಲು ಮಂಚದ ಮೇಲೆ ರತ್ನಗಂಬಳಿ ಹಾಸಿಕೊಂಡು ಮಲಗುತ್ತಿದ್ದೆ. ಯಾವಾಗ ನಮಾಜ್ ಮಾಡಲಾರಂಭಿಸಿದಳೋ ಅಂದಿನಿಂದ ಅದರ ಮೇಲೆ ಮಲಗಲು ಮನಸ್ಸಾಗಲಿಲ್ಲ. ಅವರು ನನಗಿಂತ ಮೊದಲೆ ಸರಳವಾಗಿ ಬದುಕುವುದನ್ನು ಕಲಿತಿದ್ದರು. ಅವರನ್ನೆ ನಾನು ಹಿಂಬಾಲಿಸಿದೆ.

"ಏಕೆ ಏನಾಯಿತು ಮಲಗಿಕೊಂಡಿದ್ದೀಲ್ಲ!" ಅವರ ಸಹಜ ಪ್ರಶ್ನೆಗೆ ಏನೆಂದು ಉತ್ತರಿಸಬೇಕೆಂದು ನನಗೆ ತಿಳಿಯಲಿಲ್ಲ. ಶುಭ್ರ ಬಿಳಿ ಬಟ್ಟೆ ತೊಟ್ಟುಕೊಂಡು ಹೊರ ಹೋಗುವ ಧಾವಂತದಲ್ಲಿದ್ದ ಅವರನ್ನು ನೋಡಿ

"ಇವತ್ತು ಹೊರಗಡೆ ಎಲ್ಲಿಗೂ ಹೋಗಬೇಡಿ, ನನ್ನೊಂದಿಗೆ ಇರುವಿರಾ..." ನನ್ನ ಧ್ವನಿಯಲ್ಲಿ ಏನೋ ಹೇಳುವ ಆತುರವಿತ್ತು. ಮಾತಿನ ಹಿಂದಿರುವ ಭಾವವನ್ನು ಗ್ರಹಿಸಿದ ಅವರು ನಿಧಾನವಾಗಿ ನನ್ನ ಬಳಿ ಬಂದರು. ಹೆಚ್ಚು ಮಾತನಾಡದೆ ಚಾಪೆಯ ಮೇಲೆ ಕುಳಿತು ನನ್ನ ತಲೆಯನ್ನು ತಮ್ಮ ತೊಡೆಯ ಮೇಲೆ ಇಟ್ಟುಕೊಂಡು ತಮ್ಮ ಕೈಯಿಂದ ನನ್ನ ಮುಖದ ಮೇಲಿದ್ದ ಮುಂಗುರುಳನ್ನು ಸರಿಸಿ,

"ಏಕೆ, ಇವತ್ತು ಒಂದು ರೀತಿ ಬಿನ್ನವಾಗಿ ಕಾಣುತ್ತಿದ್ದಿರಲ್ಲ. ವೈದ್ಯರನ್ನು ಬರಹೇಳಲೆ?"

"ಯಾರು ಬೇಡ, ನೀವು ಈಗ ನನ್ನೊಂದಿಗಿದ್ದೀಲ್ಲ ಅಷ್ಟು ಸಾಕು, ನಿಮ್ಮೊಂದಿಗೆ ಮಾತನಾಡುವುದು ಬಹಳಷ್ಟಿದೆ. ಇತ್ತೀಚೆಗೆ ನೀವು ನನಗೆ ಸಿಗುತ್ತಲೇ ಇಲ್ಲ. ಜನರಿಗಾಗಿ, ಅವರ ಒಳತಿಗಾಗಿ ಹೊರಗಡೆನೆ ಇರುತ್ತೀರಿ. ಇವತ್ತು ಒಂದು ದಿನವಾದರು ನನ್ನೊಂದಿಗೆ ಇರಿ" ಬೇಡಿಕೊಂಡೆ. ಅವರು ಮೌನ ಸಮ್ಮತಿ ಸೂಚಿಸಿದರು.

ನಾನು ಮಲಗಿಯೇ ಇದ್ದೆ. ಕುಳಿತಿದ್ದ ಅವರ ಬಲಗೈಯನ್ನು ಹಿಡಿದು ಚುಂಬಿಸಿದೆ. ಒಂದು ರೀತಿ ತೃಪ್ತಿಯ ಭಾವ ಹೃದಯದಲ್ಲಿ ಮೂಡಿತು.

"ನಿಮ್ಮನ್ನು ಮದುವೆಯಾಗಿ ಇಲ್ಲಿಗೆ ಇಪ್ಪತ್ತೈದು ವರ್ಷಗಳಾದವು. ನಿಮಗೆ ನೆನಪಿದೆಯೇ!?" ಅವರ ಕಣ್ಣುಗಳು ಅರಳಿದವು. ಮನಸ್ಸು ಗತಕಾಲಕ್ಕೆ ಹೋಯಿತು.

"ನಿಮ್ಮೊಂದಿಗೆ ನಗುನಗುತ್ತಾ ಜೀವನ ಸಾಗಿಸುತ್ತಿರುವದರಿಂದ ಈ ಇಪ್ಪತ್ತೈದು ವರ್ಷಗಳು ಕೇವಲ ಇಪ್ಪತ್ತೈದು ದಿನಗಳಂತೆ ನನಗೆ ಭಾಸವಾದವು. ನಿಜವಾಗಿಯೂ ನನಗಿದು ಮರೆತೆ ಹೋಗಿತ್ತು.ನಿಮ್ಮ ಮತ್ತು ಮಕ್ಕಳ ಪ್ರೀತಿಯಲ್ಲಿ ಈ ಇಪ್ಪತ್ತೈದು ವರ್ಷಗಳು ತುಂಬಾ ಕಡಿಮೆಯಾಯಿತೇನೋ ಎಂದು ಈಗ ಅನಿಸುತ್ತಿದೆ. ಇಷ್ಟು ವರ್ಷಗಳಲ್ಲಿ ನಾನು ನಿಮಗೆ ತಿಳಿಯದೆ ಏನಾದರು ತೊಂದರೆ ಕೊಟ್ಟಿದ್ದರೆ ದಯವಿಟ್ಟು ನನ್ನನ್ನು ಕ್ಷಮಿಸಿ" ನಾನು ಹೇಳಬೇಕಾದ ಮಾತನ್ನು ಅವರು ಹೇಳಿದ್ದನ್ನು ಕೇಳಿ,

"ಕ್ಷಮಿಸಬೇಕಾದವರು ನೀವು. ನನ್ನಂತಹ ವಿಧವೆಯನ್ನು ಮದುವೆಯಾಗಿ ಬಾಳು ಕೊಟ್ಟು ಇಪ್ಪತ್ತೈದು ವರ್ಷಗಳಿಂದ ಸುಖ ಸಂಸಾರ ಮಾಡುತ್ತಿರುವಿರಲ್ಲ. ನಿಜಕ್ಕೂ ನೀವು ದೊಡ್ಡವರು. ನಿಮ್ಮಂತಹ ವ್ಯಕ್ತಿ ನನ್ನ ಗಂಡನಾಗಿ ಸಿಕ್ಕಿದ್ದು ನನ್ನ ಪುಣ್ಯವಲ್ಲದೇ ಮತ್ತೇನು!? ಮೊದಲೆರಡು ವರ್ಷ ನನ್ನ ಎಲ್ಲ ವ್ಯಾಪಾರಗಳಿಗೆ ಬೆನ್ನೆಲುಬಾಗಿ ಇದ್ದು ಆಮೇಲೆ ನನ್ನ ಜೀವನಕ್ಕೆ ಆಸರೆ ಆದದ್ದು ಸಣ್ಣ ಮಾತೆ? ನಿಮ್ಮಿಂದ ನಾನು ಬದುಕಿದೆ" ಕೃತಜ್ಞತೆಯಿಂದ ಅವರ ಕೈಯಿಗೆ ಮತ್ತೊಮ್ಮೆ ಮುತ್ತಿಟ್ಟೆ. ಅವರು ಮುಂದೆ ಏನೂ ಮಾತನಾಡದೆ ಬಾಗಿ ನನ್ನ ಹಣೆಯನ್ನು ಚುಂಬಿಸಿದರು.

"ಕೆಲ ದಿನಗಳು ಕಳೆದರೆ ನಿಮಗೆ ಐವತ್ತು ವರ್ಷ ತುಂಬುತ್ತದೆ. ನಿಮ್ಮ ಹುಟ್ಟು ಹಬ್ಬ ಮತ್ತು ನಮ್ಮ ಮದುವೆಯ ಇಪ್ಪತ್ತೈದನೇಯ ವಾರ್ಷಿಕೋತ್ಸವವನ್ನು ನಾನು ಅದ್ದೂರಿಯಾಗಿ ಆಚರಿಸಬೇಕೆಂದುಕೊಂಡಿದ್ದೆ. ಆದರೆ, ನನ್ನ ಈಗೀನ ಆರೋಗ್ಯ ಸ್ಥಿತಿ ನೋಡಿದರೇ..." ಎಂದು ಮುಂದೆ ಏನೋ ಹೇಳಲು ಹೋದೆ... ಅವರು ನನ್ನ ಬಾಯಿಗೆ ತಮ್ಮ ಕೈ ಅಡ್ಡ ತಂದು.

"ನೀವು ಅಂದುಕೊಂಡದ್ದು ಖಂಡಿತಾ ನೆರವೇರುತ್ತದೆ..." ಎನ್ನುತ್ತಾ ಹಣೆಗೆ ಮತ್ತೊಮ್ಮೆ ಚುಂಬಿಸುತ್ತಾ ಹೇಳಿದರು.

ಕೆಲ ಕ್ಷಣದವರೆಗೆ ನಮ್ಮಿಬ್ಬರ ಬಳಿ ಮಾತಿಗೆ ಅವಕಾಶವೆ ಸಿಗಲಿಲ್ಲ. ಪರಸ್ಪರ ಹೃದಯಗಳೆ ಮಾತನಾಡುತ್ತಿರುವಂತೆ ಭಾಸವಾಗುತ್ತಿತ್ತು. ಕೆಲ ಸಮಯದ ನಂತರ

"ಅಮ್ಮಾ..." ಫಾತಿಮಾ ಬಾಗಿಲ ಬಳಿ ಬಂದು ಕೂಗಿದಳು. ಹತ್ತಿರ ಬರುವಂತೆ ಕೈ ಸನ್ನೆ ಮಾಡಿದಾಗ ಅವಳು ಅಳುಕುತ್ತಲೇ ಹತ್ತಿರ ಬಂದಳು.

ಮಂಡಿಯೂರಿ ನನ್ನ ಪಕ್ಕ ಕುಳಿತು... ಮೈ ಮುಟ್ಟಿ ಆರೋಗ್ಯ ವಿಚಾರಿಸಿದಳು.

"ರೀ ನನ್ನದು ಒಂದು ಆಸೆ ಇದೆ" ಅವರು ಅದೇನು ಎಂಬಂತೆ ನೋಡಿದರು.

"ಇನ್ನೊಂದೆರಡು ವರ್ಷ ಬಿಟ್ಟು ಇವಳನ್ನು 'ಅಲಿ'ಗೆ ಕೊಟ್ಟು ಮದುವೆ ಮಾಡಿ" ಫಾತಿಮಾ ನಾಚಿ ನೀರಾದಳು.

"ಹೋಗಮ್ಮ ನೀನು" ಎಂದು ನಯವಾಗಿ ಸಿಡುಕಿದಳು.

"ನೀನೇ ನಿಂತು ಮದುವೆ ಮಾಡಿಸುವಂತೆ. ಅವರ ಜೋಡಿ ನನಗೂ ಒಪ್ಪಿಗೆಯೆ ಇದೆ?"

ಅವರ ಮಾತಿಗೆ ನನ್ನ ಧ್ವನಿ ಕಟ್ಟಿದಂತಾಯಿತು.

"ನಾನು ಇನ್ನೇನು ಹೆಚ್ಚು ದಿನ ಬದುಕುವಂತೆ ಕಾಣುವದಿಲ್ಲ ಏನಿಸುತ್ತೆ?"

"ಅಮ್ಮಾ ಹಾಗೆಲ್ಲಾ ಮಾತನಾಡಬೇಡ" ನನ್ನ ಕೈಹಿಡಿದು ಅಳುವ ಮುಖ ಮಾಡಿದಳು.

ಹತ್ತು ವರ್ಷ ತುಂಬಿ ಹನ್ನೊಂದು ವರ್ಷ ನಡೆಯುತ್ತಿದ್ದರು ವಿವೇಕ ಮಾತ್ರ ಅವರಂತೆ ಬೆಳೆದು ಬಿಟ್ಟಿದೆ. ತಪ್ಪದೇ ಪವಿತ್ರ ಕುರಾನ್ ಪಠಣ ಮಾಡುತ್ತಿರುವದರಿಂದ ಜೀವನಾನುಭವವು ಗೊತ್ತಿದೆ.

"ನನಗೆ ಒಂದು ಬಾರಿ ನಮ್ಮ ಇನ್ನುಳಿದ ಮೂವರು ಮಕ್ಕಳನ್ನು ನೋಡುವ ಆಸೆ. ಅವರ ಗಂಡನ ಮನೆಯಿಂದ ಕರೆದುಕೊಂಡು ಬರುವಿರಾ?" ನಾನು ಬೇಡಿಕೊಂಡೆ

"ಖಂಡಿತವಾಗಿಯೂ ಕರೆದುಕೊಂಡು ಬರುತ್ತೇನೆ.ನೀವು ಚಿಂತೆ ಮಾಡಬೇಡಿ. ಈ ರೀತಿ ಧೈರ್ಯಗೆಟ್ಟವಳಂತೆ ಮಾತನಾಡಿದರೆ ಮಗಳಿಗೆ ಭಯವಾಗುತೆ?"

ಫಾತಿಮಾ ಅಡುಗೆ ಮನೆಗೆ ಹೋಗಿ ಒಂದಷ್ಟು ಹಾಲು ಖರ್ಜೂರವನ್ನು ತೆಗೆದುಕೊಂಡು ಬಂದಳು. "ಒಂದಷ್ಟು ಎದ್ದು ಇದನ್ನೆಲ್ಲಾ ಸೇವಿಸಿ... ನಾನು ಮಕ್ಕಳನ್ನು ಕರೆದುಕೊಂಡು ಬರುತ್ತೇನೆ" ಎಂದು ಸ್ವಲ್ಪ ಹೊತ್ತು ನನ್ನ ಬಳಿ ಇದ್ದು ಹೊರಗೆ ಹೋದರು. ನಾನು ಗಟ್ಟಿ ಮನಸ್ಸು ಮಾಡಿ ಫಾತಿಮಾಳ ಒತ್ತಾಯಕ್ಕೆ ಮಣಿದು ಹಾಲು ಮಾತ್ರ ಕುಡಿದೆ, ಖರ್ಜೂರ ಗಂಟಲಲ್ಲಿ ಇಳಿಯಲಿಲ್ಲ.

2

ನಫೀಸಾಳು ನನಗಿಂತ ವಯಸ್ಸಿನಲ್ಲಿ ದೊಡ್ಡವಳಾದರು ಗಟ್ಟಿಯಾಗಿದ್ದಾಳೆ. ಸಾಮಾನ್ಯವಾಗಿ ಹಗಲಿರುಳು ಕೆಲಸ ಮಾಡುವವರು ಗಟ್ಟಿಯಾಗಿಯೇ ಇರುತ್ತಾರೆ. ನಾನು ವ್ಯಾಪಾರದ ಕುರಿತಾಗಿ ಮತ್ತು ದಿರಹಮಗಳ ಬಗ್ಗೆ ಹೆಚ್ಚು ಗಮನ ಹರಿಸುತ್ತಿದ್ದೆ. ಮನೆಯ ಕೆಲಸವನ್ನು ಆಳು ಕಾಳುಗಳೆ ನೋಡಿಕೊಳ್ಳುತ್ತಾರೆ. ಮಕ್ಕಳ ಲಾಲನೆ ಪಾಲನೆ ಬಿಟ್ಟರೆ ಹೆಚ್ಚು ದೈಹಿಕ ಕಸರತ್ತಿನಕಾರ್ಯವನ್ನು ಇದುವರೆಗು ಮಾಡದೆ ಇರುವುದರಿಂದ ದೇಹ ಒಂದಷ್ಟು ಸ್ಥೂಲವಾಗಿತ್ತು. ಯಾವಾಗ ಇವರು ನಮಾಜ್ ಮಾಡುವುದನ್ನು ಕಲಿಸಿದರೋ ಆಗಿನಿಂದ ಒಂದಷ್ಟು ದೇಹದ ತೂಕ ಕಡಿಮೆಯಾಯಿತು.

ನನಗೆ ಹೆಚ್ಚು ಕಡಿಮೆ ಅರವತ್ತೈದು ವರ್ಷ ತುಂಬಿದವು. ಒಂಬತ್ತು ಮಕ್ಕಳಾದವು ನಡುವೆ ಒಂದು ಹೊಟ್ಟೆ ಕೂಡ ಹೋಯಿತು.ಒಂದೊಂದು ಬಾರಿ ಮಕ್ಕಳಾದಾಗ ಜೀವನಕ್ಕೆ ಆಪತ್ತು ಬಂದರು ಬರಬಹುದು ಎಂದು ಕೆಲವರು ಅನುಮಾನ ವ್ಯಕ್ತಪಡಿಸಿದರಾದರು ಗಟ್ಟಿಜೀವ ಮಾಡಿ ಬದುಕಿದೆ. ಕೊನೆಯ ಮಗಳ ಮದುವೆಯನ್ನು ನೋಡಿ ಸಾಯಬೇಕು ಎಂಬ ಆಸೆ ಇದೆ.

"ಅಮ್ಮಾ ಅಕ್ಕ ಝೈನಬಳು ಬಂದಳು" ತನ್ನ ತೊಡೆಯ ಮೇಲೆ ತಲೆಯನ್ನು ಇಟ್ಟುಕೊಂಡು ಕುಳಿತಿದ್ದ ಫಾತಿಮಾ ಬಾಗಿಲಕಡೆ ನೋಡಿ ಹೇಳಿದಾಗ ಅತ್ತ ಮುಖ ತಿರುಗಿಸಿದೆ. ಕಣ್ಣುಗಳು ಕೂಡ ಅವಳನ್ನು ಗುರುತಿಸಲು ಹಿಂದೇಟು ಹಾಕಿದವು. ದೃಷ್ಟಿ ಕ್ಷೀಣಿಸುತ್ತಿತ್ತು.

"ಅಮ್ಮಾ..." ಎನ್ನುತ್ತಾ ಅಳುತ್ತಾ... ನನ್ನ ಬಳಿ ಬಂದಳು. ಒಂದಷ್ಟು ಎದ್ದು ಕುಳಿತುಕೊಳ್ಳುವ ಪ್ರಯತ್ನ ಮಾಡಿದೆನಾದರು ಯಶಸ್ವಿಯಾಗಲಿಲ್ಲ. ಅವಳ ತಲೆಯ ಭಾರವನ್ನು ಈಗ ಇವಳು ಹೊತ್ತುಕೊಂಡಳು. ತನ್ನೆರಡು ಮಕ್ಕಳನ್ನು ಕರೆದುಕೊಂಡೆ ಬಂದಿದ್ದಳು. ಅವರು ಕೂಡ 'ಅಜ್ಜಿ ಅಜ್ಜಿ' ಎನ್ನುತ್ತಾ ನನ್ನ ಬಳಿಯಲ್ಲಿ ಕುಳಿತರು. ಝೈನಬಳ ಗಂಡನು ಕೂಡ ಬಂದಿದ್ದ. ಪ್ರವಾದಿವರ್ಯರು ಇನ್ನಿಬ್ಬರನ್ನು ಕರೆದುಕೊಂಡು ಬರಲು ಹೋದವರು ಇನ್ನೂ ಬಂದಿರಲಿಲ್ಲ.

ಅವರು ಕೂಡ ಇದೇ ಊರಲ್ಲೆ ಮತ್ತು ಒಂದೇ ಮನೆಯ ಸೊಸೆಯಂದಿರಾಗಿದ್ದರಿಂದ ಒಂದಷ್ಟು ಒಳ್ಳೆಯದೆ ಆಗಿತ್ತು. ಇನ್ನೇನು ಬರಬಹುದು ಎಂದು ಎಣಿಸಿ ಮಗಳೊಂದಿಗೆ ಮಾತನಾಡಲಾರಂಭಿಸಿದೆ ಆದರೆ ಮಾತನಾಡಲು ಕಷ್ಟವಾಗುತ್ತಿದೆ.

"ನಫೀಸಾ, ಎಲ್ಲರಿಗು ಅಡುಗೆ ಮಾಡು" ಎಂದ ನನ್ನ ಮಾತಿಗೆ ಪ್ರತಿಕ್ರಿಯೆ ಕೊಡದೆ ದಂಗು ಬಡಿದಂತೆ ಕುಳಿತಿದ್ದಾಳೆ. ನಾವಿಬ್ಬರು ಮೊದಲಿನಿಂದಲೂ ಗೆಳತಿಯರಂತೆ ಬೆಳೆದವರು. ಹೀಗಾಗಿ ದೊಡ್ಡವಳಾದರು ಸಲಿಗೆ ಇದೆ.

ನನ್ನ ಮುಖ ಗೆಲುವಾದದ್ದನ್ನು ಕಂಡು ಮೇಲೆದ್ದು ಅಡುಗೆ ಮನೆಗೆ ಹೋದಳು.

ಮಕ್ಕಳಿಬ್ಬರು ಸಂತೈಸುತ್ತಲೇ ಇದ್ದಾರೆ. ನನ್ನ ಬಾಯಿಂದ ಮಾತುಗಳು ಕಡಿಮೆಯಾದವು. ಮೊಮ್ಮಕ್ಕಳನ್ನು ಮಲಗಿಕೊಂಡೆ ತಬ್ಬಿಕೊಂಡೆ ಸುತ್ತಲೂ ಕಣ್ಣಾಡಿಸಿದೆ. ಮನೆಯ ಆಳುಗಳು ಬಂದಿದ್ದರಿಂದ ಸಂಖ್ಯೆ ಹೆಚ್ಚಾಯಿತು.

"ನಿನಗೇನು ಆಗುವುದಿಲ್ಲ ಸುಮ್ಮನಿರು" ಎಂದು ಸಮಾಧಾನ ಪಡಿಸುತ್ತಲೇ ಇದ್ದರು.

ಸೂರ್ಯ ಮೆಲ್ಲನೆ ಮೇಲೆ ಬಂದ. ಯಾರ ಮುಖದಲ್ಲಿಯೂ ನಗು ಇಲ್ಲ. ಸೂರ್ಯನು ಕೂಡ ಮಂಕು ಕವಿದವನಂತೆ ಕಂಡ. ಅವನ ಕಿರಣಗಳು ಮೋಡಗಳ ಮರೆಯಲ್ಲಿ ಸಿಲುಕಿವೆಯೇನೋ ಎಂಬಂತೆ ಕಾಣಿಸುತ್ತಿತ್ತು.

ರುಖಿಯಾ ಮತ್ತು ಕುಲ್ಸೂಮಳನ್ನು ಕರೆದುಕೊಂಡು ಅವರು ಬಂದರು.

ಮಕ್ಕಳ ಮುಖದಲ್ಲಿ ಹರ್ಷವಿಲ್ಲ. ಪ್ರವಾದಿವರ್ಯರು ಆಗಲೆ ಕಾರಣ ತಿಳಿಸಿದ್ದರಿಂದ ಉಟ್ಟ ಸಾದಾ ಬಟ್ಟೆಯಲ್ಲಿಯೇ ಸೊರಗಿದ ಮುಖ ಮಾಡಿಕೊಂಡೆ ಬಂದಿದ್ದರು.ಪರಸ್ಪರ ಒಂದಷ್ಟು ಸಮಯ ತಮ್ಮ ತಮ್ಮ ತೊಡೆಯ ಮೇಲೆ ನನ್ನ ತಲೆಯನ್ನು ಹಿಡಿದುಕೊಂಡು ಸಮಾಧಾನ ಪಡಿಸಿದರು.

ಕಅಬಾದ ಬಳಿ ಇರುವ ಪವಿತ್ರ ಝಮ್ ಝಮ್ ನೀರನ್ನು ತಂದು ಒಂದು ಪಾತ್ರೆಯಲ್ಲಿ ಹಾಕಿಕೊಂಡು ಒಂದಷ್ಟು ನೀರು ಕುಡಿಸಿದರು.ಎಲ್ಲರನ್ನು ಮತ್ತೊಮ್ಮೆ ಕಣ್ಣರಳಿಸಿನೋಡಿದೆ. ಪ್ರವಾದಿಗಳು ನನ್ನ ಮುಂದೆಯೇ ಮೌನವಾಗಿ ಕುಳಿತಿದ್ದರು. ನನಗೆ ಏನೋ ನೆನಪಿಗೆ ಬಂದಿತು

"ನಿಮ್ಮನ್ನೆಲ್ಲಾ ಸಾಯುವ ಮುನ್ನ ಕಣ್ಣತುಂಬಾ ನೋಡುತ್ತಿದ್ದೀನಲ್ಲ ನಾನೇ ಧನ್ಯಳು.ನಮ್ಮ ಮಕ್ಕಳನ್ನು ಎಷ್ಟೇ ಕಷ್ಟ ಬಂದರು ಕೈ ಬಿಡಬೇಡಿ" ಎಂದು ಮುಂದೆ ಏನೋಹೇಳಲು ಹೋದೆ, ಶಕ್ತಿ ಕುಂದಿದಂತೆ ಭಾಸವಾಯಿತು.

ಈಗ ನನ್ನನ್ನು ನೊಡಲು ಜನರು ಬರಲಾರಂಭಿಸಿದರು. ವಿಷಯ ಅದಾಗಲೆ ಹರಡಿತ್ತು. ಹಜಾರ ತುಂಬಿತು. ಎಲ್ಲರು ಮೌನವಾಗಿಯೇ ಇದ್ದಾರೆ. ಮಕ್ಕಳೆಲ್ಲರು ಸಾಂತ್ವನ ಹೇಳುವವರೆ. ಪ್ರವಾದಿಗಳು ಕೂಡ ಸಮಾಧಾನ ಮಾಡುವಷ್ಟು ಮಾಡಿ ನನ್ನ ಕೈಯನ್ನು ತಮ್ಮ ಎರಡು ಕೈಯಿಂದ ಹಿಡಿದಿದ್ದರು. ಮತ್ತೊಮ್ಮೆ ಎಲ್ಲರನ್ನು ನೋಡಿ ದೀರ್ಘವಾಗಿ ಉಸಿರನ್ನು

"ಎಲ್ಲರನ್ನೂ ದಯವಿಟ್ಟು ಹೊರಗಡೆ ಕಳುಹಿಸಿ. ನಾನು ನಿಮ್ಮೊಂದಿಗೆ ಮಾತನಾಡಬೇಕು" ಎಂದೆ. ನನ್ನ ಮಾತು ಎಲ್ಲರಿಗೂ ಕೇಳಿಸಿದ್ದರಿಂದ ಅರೆ ಘಳಿಗೆಯಲ್ಲಿ ಎಲ್ಲರು ಹೊರ ಹೋದರು.

ನಾನು ಮತ್ತೆ ನಿಧಾನವಾಗಿ ಧ್ವನಿ ಮಾಡಿ,

"ನೀವು ಬಡತನದಲ್ಲಿಯೇ ಬೆಳೆದವರು. ಕಷ್ಟ ನಷ್ಟ, ಸುಖ ದುಃಖ ಅನುಭವಿಸಿದವರು. ನಮ್ಮ ವ್ಯಾಪಾರ ವ್ಯವಹಾರ ನೋಡಿಕೊಳ್ಳುತ್ತಾ ಅಪಾರವಾದ ಜೀವನಾನುಭವ ಪಡೆದವರು. ಹೀಗಾಗಿ ನನ್ನ ಮದುವೆಯ ನಂತರ ಬಂದ ಶ್ರೀಮಂತಿಕೆ ನಿಮಗೆ ಕಿಂಚಿತ್ತೂ ಬಾಧೆ ಮಾಡಲಿಲ್ಲ, ಈಗ ನಿಮ್ಮೊಂದಿಗೆ ಇರುವ ಜನ ಬಹಳಷ್ಟು ಬಡವರು ಅವರು ನಿಮ್ಮನ್ನೆ ನಂಬಿ ಬಂದಿದ್ದಾರೆ?"

"ನಾನು ಸದಾ ಬಡವರೊಂದಿಗೆ ಇರಲು ಇಷ್ಟಪಡುತ್ತೇನೆ. ಅಷ್ಟೆ ಏಕೆ ಆ ಅಲ್ಲಾಹನನ್ನು ಕೇಳುವುದಿಷ್ಟೆ ನನ್ನನ್ನು ಕೊನೆಯವರೆಗೂ ಬಡವನಾಗಿಯೇ ಇಡು ಮತ್ತು ಬಡವರೊಂದಿಗೆ ಇಡು ಎಂದು. ನೀವು ಯಾವುದರ ಬಗ್ಗೆಯೂ ತಲೆ ಕೆಡಿಸಿಕೊಳ್ಳಬೇಡಿ. ನಮ್ಮ ಇಸ್ಲಾಂ ಧರ್ಮದ ಜೊತೆ ಆ ಅಲ್ಲಾಹನ ರಕ್ಷಣೆ ಇದ್ದೆ ಇದೆ?"

ನನಗೆ ಎಷ್ಟೊ ಹಿತವೆನಿಸಿತು. ಮುಂದೆ ಏನೂ ಮಾತನಾಡಬೇಕೆಂದು ತಿಳಿಯಲಿಲ್ಲ. ಅವರ ತೊಡೆಯ ಮೇಲೆ ಮಲಗಿದೆ. ಅವರು ನನ್ನ ಬೆನ್ನು ಸವರುತ್ತಾ ಸಾಂತ್ವನ ಮಾತುಗಳನ್ನು ಹೇಳಿ ನಂತರ ಪವಿತ್ರ ಕುರಾನ್ ವಾಣಿಯನ್ನು ಹೇಳಲಾರಂಭಿಸಿದರು ನಾನು ಕೇಳಲಾರಂಭಿಸಿದೆ...

ಕೇಳುತ್ತಲೇ ಇರಬೇಕು ಎಂದೆನಿಸಲಾರಂಭಿಸಿತು.

ಸಶೇಷ

ವೀರಲೋಕದ ಪ್ರಕಟಣೆಗಳು

1. ಕೈ ಹಿಡಿದು ನೀ ನಡೆಸು ತಂದೆ–ವಿಶ್ವೇಶ್ವರ ಭಟ್ 250/-
2. ವಿಶ್ವಸುಂದರಿ–ಕುಂ. ವೀರಭದ್ರಪ್ಪ (ಕಾದಂಬರಿ) 160/-
3. ನಿಮಗೆಷ್ಟು ಹಣ ಬೇಕು?–ಅನಂತ ಹುದೆಂಗಜೆ 250/-
4. ಆರ್ಟ್ ಆಫ್ ಸಕ್ಸಸ್–ರಮೇಶ್ ಅರವಿಂದ್ 120/-
5. ಮನಿ ಮನಿ ಎಕಾನಮಿ–ರಂಗಸ್ವಾಮಿ ಮೂಕನಹಳ್ಳಿ 175/-
6. ಇವರು ಅವರು ದೇವರು–ಜೋಗಿ (ವ್ಯಕ್ತಿಚಿತ್ರಗಳು) 200/-
7. ಲಾಸ್ಟ್ ಡೇಸ್ ಆಫ್ ಲೆಜೆಂಡ್ಸ್–ಗಣೇಶ್ ಕಾಸರಗೋಡು (ಲೇಖನಗಳು) 225/-
8. ಒಳ್ಳೆಯ ಬದುಕಿನ ಸೂತ್ರಗಳು–ರವಿ ಕೃಷ್ಣಾರೆಡ್ಡಿ (ಮೂಲ: ಕೆಂಟ್ ಎಂ. ಕೀತ್) 150/-
9. ಸೋಲೆಂಬ ಗೆಲುವು–ದೀಪಾ ಹಿರೇಗುತ್ತಿ (ಲೇಖನಗಳು) 150/-
10. ಬೆಳ್ಳಿತೆರೆಯ ಬಂಗಾರದ ಗೆರೆ–ಗಣೇಶ್ ಕಾಸರಗೋಡು (ಲೇಖನಗಳು) 150/-
11. ನಟನ ಕಥೆ–ಮಂಡ್ಯ ರಮೇಶ್–ಎನ್. ಧನಂಜಯ (ಜೀವನಚರಿತ್ರೆ) 250/-
12. ತ್ಯಾಗಕ್ಕಿಲ್ಲ ನೂಕುನುಗ್ಗಲು–ಡಾ. ಗವಿಸ್ವಾಮಿ ಎನ್. (ಕಥಾಸಂಕಲನ) 150/-
13. ಬದುಕೇ ಭಗವಂತ–ಡಾ. ಡಿ.ಎಸ್. ಶ್ರೀನಿವಾಸ ಪ್ರಸಾದ್ (ಲೇಖನಗಳು) 170/-
14. ಮಾದಕ ದೊರೆ–ಸಂತೋಷಕುಮಾರ ಮೆಹೆಂದಳೆ (ಕಾದಂಬರಿ) 375/-
15. ದ್ವೈತ–ರಾಘವ್ (ಕಾದಂಬರಿ) 140/-
16. ಹೃದಯದ ಮಾತು ಕೇಳಿ–ಮಂಜುನಾಥ್ ಚಾಂದ್ (ಲಲಿತ ಪ್ರಬಂಧಗಳು) 160/-
17. ಹಿಂದಿನ ನಿಲ್ದಾಣ–ಶುಭಶ್ರೀ ಭಟ್ಟ (ಲಲಿತ ಪ್ರಬಂಧಗಳು) 120/-
18. ಪ್ರೀತ್‌ಸು–ರಾಜೀವ ನಾರಾಯಣ ನಾಯಕ (ಕಾದಂಬರಿ) 170/-
19. ಕೃಷಿ ಯಾಕೆ ಖುಷಿ?–ನರೇಂದ್ರ ರೈ ದೇರ್ಲ (ಲೇಖನಗಳು) 140/-
20. ಕ್ಷಯ–ಡಾ. ವಾಸುದೇವ ಶೆಟ್ಟಿ (ಕಾದಂಬರಿ) 120/-
21. ಅರ್ಧ ಬಿಸಿಲು ಅರ್ಧ ಮಳೆ...–ಸದಾಶಿವ ಸೊರಟೂರು (ಕಥಾಸಂಕಲನ) 120/-
22. ಯಾರೂ ಹೇಳದ ಕಥೆಗಳು–(ಸಂ.) ಸುದರ್ಶನ ಚೆನ್ನಂಗಿಹಳ್ಳಿ 150/-
23. ಕಥಾ ಸಾಗರಿ–ನಾಗವೇಣಿ ವೆಂ. ಹೆಗಡೆ ಹೆಗ್ಗರ್ಸಿಮನೆ (ಮಕ್ಕಳ ಕಥಾಸಂಕಲನ) 125/-
24. ಮೆಮರೀಸ್ ಆಫ್ ಬಾರ್ಸಾ–ರಂಗಸ್ವಾಮಿ ಮೂಕನಹಳ್ಳಿ (ಪ್ರವಾಸಕಥನ) 160/-
25. ಮೇರುನಟ–ಡಾ. ಶರಣು ಹುಲ್ಲೂರು (ಜೀವನಚರಿತ್ರೆ) 240/-
26. ನಾ ಸೆರೆಹಿಡಿದ ಕನ್ಯಾಸ್ತ್ರೀ–ಶಶಿಧರ ಹಾಲಾಡಿ (ಲೇಖನಗಳು) 200/-
27. ಟ್ರಾಯ್–ಗಾಯಿತ್ರಿ ರಾಜ್ (ಕಾದಂಬರಿ) 200/-
28. ಫಾರೆಸ್ಟರ್ ಪೊನ್ನಪ್ಪ–ನೌಶಾದ್ ಜನ್ನತ್ತ್ (ಕಾದಂಬರಿ) 300/-
29. ವಿಶ್ವಯಾನಕ್ಕೆ ಗಣಿತವಾಹನ–ಎಸ್.ವಿ. ಶ್ರೀನಿವಾಸಮೂರ್ತಿ (ಲೇಖನಗಳು) 200/-
30. ಲೆಟ್ಸ್ ಮೇಕ್ ಎ ಶಾರ್ಟ್ ಫಿಲಂ–ಜಯರಾಮಾಚಾರಿ 120/-
31. ಕುಣಿಗಲ್ ಟು ಕಂದಹಾರ್–ಮಂಜುನಾಥ್ ಕುಣಿಗಲ್ (ಪ್ರವಾಸ ಕಥನ) 260/-
32. ಗದಾಯುದ್ಧಂ–ಡಾ. ಎಂ.ಎ. ಜಯರಾಮ್ ರಾವ್ 350/-
33. ಫೀನಿಕ್ಸ್–ದೀಪಾ ಹಿರೇಗುತ್ತಿ (ಲೇಖನಗಳು) 120/-
34. ಹಿಟ್ಲರ್ ಲವ್ ಪಾಲಿಟಿಕ್ಸ್–ಸತೀಶ ಬಳೆಗಾರ (ವ್ಯಕ್ತಿಚಿತ್ರ) 170/-
35. ಭಾನುಮತಿಯ ಪರಿವಾರ–ಕುಮಾರಸ್ವಾಮಿ ತೆಕ್ಕುಂಜ (ಕಾದಂಬರಿ) 140/-
36. ನೀ ದೂರ ಹೋದಾಗ–ಫೌಝಿಯ ಸಲೀಂ (ಕಾದಂಬರಿ) 220/-
37. ವ್ಯಗ್ರ ಮತ್ತು ಇತರ ಕಾದಂಬರಿಗಳು–ಕುಮಾರ ಬೇಂದ್ರೆ 180/-
38. ಸತ್ಯದ ಅನಾವರಣ–ಕೆ.ಎಸ್. ರಮಾಸುಂದರಿ (ಕಾದಂಬರಿ) 100/-
39. ಅಂತಾರಾಷ್ಟ್ರೀಯ ಕುಂಬಳಕಾಯಿ ಮತ್ತು ಇತರ ಕಥೆಗಳು–ಅಬ್ದುಲ್ ರಶೀದ್ 120/-
40. ಅನಾಥ ಪ್ರೀತಿಯ ಅನುಬಂಧ–ಬಿ. ಮಂಜುನಾಥ್ ಕಾಮತ್ ಹಾಲಾಡಿ (ಕಾದಂಬರಿ) 140/-
41. ಹಕ್ಕಿ ಮತ್ತು ಹುಡುಗಿ (ಕವನ ಸಂಕಲನ)–(ಸಂ.) ಪ್ರಜಾವಾಣಿ ಬಳಗ 150/-

42. ಹಾವಿನ ಮನೆ–ಅನು ಬೆಳ್ಳೆ (ರಾಘವೇಂದ್ರ ಬಿ. ರಾವ್) (ಕಾದಂಬರಿ) 250/–
43. ಈಗಲ್ಸ್ ಲೈನ್–ರಾಜೇಶ್ ಕುಮಾರ್ ಕಲ್ಯಾ (ಕಾದಂಬರಿ)..220/–
44. ನಂಬಿಕೆಯೆಂಬ ಗಾಳಿಕೊಡೆ–ಡಾ. ಪ್ರೇಮಲತ ಬಿ. (ಕಥಾಸಂಕಲನ) 180/–
45. 10 ಕುಟುಂಬ 18 ಗೋತ್ರದ ಗೌಡ ಪರಂಪರೆ–ಮುತ್ತೂರು ಅನಂತರಾಜ ಗೌಡ.......... 325/–
46. ಗಿಳಿಯು ಬಾರದೆ ಇರದು (ಕಥಾಸಂಕಲನ)–ಪಿ.ಎಸ್. ಶ್ರೀಧರನ್ ಪಿಳ್ಳ
(ಅನುವಾದ: ಮೇರಿ ಜೋಸೆಫ್)..85/–
47. ಒಂದು ಆದಿಮ ಪ್ರೇಮ (ಕವನ ಸಂಕಲನ)–ನಂದಿನಿ ಹೆದ್ದುರ್ಗ 150/–
48. ಮಣ್ಣೇ ಮೊದಲು... (ಕವನ ಸಂಕಲನ)–ಪಾಪುಗುರು 120/–
49. ಬಿಂಜೆಮುಳ್ಳು (ಕವನ ಸಂಕಲನ)–ಫಾಲ್ಗುಣ ಗೌಡ ಅಚವೆ 120/–
50. ಅಮೋಘವರ್ಷ–ಡಾ. ಲಕ್ಷ್ಮಣ ಕೌಂಟೆ (ಕಾದಂಬರಿ)..420/–
51. ಗಾಯಗೊಂಡ ಸಾಲುಗಳು (ಕವನ ಸಂಕಲನ)–ಸದಾಶಿವ ಸೊರಟೂರು 110/–
52. ನಿನ್ನ ಧ್ಯಾನದ ನೂರೊಂದು ಹಣತೆ (ಕವನ ಸಂಕಲನ)–ವಾಸುದೇವ ನಾಡಿಗ್...........170/–
53. ಕ್ರಿಕೆಟಾಯಣ–ಎಚ್. ಪ್ರೇಮಾನಂದ ಕಾಮತ್ (ಲೇಖನಗಳು)......................................230/–
54. ಹೂವಿನಕೊಲ್ಲಿ–ಅಬ್ದುಲ್ ರಶೀದ್ (ಕಾದಂಬರಿ) 270/–
55. ಕನಸುಗಳ ಶ್ರಾದ್ಧ–ಡಾ. ಗೀತಾ ಸುನಿಲ್ ಕಶ್ಯಪ್ (ಕಾದಂಬರಿ)
(ಮೂಲ: ಉತ್ತಮ್ ಕಾಂಬಳೆ) 200/–
56. ವೀರ ಸಿಂಧೂರ ಲಕ್ಷ್ಮಣ–ಕೌಂಡಿನ್ಯ (ಕಾದಂಬರಿ)..190/–
57. ಸಹಭಾಷಿಕರ ಕನ್ನಡ ಪ್ರೇಮ–ಡಾ. ಡಿ.ಎಸ್. ಶ್ರೀನಿವಾಸ ಪ್ರಸಾದ್ (ವ್ಯಕ್ತಿಚಿತ್ರಗಳು).....400/–
58. ಚಿತ್ರ–ವಿಚಿತ್ರ–ರವೀಂದ್ರ ವೆಂಶಿ (ಸಿನಿಮಾ ವಿಶ್ಲೇಷಣೆ)..220/–
59. ಜನಮಿತ್ರ ಅರಸು–ಡಾ. ಡಿ.ಎಸ್. ಚೌಗಲೆ (ನಾಟಕ)...80/–
60. ಹಂಸಾಕ್ಷರ–ಜಯರಾಮಾಚಾರಿ...160/–
61. ನದಿಯೊಂದು ಕಡಲ ಹುಡುಕುತ್ತಾ–ಸಂತೆಬೆನ್ನೂರು ಫೈಜ್ನಟ್ರಾಜ್ (ಕಥಾಸಂಕಲನ).....180/–
62. ನೀಲಿ ಮತ್ತು ಸೇಬು–ಸುಧಾ ಆಡುಕಳ (ಕಥಾಸಂಕಲನ) 180/–
63. ಕಾಗೆ ಮೇಷ್ಟ್ರು–ವಿಕ್ರಮ ಹತ್ವಾರ (ಕಥಾಸಂಕಲನ)...125/–
64. ಪರಿಮಳದ ಪಡಸಾಲೆ (ಎಸ್. ದಿವಾಕರ್ ಪ್ರಪಂಚಕ್ಕೊಂದು ಪ್ರವೇಶಿಕೆ)........................190/–
65. ಈ ಹೊತ್ತಿನ ಕಥೆಗಳು–(ಸಂ) ವಿಜಯ ಕರ್ನಾಟಕ 250/–
66. ನಿಶ್ಚಲವ ಕಲಕಿದ ಹಕ್ಕಿ–ವಿಕ್ರಮ ಹತ್ವಾರ (ಕವನ ಸಂಕಲನ)......................................100/–
67. ಹರಿವ ಕನ್ನಡಿ–ಸ್ವಯಂಪ್ರಭಾ ಮಹೇಶ (ಕವನ ಸಂಕಲನ) 120/–
68. ನರಕದ ಕೆನ್ನಾಲಿಗೆಯಂಥ ನಿನ್ನ ಬೆನ್ನಹುರಿ–ಅಬ್ದುಲ್ ರಶೀದ್ (ಕವನ ಸಂಕಲನ)......130/–
69. ಚಿಕ್ಕಮುಟ್ಟಮ್ಮನವರ ಗೃಹನ್ಯಾಯ–ಕೆ. ಸತ್ಯನಾರಾಯಣ (ಕಥಾಸಂಕಲನ).....................140/–
70. ಹಕ್ಕಿ ಅಟೆಂಡೆನ್ಸ್–ಡಾ. ಲೀಲಾ ಅಪ್ಪಾಜಿ 595/–
71. ದಡ ಸೇರದ ದೋಣಿಗಳು–ಬೇಲೂರು ರಾಮಮೂರ್ತಿ (ಕಥಾಸಂಕಲನ)..........................275/–
72. ನಿಷಿತೆ–ಪ್ರೀತಿನಿ ಧನಂಜಯ (ಕಾದಂಬರಿ)... 250/–
73. ಮಲೆನಾಡ ಅಜ್ಜಿ–ಶೋಭಾ ರಾವ್ (ಲಲಿತ ಪ್ರಬಂಧಗಳು) 175/–
74. ಮಲ್ಲಿಮಲ್ಲಿಗಿ–ಎಂ.ಎಲ್. ಪ್ರಸನ್ನ (ಕಾದಂಬರಿ) 210/–
75. ಬೆಳವಡಿ ಮಲ್ಲಮ್ಮ–ಕೌಂಡಿನ್ಯ (ಕಾದಂಬರಿ) 200/–
76. ಆರೋಹಣ–ವಿವೇಕಾನಂದ ಕಾಮತ್ (ಕಾದಂಬರಿ) 190/–
77. ಕಂದಕ–ಭಾರದ್ವಾಜ ಕೆ. ಆನಂದತೀರ್ಥ (ಕಾದಂಬರಿ)... 265/–
78. ಕ್ರಮಣ–ಭಾರದ್ವಾಜ ಕೆ. ಆನಂದತೀರ್ಥ (ಕಾದಂಬರಿ)..375/–
79. ವ್ಯಾಘ್ರಹತ್ಯೆಯ ನಿಗೂಢಗಳು–ಡಾ. ಟಿ.ಎಸ್. ವಿವೇಕಾನಂದ.......................................200/–
80. ಹಿಮಾಲಯದ ನರಭಕ್ಷಕಗಳು–ಡಾ. ಟಿ.ಎಸ್. ವಿವೇಕಾನಂದ
(ಜಿಮ್ ಕಾರ್ಬೆಟ್‌ರವರ ಸಮಗ್ರ ಕತೆಗಳು) 675/–

81. ಪರಿಸರ ನಿಘಂಟು–ಡಾ. ಟಿ.ಎಸ್. ವಿವೇಕಾನಂದ.. 625/–
82. ಪ್ರೀತಿಯೆನುವ ಮಾಯೆ–ಬಿ.ಆರ್. ಲಕ್ಷ್ಮಣರಾವ್ (ಕಥಾಸಂಕಲನ)............................320/–
83. ಸಹಜ ಜೀವನ–ರವಿ ಕೃಷ್ಣಾರೆಡ್ಡಿ (ಆರೋಗ್ಯ ಸಲಹೆಗಳು)..160/–
84. ಬಿಂಬ–ಬಿಂಬನ–ಗೋಪಾಲಕೃಷ್ಣ ಪೈ & ಗಿರೀಶ್ ಕಾಸರವಳ್ಳಿ.................................. 385/–
85. ಕಥಾ ಸಂಕ್ರಾಂತಿ (ಕನ್ನಡ)–(ಸಂ) ಕೇಶವ ಮಳಗಿ (ಕಥಾಸಂಕಲನ)..............................185/–
86. ಕುಸುರೆಳ್ಳು–(ಸಂ) ಕೇಶವ ಮಳಗಿ (ಕಥಾಸಂಕಲನ) 320/–
87. ಕಥಾ ಸಂಕ್ರಾಂತಿ (ತೆಲುಗು)–(ಸಂ) ಕೇಶವ ಮಳಗಿ (ಕಥಾಸಂಕಲನ)............................220/–
88. Festive (English)–(Ed) Keshava Malagi (Short Stories).........................249/–
89. ಕಥಾ ಸಂಕ್ರಾಂತಿ (ಮಲಯಾಳಂ)–(ಸಂ) ಕೇಶವ ಮಳಗಿ (ಕಥಾಸಂಕಲನ)...........................
90. ಕಗ್ಗಕ್ಕೊಂದು ನ್ಯಾನೋ ಕತೆ–ವಿ. ಗೋಪಕುಮಾರ್...130/–
91. ಪುನರುತ್ಥಾನ–ಪಾರ್ವತಿ ಪಿಟಗಿ (ಕಾದಂಬರಿ) 200/–
92. ಮಹಾವಿನಾಶ–ಡಾ. ಲಕ್ಷ್ಮಣ ಕೌಂಟೆ (ಕಾದಂಬರಿ)...450/–
93. ಮಿಸ್ಸಿನ ಡೈರಿ–ಮೇದಿನಿ ಕೆಸವಿನಮನೆ (ಅನುಭವ ಕಥನ) 200/–
94. ನೀಲಿ ಶಾಯಿಯ ಕಡಲು–ಗೀತಾ ದೊಡ್ಮನೆ (ಕವನ ಸಂಕಲನ)..120/–
95. ಬಹುತ್ವ ಭಾರತ ಕಟ್ಟಿದವರು–ರಾಘವೇಂದ್ರ ಪ್ರಭು ಎಂ. (ವ್ಯಕ್ತಿಚಿತ್ರಗಳು).................... 350/–
96. ಬೇವಾಚ್–ನೌಶಾದ್ ಜನ್ನತ್ತ್ (ಕಾದಂಬರಿ)... 225/–
97. ಸುಪ್ತ ಸಾಗರದಾಚೆ–ಡಾ. ಶೈಲೇಶ್ ಕುಮಾರ್ (ಪ್ರವಾಸ ಕಥನ) 200/–
98. ನಾತಿಚರಾಮಿ–ಎನ್ ಸಂಧ್ಯಾರಾಣಿ (ಕಾದಂಬರಿ) 150/–
99. ಜಗತ್ತಿನ ಭೀಕರ ಯುದ್ಧಗಳು–ಡಾ. ಎಂ. ವೆಂಕಟಸ್ವಾಮಿ...495/–
100. ಕವಚ–ರಾಧಾಕೃಷ್ಣ ಕಲ್ಚಾರ್ (ಕಾದಂಬರಿ)...185/–
101. ಉಪರಿ–ಡಾ. ಅಜಿತ್ ಹರೀಶಿ (ಕಥಾಸಂಕಲನ)..120/–
102. ಆ ವದನ–ಶೆಕ್ಷಾವಲಿ ಮಣಿಗಾರ್ (ಕಾದಂಬರಿ) 240/–
103. ಪರಸ್ಪರ ಮತ್ತಿತರ ಕತೆಗಳು–ಮುರ್ತುಜಾಬೇಗಂ ಕೊಡಗಲಿ (ಕಥಾಸಂಕಲನ)...............150/–
104. ಇರುಳ ಬಾಗಿಲಿಗೆ ಕಣ್ಣ ದೀಪ–ಡಾ. ಸದಾಶಿವ ದೊಡ್ಡಮನಿ (ಕವನ ಸಂಕಲನ) 140/–
105. ವರದಾ ತೀರದ ಕಥೆಗಳು–ರವೀಂದ್ರ ಮುದ್ದಿ (ಕಥಾಸಂಕಲನ)......................................160/–
106. ಖದೀಜಾ–ಸಿ.ವಿ. ವಿರುಪಾಕ್ಷ (ಐತಿಹಾಸಿಕ ಕಾದಂಬರಿ) 215/–
107. ಚಂದ್ರಾ ಲೇಔಟ್–ಶ್ರೀಧರ ಗಸ್ತಿ (ಕಥಾಸಂಕಲನ) 135/–
108. ಜನನಾಯಕ–ಪ್ರಕಾಶ ಗಿರಿಮಲ್ಲನವರ (ನಾಟಕ) 125/–
109. ಓಡಿ ಹೋದಾಕಿ–ಬಿ.ಜೆ. ಪಾರ್ವತಿ ಬಿ. ಸೋನಾರೆ (ಕಾದಂಬರಿ).......................................215/–
110. ಇತ್ತ ಹಾಯಲಿ ಚಿತ್ತ–ಕವಿತಾ ಹೆಗಡೆ ಅಭಯಂ (ಅನುವಾದಿತ ಕಥಾಸಂಕಲನ) 110/–
111. ಮಾಯಾ ಗುಹೆ ಮತ್ತು ಇತರ ಮಕ್ಕಳ ಕತೆಗಳು–ನವ್ಯ ಆರ್. ಕತ್ತಿ..............................140/–

www.ingramcontent.com/pod-product-compliance
Lightning Source LLC
LaVergne TN
LVHW090351051026
849518LV00006B/2109
* 9 7 8 8 1 9 7 4 1 6 9 1 0 *